हृदयातील भावनांना स्फूर्ती देणाऱ्या कथा

चिकन सूप फॉर द सोल

भाग ४

लेखन व संकलन

जॅक कॅनफिल्ड / मार्क व्हिक्टर हॅन्सन

हॅनाह मॅकार्टी / मेलडी मॅकार्टी

अनुवाद

उषा महाजन

मेहता पब्लिशिंग हाऊस

Chicken Soup for the Soul - Part 4

by Jack Canfield, Mark Victor Hansen, Hanoch McCarty & Meladee McCarty

Original title : A 4th course of Chicken Soup for the Soul

Published under agreement with Health Communications Inc., Deerfield Beach, Florida, U.S.A.

Translated into Marathi Language by Usha Mahajan

चिकन सूप फॉर द सोल – भाग ४

अनुवाद : उषा महाजन,
डी-२, चैत्रबन रेसिडेन्सी, आयटीआय रोड, औंध,
पुणे – ४११ ००७ E-mail : sayhi2usha@rediffmail.com

प्रकाशक : सुनील अनिल मेहता, मेहता पब्लिशिंग हाऊस,
१९४१, सदाशिव पेठ, माडीवाले कॉलनी, पुणे – ४११ ०३०

अक्षरजुळणी : वैशाली पांडे, पुणे

मुद्रक : स्पेक्ट्रम ऑफसेट, डी-२/४ सत्यम इस्टेट,
सीडीएसएसच्या मागे, एरंडवणे, पुणे – ४११००४.

मुखपृष्ठ : फाल्गुन ग्राफिक्स

आतील चित्रे : घनश्याम देशमुख

प्रथमावृत्ती : जानेवारी, २०११ / पुनर्मुद्रण : सप्टेंबर, २०१५

किंमत : ₹ १५०/-

ISBN 9788184981971

'प्रत्येक व्यक्तीचं आयुष्य ही एक कहाणीच असते. मला आठवतंय, की माझ्या लहानपणी प्रत्येक घरामधली मोठी माणसं स्वयंपाकघरातल्या जेवणाच्या टेबलापाशी बसून एकमेकांना आपल्या आयुष्यातल्या अनुभवांच्या गोष्टी सांगायची. पण आता आजच्या युगात ती पद्धत लुप्तच होऊन गेली आहे. टेबलापाशी निवांतपणे बसून गोष्टी सांगणं म्हणजे नुसतं वेळ घालवत बसणं, असा अर्थ मानला जायचा नाही. एकाकडून दुसऱ्याला, दुसऱ्याकडून तिसऱ्याला अशा पिढ्यान्‌पिढ्या पुढे सरकत जाणाऱ्या त्या शहाणपणाच्या गोष्टी असायच्या. त्यांच्यामधनं मिळायचं चांगलं शहाणपण, बोध. कायम स्मरणात राहील असं जीवन जगण्याची संधी मिळायची. आजच्या आधुनिक तंत्रज्ञानाच्या, सुखसोयींच्या जगामध्ये राहूनदेखील खऱ्या अर्थाने सार्थ, अर्थपूर्ण जीवन आपल्यापैकी बऱ्याच व्यक्ती जगतच नाहीत. परत एकदा आपल्या पूर्वजांप्रमाणे आपण एकमेकांच्या जीवनातल्या कथा, निरनिराळे अनुभव आवर्जून ऐकण्याची वेळ येऊन ठेपलेली आहे.'

– रेशेल नाओमी रेमेन

अनुवादिकेचे मनोगत

'चिकन सूप फॉर द सोल' या पुस्तकाच्या मालिकेमधल्या पहिल्या आणि तिसऱ्या भागाला वाचकांचा भरभरून प्रतिसाद मिळाला, म्हणून आता चौथ्या भागाचाही मराठी अनुवाद घेऊन परत एकदा सर्वांच्या भेटीस आले आहे. जिद्द निर्माण करणाऱ्या, अशक्य वाटणाऱ्या गोष्टी शक्य होऊ शकतात या विचाराला खतपाणी घालणाऱ्या, निराशा पळवून लावणाऱ्या, विचार करण्यास प्रवृत्त करणाऱ्या तर कधी मनाला चटका लावणाऱ्या नव्या कथांचा ठेवा वाचकांसमोर ठेवताना मनापासून समाधानाचा आनंद अनुभवतेय. तुम्हा सर्वांना या कथाही पसंत पडतील, अशी खात्री वाटतेय.

तुम्हा सर्वांचा असाच लोभ आणि प्रेम मिळत राहो हीच इच्छा.

मेहता पब्लिशिंग हाऊसच्या संपूर्ण स्टाफने दिलेल्या सहकार्याबद्दल मी त्यांचे मन:पूर्वक आभार मानते.

– उषा महाजन

अनुक्रम

'चिकन सूप फॉर द सोल भाग - ४' एकूण ८० कथांचा समावेश असलेला हा कथासंग्रह प्रथम जानेवारी २०११ साली प्रसिद्ध झाला.

नव्या आवृत्तीच्यावेळी, रसिक वाचकांच्या सोयीसाठी आम्ही हेतुत: मूळ कथासंग्रहाचे भाग -४ व भाग - ७ असे दोन सुटसुटीत कथासंग्रह केले आहेत. या पुस्तकांचेही रसिक वाचक उत्स्फुर्त स्वागत करतील, ही आम्हांस खात्री आहे.

प्रकाशक

१

'प्रेमाविषयी'

एखाद्या रसायनशास्त्रज्ञानं जर त्याच्या हृदयाच्या गाभाऱ्यामधनं करुणा, आदर, उत्कट इच्छा, सोशिकता, पश्चात्ताप, विस्मय आणि क्षमा या सर्व भावना बाहेर काढून त्यांना एकत्रित करून एखादं नवीन प्रकारचं मिश्रण तयार केलं; तर त्याचं नाव होईल 'प्रेम.'

खलिल जिब्रान

फोनवर भेटलेला मित्र

'मित्राअभावी जीवन म्हणजे पुराव्याअभावी मृत्यूच होय.'

स्पॅनिश म्हण

फोनचा नंबर फिरवून झाला नव्हता; पण मध्येच कसं कोण जाणे, पण आतून जाणवलं, की मी काहीतरी चूक करत होतो. फोन लागला खरा. एक रिंग, दोन रिंग... आणि नंतर दुसऱ्या बाजूला कोणीतरी फोन उचलला.

"तुम्हाला चुकीचा नंबर लागलाय!" घोगऱ्या पुरुषी आवाजात कोणीतरी खेकसलं आणि फोन बंद करून टाकला. मला आश्चर्यच वाटलं. मी परत नंबर फिरवला.

"मी सांगितलं नं एकदा की चुकीचा नंबर लागलाय!" पलीकडून आवाज आला आणि कटकन फोन बंद केल्याचा आवाज माझ्या कानात घुमला.

माझ्या हातून चुकीचा नंबर फिरवला गेलाय हे त्या व्यक्तीला कसं काय कळू शकलं? मी तेव्हा न्यूयॉर्क सिटी पोलीस विभागात काम करत होतो. कुतूहल जागं ठेवण्याचं आणि काळजी दर्शवण्याचं शिक्षणच पोलिसांना दिलेलं असतं– त्यामुळे मी तिसऱ्या वेळी नंबर फिरवला.

"हॅलो, अरे कमालच आहे." तो माणूस म्हणाला. "परत तुमचाच फोन वाटतं?"

"हो, मीच केलाय परत फोन." मी उत्तरलो. "मी काही बोलायच्या आधीच तुम्हाला कसं कळलं, की माझ्याकडून चुकीचा नंबर लागलाय? मला तर आश्चर्यच वाटलं कमालीचं!"

"कळलंय न आता तुम्हाला!" खाडकन फोन आपटला गेला.

फोनचा रिसिव्हर तसाच हातात धरून मी जागीच स्तब्ध झालो. मी परत एकदा फोन लावला.

"आता तरी कळलं का तुम्हाला?" त्याने विचारणा केली.

"माझ्या एवढंच लक्षात आलंय की... तुम्हाला कधीच कोणी फोन करत नाही."

"अगदी बरोब्बर ओळखलंत", चौथ्या वेळी फोन बंद केला गेला. गालातल्या गालात हसत मी परत फोन केला.

"आता काय हवंय तुम्हाला?" त्याने विचारलं.

"मी आपला विचार केला, की करावा तुम्हाला फोन... केवळ आपलं हॅलो म्हणायला."

"हॅलो म्हणायला? आणि ते कशासाठी?"

"हं. त्याचं काय आहे, की तुम्हाला कोणीच कधी फोन करत नाही; तर मी

विचार केला आपणच करू या की!"

"बरं बरं, ठीक आहे. हॅलो, कोण बोलताय तुम्ही?"

अखेरीस माझ्या प्रयत्नांना यश आलं तर! आता त्या माणसाची उत्सुकता ताणली गेली होती. मी माझी ओळख करून देत त्यांची ओळख विचारली.

"माझं नाव आहे ॲडॉल्फ मेथ. वय वर्षं ८८. गेल्या वीस वर्षांच्या काळात आजच्यासारखे हे असे चुकीचे फोन मला कधीच आले नव्हते." आम्ही दोघंही मनापासून हसलो.

पुढील दहा मिनिटे आम्ही बोलत राहिलो. ॲडॉल्फचं कुटुंब नव्हतं, की त्याला कोणी मित्रदेखील नव्हते. त्याचे जे जिव्हाळ्याचे लोक, नातेवाईक होते; ते सगळे मृत्यू पावलेले होते. आम्हा दोघांमध्ये एक समान दुवा होता याचा आम्हाला शोध लागला. त्याने न्यूयॉर्क सिटी पोलीस विभागात तब्बल ४० वर्षं नोकरी केली होती.

लिफ्टचा चालक म्हणून त्याने केलेल्या नोकरीच्या काळाबद्दल तो बोलला. बोलण्यावरून तो अतिशय चांगल्या स्वभावाचा वाटला आणि मनमिळाऊदेखील. परत कधी त्याला फोन केला तर चालेल का, असं मी विचारलं.

आश्चर्यचकित होऊन त्यानं विचारलं, "पण मला फोन करावा, असं का वाटतंय तुला?"

"म्हणजे... असं की आपण नं, फोनवरूनच मैत्री वाढवूया. पत्रमैत्री कशी असते- तशीच!"

तो जरा घुटमळला. "ठीक आहे. चालेल मला... परत एकदा एक मित्र मिळवलाय मी." त्याचा आवाज मला जरा वेगळाच वाटला.

लगेच दुसऱ्या दिवशी दुपारीच मी ॲडॉल्फला फोन केला आणि मग वरचेवर करू लागलो. त्याच्या बोलण्यात सहजता होती. पहिल्या आणि दुसऱ्या महायुद्धातल्या त्याच्या आठवणी त्याने मला सांगितल्या. हिंडेनबर्गचं अरिष्ट आणि इतर काही ऐतिहासिक घटनांबद्दलही बोलला. त्याचं बोलणं मला खूपच मोहवून गेलं. मी त्याला माझ्या घरचा आणि ऑफिसचा असे दोन्ही फोननंबर दिले. त्यामुळे तोही मला फोन करू शकला असता आणि चक्क तोही मला फोन करू लागला, अगदी रोजचा रतीबच सुरू झाला.

एकाकी आणि वयोवृद्ध माणसावर मी केवळ दया दाखवत होतो, असं अजिबात नव्हतं. उलट ॲडॉल्फशी बोलणं, ही माझ्या दृष्टीनेही महत्त्वाची बाब होती; कारण माझ्या आयुष्यामध्येही बरीच मोठी पोकळी होती. अनाथाश्रमात लहानाचा मोठा झालेला मी– वडिलांचं सुख, माया मला कधीच मिळाली नव्हती. हळूहळू माझ्या मनात ॲडॉल्फबद्दल वडिलकीची भावना निर्माण होऊ लागली. माझ्या नोकरीबद्दल आणि नोकरी सांभाळून रात्रीचं कॉलेजशिक्षण घेण्याबद्दल मी त्याच्याशी मोकळेपणाने बोललो.

हळूहळू ॲडॉल्फ माझा सल्लागार बनू लागला. माझ्या सुपरवायझरशी माझे काही मतभेद झाले होते. त्याबद्दल या माझ्या नव्या मित्राशी चर्चा करत असताना मी म्हणालो, "मला वाटतं, की मी त्याला जरा चांगली अद्दल घडवलीच पाहिजे."

"काय एवढी घाई आहे?" ॲडॉल्फ काळजीच्या सुरात म्हणाला. "जरा वातावरण थंड होऊ दे. तू वयाने माझ्याएवढा म्हातारा झालास नं, म्हणजे समजेल, की काळ हाच सगळ्यावरती रामबाण उपाय असतो. हं, आता प्रकरण समजा जास्तच चिघळलं, तर मात्र तू त्याच्याशी स्पष्टपणे बोलू शकतोस."

बराच वेळ शांतता राहिली. नंतर तो हळुवारपणे म्हणाला, "बरं का; माझ्या मुलाशी मी जसं बोललो असतो नं, अगदी त्याच पद्धतीने मी तुझ्याशी बोलतोय. माझं असं एक कुटुंब असावं, मुलं असावीत; असं मला नेहमी वाटायचं. हे सगळं

कळायला, उमजायला तू अजून वयाने तरुण आहेस.''

एका संध्याकाळी बोलता बोलता ॲडॉल्फनं सहजच उल्लेख केला की, लवकरच त्याचा ८९वा वाढदिवस येणार होता, फायबरबोर्डचा एक मोठासा तुकडा घेऊन मी त्याच्यातनं २×५ इंचांचं एक शुभेच्छा कार्ड आणि त्याजवळ ८९ मेणबत्त्या असं डिझाइन तयार केलं. माझ्या ऑफिसमधल्या तमाम पोलिसांना व अगदी पोलिस कमिशनरनादेखील त्यावर सह्या करायला लावल्या. त्यावर शंभर एक सह्या मिळवल्या असतील मी! ते बघून ॲडॉल्फ खूश होणार, याची खात्री होती.

फोनवर संभाषणास सुरुवात करून एव्हाना चार महिने उलटले होते. त्यामुळे मला वाटलं की, आता आम्ही प्रत्यक्षात एकमेकांना भेटण्याची वेळ आली होती. म्हणून मी स्वत:च ते कार्ड घेऊन, त्याच्या घरी जाऊन स्वहस्ते त्याला देण्याचं ठरवलं.

मी येणार असल्याचं ॲडॉल्फला अजिबात कळवलं नव्हतं. एका सकाळी मी गाडीने त्याच्या पत्त्यावर गेलो आणि त्याच्या घराच्या जरा दूर गाडी थांबवली.

त्या इमारतीत गेल्यावर पाहिलं, तर खाली लॉबीमध्ये एक पोस्टमन पत्रांचा गठ्ठा घेऊन प्रत्येकाची पत्रं वेगळी करताना दिसला. ॲडॉल्फ नावाची पत्रपेटी मी शोधत असताना पोस्टमनने मान वळवून माझ्याकडे पाहिलं. तेवढ्यात मला पेटी दिसलीच. घरनंबर 1H असं लिहिलेलं होतं त्यावर. म्हणजे मी उभा होतो, तिथून जेमतेम २० फूट अंतरावरच.

मी मनातून खूप आनंदलो होतो. फोनवरून बोलताना आमचं जसं छान जमलं होतं, तसंच आता प्रत्यक्षात भेटून मनाच्या तारा जुळतील का आम्हा दोघांच्या? उगाचच मनी शंकेची पाल चुकचुकली. माझ्या आयुष्यातनं निघून जाऊन जसं माझ्या वडिलांनी मला झिडकारलं होतं, तसंच हाही मला नाकारणार होता का? मी त्याच्या दारावर थाप वाजवली. काहीच हालचाल नाही कळल्यावर परत जरा जोरातच दार वाजवलं.

काम करता करता वर बघत पोस्टमन म्हणाला, ''कोणी नाही राहत तिथे.''

''काय?'' मी जोरात ओरडलो. मला अगदी मूर्खासारखं वाटलं. 'फोनवर बोलायला तो बरेच आढेवेढे घ्यायचा, तसं आता दार उघडायलाही दिवसभराचा वेळ लावेल कदाचित.'

''तुम्ही त्यांचे कोणी नातेवाईक का अजून कोणी?''

''नाही. केवळ एक मित्र आहे मी.''

''अरेरे! मला खेद होतोय सांगायला की, मि. मेथ परवाच स्वर्गवासी झाले.'' तो शांतपणे म्हणाला.

''वारले? ॲडॉल्फ?'' मला क्षणभर काही बोलवेचना. प्रचंड धक्का बसल्यानं

आणि अविश्वासानं मी तिथे स्तब्ध उभा राहिलो. मग स्वत:ला सावरून पोस्टमनचे आभार मानून सकाळच्या कोवळ्या किरणांत इमारतीमधनं बाहेर आलो आणि डबडबलेल्या डोळ्यांनी गाडीपर्यंत गेलो.

नंतर जवळच्याच वळणावर मला एक चर्च दिसलं आणि ओल्ड टेस्टामेंट (बायबलचा जुन्या करारा) मधलं एक वाक्य मला आठवलं : 'मित्र नेहमीच प्रेम करत असतो. विशेषत: मृत्युसमयी.' मला अचानक साक्षात्कार झाला. अस्तित्वाच्या जाणिवेचा क्षण होता तो! पुष्कळदा आपल्या आयुष्यात अचानकपणेच काही घटनांना दु:खद वळण मिळतं, पण त्यामुळेच आपल्या आयुष्यात कोणाच्या तरी खास अस्तित्वाची हृदयाला जाणीव होते. तेव्हा त्या क्षणी मला प्रथमच जाणवलं, की मी आणि ॲडॉल्फ एकमेकांच्या किती जवळ आलो होतो. खरंच, किती सहजसाध्य झालं होतं! आता माझ्या दुसऱ्या एखाद्या जिवलग मित्राबाबत तर हे सहजरीत्या घडू शकेल.

मला प्रेमाची ऊब हळूहळू जाणवू लागली होती. मला ॲडॉल्फचा गुरकावून ओरडण्याचा आवाज ऐकू आला. ''चुकीचा नंबर!'' नंतर तो मला विचारतोय, की मला का बरं त्याला परत फोन करावासा वाटला होता. असं त्याचं बोलणंही मला नंतर ऐकू आलं.

''कारण ॲडॉल्फ तू माझ्यासाठी खूप महत्त्वाचा होतास'' मी खरंच जोरात ओरडून म्हणालो. ''कारण, अरे मी तुझा मित्र होतो नं!''

गाडीत मागच्या सीटवर मी ते कार्ड ठेवलं आणि पुढे बसून गाडी सुरू करण्यापूर्वी मी मागे वळून बघत पुटपुटलो, ''ॲडॉल्फ, अरे मला चुकीचा नंबर लागलाच नाही. मला तर तू मिळाला होतास.''

जेनिंग्ज मायकेल बर्च

A Friend on the Line

वाढदिवसाचं गीत

'माणसाच्या आयुष्यात तीन महत्त्वाच्या गोष्टी असतात. पहिली म्हणजे दयाळू असणं, दुसरी म्हणजेही दयाळू असणं आणि तिसरी म्हणजेदेखील दयाळू असणंच!'

हेन्री जेम्स

एका सकाळी जॉन इव्हॅन्स हा असाच अचानकरित्या माझ्या आयुष्यात आला. कोणीतरी दिलेल्या जुन्यापान्या अतिशय ढगळ कपड्यातला आणि शिवणी उसवलेल्या, झिजलेल्या बुटातली ती स्वारी म्हणजे एक ओबडधोबड चेहऱ्याचा छोटासा मुलगा.

नॉर्थ कॅरोलिना राज्यातल्या आमच्या लहानशा गावात सफरचंदं तोडण्याच्या मोसमात जे भटके काळे कामगार नुकतेच येऊन पोचले होते, त्यातल्या एकाचा हा मुलगा. ते कामगार तुटपुंज्या वेतनावर आपल्या कुटुंबाची कशीबशी गुजराण करायचे.

त्या दिवशी सकाळी आमच्या दुसरीच्या वर्गाच्या दारात उभा असलेला जॉन इव्हॅन्स, म्हणजे खरोखर एक मूर्तिमंत केविलवाणं दृश्य दिसत होतं. एका पायावरून दुसऱ्या पायावर भार देत तो उभा होता आणि आमच्या वर्गशिक्षिका सौ. पार्मिली रजिस्टरमध्ये त्याचं नाव लिहून घेत होत्या. त्या गबाळ्या ध्यानाचं काय करायचं, तेच आम्हा कोणाला कळत नव्हतं; पण वर्गाच्या प्रत्येक रांगेतनं खालच्या आवाजात कुरबुर आणि नाराजी दाखवणं सुरू झालं होतं.

"कोण आहे तो?" माझ्या मागच्या बाकावरचा मुलगा पुटपुटला.

"ए, कोणीतरी खिडकी जरा उघडा बरं", एक मुलगी खुदुखुदु हसत म्हणाली.

पार्मिली बाईंनी चष्म्यातनं वर्गाकडे करडी नजर टाकली. एकदम कुजबूज थांबली आणि त्या परत आपल्या कामात गुंग झाल्या.

"मुलांनो, हा जॉन इव्हॅन्स बरं का" बाईंनी उत्साहाच्या आविर्भावात सगळ्यांना

सांगितलं. जॉननं चौफेर नजर टाकली आणि केविलवाणं हसला. कोणीतरी हसून आपल्याला प्रतिसाद देईल, या अपेक्षेनी! पण कोणीच काही प्रतिक्रिया दाखवली नाही. तो बिचारा मात्र हसतच राहिला.

माझ्या बाकावरची शेजारची रिकामी जागा बाईंना दिसू नये, अशी मनात प्रार्थना करत मी श्वास रोखून धरला होता आणि नेमकी त्यांना ती जागा दिसलीच शेवटी. त्याला त्या जागेवर बसण्यासाठी त्यांनी हाताने निर्देश केला. बाकावर बसताना त्याने माझ्याकडे एक कटाक्ष टाकला, पण मी मात्र जाणूनबुजून त्याची नजर टाळली. न जाणो, मी त्याच्याशी मैत्री करेन, असा त्याचा समज झाला असता तर!

पहिला आठवडा संपता संपता जॉनने वर्गातलं त्याचं सर्वांत खालचं स्थान मात्र पक्क केलं. "ह्यात त्याचाच दोष आहे." एकदा रात्रीच्या जेवणाच्या वेळी मी आईला बोलून दाखवलं. "साधे आकडेदेखील त्याला अजून नीट मोजता येत नाहीत."

रोज रात्रीच्या माझ्या जॉन पुराणामुळे आईला मात्र एव्हाना जॉनची बरीच माहिती झाली होती. माझं सगळं बोलणं ती शांतपणे ऐकून घ्यायची; पण 'असं', 'हो का?' 'बरं बरं' यापलीकडे ती जास्त काही प्रतिक्रिया दाखवायची नाही.

"मी बसू तुझ्याजवळ?" मधल्या सुट्टीत जेवणाचा ट्रे हातात घेऊन माझ्या पुढ्यात उभं राहून जॉन हसत हसत विचारत होता. आमच्याकडे कोणाचं लक्ष होतं का, ह्याची मी आधी खात्री करून घेतली.

"बरं, ठीक आहे. बस बस" मी कसंबसं म्हणालो.

त्याला जेवताना, इकडेतिकडे हिंडताना बघून मी विचार केला की; जॉनच्या वाट्याला आलेली एवढी हेटाळणी खरं तर अयोग्यच होती. तो माझ्या जवळपास असला, की उलट मला छान वाटायचं आणि तोही आता जास्त खूष वाटायला लागला होता.

जेवणानंतर खेळाच्या मैदानावर जाऊन सगळ्यांबरोबर आम्ही खूप हुंदडलो. मधली सुट्टी संपल्यावर पार्मिलीबाईंच्या मागे ओळीत उभं असताना मी मनात पक्कं ठरवलं की, ह्यापुढे जॉनला एकाकी राहावं लागणार नव्हतं.

"सगळी मुलं जॉनशी फार दुष्टाव्याने का वागतात, असं तुला वाटतं?" एकदा रात्री आई मला पांघरूण घालत होती, तेव्हा मी प्रश्न केला.

"मला काही कळत नाहीये. कदाचित त्यांना असंच वागण्याची सवय असेल." ती दु:खाने म्हणाली.

"आई, उद्या जॉनचा वाढदिवस आहे आणि त्याला ना केक ना भेटवस्तू काहीच मिळणार नाही गं. कोणाला त्याच्याबद्दल पर्वाच नाहीये."

आईला आणि मला माहिती होतं की प्रत्येकाच्या वाढदिवसाला त्याची आई पूर्ण वर्गासाठी छोटे केक्स आणि पार्टीसाठी छानछान वस्तू घेऊन शाळेत यायची.

माझ्या आणि बहिणीच्या वाढदिवसाला माझ्या आईनेही बरीच वर्षं शाळेत अशा चकरा केल्या होत्या. पण जॉनची आई तर सफरचंदांच्या बागेत दिवसभर काम करायची. त्यामुळे त्याचा खास दिवस साधारण दिवसांप्रमाणेच जाणार होता.

"तू नको काळजी करूस", आई माझी पापी घेत मला 'शुभरात्री' असं म्हणाली. "मला खात्री आहे की, सगळं कसं छान नीटपणे पार पडेल बघ." आईला वाटलेली खात्री नक्कीच खोटी ठरणार असं मला आयुष्यात प्रथमच वाटलं.

दुसऱ्या दिवशी सकाळी न्याहारीच्या वेळी मी सांगितलं, की मला बरं वाटत नव्हतं म्हणून मी शाळेत जाणार नव्हतो.

"तुझ्या या निर्णयाचा आणि जॉनच्या वाढदिवसाचा काही अर्थाअर्थी संबंध आहे का?" आईने विचारलं. शरमेने लाल झालेले माझे गालच उत्तर देऊन गेले. "समजा तुझा एखादा जवळचा मित्र तुझ्या वाढदिवसाला गैरहजर राहिला, तर कसं वाटेल बरं तुला?" तिने मला हळुवारपणे विचारलं. मी क्षणभर विचार करून, पटकन तिची पापी घेऊन, टाटा करत शाळेत पळालो.

गेल्यागेल्या मी जॉनला वाढदिवसाच्या हार्दिक शुभेच्छा दिल्या. त्याच्या वाढदिवसाची मी आवर्जून आठवण ठेवली, ह्याचा आनंद त्याच्या ओशाळवाण्या हास्यातनं जाणवत होता. म्हणजे मला वाटलं होतं, तेवढा काही खराब दिवस जाणार नव्हता कदाचित!

दुपारपर्यंत मी माझ्या मनाची धारणाच बदलून टाकली, की वाढदिवस म्हणजे काही फार महत्त्वाचा प्रसंग नसतोच. नंतर पार्मिलीबाई फळ्यावर एक गणित मांडत

होत्या, तेवढ्यात बाहेरच्या हॉलमधनं मला ओळखीचा आवाज आला. माझ्या खूप ओळखीच्या त्या आवाजात वाढदिवसाचं शुभेच्छागीत ऐकू येत होतं.

काही सेकंदातच दारातनं माझी आई येताना दिसली. तिच्या हातात एक ट्रे आणि त्यात छोटे केक्स आणि पेटवलेल्या मेणबत्त्या दिसत होत्या. छानशा रंगीत कागदात लाल फितीने बांधून वर त्या फितीचंच एक मस्तपैकी फूल बनवलेलं प्रेझेंट तिच्या बगलेत दिसत होतं.

पार्मिलीबाईदेखील चिरक्या आवाजात आईबरोबर गाऊ लागल्या आणि पूर्ण वर्गाने माझ्याकडे प्रश्नार्थक नजरेनी बघितलं. रात्री गाडीच्या प्रखर दिव्यांसमोर भेदरून उभ्या असलेल्या हरणासारखा जॉन आईकडे बघत होता. तिने छोटे केक्स आणि प्रेझेंट बाकावरती त्याच्यासमोर ठेवलं आणि म्हणाली, ''हं, वाढदिवसाच्या तुला खूप खूप शुभेच्छा.''

माझ्या त्या मित्राने ट्रे हातात घेऊन शांतपणे प्रत्येक बाकापाशी जाऊन मोठ्या अदबीने ते छोटे केक्स सर्वांना वाटले. आई माझ्याकडेच बघत होती, हे माझ्या लक्षात आलं. मी केकचा तुकडा तोडत असताना तिने माझ्याकडे बघून डोळे मिचकावले.

आता भूतकाळात शिरल्यावर त्या दिवशी वर्गातल्या ज्या मुलांनी त्याचा वाढदिवस साजरा केला होता, त्यांच्यापैकी बऱ्याच जणांची नावंही नीट आठवत नाहीयेत. काही दिवसांनंतर जॉन इव्हॅन्स आमच्या गावातनं निघून गेला आणि त्यानंतर आजतागायत मला त्याची काहीच खबरबात नाही. पण जेव्हा जेव्हा मी ते ओळखीचं गीत ऐकतो, तेव्हा प्रत्येक वेळी मला तोच दिवस आठवतो. जेव्हा त्या गाण्याचे खरे सूर लागले होते आणि तेही माझ्या आईच्या सुरेल गळ्यातनं आणि माझ्या मित्राच्या डोळ्यातली चमक आणि सगळ्यात मस्त म्हणजे केकची ती गोड चव आजही मनाला आनंद देऊन जाते.

रॉबर्ट टेट मिलर
A Birthday Song

जेव्हा केव्हिनची जीत झाली

'जेव्हा स्वत:बद्दल जास्त कळकळ, काळजी वाटण्यापेक्षा इतरांबद्दल जास्त कळकळीची भावना निर्माण होते; तेव्हाच तुमच्या मनाची परिपक्वता खऱ्या अर्थाने वाढू लागते.'

जॉन मॅक्नॉटन

केव्हिनचं चपखलपणे एका शब्दात वर्णन करायचं झाल्यास, तो मंदबुद्धीचा होता, असं करावं लागेल. तो सर्वसामान्य मुलांप्रमाणे भरभर एबीसीडी शिकू शकला नव्हता. शाळेच्या मैदानावर एकाही शर्यतीत तो कधी पहिला आला नव्हता, पण तरीही सर्वांशी त्याचं विशेष सहानुभूतीचं नातं मात्र निर्माण झालं होतं. जून महिन्यातल्या सूर्यापेक्षाही त्याचं हास्य जास्त तेजस्वी होतं, तर त्याचं हृदय डोंगरदऱ्यातून दिसणाऱ्या आकाशापेक्षाही विशाल होतं. जीवनाबद्दलच्या केव्हिनच्या जबरदस्त आसक्तीची लागण इतरांनाही व्हायची. जेव्हा त्याला समजलं, की त्याच्या चर्चचे पाद्री रँडी मुलांच्या बास्केटबॉलचा संघ जमवत होते, तेव्हा त्याची आई त्याला केवळ एवढंच म्हणाली, ''ठीक आहे, तू त्या संघामध्ये सहभागी होऊ शकतोस.''

त्यानंतर बास्केटबॉलचा खेळ हाच केव्हिनच्या आयुष्याचा केंद्रबिंदू झाला. सरावाच्या वेळी तो इतके परिश्रम घ्यायचा, की कोणालाही वाटलं असावं, की तो एखाद्या मोठ्या मॅचसाठीच सराव करत होता. खेळताना त्याला एका ठरावीक जागीच (फ्री थ्रो लाईनजवळ) उभं राहून बास्केटमध्ये बॉल टाकायला आवडायचं. शांतचित्ताने एकापाठोपाठ बास्केटमध्ये बॉल टाकण्याचा प्रयत्न करत तो उभा असायचा. अखेरीस तो बॉल रिंगमधून 'सक्' आवाज करून बास्केटमध्ये पडायचा. ''सर, सर माझ्याकडे बघा नं!'' उंच उंच उड्या मारत आनंदाने प्रफुल्लित झालेल्या चेहऱ्याने रँडींना उद्देशून तो ओरडायचा.

मुलांच्या पहिल्या गेमच्या आधी रँडी सरांनी (प्रशिक्षकांनी) प्रत्येक खेळाडूला

लाल रंगाची जर्सी (लांब टी शर्ट) दिली होती. केव्हिनने १२ हा नंबर लिहिलेली त्याची जर्सी पाहिली आणि त्याचे डोळे एकदम चमकले. घाईघाईने त्याने ती जर्सी अंगात चढवली. क्वचितच ती जर्सी तो अंगातनं काढायचा. एका रविवारी सकाळी चर्चमध्ये चालू असलेल्या प्रवचनात केव्हिनच्या उंच आवाजाने खंड पडला. "सर, सर बघा नं!" असं म्हणत अंगातला राखाडी रंगाचं स्वेटर वरती करून आत घातलेली ती लालचुटुक जर्सी त्याने देवाला आणि जमलेल्या सर्वांना दाखवली.

केव्हिन आणि बाकीच्या खेळाडूंना बास्केटबॉलचा खेळ मनापासनं आवडायचा. पण नुसती आवड असून तेवढ्याने काही सामना जिंकता येत नाही. त्या दिवशी बास्केटमध्ये पडण्याऐवजी बॉल दर वेळेला बाहेरच पडत होता. त्या मोसमामधला प्रत्येक सामना हा संघ हरला. अगदी भरपूर अंकांनी हरला. अपवादाला फक्त एका सामन्यामध्ये मात्र हार पदरी पडली नाही, कारण आदल्या रात्री खूप बर्फवृष्टी झाल्यामुळे विरुद्ध संघ वेळेवर पोहोचूच शकला नव्हता.

त्या मोसमाच्या अखेरीस त्या मुलांच्या संघाने चर्चच्या लीग टूर्नामेंट्समध्ये बरेच सामने खेळले. गुणांनुसार अगदी खालच्या क्रमांकावरचा हा संघ शेवटचा सामना सर्वांत जास्त गुण मिळवून गुणवत्ता यादीत वरच्या क्रमांकावर असलेल्या संघाविरुद्ध खेळायला आला. त्या संघात सगळी सशक्त आणि उंचीपुरी मुलं होती आणि त्या संघाला कोणीच हरवू शकलेलं नव्हतं. अपेक्षेनुसारच सामना चालला होता. चौथ्या मध्यंतराच्या वेळी केव्हिनचा संघ चक्क तीस गुणांनी मागे होता.

त्या वेळी केव्हिनच्या संघातल्या एका खेळाडूनं विश्रांतीची (टाईम-आऊट) मागणी केली. तो जरा बाजूला आल्यावर रँडी सरांना कल्पना येईना, की त्याने उगाचच तशी मागणी का केली होती. "सर" तो मुलगा म्हणाला, "हा आमचा अखेरचा सामना आहे आणि माझ्या मतानुसार केव्हिन आत्तापर्यंत सर्व सामने खेळलाय, पण बास्केटमध्ये बॉल टाकण्याची पाळी त्याला एकदाही मिळालेली नाही. म्हणून मला वाटतं की, आता केव्हिनलाच संधी दिली पाहिजे." सामना तर हातातून जाण्याचीच वेळ आली होती, त्यामुळे ती कल्पना बरी वाटत होती आणि त्यानुसार योजना बनवली गेली. केव्हिनच्या संघाच्या हातात बॉल आला, की प्रत्येक वेळी केव्हिनने त्याच्या आवडत्या जागी (फ्री थ्रो लाईनजवळ) उभं राहायचं आणि संघातले बाकीचे खेळाडू बॉल त्याच्या हाती देणार होते. मैदानावर परत जाताना केव्हिन अत्यानंदाने उंच उड्या मारत होता.

त्याच्या पहिल्या प्रयत्नात बास्केटवर बॉल गेला, पण थोडक्यात बास्केट हुकली. विरुद्ध संघातल्या १७ क्रमांकाच्या खेळाडूनं बॉलवर झडप घातली आणि बास्केटमध्ये बॉल टाकून जास्तीचे दोन गुण मिळवले. नंतर लगेचच केव्हिनच्या संघाकडे बॉल आल्यावर परत एकदा केव्हिनच्या हाती दिला गेला. तोही त्याच्या

आवडत्या जागी तयारच होता. परंतु त्याही वेळी त्याचा नेम चुकला. हा प्रकार वारंवार घडू लागला, पण शेवटी तो १७ क्रमांकाचा खेळाडू सावध झाला. एकदा बॉल खाली पडल्यावर त्याने पटकन उचलला आणि तो घेऊन दूर पळण्याऐवजी मुद्दाम केव्हिनच्या दिशेने फेकला. केव्हिनने परत प्रयत्न केला, पण तोही असफल झाला.

थोड्याच वेळात सगळेच खेळाडू केव्हिनच्याभोवती कोंडाळं करून उभे राहून त्याच्याकडे बॉल फेकू लागले आणि त्याला प्रोत्साहन मिळावं, म्हणून टाळ्या वाजवू लागले. संपूर्ण मैदानच टाळ्यांच्या आवाजाने भरून गेलं आणि सगळे जण एक सुरात गर्जना करत, "केव्हिन, केव्हिन!" ओरडू लागले आणि तिकडे केव्हिन बॉलला टप्पे देतच राहिला.

रँडी सरांना वाटलं, की कदाचित सामना संपला असावा. त्यांनी घड्याळात पाहिलं, तर अजून ४६ सेकंदांचा वेळ शिल्लक होता. शेवटी पंचही उभे राहिले आणि इतरांप्रमाणे टाळ्या वाजवून जोरजोरात ओरडून केव्हिनला प्रोत्साहन देऊ लागले. जणू पूर्ण विश्व स्तब्ध होऊन केव्हिनच्या पराक्रमाची आशा करत होतं, वाट बघत होतं.

असंख्य प्रयत्नांनंतर सरतेशेवटी बॉलने एक मस्तपैकी उसळी मारली आणि तो बास्केटमध्ये पडला. केव्हिन दोन्ही हात हवेत उंचावून जोरात किंचाळला. "मी जिंकलो! मी जिंकलो!" घड्याळात काही सेकंदांचा वेळ उरला होता. वरच्या क्रमांकावरचा संघ शेवटी अजिंक्य राहिला; पण केव्हिनच्या यशामुळे त्या संध्याकाळी मैदान सोडताना प्रत्येकाच्याच मनात खऱ्या विजयाची भावना उचंबळून येत होती.

जॅनिस एम. गिब्सन

रेव्हरंड स्टीव्ह गुडिअर यांनी सांगितलेली

When Kevin won

आंतरिक सौंदर्य

'प्रेम ही एक दैवी शक्ती आहे. एका व्यक्तीवर असलेलं तुमचं प्रेम काढून टाकून तुम्हाला ते दुसऱ्या व्यक्तीस द्यावं लागत नाही. प्रेमाची कमतरता नसतेच कधी. त्याचा सर्वत्र फैलाव होण्यासाठी असणाऱ्या आवश्यकतेपेक्षाही अनंतपटीने प्रेमाचा साठा जगात आहे.'

पॅमेला जे. डी. रॉय

माझी दोन वर्षांची मुलगी लिसा आणि मी एकदा सकाळच्या स्वच्छ उन्हामधनं घरी परत येत असताना रस्त्यात दोन वयोवृद्ध स्त्रिया आमच्या पुढ्यात येऊन उभ्या राहिल्या. लिसाकडे हसून बघत दोघींपैकी एक जण म्हणाली, ''तू किती गोऽऽड मुलगी आहेस, याची कल्पना आहे का तुला?''

कमरेवर हात ठेवून आणि सुस्कारा सोडत कंटाळवाण्या सुरात लिसा उत्तरली, ''हो, आहे मला कल्पना त्याची!''

माझ्या लेकीचं 'मी'पणा, अहंभाव दाखवणारं ते बोलणं ऐकून मी फार खजील झाले आणि त्या दोघींची माफी मागितली. आम्ही दोघी रस्त्यावरनं पुढे चालू लागलो पण वाटेत मी सतत एकाच विचारात बुडले होते, की ती परिस्थिती मी कशी हाताळू शकणार होते.

घरी पोहोचल्यानंतर मी खुर्चीवर बसले आणि लिसाला माझ्यासमोर उभं केलं. हळुवार आवाजात मी म्हणाले, ''लिसा बाळा, त्या दोघी तुझ्याशी बोलल्या, तेव्हा त्या म्हणाल्या, की तू दिसायला खूप छान आहेस. तुझं बाह्यरूप खूप सुरेख आहे, हे खरं आहे. कारण देवानंच तुला तसं सुंदर रूप बहाल केलंय. पण माणसानं मनानंदेखील खूप सुरेख असणं अतिशय गरजेचं असतं.'' माझं बोलणं न कळल्यामुळे ती प्रश्नार्थक नजरेनी माझ्याकडे बघत राहिली. मी पुढे बोलू लागले.

''माणूस आतून कसा सुंदर असू शकतो, हे जाणून घ्यायचंय का तुला?''

तिनं गंभीरपणे मान डोलावली.

"तर मग ऐक. मनानं छान असणं हे तुझ्या आंतरिक इच्छेवर अवलंबून असतं राणी! जसं आईबाबांशी नीट वागणं, भावाशी छान बहिणीसारखं वागणं आणि तुझ्या खेळगड्यांबरोबर छान मैत्रीपूर्वक वागणं. नेहमी दुसऱ्याचाही विचार करावा. खेळताना तुझी खेळणी तू मित्रमैत्रिणींना खेळू द्यावीस. कोणी जर कधी संकटात सापडलं किंवा कोणाला इजा, जखम झाली वा कोणाला मैत्रीची गरज असेल; तर अशा वेळी तुला खूप प्रेमळपणे आणि काळजीच्या भावनेनी वागलं पाहिजे. अशा प्रकारे तू जर तुझं वागणं ठेवलंस, तर मग मनातनंपण तू खूप सुंदर राहशील. मी काय सांगतेय हे कळतंय नं तुला?"

"हो आई, मला माफ करशील नं? मला खरंच हे सगळं काही माहिती नव्हतं." ती म्हणाली. मिठीत घेऊन मी तिला माझ्या प्रेमाचं आश्वासन दिलं आणि तिला मी जे काही सांगितलं, त्याचा तिला कधी विसर पडता कामा नये, असंही गोड शब्दात समजावलं. तो विषय तिथेच संपला. त्यानंतर परत कधीच तो निघाला नाही.

जवळजवळ दोन वर्षांनंतर आम्ही त्या शहरातनं एका छोट्या गावात जाऊन राहू लागलो आणि तिथल्या बालवाडीत लिसाचं नाव घातलं. तिच्या वर्गामध्ये जेन्ना नावाची एक लहानशी मुलगी होती. बिचारीला आई नव्हती. तिच्या वडिलांनी नुकतंच एका प्रेमळ, सळसळत्या, उत्साही बाईशी लग्न केलेलं होतं. त्यामुळे जेन्ना आणि तिच्यात अतिशय प्रेमळ नातं निर्माण झालं होतं, याबद्दल शंकाच नव्हती.

एकदा लिसाने मला विचारलं की एकदा दुपारभर जेन्ना आमच्या घरी खेळायला म्हणून येऊ शकेल का. मग मी तिच्या आईला सांगून दुसऱ्याच दिवशी सकाळची शाळा सुटल्यावर जेन्नाला आमच्याबरोबरच घरी घेऊन येण्याची व्यवस्था केली.

दुसऱ्या दिवशी जेव्हा आम्ही शाळेतून घरी येण्यास निघालो, तेव्हा जेन्ना म्हणाली, "आपण माझ्या आईला भेटून मग जाऊ या का घरी?"

तिची सावत्र आई नोकरी करायची, हे मला माहिती होतं; म्हणून मी खुशीत तिला विचारलं, "हो जाऊ या की. पण तिथे कसं जायचं, हे माहिती आहे का तुला?" जेन्ना म्हणाली की, तिला रस्ता माहिती होता. तिच्या सांगण्याप्रमाणे मी गाडी नेत होते आणि अचानक माझ्या लक्षात आलं, की आम्ही तर स्मशानभूमीच्या कच्च्या रस्त्याला लागलो होतो.

माझ्या मनात त्या क्षणीच धोक्याची घंटा वाजली. कारण काय घडलं, हे नंतर जेन्नाच्या आईवडिलांना समजल्यावरती त्यांची नकारात्मक प्रतिक्रियाच येणार होती, अशी मला शंका वाटली. अर्थात दिवंगत आईच्या थडग्यास भेट देणं तिच्या दृष्टीने खूप महत्त्वाचं होतं. तिला काहीतरी कृती करण्याची ऊर्मी वाटत होती आणि मी

तिला नक्की तिथे घेऊन जाणार, म्हणून तिने माझ्यावर विश्वास टाकला होता. मी जर नकार दिला असता, तर तिने तिथे जाण्याची इच्छा व्यक्त करून काहीतरी चूक केली होती, असाच अर्थ निघाला असता.

आम्ही कुठे जात होतो, याची मला पूर्ण कल्पना येऊनही वरून शांतपणा दाखवत मी तिला विचारलं, "जेन्ना, तुला आईच्या थडग्याची नक्की जागा माहिती आहे नं?"

"हो, मला बरोब्बर माहिती आहे ती जागा." तिनं उत्तर दिलं.

तिनं दाखवलेल्या जागेवरती रस्त्यावर मी गाडी लावली. आम्ही इकडेतिकडे बघत असताना तिच्या आईचं नाव लिहिलेलं थडगं माझ्या दृष्टीस पडलं.

दोघी मैत्रिणी थडग्याच्या एका बाजूला आणि मी दुसऱ्या बाजूला गुडघे टेकून बसलो. आईच्या मृत्यूच्या आधी घरातली परिस्थिती कशी होती, तसंच तिचा मृत्यू झाला त्या दिवशी काय घडलं होतं, त्या सगळ्याबद्दल जेन्ना बोलू लागली. काही वेळ ती अखंड बोलतच राहिली. ती बोलत असताना, डोळ्यातनं घळाघळा आसवं

गाळत, जेन्नाच्या शरीराभोवती आपले दोन्ही हात लपेटून, तिला हळुवारपणे थोपटत माझी लिसा म्हणत होती, "अगं जेन्ना, मलापण खूप खूप वाईट वाटतंय, तुझी आई दूर देवाकडे निघून गेली याचं. मनापासून दुःख होतंय गं मला."

अखेरीस मान वर करून माझ्याकडे बघत जेन्ना म्हणाली, "मावशी, तुम्हाला माहितीये का, की मी अजूनही माझ्या आईवर खूप प्रेम करते आणि नव्या आईवर माझं तेवढंच खूप खूप प्रेम आहे."

हृदयात खोलवर मला जाणवलं, की म्हणूनच तिला इथे घेऊन येण्याची तिनं मला विनंती केली होती. तिच्याकडे बघून स्मितहास्य करत मी तिला आश्वासन दिलं. "जेन्ना, तुला एक सांगू बाळा. हीच तर प्रेमाची जादू आहे, की एका व्यक्तीवरचं प्रेम काढून घेऊन ते दुसऱ्याला देण्याची वेळ येत नसते कधी. या विश्वामध्ये आवश्यकतेपेक्षा कैकपटीने अधिक साठा आहे प्रेम या भावनेचा. आजूबाजूच्या लोकांवर प्रेम करणं, हे एखाद्या भल्यामोठ्या रबर बँडसारखं असतं. खूप खूप ताणता येतं ते." मी पुढे बोलतच राहिले, "दोन्ही मातांवर तुझं तेवढंच प्रेम असणं अगदी साहजिक आहे. तुझ्या सख्ख्या आईला खरंच मनापासून आनंद झाला असेल की तुझी आणि तुझ्या बहिणीची छानपैकी काळजी घेण्यास, तुमच्यावर प्रेम करण्यास तुम्हाला एक नवी आई मिळाली म्हणून."

मी तिला आणि तिच्या इच्छेला पाठिंबा दिला हे जाणून ती समाधानाने हसत होती.

आम्ही तिघी शांतपणे तिथे तशाच अवस्थेत बसून राहिलो व नंतर उठून कपडे झटकून घरी गेलो. जेवण झाल्यावरती दोघी मुली मनसोक्त खेळल्या. संध्याकाळी जेन्नाची आई कामावरून आमच्याकडे आली, तिला घरी घेऊन जाण्यासाठी.

जास्त खोलात न शिरता मी दुपारच्या घटनेबद्दल तिला थोडक्यात सगळं सांगितलं. मी त्यात का सहभागी झाले होते, हेदेखील स्पष्ट केलं. ते ऐकून तिनं खूप समजूतदारपणा दाखवला आणि कौतुकच केलं. ते बघून मी सुटकेचा निःश्वास टाकला.

त्या दोघी गेल्यानंतर मी लिसाला मांडीवर घेऊन स्वयंपाकघरातल्या खुर्चीवर बसले. तिला घट्ट जवळ घेऊन तिची पापी घेतली आणि म्हणाले, "लिसा, मला आज तुझा खूप अभिमान वाटतोय. आज दुपारी जेन्नाशी खऱ्या मैत्रीचं नातं निभावलंस तू. इतका समजूतदारपणा दाखवलास. तिच्याबद्दल कळकळ दाखवलीस आणि तिचं दुःख तुला जाणवलं, हे सगळं जेन्नाच्या दृष्टीने अत्यंत महत्त्वाचं होतं."

आपले सुंदर, पिंगट डोळे माझ्या डोळ्यात रोखून माझी लेक म्हणाली, "आई, मी मनानंदेखील सुंदर दिसले होते नं नक्की?"

पॅमेला जे. डी रॉय
Beautiful on the Inside

मनाची श्रीमंती

'सगळं स्वत:जवळच ठेवण्याच्या हव्यासापोटी शेवटी गमवावंच लागतं परंतु दुसऱ्याला दान केलेली गोष्ट मात्र आठवणीच्या रूपाने कायमस्वरूपी जवळच राहते.'

ॲक्सेल म्युंथे

नाताळच्या सणाला पंधरा दिवसच उरलेले असताना ऑपरेशन होऊन हॉस्पिटलमध्ये पडून राहण्याचा विचार माझ्या मनाला शिवलादेखील नव्हता. मिनिसोटा या राज्यामधल्या वास्तव्यात आमचा तो पहिलाच नाताळ होता आणि तो संस्मरणीय होण्याची अपेक्षा होती, पण संस्मरणीय म्हणजे अशा प्रकारे नव्हे.

बऱ्याच आठवड्यांपासून माझ्या पोटात होणाऱ्या वेदनांकडे मी दुर्लक्ष करत होते. पण जेव्हा दु:ख अगदी असह्य झालं, तेव्हा मात्र डॉक्टरांकडे गेले. ''गॉलस्टोन्स'' (गॉल ब्लॅडरमध्ये निर्माण होणारे खडे) एक्स रे बघून त्यांनी निदान केलं. ''अरे बापरे, किती आहेत! गळ्यातला हार बनेल छानपैकी सगळे एकत्र करून! ताबडतोब ऑपरेशन करणं अत्यावश्यक आहे.''

ते सणासुदीचे दिवस हॉस्पिटलमध्ये झोपून राहण्यासाठी नव्हते, असं म्हणून मी कितीही विरोध दर्शवला, तरी वेदना सहन होत नसल्यामुळे शेवटी ऑपरेशनसाठी मला होकार द्यावाच लागला. माझा नवरा– बस्टर– आश्वासक सुरात मला म्हणाला, की तो घरातलं सगळं नीट सांभाळणार होता आणि मी माझ्या काही मैत्रिणींनाही फोन करून गाडीतनं मुलांना शाळेत घेऊन जाण्याबद्दल विनंती केली. इतर हजारो कामं शिल्लक होती. नाताळच्या केकची तयारी, खरेदी, घराची साफसफाई, सजावट सगळं आता खोळंबून राहणार होतं.

ऑपरेशननंतर मी दोन दिवस सतत झोपत होते. त्यामुळे जड झालेले डोळे कसेबसे उघडून मी जागं होण्याचा प्रयत्न करत होते. मी जरा भानावर आले आणि भोवताली नजर टाकली, तर काय, जणू नाताळसाठी फुलांचं दुकानच थाटलं होतं.

खिडकीच्या कट्ट्यावर अनेक सुंदर सुंदर पुष्पगुच्छ ठेवलेले दिसत होते. न उघडलेल्या शुभेच्छाकार्डांचा ढीग साठलेला होता. माझ्या पलंगाशेजारी एका स्टँडवर एक छानसं छोटुसं ख्रिसमस ट्री (नाताळचं झाड) सजवून ठेवलेलं होतं. माझ्या मुलांनी त्या आकर्षक गोष्टी आपल्या हातांनी बनवल्या होत्या. इंडियाना राज्यात राहणाऱ्या माझ्या आईवडिलांनी पाठवलेले डझनभर लालचुटुक गुलाब बेसिनच्या वरच्या शेल्फवर दिसत होते आणि त्यांच्याशेजारी आमच्या शेजाऱ्यांनी आणलेल्या नाताळचा खास लाकडी ओंडका आणि मेणबत्त्या ठेवल्या होत्या. त्या सर्व भेटवस्तूंमधनं प्रकट होणारं प्रेम आणि माया बघून मला खूप भरून आलं.

म्हणजे एकंदरीत बघता नाताळच्या वेळी हॉस्पिटलमधलं वास्तव्य एवढं काही वाईट नव्हतं, असा मी विचार केला. आमच्या मित्रमंडळींनी रोज जेवण पुरवलं होतं आणि मुलांकडे बघण्याची जबाबदारीही स्वीकारली होती, असं मला नवऱ्याने सांगितलं.

बर्फ पडल्यामुळे आमच्या छोट्या गावाचं रूपच पालटून गेलं होतं आणि हेमंत ऋतूने आपला करिश्मा दाखवल्याचं मोहक दृश्य माझ्याजवळच्या खिडकीमधनं दिसत होतं. मुलांना मस्त मजा येत असेल, असा विचार करून गरम कपड्यात लपेटून, मागच्या अंगणात बर्फाचा माणूस बनवताना किंवा जवळच्या गॅरफिल्ड स्कूलच्या स्केटिंग रिंकवरती बर्फावरून घसरताना त्यांना मी कल्पनेतच बघू लागले.

त्या आनंदात शारीरिक दुर्बलतेनं पछाडलेल्या आमच्या ॲडमला ते सामील करून घेत असतील नं, अशी मला काळजी वाटली. पाच वर्षांचा पूर्ण झाल्यावरती नुकताच त्याचा तो स्वतंत्रपणे चालायला शिकला होता. त्यामुळे बर्फावर त्याच्या दुर्बल पावलांनी त्याचा कसा काय निभाव लागणार, अशी चिंता मला भेडसावू लागली. बर्फाच्या गाडीमध्ये जवळ बसवून घेऊन फेरफटका मारण्यास त्याला कोणी नेईल का?

"अजून फुलं आली आहेत बघ तुझ्यासाठी!" कल्पनेच्या विश्वात रमलेली मी नर्सच्या आवाजाने एकदम दचकलेच. मस्त फुलांचा एक पुष्पगुच्छ हातात धरून ती उभी होती. तो पुष्पगुच्छ आमच्या घरी बाहेरच्या खोलीमध्ये मधल्या टेबलावर खूप छान दिसला असता. त्याच्याबरोबर आलेलं शुभेच्छाकार्ड माझ्या हातात देत तिनं खिडकीच्या कट्ट्यावर त्या पुष्पगुच्छासाठी जागा बनवली.

"मला वाटतंय, की तुला आता घरीच पाठवावं लागणार", ती चिडवत म्हणाली. "इथे जागा कमी पडायला लागली आहे."

"मला तर ठीक वाटतंय."

"अगं हो. मी तर विसरूनच गेले बघ!"

तिने खिशातनं अजून काही कार्डं काढली आणि ट्रेमध्ये ठेवली. मला जरा एकांत मिळावा, म्हणून खोलीतून बाहेर जाताना तिने खोलीतल्या दोन पलंगांमधला फिकट हिरवा पडदा सारून टाकला.

मी लवकर बरं व्हावं, म्हणून पाठवलेली ती शुभेच्छाकार्डं मी वाचत असताना मला बोलायचा आवाज आला, ''ए, मला खूप आवडली ही फुलं.''

मी वर बघते तर खोलीतल्या दुसऱ्या पलंगावर असलेली रुग्णबाई मला म्हणत होती आणि हाताने मधला पडदा बाजूला करून फुलं निरखून बघत होती. ''खरंच मला तर बाई फारच आवडली ही फुलं'', ती परत एकदा म्हणाली.

त्या खोलीत माझ्याबरोबर राहणारी ती दुसरी रुग्ण चाळीस एक वर्षांची लहान चणीची बाई होती आणि मुख्य म्हणजे ती मतिमंद होती. आखूड, पांढऱ्या कुरळ्या केसांची आणि तपकिरी रंगाच्या डोळ्यांच्या त्या बाईच्या अंगावरच्या हॉस्पिटलच्या गाऊनची नाडी गळ्याभोवती सैल झाल्यामुळे गाऊन लोंबत होता. ती पुढे वाकल्यावर तिची उघडी पाठ दिसत होती. पलंगावरून उठून तिच्या गाऊनची नाडी नीट घट्ट बांधून द्यावी, असं मला वाटत होतं; पण तेव्हा मला सलाईन चालू असल्यामुळे उठता येत नव्हतं. लहान मुलाच्या उत्सुक नजरेनी ती त्या फुलांकडे बघत होती.

''माझं नाव बॉनी'', मी तिला सांगितलं. ''तुझं नाव काय?''

''जिंजर'' ती म्हणाली आणि नंतर छताकडे बघत डोळे फिरवून तिने आपले ओठ घट्ट मिटून घेतले. नंतर परत बोलायला लागली. ''डॉक्टर माझा पाय नीट करणार आहेत. उद्या ऑपरेशन होणारेय.''

रात्रीच्या जेवणाची वेळ होईपर्यंत जिंजर आणि मी गप्पा करत राहिलो. ती एका ग्रुप होममध्ये राहत होती आणि आता नाताळच्या पार्टीसाठी तिला तिकडे जावंसं वाटत होतं, याबद्दल तिनं मला सांगितलं. तिच्या घराबद्दल, घरच्यांबद्दल तीही काही बोलली नाही आणि मीदेखील काही विचारलं नाही. थोड्याथोड्या वेळानी ती दुसऱ्या दिवशी सकाळी होणाऱ्या तिच्या ऑपरेशनबद्दल परत परत मला सांगत राहिली होती. ''डॉक्टर माझा पाय बरा करणार आहेत!''

संध्याकाळी मला भेटायला बरीच लोकं आली होती. त्यात माझा मुलगा ॲडमही होता. जिंजरने सगळ्यांशी छान गप्पा केल्या आणि माझ्या सुंदर फुलांबद्दल प्रत्येकाला ती सांगत राहिली; पण तिचं जास्त लक्ष ॲडमकडेच होतं. नंतर सगळे परत गेल्यावर जिंजर माझ्या फुलांबद्दल जसं एकसारखं बोलत सुटली होती, तसंच परत परत म्हणत होती, ''हो, आवडला तुझा ॲडम. मला खूप आवडला.''

दुसऱ्या दिवशी सकाळी जिंजर ऑपरेशनसाठी आत गेली. हॉलमध्ये फिरायला जाण्यासाठी मला मदत करायला म्हणून नर्स आतमध्ये आली. परत उभं राहायला मिळाल्यानं मला खूप बरं वाटलं.

थोड्या वेळानंतर मी खोलीत परत आले. दारातनं आत येताना खोलीच्या दोन्ही बाजूंमधला विरोधाभास मला चांगलाच जाणवला. जिंजरची गादी नीट व्यवस्थित घातलेली होती आणि पलंग तिची प्रतीक्षा करत होता. परंतु तिच्यासाठी एकही शुभेच्छाकार्ड आलेलं नव्हतं की फुलं नव्हती. शिवाय तिला भेटण्यासही कोणीही आलं नव्हतं. माझ्या पलंगाकडची बाजू मात्र कशी फुलांनी छान सजलेली होती आणि ढीगभर शुभेच्छाकार्डं तर परत परत मला आठवण करून सांगत होती, की माझ्यावर किती जणांचं प्रेम, माया होती.

बिचाऱ्या जिंजरला मात्र कोणीच फुलं किंवा कार्डं पाठवली नव्हती. तिला ना कुणाचा साधा फोन आला होता, की कोणी भेटायला आलं होतं.

न जाणो भविष्यात ॲडमच्या नशिबी असंच काही येईल का? माझ्या मनात क्षणिक विचार आला, पण मी तो झटक्यात मनातनं काढूनही टाकला.

मी मनात काहीतरी ठरवलं. माझ्याजवळचं काहीतरी मी तिला देणार होते.

खिडकीपाशी जाऊन मी लाल फुलं आणि मेणबत्त्यांनी सजलेला एक गुच्छ उचलला. पण तो तर आमच्या नाताळच्या पार्टीच्या वेळी जेवणाच्या टेबलावर किती शोभून दिसेल! मी विचार केला आणि तो गुच्छ परत जागेवर ठेवून दिला. ती दुसरी फुलं दिली तर? नको नको, ती घराच्या प्रवेशद्वारापाशी टेबलावर काय मस्त दिसतील. बरं मनात मी म्हटलं की आईबाबांनी पाठवलेले गुलाब तर अर्थात मी देऊच शकणार नव्हते, कारण या वर्षी नाताळसाठी ते आम्हाला भेटणार नव्हते.

काही ना काही सबबी मनात येतच राहिल्या. आता काय, तर ती फुलं कोमेजण्याच्या मार्गावर आहेत. मैत्रिणीने दिलेली फुलं दिली, तर तिचा अपमान नाही का होणार. त्यापेक्षा घरी गेल्यावर ती घरातच सजवून ठेवेन. मला एकाही पुष्पगुच्छाचा मोह सोडवेना. शेवटी मी पलंगावर जाऊन आडवी झाले आणि मनाची समजूत घालत स्वत:लाच म्हणाले, की सकाळी हॉस्पिटलमधलं भेटवस्तू मिळण्याचं दुकान उघडलं, की तिथे फोन करून जिंजरसाठी फुलं पाठवण्याची ऑर्डर द्यावी, म्हणजे झालं.

ऑपरेशन पार पडल्यावर जिंजरसाठी सेवाभावी संस्थेची एक कार्यकर्ती हिरव्या रंगाच्या फुलांचं चक्र लाल फितीमध्ये सजवून भेट म्हणून घेऊन आली. जिंजरच्या पलंगाच्या बाजूच्या ओक्याबोक्या भिंतीवर ते चक्र तिनं अडकवून ठेवलं. त्या संध्याकाळी मला भेटायला येणाऱ्यांची रांगच लागली होती. ऑपरेशननंतर जिंजर नुकतीच कुठे वेदनांमधनं बाहेर येत होती, तरी तिनं प्रत्येकाला अभिवादन केलं आणि तिला भेट मिळालेलं ते सुंदर फुलांचं चक्र एकजात सर्वांना मोठ्या अभिमानाने दाखवलं.

दुसऱ्या दिवशी सकाळी नाश्त्यानंतर नर्सने आत येऊन जिंजरला सांगितलं की तिला त्याच दिवशी हॉस्पिटलमधनं परत पाठवणार होते. "तुझ्या ग्रुपहोमची गाडी

तुला घेऊन जाण्यासाठी लवकरच येऊन पोचेल इथे.'' नर्स तिला म्हणाली.

मी मनात विचार केला की, म्हणजे हॉस्पिटलमधल्या अल्प वास्तव्यानंतर जिंजर तिच्या नाताळच्या पार्टीला हजर राहू शकणार होती तर! मला खूप आनंद झाला. पण एकीकडे मनात अपराधीपणाची जाणीव होऊ लागली. कारण भेटवस्तू मिळण्याचं हॉस्पिटलचं दुकान उघडण्यास तर तेव्हा दोन तासांचा अवधी होता.

पुन:श्च माझी नजर खोलीमधल्या फुलांकडे गेली. मी देऊ शकते का ह्यातला एखादा गुच्छ?

तेवढ्यात जिंजरसाठी चाकांची खुर्ची घेऊन नर्स आलीदेखील. जिंजरने तिच्या स्वत:च्या वस्तू एकत्र केल्या आणि कपाटातनं गरम कोटही काढून घेतला.

''तुला भेटून मला खूप आनंद झाला जिंजर'', मी तिला म्हणाले. माझ्या तोंडून ते शब्द अगदी मनापासनं निघाले होते पण तरी मनातला चांगला हेतू मात्र अपुरा राहणार, या विचाराने मला परत बोचणी लागली.

अंगात कोट चढवण्यास आणि चाकांच्या खुर्चीवर बसण्यास नर्सनं जिंजरला मदत केली. नंतर ते फुलांचं लहानसं चक्र भिंतीवरनं काढून तिने जिंजरच्या हाती दिलं. त्या दोघी दाराच्या दिशेने निघाल्या आणि तेव्हाच जिंजर म्हणाली, ''एक मिनिट थांब बरं.''

चाकांच्या खुर्चीमधनं कशीबशी उठून ती उभी राहिली आणि लंगडत लंगडत माझ्या पलंगापाशी आली. उजवा हात पुढे करून तिनं हातातलं फुलांचं ते चक्र हळुवारपणे माझ्या मांडीवर ठेवलं.

''नाताळच्या खूप खूप हार्दिक शुभेच्छा'', ती म्हणाली. ''तू खूप छान आहेस'', असं म्हणून तिनं प्रेमानं मला आलिंगन दिलं.

''मी आभारी आहे तुझी'', कशीबशी मी पुटपुटले.

मी जास्त काही बोलूच शकले नाही, कारण ती लगेचच परत लंगडत लंगडत जाऊन खुर्चीत बसली आणि त्या दोघी दारातनं बाहेरही पडल्या होत्या.

साश्रू नयनांनी मी ते चक्र जवळ घेतलं. जिंजरला मिळालेली एकुलती एक भेट आणि ती तिनं किती उदार अंत:करणानं मला बहाल करून टाकली होती.

माझी नजर तिच्या पलंगाकडे गेली. सगळं कसं रिकामं दिसत होतं. पण बाहेरच्या लिफ्टचं दार बंद झाल्याचा आवाज ऐकू आला आणि मी उमजून चुकले, की शेवटी जिंजरजवळच माझ्यापेक्षा कितीतरी पटीने जास्त मनाची श्रीमंती होती. खूप सारं होतं तिच्याजवळ!

बॉनी शेफर्ड

Such As I Have

अंगावर शहारा आणणारा अनुभव

'जेव्हा तुम्ही अल्पसंख्याकांत मोडता, तेव्हाच धैर्याची खरी कसोटी लागते.'

रॅल्फ डब्ल्यू सॅकमन

अतिशय प्रेमळ मातापित्यांचं एकुलतं एक अपत्य म्हणून वाढत असताना त्या काळामध्ये जीवन खूप सुंदर असतं, या विश्वासातच मी रममाण होते. विशेषत: जेव्हा आई माझे लांबसडक काळेभोर केस तिच्या हातांनी धुवायची. तो सोपस्कार मला फार आवडायचा, कारण त्या निमित्ताने केसांच्या मुळांना चांगलं खाजवून मिळायचं; पण एके दिवशी आईच्या हातात माझ्या लांबसडक केसांचा एक पुंजकाच निघून आला आणि आई घाबरूनच गेली. तिला वाटलं, की तिच्याच हातनं काहीतरी चूक घडली होती. पुढच्या नऊ वर्षांच्या कसोटीच्या काळाची ती सुरुवात होती, ह्याची आम्हा मायलेकींना कल्पनाही आली नव्हती.

पुढच्या सहा वर्षांच्या काळात प्रचंड प्रमाणावर माझे केस निघत राहिले आणि मग डोक्यावर जागोजागी पडलेलं टक्कल मी जगापासनं लपवत राहिले. एकाही डॉक्टरला माझ्या व्याधीचं अचूक निदान होत नव्हतं. ॲलर्जी, जीवनसत्त्वांचा अभाव, मानसिक ताण, हार्मोन्सचा (संप्रेरके) अभाव अशा अनेक शक्यतांचा विचार केला गेला. लहान मुलांच्या हॉस्पिटलमध्ये मला भरती करून एकापाठोपाठ एकेक अशा अनेक चाचण्यांतनं मला जावं लागलं आणि तेव्हा दोनशे वैद्यकीय विद्यार्थ्यांसमोर माझी केस सादर करून माझ्या आजाराबद्दल चर्चा चालायची. वैद्यकीय शास्त्रामधल्या अनेक उपचारांवर ऊहापोह झाला. आम्ही अनेक उपाय करून पाहिले. डोक्यात कॉर्टिझोनची इंजेक्शनं, डोक्याला मालीश, जीवनसत्त्वांचा मोठा डोस, तेल, क्रिम्स असे सगळे प्रकार झाले आणि तोपर्यंत सगळेच केस निघत जाऊन मी पूर्णपणे टकलू झाले होते. शेवटी केसांचा विग (टोप) वापरून मी वावरू लागले. तरुणाईच्या काळात अशा दिव्यातनं जाणं म्हणजे महाकठीण

होतं. लहान मुलांना वाटायचं, की मला कसलातरी संसर्गजन्य रोगच झाला असावा किंवा माझा मृत्यू जवळ आलेला असावा. ''तुमची लाडकी टकलू कुठे आहे?'' येताजाता असं चिडवलेलं ऐकून घेणं म्हणजे काही मजा नव्हती. मी एकतर त्यांच्या चिडवण्याकडे दुर्लक्ष करायची किंवा त्यांच्या जोडीने मीदेखील मुद्दाम हसायची; पण एकदा का घरी आले, की दाबलेलं रडू बाहेर पडायचं आणि मग मी हमसाहमशी रडून घ्यायचे.

आता जसे केसांचे सुबक विग बनतात, तसे पूर्वी बनायचे नाहीत. त्यामुळे फार वैताग यायचा. टोप घातल्यावर ते माझे स्वत:चे खरे केस नव्हते, ते सहज कळून यायचं आणि मग माझ्याकडे बघत बोलण्याऐवजी लोकांचं लक्ष माझ्या टोपाकडेच असायचं. एक गोष्ट मात्र होती, की आईबाबांनी मला ताठ मानेने वावरायला शिकवलं होतं. काही मुलांना माझ्याहीपेक्षा गंभीर आजार होते, याची जाणीव करून दिली होती. अवघी तेरा वर्षांची, तारुण्याच्या उंबरठ्यावर उभी असलेली मी खेळात मात्र खूप हुशार होते. इतर सगळ्यांसारखं दंगामस्ती करायला आवडणाऱ्या माझ्यासारख्या मुलीवर खूप वेळा मोठे बिकट प्रसंग उद्‌भवले होते. सगळ्यात विचित्र अनुभव आला होता डेव्हिड लेन या मुलाबरोबर. चर्चमध्ये भेटणाऱ्या कंपूमधल्या, पंधरा वर्षांच्या काळ्याभोर केसांच्या, तरतरीत अशा, माझ्या एका मैत्रिणीच्या मोठ्या भावाच्या प्रेमात मी पडले होते. तोच तो डेव्हिड लेन.

चर्चमध्ये भेटणारं आमचं टोळकं दर रविवारी संध्याकाळी परत एकत्र जमायचं आणि गावातल्या स्केटिंग रिंकवरती जाऊन रोलर स्केटिंग करायचे. दर आठवड्यात आम्ही या दिवसाची आतुरतेने वाट बघायचो कारण प्रत्येकाचे आईवडील तीन तास आम्हा मुलांना खेळण्याची मुभा द्यायचे. एका रविवारी संध्याकाळी आम्ही 'व्हूपी' नावाचा खेळ खेळत होतो. या खेळात तिघं तिघं एकमेकांचे हात धरून स्केटिंग करतात आणि जेव्हा 'व्हूपी' असं जोरात ओरडलं जातं, तेव्हा तिघांनी झटकन दिशा बदलायची असते. त्या दिवशी तो क्षण समीप आला होता. किमी, डेव्हिड लेन आणि मी असं आम्ही तिघं मिळून स्केटिंग करणार होतो. म्हणजे मी डेव्हिडचा हात धरणार होते- किती मज्जा! नुसत्या कल्पनेनीच माझ्या हृदयाची धडधड वाढली होती. तिघातिघांचे तीन ग्रुप्स स्केटिंग करू लागले आणि एका ग्रुपमधल्या मुलाचा स्वत:वरचा ताबा सुटला आणि तो सरळ माझ्या दिशेने वेगात येऊन माझ्या डोक्यावर आपटला. त्यामुळे माझ्या डोक्यावरचा केसांचा टोप पार पन्नास फूट लांब जाऊन पडला आणि तशा भयंकर अवस्थेत मी डेव्हिडच्या शेजारी उभी होते. माझ्यावर आकाश कोसळलं होतं. जणू माझी मानखंडना झाली होती आणि डेव्हिड माझ्या टकलाकडे एकटक बघत होता! स्केटिंग रिंकवरचे सगळेजण एकदम स्तब्ध झाले. माझ्या मैत्रिणीने तो टोप उचलला आणि माझ्या डोक्यावर बसवला,

पण घाईघाईत तो नेमका उलटाच बसवला होता, त्यामुळे मागच्या कुरळ्या बटा माझ्या नाकापर्यंत येऊन लोंबत होत्या आणि टोपाची समोरची कड मागे मानेवरती आली होती. काय विचित्र ध्यान दिसले असेन मी तेव्हा! सगळ्या मैत्रिणींनी माझ्याभोवती रिंगण केलं आणि माझा टोप नीट करण्यासाठी त्या कोंडाळ्यामधूनच मला स्वच्छतागृहात घेऊन गेल्या.

तिथे जाऊन आत गेल्यावरती मी बाहेर येण्याचं नावच घेईना. सगळ्यांच्या त्या विचित्र नजरा, विचारले जाणारे प्रश्न या सगळ्याला मला तोंड द्यावंसं वाटत नव्हतं आणि विशेषतः डेव्हिड लेनच्या प्रतिक्रियेचे भाव तर अजिबातच बघायचे नव्हते. स्वच्छतागृहामधल्या फोनवरूनच मी बाबांना घरी फोन केला आणि तिथे येऊन मला घेऊन जा, म्हणून सांगितलं. आजही बाबा बोलून दाखवतात, की त्यांच्या आयुष्यातली सर्वांत कठीण गोष्ट त्या दिवशी त्यांनी पार पाडली होती. त्यांनी मला निक्षून सांगितलं होतं, "नाही. चुपचाप नीट स्वच्छ तोंड धू, टोप नीट घट्ट बसव आणि मुकाट्याने परत स्केटिंग रिंकवर जाऊन खेळणं चालू ठेव." ते ऐकून मी तर पार उन्मळून गेले. माझे बाबा माझ्यासाठी एक हिरो होते. मग ते का नाही मला संकटातनं वाचवू शकत? तीस मिनिटात तीन वेळा फोन करूनही प्रत्येक वेळी बाबांचं एकच उत्तर होतं. "नाही, मला काही ऐकायचं नाहीये. तिथून बाहेर येऊन तू परत स्केटिंग करणार आहेस म्हणजे आहेस. कळलं का?"

डोळे भरून येऊन मी तिथेच बाथरूमच्या फरशीवर फतकल मारून बसून राहिले. तेवढ्यात डेव्हिड लेन तिथे आला. स्केट्स पायात तसेच ठेवून तो चक्क

आम्हा मुलींच्या स्वच्छतागृहात घुसला. माझा हात पकडला आणि स्केटिंग करायला बाहेर चल, म्हणून हुकूमच सोडला. मी डोळे पुसले. चेहऱ्यावरून हात फिरवून ताठ मानेने बाहेर आले आणि ज्याच्यावर मी प्रेम करत होते, त्या डेव्हिडबरोबर नंतर सोळा वेळा स्केटिंग करत राहिले.

काही महिन्यानंतर एका तरुण डॉक्टरने अचूक निदान करून सांगितलं की मला 'ॲलोपेशिया' (माझ्याच केसांच्या मुळांमधनं जी रासायनिक तत्त्वं बाहेर पडायची, त्याची मला ॲलर्जी आलेली होती) नावाची व्याधी जडली होती. त्या ॲलर्जीमुळेच सतत माझे केस निघून येत होते. डॉक्टर पुढे असंही म्हणाले, की माझी मासिक पाळी सुरू झाली, की अंगातले रासायनिक तत्त्वांचे गुणधर्म जरा बदलून नंतर आपोआप डोक्यावरती परत केस उगवू लागण्याची शक्यता होती. अखेरीस माझ्या रोगाचं नाव, त्याचं कारण सगळ्याचा उलगडा झाला म्हणायचं! आणि खरंच सोळाव्या वर्षी माझी मासिक पाळी सुरू झाली आणि डोक्यावरती चक्क परत केस उगवू लागले! सहा महिन्यानंतर तर मला टोप वापरण्याचीदेखील गरज भासेनाशी झाली.

वाया गेलेल्या मधल्या वर्षांचं उट्टं भरून काढण्यासाठी आता मी माझे काळेभोर केस कमरेपर्यंत वाढलेले ठेवते. मी माझ्या नवऱ्याला जेव्हा विचारलं होतं, की माझ्यात त्याने सर्वप्रथम काय पाहिलं होतं, तेव्हा तो मनापासून मला म्हणाला होता की, तुझे लांबसडक, सुंदर केस.

गेल्या पंधरा वर्षांत डेव्हिड लेनबद्दल काहीच खबरबात नाही; पण यदाकदाचित त्याने जर हा लेख वाचला, तर त्याला आणि माझ्या बाबांना मला परत एकदा सांगावसं वाटतंय, 'मी तुम्हा दोघांची कायमची ऋणी आहे, कारण अकाली टक्कल पडलेल्या तेरा वर्षांच्या एका कोवळ्या मुलीची तिच्या मानसिक स्थितीमधनं सुटका करून तिच्या जीवनातल्या एका अतिशय लाजिरवाण्या घटनेचं प्रेम, आपुलकी आणि चांगुलपणाच्या गोड स्मृतीमध्ये रूपांतर केलं होतं.'

डेबी रॉस प्रिस्टन

A Hair Raising Experience

परिमार्जन

"मी काही मदत करू शकते का तुम्हाला?" मी विचारलं.

दोन जागी मला नोकरी मिळत होती. त्यामधनं मी ही निवडली, कारण कॉलेज शिक्षण घेणं फार मोलाचं होतं. पहिली नोकरी होती टेलिमार्केटिंगची. ठिकठिकाणच्या वेगवेगळ्या लोकांना फोन करून, काही मासिकांपैकी एखाद्या मासिकाचं वर्गणीदार होण्यास आवडेल का, असं विचारण्याचं काम होतं. संध्याकाळी पाच ते रात्री दहाच्या दरम्यान फोन करावे लागत असल्याने लोकांना त्यांच्या कामाच्या वेळेचा अपव्यय झाल्यासारखं वाटतं. त्यांच्या कौटुंबिक गोष्टी, जेवणाची वेळ यात व्यत्यय आणल्यासारखं वाटतं, परंतु बुल्फ डिपार्टमेंट स्टोअरमधली दुसरी नोकरी मात्र अगदी वेगळ्या प्रकारची होती. कंटाळवाण्या कामापेक्षा त्या कामात मजा यायची. माझ्या कामाचं स्वरूप म्हणजे अतिशय तलम धाग्यांपासनं बनवलेले कपडे दुकानात नीट ओळीत लावून ठेवणं, काही अडकवून ठेवणं व मग समाजातल्या उच्चभ्रू वर्गामधल्या सुंदर, फॅशनेबल (छान केस कापलेल्या, नखं रंगवलेल्या) स्त्रियांना ते विकणं. या स्त्रियांना अशा कपड्यांची हौसही असायची आणि त्यांची किंमतही त्यांना सहज परवडण्यासारखी असायची.

"आई गं, मला हवा तो ड्रेस मिळावा बाई", ती उत्साहाने म्हणाली. साधारणपणे पस्तीस वर्षांची असावी ती बाई. हलक्या पिवळ्या रंगाचा छानसा ड्रेस आणि तसेच सँडल्स घातलेली, तिच्या पिंगट कुरळ्या केसांच्या बटा खांद्यावर छानपैकी रुळत होत्या.

"माझ्या नवऱ्याच्या शाळेतल्या– त्याच्या वर्गातल्या सगळ्या मुलांचा इतक्या वर्षांनी मेळावा होणार आहे. बरोबर सहा आठवड्यानंतर होणाऱ्या त्या समारंभात मी छान दिसलेच पाहिजे नं माझ्या नवऱ्यासाठी" ती म्हणाली. "सहा आठवड्यांपूर्वी मी इथे येऊन गेले होते आणि एक बदामी रंगाचा अतिशय आकर्षक रेशमी ड्रेस बघितला होता. तो घालून बघितल्यावरती माझ्या लक्षात आलं की त्याची किंमत किती होती, पण गरोदरपणापासनं माझं वाढलेलं वजन घटलेलं नसल्याने त्या

ड्रेसमधनं माझा लठ्ठपणा जास्तच जाणवत होता; पण तो ड्रेस इतका सुंदर होता, की त्यामुळे वजन कमी करण्याची मला स्फूर्ती मिळाली आणि मी आता पूर्ववत झाली आहे. समारंभाला सहाच आठवडे उरले असल्यामुळे त्या दिवशी घालण्यासाठी छानशा ड्रेसची खरेदी करायलाच हवी, असं मी स्वत:ला बजावलं. इथे येताना मला आशा वाटत होती की कदाचित तो ड्रेस अजूनही दुकानात असेल. अर्थात इतका मस्त ड्रेस विकला न जाऊन दुकानात पडून राहिला असेल, असंही मला वाटत नव्हतं. पण तरीही- यदाकदाचित- माझं नशीब बलवत्तर असलं तर किंवा तशाच प्रकारचा दुसरा एखादा ड्रेस तुमच्याकडे असला तर!''

मी म्हणाले, ''चला, जरा आजूबाजूला शोधून तरी बघू या, तो ड्रेस आहे का अजून इथे.''

व्यवस्थित ओळीने लावलेल्या कपड्यांच्या रांगांमधनं आम्ही दोघी हिंडलो परंतु ती ज्या ड्रेसच्या शोधात होती तो कुठेच दिसेना. तिच्या देहबोलीवरनं माझ्या लक्षात येत होतं, की ती निराश झाली होती.

दु:खी होऊन ती मोठमोठे उसासे टाकत होती. ''ए जा बाई'', निराश होत ती म्हणाली.

''गेल्याच आठवड्यात आमच्याकडे अनेक नवे ड्रेस आले आहेत पार्सलमधून'', उत्साहाच्या भरात तिला खूश करायला आणि तिचं समाधान करायला मी म्हणाले. ''तुम्हाला बघायचे असले, तर दुकानाच्या दुसऱ्या भागात लावलेले आहेत. आपण बघू या काही तशाच प्रकारचं मिळतंय का किंवा एखादा नवा ड्रेस कदाचित तुम्हाला त्या ड्रेसपेक्षा जास्त आवडेलही.'' मी तिला ते नवे ड्रेस जिथे लावले होते, त्या भागात घेऊन गेले. ती शांतपणे एकेक ड्रेस नीट निरखून बघू लागली. तलम कापडाला तिच्या नाजूक निमुळत्या बोटांनी स्पर्श करू लागली.

''अं हं'', ती उसासून म्हणाली. ''तू नं तो ड्रेस बघायला हवा होतास'', असं म्हणून हसत हसत ती इतर ड्रेस परत बघायला लागली. परंतु तरीही काही आठवड्यांपासनं डोक्यात घर करून बसलेल्या त्या खास ड्रेसचा विचार तिच्या मनातून जात नव्हता. त्याच्याबद्दलचं तिचं वर्णन करणं चालूच होतं. अचानक माझ्या लक्षात आलं की, आमच्या दुसऱ्या विभागात कदाचित तिच्या आवडीचा तो ड्रेस असेलही (निरनिराळ्या मापांचा) कारण आम्ही आधीचा काही माल दुसऱ्या विभागात पाठवून नव्या मालाला इथे जागा केली होती.

''तुम्ही कोणत्या नंबरचा (मापाचा) ड्रेस घेता नेहमी?'' मी विचारलं.

''सहा नंबरचा'' तिनं सांगितलं.

''तुमची थोडं थांबण्याची हरकत नसेल, तर मी दुसऱ्या विभागात जाऊन बघून तर येते एकदा. ही आत्ता मी आलेच बघा.''

मी परत आले, तेव्हा शांतपणे माझी वाट बघत ती खुर्चीवर बसलेली दिसली. कारण तिच्या आवडीचा तो बदामी रंगाचा, छान बटणं लावलेला रेशमी ड्रेस मिळण्यासाठी ती नक्कीच वाट बघणार, याची मला खात्री होतीच. तिच्या वर्णनानुसार बरोब्बर तोच ड्रेस माझ्या हातात बघून ती ताडकन उभी राहिली आणि आश्चर्याने दोन्ही हातांनी आपला चेहरा झाकून घेतला.

"अरे व्वा!' ती आनंदून म्हणाली. "हाच तो नक्की हाच तो ड्रेस आहे गं!"

"सहा नंबरचा", असं म्हणून मी हसत हसत तो ड्रेस तिच्या पुढ्यात धरला. "आणि हा आता सेलमध्ये लावलाय. चक्क ४० टक्के किंमत कमी केली आहे!"

तिचा विश्वासच बसेना तिच्या नशिबावरती. माझ्या हातून ड्रेस घेऊन ती पळतच ड्रेसिंग रूममध्ये गायब झाली. काही मिनिटातच तो ड्रेस अंगावर चढवून ती बाहेर आली आणि स्वत:ला मोठ्या आरशात निरखू लागली. मग मागेपुढे, डाव्याउजव्या बाजून फिरून प्रत्येक कोनातनं स्वत:ला न्याहाळलं. तिचं म्हणणं अगदी खरं होतं. तो ड्रेस खरोखरच अप्रतिम होता आणि तिच्या अंगावर तो खूपच खुलून दिसत होता. तिच्या अंगावर चढल्यावर आधी हँगरवर अडकवलेल्या त्या ड्रेसचं रूपच पालटून गेलं. ती खूप मोहक आणि ऐटबाज दिसत होती त्या ड्रेसमध्ये. तिचा पूर्ण चेहरा आनंदाने चमकत होता. माझ्याकडे बघून ती गोड हसली. शब्दांच्या देवघेवीची गरजच भासत नव्हती. ज्याने तो ड्रेस बनवला असेल, त्याच्या डोक्यात हिच्यासारखीच एखादी छान स्त्री असेल, ह्याबद्दल वादच नव्हता.

"थँक यू. मी खूप आभारी आहे तुझी. खरंच तुझे आभार मी..." बोलत बोलत तिनं बारीक डोळे करून माझ्या छातीवरची नावाची पट्टी वाचली आणि म्हणाली, "बेटी नाव आहे का तुझं? थँक यू बेटी आणि हो, माझं नाव मॉली बरं का!"

मॉलीनं बिलाचे पैसे भरले. अगदी जपून पर्समधनं नोटांचा गठ्ठा काढून त्यातनं त्या ड्रेसच्या नेमक्या किमतीच्या नोटा शांतपणे बाजूला केल्या आणि परत एकदा मोजून काउंटरवर ठेवल्या. मी तिचा ड्रेस एका कागदात बांधला आणि एका सुंदर बॅगमध्ये घालून ती तिच्या हाती दिली. मॉलीने हळूच माझ्या हाताला स्पर्श केला आणि प्रेमळ सुरात म्हणाली, "तू जे काही आज माझ्यासाठी केलंस, त्याबद्दल मी परत एकदा तुझे आभार मानते. तू हा ड्रेस हुडकून दिलास, म्हणून मी खूश आहे खूप. आता कधी एकदा तो पार्टीचा दिवस उगवतोय आणि मी हा ड्रेस घालतेय, असं झालंय मला!"

मी कधी लग्न केलं तर मी पण नवऱ्याला खूश करण्यात तिच्यासारखा आनंद मानेन, ह्याची माझ्या मनाची खात्री पटली. मी असाही विचार केला, की मासिकं विकण्यासाठी लोकांना वेळीअवेळी, जेवणाच्या वेळीही फोन करून त्रास देण्यापेक्षा दुसऱ्यांच्या खुशीसाठी, आनंदासाठी त्यांना मदत करणं; हा त्यापेक्षा कितीतरी

पटीने चांगला मार्ग आहे रोजीरोटी कमावण्याचा.

पण काही दिवसांतच माझ्या त्या विचाराला तडा गेला.

एका संध्याकाळी एक देखणा तरुण आमच्या दुकानाच्या काउंटरपाशी आला आणि त्याने 'वुल्फ' दुकानाची बॅग समोर टाकली. गुरगुरत तो म्हणाला, "मी हे परत करण्यासाठी आलो आहे." ओठ मुडपून पुढे अजून वक्तव्य केलं. "मला माझे पैसे परत हवे आहेत."

मी ती बॅग उघडली आणि आत बघते तर काय तोच तो सहा नंबरचा बदामी रंगाचा सुरेख ड्रेस मला दिसला. किंमतीचं लेबल उघडून पाहिलं; तर त्यामागे माझ्याच हस्ताक्षरात लिहिलेला आमच्या दुकानाचा सांकेतिक क्रमांक, खरेदीची तारीख आणि माझं सांकेतिक नावही त्यावर आढळलं.

"ड्रेसवरची सगळी लेबलं अजून तशीच आहेत त्याच्यावर", बाईचा कोमल आवाज आला. मी वर नजर करून पाहिलं, तर त्याच्यापासून बरीच मागे उभी असलेली मॉली मला दिसली. खूप मवाळ, शरमेनी लज्जित झालेली. मला काही कळेना.

"अच्छा, अच्छा", ड्रेस परत केला गेलाय हे कळल्यावर मी खूप आश्चर्य दाखवत म्हणाले, "काही कमी-जास्त आहे का ड्रेसमध्ये? जर मापाला लहान-मोठा असेल; तर आमचे शिंपी आहेत. ते बरोबर मापाचा करून देऊ शकतील."

"नाही, काही नको. ड्रेसमध्ये काही कमी-जास्त नाहीये", तो माणूस वसकन ओरडला. "इतर कोणी शहाणी बाई या ड्रेससाठी एवढी मोठी किंमत मोजणार नाही", असं म्हणत तो अजून बरंच काही बरळला; कारण धमकी देण्याचाच त्याचा उद्देश होता.

काळजीपूर्वक पैसे साठवून तिने तो ड्रेस विकत घेतला होता. मी परत केलेले पैसे त्याने 'स्वत:चे' असल्याच्या थाटात खिशात कोंबले आणि तिला हुकूम सोडला, "चल आता, लवकर बाहेर पडू यात." तो तरातरा चालत पुढे निघाला आणि ती आपली त्याच्यामागे!

मला तर तो सगळा प्रकार सिनेमातल्या एखाद्या दृश्यासारखाच भासला. सिनेमाच्या कथेमध्ये गरज नसताना उगाचच एखादं दृश्य खुपसल्यासारखं! कोडं सोडवताना एखादाच तुकडा मिळत नसावा तसं किंवा चांगली उन्हं पडलेली असताना अचानक गारांचा वर्षाव व्हावा तसं वा नाताळच्या झाडाजवळ फक्त चांदणी लटकवून बाकी इतर शोभेच्या वस्तू न ठेवण्यासारखं किंवा एखाद्या मोठ्या पार्टीत पोहण्याचा वेष घालून गेल्यासारखं. हे सगळं जसं त्या त्या वातावरणामध्ये चपखलपणे बसत नाही, उलट विसंगतच वाटतं. मॉलीला पहिल्यांदा भेटल्यावर तिला मदत करताना तिचं सौंदर्य, स्नेहपूर्ण स्वभाव आणि पतीला खूश करण्याची तिची तीव्र इच्छा एवढंच मी बघितलं होतं. इतर गोष्टींबद्दल काहीच माहिती

नसल्यामुळे मला खात्रीच होती, की तिचं इतकं अमाप प्रेम लाभणारा तिचा जोडीदारही तिच्यावर नक्कीच तितकं प्रेम करत असणार.

परंतु त्या दिवशी घडलेल्या घटनांची कटू स्मृती बरेच दिवस मला भंडावत राहिली. घडलेलं सगळं कसं तुटकतुटक, अन्यायी वाटत होतं. आज जर माझ्याबाबतीत घडलं असतं, तर माझी काय अवस्था झाली असती, हाच विचार माझ्या मनात येत राहिला. आयुष्यात माझी मी आर्थिकदृष्ट्या सक्षमच राहीन आणि माझे निर्णय फक्त मीच घेईन, एवढा मात्र मनात दृढनिश्चय मी केला.

तो विचार मी नंतरही मनातनं काढून टाकू शकत नव्हते. तो ड्रेस खरेदी करताना त्याच्याबद्दल तिच्या मनात तेव्हा किती प्रेम दाटून आलं होतं, याची त्याला कल्पना तरी होती का, असा मला प्रश्न पडला. त्याची आवडनिवड लक्षात घेऊन केवळ त्याला आनंद मिळावा, म्हणून खरेदी करताना होणारी तिची धडपड जर त्याला समजली असती, तर त्याने नक्कीच तो ड्रेस तिला ठेवू दिला असता. निदान त्या परिस्थितीत जरा वेगळ्या प्रकारे वागला असता किंवा कमीतकमी आपल्या पत्नीशी हळुवारपणे वागला असता; पण नाही, त्याने तसं काहीच केलं नाही.

पुढच्या काही आठवड्यात तर त्या ड्रेसची किंमत अजून कमी केली गेली होती. त्या ड्रेसकडे जेव्हा कधी माझं लक्ष जायचं, तेव्हा दर वेळी मी खूप सैरभैर व्हायचे.

गिऱ्हाईकांनी दुकानात परत केलेल्या मालाच्या पावत्या हिशेबासाठी म्हणून ओळीने लावून त्या स्टोअरच्या अकाउंटन्टला देण्याचं काम मी एकदा करत होते. तेव्हा त्या जोडप्यानं दिलेली परतीची पावती मिळाली. जणू एखादा शुभशकुन घडावा तसा त्या माणसाचा फोननंबर मला पावतीवर दिसला. जरी धोका वाटला, तरी मी त्या नंबरवर त्याच्या ऑफिसमध्ये फोन केला.

"सर", मी म्हणाले, "मी तुम्हाला त्रास तर देत नाहीये नं कामाच्या वेळी? मी 'वुल्फ' या दुकानामधली विक्रेती मुलगी बोलतेय. तुमच्या पत्नीने खरेदी केलेला ड्रेस परत करायला जेव्हा तुम्ही दोघं आला होतात, तेव्हा मीच तुमच्याशी बोलले होते."

"हो, आठवतंय मला. ओळखलं मी तुला" दुसऱ्या बाजूने नाखुशीच्या सुरात उत्तर आलं. "मग, आता काय हवंय तुला?"

"मी कदाचित जरा जास्तच बोलत असेन", मी सुरू केलं. "पण खरं सांगू तुमच्या पत्नीबद्दल माझं खूप चांगलं मत झालं होतं आणि मला वाटतंय, की तुम्हाला हे कळणं जरुरी आहे..." पलीकडून एकदम शांतता. मग मी पुढे बोलू लागले. "खरंच किती सुरेख आहे तुमची पत्नी. नुसतं बाह्य सौंदर्यच नव्हे, तर तुमच्याबद्दल आणि तुमच्या नवजात बाळाप्रती असणारं तिचं प्रेम, तिचा भक्तिभाव असं आंतरिक सौंदर्यही तिला लाभलंय. तिने त्या ड्रेसवर इतका खर्च केलेला

तुम्हाला आवडलं नव्हतं, हे मला कळलं; पण केवळ तुमच्यासाठी आणि तुमच्या मित्रांच्या मेळाव्यात तिनं छान दिसून तुम्हाला आनंदी करावं, एवढंच तिच्या दृष्टीने महत्त्वाचं होतं. त्यासाठी तिला किंमत कमी केलेला तो सुंदर ड्रेस खूपच वाजवी वाटला. ती किती खूश झाली होती.'' एक दीर्घ श्वास घेऊन मी पुढे बोलू लागले. ''फक्त तुमचाच विचार डोक्यात ठेवून तिने तो ड्रेस विकत घेतला होता. त्याच ड्रेसची किंमत आता तर अजून कमी केली गेलेली आहे. आतातरी तो खरेदी करण्यास तुम्ही तिला होकार नाही का देऊ शकणार?'' मी कळकळीची विनंती केली.

ते तसं करताना मला सगळं कसं सोपं आणि तार्किकदृष्ट्या योग्यच वाटलं होतं. माझ्या मनातलं बोलायचा अखेरचा प्रयत्न म्हणून मी पुढे बोलू लागले, ''माझ्या वडिलांनी मला उपदेशाचे जे चार शब्द सांगितले होते, तसंच काहीतरी तुम्हाला सांगायचा मी प्रयत्न करतेय. माझे वडील सांगायचे. 'पैसे खर्च करून खरेदी केलेल्या वस्तूचं मूल्य कायम जपावं, पण अधूनमधून हेही लक्षात घ्यावं, की पैशांनी खरेदी न करता येणाऱ्या, पण अमूल्य अशा गोष्टी तुमच्या हातून निसटून तर जात नाहीयेत नं?'

पलीकडून विचारपूर्वक पाळलेली शांतता माझा उत्साह वाढवू लागली, पण तेवढ्यात तीच शांतता भंग पावली. तो माणूस म्हणाला, ''बरोबर आहे तुझं. पण हे सगळं तू मला सांगण्याची काहीही गरज नाहीये आणि हे बघ, दुकानात येऊन मी माझा हेतू स्पष्ट केलाय नं आणि आमच्याबद्दल एवढी कळकळ दाखवलीस, त्याबद्दल थँक यू. मला बरं वाटलं.'' असं बोलून त्याने फोन ठेवला. साधं 'बाय बाय' देखील म्हणता आलं नाही त्याला. फोन दाणकन आपटण्याचा आवाज मात्र आला आणि आमच्यातलं संभाषण संपलं.

अशा प्रकारे माझी बोळवण केल्यामुळे मला खूप हिणवल्यासारखं वाटलं. कपड्यांच्या दुकानातल्या एखाद्या कमी शिकलेल्या शाळकरी मुलीला वागवलं जावं असं कोणीतरी माझ्याशी वागलं होतं. पण ते सगळे विचार मनातून लवकरच गायब, झाले. फोन करण्यात धोका होता, ह्याची मला कल्पना होती; तरी माझ्या मनातले विचार मी त्याच्याजवळ व्यक्त केले होते. माझे विचार त्याला कळलेच पाहिजेत, असं मला वाटत होतं. खरं म्हणजे तोच भावनिकदृष्ट्या अशिक्षित होता, मी नव्हते. फोन करायलाच हवा होता. त्या घटनेला काहीतरी वेगळं वळण लागलं असतं, तर बरं झालं असतं; असा मी विचार केला.

काही दिवसांनी मी रोजच्याप्रमाणे कामावर आल्यावर माझ्यासाठी एक छानपैकी पांढऱ्या डेझीच्या फुलांच्या गुच्छाबरोबर एक चिठ्ठी आलेली मला मिळाली. चिठ्ठीत लिहिलं होतं–

'तुझ्या विचारीपणाबद्दल आभारी आहे', खाली कोणाची सही नव्हती.

"केव्हा आल्या या गोष्टी?" मी माझी सहकारी– हेलनला विचारलं.

"कालच आल्या", ती म्हणाली.

"तुझ्या मते कोणी पाठवलं असावं हे सगळं?"

"आम्हाला तर वाटलं, तुझा कोणी गुप्त चाहता असावा."

मी विचारात पडले, पण नंतर नेहमीप्रमाणे कामाला लागले.

मी काही ड्रेसेस हँगरवर अडकवत होते, तेव्हा ओळखीचा गोड आवाज कानावर पडला.

"तू इथे भेटशील, अशी आशा मला वाटतच होती."

"अगं मॉली तू? छान वाटलं तुला परत भेटून", आश्चर्याने म्हणाले.

एवढं कसं माझ्या लक्षात आलं नव्हतं. ती डेझीची फुलं हिनंच पाठवलेली असणार. नवऱ्याच्या उर्मटपणाच्या वर्तणुकीची माफी मागून दोघींमधले संबंध नीट राहण्यासाठी! "त्याने आणला हा ड्रेस माझ्यासाठी!" ती खुशीत सांगू लागली. 'हा' ड्रेस म्हणजे कोणता, हे मला नक्की आठवलं असेलच याबाबत तिला शंकाच नव्हती, म्हणून ती खूप आनंदात बोलत होती.

तिचे ते शब्द ऐकून मला आनंद तर झालाच, पण आश्चर्यही वाटलं. मीपण तिच्याप्रमाणे मनापासून हसले. "खरंच तुला इतकं खूश झालेलं बघून मलापण खूप आनंद होतोय. हा ड्रेस केवळ तुझ्याचसाठी बनवला गेला होता बघ!"

"हे एवढंच नाही. अजून बघ एक गंमत", असं म्हणत तिने पर्समधनं काहीतरी बाहेर काढलं. "खरं म्हणजे ड्रेसपेक्षा जास्त छान म्हणजे हे आहे. बघ नं मला तुला दाखवायचं आहे. हा ड्रेस देताना त्यानं हे पत्रपण दिलंय मला." एखादी अनमोल वस्तू असावी अशा अविर्भावात नकळत ते हृदयाशी धरून तिनं माझ्या हातात दिलं. मला सगळं दाखवून तिला तिचा आनंद द्विगुणित करायचा होता.

तिच्या आनंदात सहभागी होऊन त्याच हसऱ्या भावाने मी ते पत्र काळजीपूर्वक उघडलं. मोठ्या स्पष्ट अक्षरात लिहिलेलं ते पत्र मी वाचून काढलं.

'लाडके,

माझ्या कामाच्या प्रचंड ताणामुळे आणि आपली आर्थिक परिस्थिती बळकट करण्याच्या नादात मी तुझ्याकडे खरंच खूप दुर्लक्ष केलंय आणि त्याबद्दल मी दिलगिरी व्यक्त करतोय आणि आता त्याची भरपाई करतो. तो ड्रेस तुला मिळायला हवा होता, हे समजण्यास मी फार उशीर केला, त्याबद्दल मी तुझी माफी मागतो. तसंच हा ड्रेस घालून तू किती सुंदर दिसशील हेदेखील माझ्या फार उशिरा लक्षात आलं. सर्वात महत्त्वाचा मुद्दा म्हणजे तू आणि तुझं प्रेम मला लाभलंय, त्यामुळे मी किती नशीबवान आहे आणि माझ्यावर असलेल्या तुझ्या निरंतर प्रेमाचा मी खूप

खूप ऋणी आहे.

सदैव तुझाच'

मी मुकाट्याने ते पत्र वाचत असताना ती माझा चेहरा न्याहळत होती, असा मला भास झाला. तिचे डोळे आनंदाश्रूंनी डबडबले होते. नक्कीच हजारो वेळा त्या पत्राची पारायणं तिनं केली असणार. एव्हाना त्यातला शब्दन्‌शब्द तोंडपाठ झाला असावा तिचा आणि तिच्या हृदयात खोलवर जाऊन कोरले गेले असतील ते शब्द तिचं विशाल हृदय व त्याच वेळी पत्रातून व्यक्त होणारं त्याचं प्रेम आणि त्याचा नम्र स्वभाव हे सगळं मला खूप भावून गेलं.

''खूपच छान मॉली, अगदी अप्रतिम लिहिलंय हं पत्र तुझ्या नवऱ्याने'', मी मनापासून म्हणाले.

''मलादेखील असंच वाटलं'' ती उत्तरली. ''मला हे सगळं तुला सांगायचं होतं. अरेव्वा, काय मस्त फुलं आहेत ही!'' माझ्याजवळ ठेवलेली ती डेझीची फुलं निरखत ती म्हणाली. ''तुझ्या एखाद्या मित्राने पाठवली आहेत का?'' मी काही उत्तर देण्याच्या आतच ती पुढे म्हणाली. 'तुला माहिती आहे का, काल माझ्या नवऱ्याने मला पण गुलाबांचा गुच्छ पाठवलाय म्हटलं. अहाहा, मी कित्ती कित्ती प्रेम करते या माणसावर!''

मी काहीच बोलले नाही. मी तिच्या नवऱ्याला फोन केला होता, हे तिला न सांगण्याचा निर्णय घेण्यात मी शहाणपणाच दाखवला होता; का तो त्याच्या पत्नीच्या जीवनातला अविभाज्य हिस्सा होता, याची मी त्याला नव्याने जाणीव करून दिली, म्हणून कृतज्ञता व्यक्त करण्याच्या उद्देशाने त्याने ती डेझीची पांढरीशुभ्र फुलं मला पाठवली होती कोण जाणे!

दोन मनांचं परत एकदा मिलन झालं होतं- आहेत नं ते दोघं जगावेगळे?

बेटी बी. यंग

'गिफ्टस्‌ ऑफ द हार्ट'मधून

Money of My Own

वाघाच्या मिशीतला एक केस
(कोरियन लोककथा)

युन ऑक नावाची एक तरुण बाई एकदा डोंगरावर राहणाऱ्या साधूंच्या घरी मदत मागण्यासाठी आली होती. त्या साधूंच्या नावाचा सर्वत्र बराच गवगवा होता. ते स्वत: गंडेदोरे, ताईत आणि मंतरलेलं जल बनवून द्यायचे.

युन ऑक जेव्हा त्यांच्या घरात शिरली, तेव्हा समोरच्या अग्नीवरची नजर अजिबात ढळू न देता, तिच्याकडे मान उंचावून न बघता साधूंनी तिला विचारलं, "का आली आहेस इथे?"

युन ऑक म्हणाली, "अहो साधूमहाराज, मी मोठ्या संकटात सापडलेय. माझ्यासाठी मंतरलेलं जल तयार करून द्या नं!"

"हो हो, मंतरलेलं जल नं? प्रत्येक व्यक्तीला असं जल हवं असतं. पण काय गं, अशा या जादूच्या जलामुळे हे पापी जग नीट करता येईल का आपल्याला?"

"महाराज" युन ऑक म्हणाली, "तुम्ही मला मदत केली नाहीत तर मी संपलेच समजा!"

"बरं बरं, काय आहे ही भानगड?" शेवटी एकदाचं तिचं ऐकून घ्यायला साधूमहाराज तयार झाले.

"ह्या सगळ्याला कारण आहे माझा नवरा" युन ऑक म्हणाली. "मला तो खूप आवडतो. गेली तीन वर्षं तो युद्धभूमीवर लढाईमध्ये अडकून पडला होता. पण आता घरी परत आल्यावरती मात्र तो माझ्याशी किंवा इतरांशीदेखील क्वचितच बोलतो. मी काही बोलले, तर जणू त्याला काही ऐकूच जात नाही. यदाकदाचित थोडं फार बोललाच, तर तेही फार कठोरपणे बोलतो. मी त्याच्या आवडीचा स्वयंपाक केला नाही, तर तो भरलं ताट ढकलून देतो आणि रागाने उठून निघून जातो. शेतावर भातशेती करायला जाण्याऐवजी कधीकधी डोंगरमाथ्यावर बसून समुद्राकडे शून्य नजरेनी बघताना मला दिसतो."

“हं. तरुण लोक युद्धभूमीवरून परत आले की वागतात असं कधीकधी”, ते म्हणाले, “पुढे बोल.”

“अजून सांगण्यासारखं काही उरलेलंच नाहीये, वंदनीय महाराज. मला तुमच्याकडून मंतरलेलं जल हवं आहे. ते मी त्याला देईन आणि मग पूर्वीप्रमाणे तो माझ्याशी प्रेमळपणे, हळुवारपणे वागू लागेल.”

“अरेव्वा, कित्ती सोपंच आहे नं हे?” साधूंनी विचारलं. “मंतरलेलं जल! फार छान. ये तू परत तीन दिवसांनंतर, म्हणजे मग मी तुला सांगेन, की जलामध्ये घालण्यासाठी अजून काय लागणार आहे.”

तीन दिवसांनंतर युन ऑक परत त्या साधूमहाराजांकडे गेली. “मी विचार केलाय त्याबद्दल.” त्यांनी तिला सांगितलं. “तुला हवंय तसं मंतरलेलं जल मी बनवू शकेन, पण त्यासाठी अगदी महत्त्वाची अशी एक वस्तू लागणार आहे आणि ती म्हणजे जिवंत वाघाच्या मिशीचा एक केस. तेव्हा जाऊन तू एक केस घेऊन ये, म्हणजे मग तुला हवं तसं जल मी मंतरून देईन.”

“जिवंत वाघाच्या मिशीचा एक केस!” युन ऑक आश्चर्यचकित होऊन म्हणाली. “मला कसा काय तो मिळवता येईल?’

“हे बघ, तुला जर खरंच मंतरलेलं जल हवं असेल नं, तर तुझ्या प्रयत्नांना नक्की यश लाभेल.” साधू महाराज म्हणाले. एवढं बोलून त्यांनी तोंड वळवलं, कारण त्यापेक्षा जास्त काही त्यांना बोलायचं नव्हतं.

युन ऑक घरी गेली. वाघाच्या मिशीतला केस कसा मिळवायचा, याबाबत तिनं बराच विचार केला. नंतर एका रात्री नवरा गाढ झोपलाय, असं बघून तिनं एका भांड्यात शिजवलेला भात आणि मटणाचा रस्सा घालून भांडं बरोबर घेतलं आणि ती डोंगराळ भागात एका जागी गेली. तिथे एक वाघ राहायचा, हे सर्वश्रुत होतं. वाघाच्या गुहेपासून बरंच लांब उभं राहून तिनं ते भांडं हातानं समोर करून वाघाला हाक मारून; त्यातलं अन्न खाण्यास सांगितलं; पण वाघ गुहेच्या बाहेर आलाच नाही.

पुढील रात्री युन ऑक परत तिकडे गेली. त्या वेळी गुहेच्या जरा जास्त जवळ गेली. तिनं परत अन्नाचं भांडं त्याच्यासमोर सरकवलं. अशा प्रकारे काही रात्री रोज डोंगरावरती जाऊन आधीच्या रात्रीपेक्षा गुहेच्या जास्त जवळ जवळ युन ऑक जाऊ लागली. वाघालाही तिला तिथे बघण्याची हळूहळू सवय होऊ लागली.

एका रात्री युन ऑक गुहेच्या खूपच जवळ गेली. वाघ पहिल्यांदाच गुहेच्या बाहेर येऊन तिच्या बरंच जवळ जाऊन उभा राहिला. चंद्रप्रकाशात दोघं एकमेकांकडे डोळे रोखून बघत उभे राहिले. तीच पुनरावृत्ती पुढच्या रात्रीदेखील झाली. त्या

वेळी ते दोघं एकमेकांच्या इतके जवळ उभे होते, की युन ऑक हळुवार आवाजात वाघाशी बोलू शकली होती. त्यानंतरच्या रात्री युन ऑकच्या नजरेला नजर देत तिनं समोर धरलेल्या भांड्यामधलं अन्न वाघानं मटकावलं. त्यानंतर मात्र युन ऑक येण्याच्या वेळी तो वाघ पायवाटेपर्यंत येऊन तिथे तिची वाट बघत उभा राहू लागला. त्याचं खाणं झालं, की हाताने त्याच्या डोक्यावरती युन ऑक हळूच गोंजारायला लागली. असं करता करता तब्बल सहा महिने संपले. अखेर शेवटी एका रात्री त्याच्या डोक्यावर प्रेमाने चोळत ती म्हणाली, ''ए दिलदार वाघा, मला नं तुझ्या मिशीचा एकच केस हवा आहे. पण माझ्यावरती रागावू नकोस रे बाबा!''

आणि असं म्हणून तिने त्याच्या मिशीचा एक केस पटकन उपटून घेतला देखील.

तिला भीती वाटत होती, पण वाघाने काहीच विरोध केला नाही. तो केस हाताच्या मुठीमध्ये घट्ट पकडून ती पायवाटेवरून चालायला- नव्हे पळायलाच

लागली.

दुसऱ्या दिवशी सकाळी सूर्य उगवता उगवताच ती डोंगरावर राहणाऱ्या त्या साधुमहाराजांकडे हजर झाली. ''महाराज, बघा महाराज. मला मिळवता आलाच शेवटी! वाघाच्या मिशीचा एक केस मिळवण्यात मी अखेरीस यशस्वी झालेच. आता तुम्ही माझ्यासाठी जल मंतरून देऊ शकाल आणि ते पिऊन माझा नवरा

पूर्वीप्रमाणे प्रेमळ आणि दयाळू होईल!''

साधुबाबांनी तो केस हातात पकडून नीट निरखून तो खरंच वाघाच्या मिशीतलाच केस असल्याची खात्री करून घेतली. ते तसेच पुढे वाकले आणि हातातला तो केस त्यांच्या पुढ्यातल्या अग्नीमध्ये त्यांनी टाकून दिला.

''हे... हे काय केलंत तुम्ही?'' ती तरुण बाई कळवळून ओरडली.

''मला सांग की तू कशा प्रकारे हा केस मिळवलास?'' साधूंनी विचारलं.

''कसा म्हणजे, मी रोज भांडंभर अन्न घेऊन डोंगरावर जायचे. सुरुवातीला गुहेच्या बरीच लांब उभी राहायचे, पण नंतर थोडंथोडं करून अंतर कमी करत जाऊन वाघाच्या जवळ पोहोचून त्याचा विश्वास मी संपादन केला. मी त्याच्याशी प्रेमाने, हळुवारपणे बोलले आणि माझ्यापासून त्याला काही धोका नव्हता, हे पटवून दिलं. मी खूप धीरानं घेतलं सगळं. जरी मला माहिती होतं की तो अन्न खाणार नव्हता, पण तरी रोज न चुकता मी त्याच्यासाठी अन्न घेऊन जायचे. धीर न सोडता मी रोजच तिथे जात राहिले. त्याच्याशी रागाने कधीच बोलले नाही, की त्याला दूषणं दिली नाहीत आणि शेवटी एका रात्री तो माझ्याजवळ येऊन उभा राहिला. शेवटी अशी एक वेळ आली, की तो माझी वाट बघत पायवाटेवर उभा राहू लागला आणि मी पोचले, की माझ्या हातामधल्या भांड्यातलं अन्नही खाऊ लागला. मी त्याच्या डोक्यावरती प्रेमानं हात फिरवला. त्याला थोपटलं की तो आनंदाने घशातून हुंकार द्यायचा. एवढं सगळं करून, त्याला आपलंसं करून मगच मी त्याच्या मिशीचा एक केस मिळवण्यात यशस्वी झाले.

''अच्छा, अच्छा म्हणजे तू आत्मविश्वास आणि प्रेमाच्या जोरावरती वाघाला आपलंसं केलंस तर!'' साधू महाराज म्हणाले.

''पण तुम्ही तर मी मिळवलेला तो केस चक्क अग्नीमध्ये टाकून दिलात की!'' युन ऑक दुःखातिशयाने विव्हळली. ''म्हणजे मी एवढं केल्याचा शेवटी काहीच फायदा नाही!''

''नाही नाही. असं म्हणू नकोस. मला नाही वाटत की तुझे प्रयत्न वाया गेलेत,'' साधू उद्‌गारले. ''आता त्या केसाची गरज उरलेली नाहीये. युन ऑक मला तुला एक प्रश्न विचारावासा वाटतो. सांग बरं, त्या वाघापेक्षा माणूस जास्त दुष्ट, खुनशी असू शकतो का? प्रेम आणि दयेचा त्याच्यावर काही कमी परिणाम होतो का? तू तर प्रेमळपणाने, धीर न सोडता रक्ताची चटक असणाऱ्या एका जंगली वाघाचा विश्वास आणि प्रेम संपादन करू शकतेस, तर मग ह्याच कृतीचा तुझ्या नवऱ्यावरही तू प्रयोग करू शकतेस, हो नं?''

त्यांचं बोलणं ऐकल्यावर युन ऑक क्षणभर एकदम गप्पच झाली. डोंगरावर राहणाऱ्या त्या ज्ञानी साधूमहाराजांकडनं तिला जे शिकण्यास मिळालं होतं, सत्याचा

शोध लागला होता, तो मनात घोळवत घोळवत ती पायवाट उतरून घराकडे निघाली.

हॅरॉल्ड कॉरलँडर
प्रेषित- कार्टर केस
The Tiger's Whisker (A Korean Folk Tale)

२

चांगुलपणाबद्दल

'जिथे जाल तिथे प्रेम वाटत चला. सर्वप्रथम तुमच्या स्वत:च्या घरामध्येच... तुमच्या संपर्कात आलेल्या एकाही व्यक्तीला परत जाताना आनंदी, समाधानी भावनेखेरीज जाऊ देऊ नका.

देवाने बहाल केलेल्या चांगुलपणाच्या भावनेचं जिवंत प्रतीक बना. तुमच्या चेहऱ्यावर, तुमच्या डोळ्यात, तुमच्या स्मितहास्यात मूर्तिमंत चांगुलपणाच्या वृत्तीचं दर्शन होऊ द्या. समोरच्या व्यक्तीला अभिवादन करताना त्यात चांगुलपणाची ऊब राहू द्या.'

मदर तेरेसा

हॅलो कॉर्नेलिस

'चांगुलपणाच्या भावनेची जोपासना करणं, ह्याचं धकाधकीच्या आयुष्यात अनमोल महत्त्व आहे.'

सॅम्युअल जॉन्सन

गेली वीस वर्षं मी एका वर्तमानपत्रातनं लिखाण करायचो. कामाचाच भाग म्हणून मनुष्यस्वभावाच्या अनेक वाईट आणि दु:खी छटा मी बऱ्याच वेळा बघितलेल्या आहेत आणि त्याबद्दल लेखही लिहिले होते. मला असे अनुभव येण्यास नुकतीच सुरुवात झाली होती.

कधीकधी रात्री कामावरून घरी परत जाताना मला मनुष्यस्वभावाबद्दलच प्रश्न पडायचे आणि मग असा विचार यायचा, की मी आजूबाजूला जी अविरत क्रूरता बघायचो आणि त्याबद्दल वरचेवर लिहायचोही, त्या क्रूरतेचं काही उत्तर आहे का? मी एका घटनेबद्दल माहिती गोळा करत होतो, त्या घटनेला तर माझा हा प्रश्न बराच लागू पडत होता. ती घटना एका भयानक गुन्ह्याभोवताली गुंतली होती.

शिकागो शहरामधल्या दीर्घ उन्हाळ्याच्या मोसमात लॅटी मॅकगी या एका गोड, पाणीदार डोळ्यांच्या चार वर्षांच्या कोवळ्या मुलाचा व्यवस्थित आणि अनन्वित छळ चालू होता. त्याला खूप मारझोड व्हायची. भुकेलं ठेवलं जायचं. कित्येक रात्री त्याला बंद, अंधाऱ्या कपाटामध्ये उलटं टांगून ठेवलं जायचं.

पूर्ण उन्हाळाभर त्याचं आयुष्य त्या कपाटामध्ये हेलकावे घेत होतं. तो तिथे तशा अवस्थेत होता, त्याची कोणलाही कल्पना नव्हती, की त्याचे दबक्या आवाजातले हुंदकेही कोणाला ऐकू गेले नव्हते. त्याच्या मृत्यूनंतर पोलिसांना शोध लागला, की त्याचे काय भयानक हाल झाले होते. त्या माहितीच्या आधारे तेव्हा मी वर्तमानपत्रातनं रकाने भरभरून लिहिलं होतं. ज्या लोकांनी निर्घृणपणे त्याचा खून केला होता त्यांच्याबद्दलही मी बरंच लिहिलं होतं. आजूबाजूच्या दुर्लक्षित वस्त्यांमधल्या इतर अनेक कुपोषित मुलांच्या केसेस कोर्टकचेरीच्या मामल्यात

अडकून पडतात. पण लॅटी मॅकगीला मात्र मृत्यूनंतर का होईना, पण न्याय मिळालाच पाहिजे किंवा दुसरी काही भरपाई झालीच पाहिजे, असा मी मनोमनी निश्चय केला होता.

माझ्या लेखांमुळे लॅटीबद्दल जनतेच्या मनात जी उत्सुकता, कुतूहल निर्माण झालं होतं, तेवढं त्याचा भाऊ- कॉर्नेलिस अब्राहमच्या हकिकतीनं मात्र लोकांचं विशेष लक्ष वेधून घेतलं नव्हतं. लॅटीचा जसा छळ झाला होता, तसाच छळ कॉर्नेलिसच्याही वाट्याला आला होता. सुदैवाने तो त्यातनं वाचला होता. परंतु भावाला हळूहळू संपवण्यात येत असताना ते सगळं त्याला रोज मुकाट्याने बघावं लागत होतं. कारण तो त्या मारेकऱ्यांना थांबवू शकण्यात समर्थ नव्हता. कॉर्नेलिसने निर्भयपणे नंतर कोर्टात जी साक्ष दिली, तिच्यामुळेच त्या मारेकऱ्यांना शिक्षा झाली.

खटल्याच्या अखेरच्या काळात कॉर्नेलिस नुकताच नऊ वर्षांचा झाला होता. तो अतिशय कृश शरीराचा आणि खूप शांत स्वभावाचा मुलगा होता. लहान भावाचा मृत्यू झालेला आणि त्याची आई आणि तिचा प्रेमी तुरुंगात बंदिस्त असल्यामुळे तो त्याच्या नातेवाइकांकडे राहत होता. वाचन आणि बास्केटबॉल या दोन गोष्टींचं त्याला सर्वांत जास्त वेड होतं.

वर्तमानपत्रात मी एकदा लॅटीबद्दल लेख लिहिला असताना त्यामध्ये कॉर्नेलिसच्या बास्केटबॉलच्या आवडीचा उल्लेख केला होता. स्टीव्ह शॅनवॉल्ड या शिकागो बुल्सच्या (शिकागोमधल्या बास्केटबॉल संघाच्या) उपाध्यक्षांनी माझा तो लेख वाचला आणि ऑफिसमध्ये माझ्यासाठी निरोप ठेवला. 'त्या मॅचची तिकिटं संपलेली असूनही जर कॉर्नेलिसला मॅच बघण्यास यावंसं वाटत असेल, तर त्याच्यासाठी म्हणून तिकिट शिल्लक होतं', असं शॅनवॉल्ड म्हणाले. जिम बायगॉनेस या कुक कंट्री भागाच्या असिस्टंट स्टेटच्या वकिलाने कॉर्नेलिसचा पुरावा (साक्ष) काळजीपूर्वकरित्या तयार करून घेतला आणि नंतरच मी त्याला मॅच बघायला घेऊन गेलो.

शिकागोमधल्या प्रत्येक बास्केटबॉल चाहत्याला खेळाचं क्रीडांगण म्हणजे एखाद्या पवित्र स्थानाप्रमाणे भासत असतं. विचार करा, की एक वेळ अशी होती, जेव्हा कॉर्नेलिस बंद घरात, छळ सहन करत, जखमी अवस्थेत होता आणि आत्ता तोच कॉर्नेलिस चक्क क्रीडांगणावर पहिल्यांदाच त्याच्या आयुष्यात बुल्स संघाचा खेळ प्रत्यक्ष बसून बघणार होता.

आम्ही एक जिना उतरून खालच्या व्हरांड्यामध्ये आलो. कॉर्नेलिस आमच्यामध्ये उभा होता. समोरचं दार उघडलं आणि एक माणूस बाहेर आला. कॉर्नेलिसने त्याला बघितलं आणि आश्चर्य, आदरयुक्त भीती आणि आत्मविश्वासाचे संमिश्र भाव त्याच्या चेहऱ्यावरती पसरले.

कॉर्नेलिसने काहीतरी बोलायचा प्रयत्न केला, परंतु त्याचे केवळ ओठच हलत होते आणि तोंडातनं शब्द बाहेर पडण्याचं नाव घेत नव्हते. परत एकदा त्याने बोलण्याचा प्रयत्न केला, पण मग त्याच माणसाने बोलण्यास सुरुवात करून कॉर्नेलिसला सावरलं.

''हॅलो कॉर्नेलिस'', तो माणूस म्हणाला. ''माझं नाव मायकेल जॉर्डन.''

जॉर्डनने खाली वाकून कॉर्नेलिसशी बोलायला सुरुवात केली. त्याला काही चुटकले सांगितले. बास्केटबॉलच्या खेळाबद्दल काही जास्तीची माहिती दिली, पण त्याने अजिबात घाई दर्शवली नाही. एव्हाना तुमच्या लक्षात आलं असेल की– दीर्घ काळासाठी कॉर्नेलिस अशाच काही माणसांच्या सहवासात होता, जे फक्त त्याचा छळच करायचे. त्याची मानहानी करायचे आणि आता मायकेल जॉर्डन म्हणत होता- ''आज तू आमच्या संघासाठी टाळ्या वाजवून आमचा उत्साह वाढवणार आहेस नं? आम्हाला त्याची खूप आवश्यकता आहे बरं का!''

असं बोलून खेळाचे कपडे घालण्याच्या खोलीत जॉर्डन आत निघून गेला. बायगॉनेस आणि मी कॉर्नेलिसला जिन्याने वरती घेऊन गेलो. तिथे त्याच्यासाठी अजून एक गंमत वाट बघत होती.

बुल्स संघाचे खेळाडू घालायचे तो लाल शर्ट कॉर्नेलिसला घालायला दिला गेला. दोन्ही संघ खेळाच्या आधी थोडा सराव करत होते, तेव्हा इकडेतिकडे गेलेला बॉल कॉर्नेलिसच पळतपळत जाऊन घेऊन येत होता.

नंतर जेव्हा प्रत्यक्ष खेळ सुरू होणार होता, तेव्हा जॉर्डनची बाकावर बसण्याची जी नेहमीची विशिष्ट जागा होती, तिच्या शेजारच्या जागेवरती कॉर्नेलिसला बसवलं गेलं, म्हणजे तो बसणार होता. अगदी जॉर्डनच्या शेजारी! व्वा!! मध्यंतराच्या विश्रांतीच्या अल्पकाळात जॉर्डन मैदानावरून येऊन त्याच ठरावीक जागी आराम करायचा आणि तेव्हा कॉर्नेलिस त्याच्याजवळ असणार होता आणि जेव्हा जॉर्डन मैदानावर खेळत असणार होता, तेव्हा कॉर्नेलिस जॉर्डनची जागा पकडून ठेवणार होता. खेळ संपतासंपता जॉर्डनने पास देऊन हवेत उंच उडी मारून बास्केटमध्ये बॉल टाकला आणि इकडे काही अंतरावरच बसून कॉर्नेलिस अब्राहम अत्यानंदाने जोरजोरात हसत होता.

कॉर्नेलिससाठी वेळात वेळ काढून जॉर्डन त्याच्याशी बोलला होता, त्याबद्दल मला त्याचे आभार मानायचे होते. त्या दोघांची भेट व्हावी, म्हणून जॉर्डननेच आपणहून पुढाकार घेतला होता. लॅटी मॅकगीच्या खटल्याबद्दल त्याला पूर्ण माहिती होती आणि 'बुल्स'चा संघच कॉर्नेलिससाठी खेळाचं खास तिकिट उपलब्ध करून देणार होता, तेव्हा त्याने आपणहून आयोजकांना सांगितलं होतं, की कॉर्नेलिसला भेटण्याची त्याची इच्छा होती. हे सगळं मला नंतर समजलं.

खेळ संपल्यावरती कपडे बदलण्याच्या खोलीबाहेर उभे असलेले सगळे क्रीडावार्ताहर निघून गेल्यावरती आपली कपड्याची बॅग घेऊन जॉर्डन घरी जाण्यास निघाला. मी दाराच्या दिशेने निघालो, तेव्हा जॉर्डनने मला बघितलं आणि तो थांबला. मी लगेच म्हणालो, "आज कॉर्नेलिसकरता तू जे काही केलंस, त्याचं त्याला किती अप्रूप वाटतंय म्हणून सांगू!"

क्षणभर मला जरा विचित्रासारखं वाटलं, पण नंतर खात्रीच पटली, की कोणी क्वचितच त्या माणसाचे आभार मानत असणार किंवा त्याच्याभोवती सतत इतक्या लोकांचा गराडा पडत असतो आणि त्यातले कोणी त्याला सही मागतात तर कोणी हस्तांदोलन करू बघतात, तर कोणी स्वत:साठी वशिला लावण्याची मागणी करतात. त्यामुळे त्याच्या नजरेसमोर सतत चाहत्यांची गर्दीच दिसत असते, कारण पहिली गर्दी कमी झाली, की लगेच पुढची लोकं समोर येत राहतात. त्यामुळे तो तिथेच थांबून राहिला– या अपेक्षेमध्ये की इतरांच्या अनेक मागण्यांप्रमाणे कॉर्नेलिसच्या वतीने मी त्याचे आभार मानल्यावर त्यानंतर माझ्याही काही मागण्या असणारच.

परंतु मी काहीच बोललो नाही, असं बघून तोच म्हणाला, "म्हणून का तू इथपर्यंत आलास?"

"हं तसंच समज हवं तर. पण मला वाटतं कॉर्नेलिसच्या जीवनातल्या आजच्या या दिवसाचं महत्त्व तुझ्या लक्षात आलेलं दिसत नाहीये", मी म्हणालो.

"नाही तसं नाही. पण तू इतक्या लांब इथपर्यंत आलास माझे आभार मानण्यासाठी, याचं मला आश्चर्य वाटलं", तो म्हणाला.

"मी जर असं केलं नसतं नं, तर आज आईसमोर माझी काही खैर नव्हती", मी हसून म्हणालो, "अरे आईनी माझ्यावर खूप चांगले संस्कार केले आहेत."

तोही हसत हसत म्हणाला, "माझ्या आईनेदेखील."

आम्ही हस्तांदोलन केलं आणि मी परत जाण्यासाठी वळलो. तेवढ्यात त्याने विचारलं, "तू येत असतोस का नेहमी खेळ बघायला?"

"ही पहिलीच वेळ होती माझी", मी उत्तरलो.

"हं, असं असेल तर मग तू परत आलं पाहिजेसच बरं का!" तो म्हणाला.

बॉब ग्रीन

Hi Cornelius

अनोखी मदत

'दिवसभर जरी भरपूर कमाई केलीत; तरी जोपर्यंत दुसऱ्यासाठी तुम्ही असं काही करत नाही, की ज्याची ती व्यक्ती कधीही परतफेड करू शकत नाही, तोपर्यंत तुमचा दिवस सार्थकी लागत नाही.'

रूथ स्मेल्झर

बहिणीला जरी पूर्ण खात्री वाटत होती, की आमचे बाबा बरे होतील; तरीही काळजीपोटी मी हॉस्पिटलमध्ये फोन केलाच. त्या वेळी माझा नवरा रेडिओवरच्या जाहिरात– विभागसंबंधीच्या अधिवेशनाला बाहेरगावी गेलेला होता. ''वेळ पडली तर रेडिओ स्टेशनला फोन कर. तिथल्या सेक्रेटरीकडे हॉटेलचं नाव आणि नंबर असेलच'', जाण्यापूर्वी त्याने मला तसं सांगून ठेवलं होतं.

दुपारपर्यंत थांबून मी उत्तर इंडियाना राज्यातल्या मेमोरिअल हॉस्पिटलला फोन लावला. फोनवर जेनचा आवाज ऐकल्या ऐकल्या माझ्या लक्षात आलं, की बाबांची तब्येत खूपच खालावली होती. ''त्यांच्या शरीरात द्राव भरू लागलाय. इथले डॉक्टर त्यांच्यासाठी आता जास्त काही करू शकत नाहीयेत. ॲम्ब्युलन्स मागवली आहे आणि त्यांना इथून सेंट जॉन हॉस्पिटलला हलवलं जाणार आहे. तिथे आधुनिक मशिन आहेत'', जेन पुढे असंही म्हणाली, ''मी आणि आई पटकन बाहेरच चार घास खाऊन घेऊन लगेच मेमोरिअल हॉस्पिटलमधनं सेंट जॉन हॉस्पिटलला गाडीने निघतोय. आम्ही इथे थांबून काहीच करू शकत नाही.''

''मी येऊ का?''

''नको. इतक्यात घाई करू नकोस. तशी त्यांची तब्येत स्थिरस्थावर होईल, असं वाटतंय. तू जरा वाट का नाही बघत?''

पुढचा दिवस मंद गतीने पुढे सरकत होता. मी काम करण्याचा प्रयत्न केला. अखेरीस दुपारी मी सेंट जॉनला फोन केला. त्या विभागातल्या नर्सने रजिस्टर बघून

बाबांच्या नावाची नोंद शोधून काढली. त्यांच्यासाठी तिथनं ॲम्ब्युलन्स निघून गेली होती. मेमोरिअल हॉस्पिटलला पोचलीही होती, पण तिथून त्यांना घेऊन सेंट जॉनला परत मात्र आलेली नव्हती. ती मला केवळ इतकंच सांगू शकली.

समजा ॲम्ब्युलन्स वाटेतूनच परत मागे फिरली असली, तर त्यामागे एकच कारण असू शकत होतं– रस्त्यातच बाबांचं निधन झालं असावं. मी धडधडत्या मनाने मेमोरिअलला फोन केला. मी इंडियानाला जाण्यासाठी ताबडतोब निघावं का? पाच तासांच्या अंतरावरती माझी माणसं होती. का मी नवऱ्याला फोन करून तो येण्याची वाट बघावी? बाबांचा जर मृत्यू झाला असेल, तर आता उशीर झाला तरी काय बिघडणार होतं?

फोनवरून बोलणारी नर्स माझ्या बहिणीची मैत्रीण होती. कारण जेननं मेमोरिअलला पूर्वी काम केलं होतं. तिथले बरेच जण तिला ओळखत होते आणि बाबांच्या प्रकृतीबद्दल त्या सगळ्यांनाच माहिती होती.

"काय झालंय?" मी विचारलं.

ती तोंडातल्या तोंडात काहीतरी पुटपुटली. हॉस्पिटलच्या नियमांनुसार ती काही सांगू शकत नव्हती. पण मी लवकरात लवकर बहिणीशी संपर्क साधावा, असा सल्ला तिने दिला.

"नाही नाही. मी नाही संपर्क साधू शकत!" मी जोरात किंचाळले. "मी इलिनॉय राज्यात राहते. काय झालंय ते तूच मला सांगायला हवं. प्रामाणिक नसणं, हे फार भयंकर असतं बरं का! मी तुला एवढंच विचारतेय... ते... ते मृत्यू पावले आहेत का?"

आणि अर्थातच त्याचं निधन झालेलं होतं. मेमोरिअलमधनं थोडं पुढे गेल्यावर वाटेतच त्यांना मृत्यू आला होता. त्या दुःखाच्या घडीला तिथे जाण्याचा निर्णय मला घ्यायचा होता. मी रेडिओ स्टेशनला फोन लावला. "तुमच्याकडे जिमच्या हॉटेलचा नंबर आहे का?" मला प्रतीक्षा करण्यास सांगितलं गेलं. त्यांना फोननंबर मिळाला नाही, त्याबद्दल त्यांनी दिलगिरी व्यक्त केली.

थरथरत्या हाताने मी फोननंबरचं पुस्तक (डिरेक्टरी) उघडली. कॅन्सन शहराचा सांकेतिक (कोड) नंबर होता ९१३. मी चौकशी केंद्राला फोन लावला. तुमच्या माहितीसाठी तिथून तीन फोननंबर मिळू शकतात. मी एका साखळी हॉटेलांचे तीन ठिकाणचे नंबर लिहून घेतले.

त्यामधला एक नंबर फिरवला. ना तिथे अधिवेशन चालू होतं, ना माझा नवरा तिथे होता. दुसरा नंबर लावला तरी परत तीच कथा. तिसरा नंबर फिरवूनही तीच पुनरावृत्ती! मी परत टेलिफोनकेंद्राच्या मदतनिसाला फोन केला. आता 'हयाट' (Hyatt) साखळी हॉटेल्स माझ्या डोळ्यासमोर आली. एक नंबर लिहून घेऊन

त्यावर मी फोन केला. मनाची बधिरता कमी होऊ लागली होती आणि मी नाकाने सूं सूं आवाज करत विचारणा केली.

"नाही. आमच्या हॉटेलमध्ये अशा प्रकारचं अधिवेशन भरलेलं नाहीये आणि तुमच्या नवऱ्याचं नावही हॉटेलमध्ये उतरलेल्या लोकांच्या यादीत नाहीये." हॉटेलची स्विचबोर्ड ऑपरेटर बोलली. "मला माफ करा. मी इथली साधी ऑपरेटर आहे."

तिने फोनचा रिसिव्हर खाली ठेवण्याआधी इकडे माझ्या ओठांमधनं हुंदका बाहेर पडला. काही क्षणांच्या स्तब्धतेनंतर मी रिसिव्हर हातात धरून नाक पुसलं.

"काय झालंय?" तिनं शांत सुरात विचारलं.

"काही मिनिटांपूर्वीच माझ्या वडिलांचं निधन झालंय. त्यांचं मृत शरीर तिकडे इंडियाना राज्यात आहे– इथून पाच तासांच्या अंतरावर. इथे मला नवऱ्याचा पत्ता लागत नाहीये. ताबडतोब गाडी काढून निघावं, का नवऱ्याची वाट बघावी, काही कळेनासं झालंय." मी मनातलं सगळं एका दमात बोलून टाकलं. "आत्ता मी माझ्या आई-बहिणीबरोबर असायला पाहिजे. काय करू काही समजत नाहीये."

परत थोडी स्तब्धता. मग तिने सावकाशपणे मला सांगितलं. "तुझं नाव आणि फोननंबर मला दे. माझा फोन येईपर्यंत अगदी शांतपणे तिथेच बसून राहा."

कृतज्ञतेच्या भावनेनी मी तिथे बसून होते. पाच मिनिटांच्या आतच तिचा फोन आला.

"ज्योना, मला तुझ्या नवऱ्याचा पत्ता मिळालाय. तो ॲडम्स मार्क या हॉटेलमध्ये उतरलाय. मी तिथल्या मॅनेजरशी बोललेय आणि अधिवेशनातलं चालू चर्चासत्र संपताच त्याच्याशी संपर्क साधण्यासाठी त्यानं माणसं पाठवली आहेत. मला वाटतं वीस मिनिटांत काम होईल. चालू चर्चासत्राच्या मध्येच उठून येणं त्याला अशक्य आहे."

मी रिसिव्हर हातात धरूनच हुंदके देत म्हणाले, "आभारी आहे. खूप खूप ऋणी आहे मी तुझी!"

"अजून एक गोष्ट", ती पुढे म्हणाली, "तू जर स्वत:च गाडी चालवत जाण्याचं ठरवलंस, तर बरोबर एक मैत्रीण घे आणि नीट काळजीपूर्वक जा. तुला जबरदस्त मानसिक धक्का बसलाय. तेव्हा काळजी घे स्वत:ची. ठीक आहे? तुझ्या बाबांच्या मृत्यूमुळे मलाही वाईट वाटतंय."

दुरून आलेला तो अनोळखी मैत्रिणीचा आवाज मला धीर देऊन गेला. जी कोण ती स्त्री होती, ती स्विचबोर्ड आपॅरेटरपेक्षा नक्कीच जास्त खास होती. स्वत:च्या कामाव्यतिरिक्त चाकोरीबाहेरचं काहीतरी करणारी ती नक्कीच एक दयाळू, अतिशय असामान्य व्यक्ती होती.

ज्योना स्लॅन

Directory Assistance

नाताळची गोष्ट

'प्रेम करणं' या क्रियापदानंतर 'मदत करणं' हेच जगातलं सर्वांत सुंदर क्रियापद आहे.

बर्था व्हॉन सटनर

रूझवेल्ट हे अमेरिकेचे राष्ट्राध्यक्ष होते, तेव्हाचा अतिशय कठीण असा काळ होता. राष्ट्राध्यक्ष तर चंद्राला गवसणी घालण्याची मोठमोठी स्वप्नं जनतेला दाखवत होते. परंतु बिस्ले दांपत्याला मात्र तो चंद्र टेक्सास राज्यातल्या त्यांच्या छोट्या गावावरती कधी उगवलेलाही दिसला नव्हता, अशी त्यांची बिकट परिस्थिती होती.

कॅलिफोर्निया राज्यात राहणारा त्याचा मुलगा खूप आजारी असल्याचं आणि त्यातून वाचण्याची शक्यता नसल्याचं जेव्हा त्याला समजलं, तेव्हा बिल बिस्लेला कळेना, की स्वत: आणि त्याच्या बायकोनं तिकडे जाण्यासाठी प्रवासखर्चाचे पैसे तो गोळा कसे करणार होता. आयुष्यभर बिलने ट्रक चालवण्याचं काम कलं होतं, पण कधीच पैसे शिल्लक टाकू शकला नव्हता. स्वाभिमान गिळून त्याने जवळच्या काही नातेवाइकांना मदतीसाठी फोन केला, पण त्यांची आर्थिक स्थिती ह्याच्यापेक्षा काही फार वेगळी नव्हती.

शेवटी निराश होऊन संकोच करत करत तो मैलभर चालत जाऊन तिथल्या पेट्रोलपंपाच्या मालकाला भेटला आणि त्याला अजिजीने म्हणाला, "माझा मुलगा खूपच आजारी आहे आणि माझ्याजवळ पैसे नाहीयेत. मी इथून कॅलिफोर्नियामध्ये एक फोन केला, तर तुमची काही हरकत नाही नं?"

"आधी फोन उचल आणि तुला हवं तेवढा वेळ बोल", त्याने उत्तर दिलं. बिल नंबर फिरवू लागला, तेवढ्यात कोणीतरी त्याला काही विचारतंय, असं ऐकू आलं. "तुम्ही बिल बिस्लेच नं?"

कोणीतरी अनोळखी माणूस दुसऱ्या राज्यातनं आलेल्या ट्रकमधनं उडी मारून खाली उतरत त्याला विचारत होता. तो ओळखीचा तर वाटत नव्हता, त्यामुळे

प्रश्नार्थक मुद्रेनी बिस्ले त्याच्याकडे निरखून बघत म्हणाला, "हो, मी बिल बिस्लेच आहे."

"तुमचा मुलगा आणि मी आमच्या वाढीच्या काळात खूप जवळचे मित्र होतो. नंतर मी कॉलेजला गेलो आणि पुढे त्याच्याबद्दल मला काहीच कळलं नाही." क्षणभर थांबून त्याने पुढे बोलणं चालू केलं. "त्याला बरं नाहीये, असं मी ऐकलं आत्ता– खरं आहे का ते?"

"त्याची तब्येत खूप बिघडली आहे, असं मला कळलंय. मी फोन करायचं म्हणतोय आणि बायकोला तरी त्याच्याकडे पाठवता येण्याची काही सोय करता येतेय का ते बघतोय." शिष्टाचार पाळायचे म्हणून बिस्ले त्याला म्हणाला, "तुला नाताळच्या अनेक शुभेच्छा. आज तुझे बाबा असते, तर छान झालं असतं."

वयस्कर बिस्ले आता ऑफिसमध्ये जाऊन देशाच्या पश्चिम किनाऱ्यावर वास्तव्य करणाऱ्या त्याच्या एका चुलत भावाला फोन करून सांगत होता, की तो किंवा त्याची बायको यांपैकी एक जण लवकरात लवकर तिकडे येण्याचं ठरवत होते.

त्या ज्येष्ठ व्यक्तीच्या चेहऱ्यावर दुःखाने ओशाळवाणा भाव दिसत होता आणि तो त्या मालकाला सांगत होता, की त्या फोनकॉलचे पैसे शक्यतोवर लवकरात लवकर देणार होता.

"मला तर कॉलचे पैसे मिळालेदेखील. तो ट्रकवाला- आत्ता इथे आलेला- अरे तुझ्या मुलाचा मित्र होता- त्याने वीस डॉलर्स मला देऊन ठेवले आणि उरलेले सुट्टे पैसे तुला देण्यास सांगितलं मला आणि हो, त्याने तुझ्यासाठी हे पाकीट

दिलंय बघ.''

बिलने थरथरत्या हाताने ते पाकीट उघडलं. आतमध्ये दोन कागद होते. एकावर लिहिलं होतं, ''तुम्ही पहिले ट्रक ड्रायव्हर मला भेटलेले. मी जेमतेम पाच वर्षांचा असताना तुमच्याबरोबर ट्रकमधनं हिंडून आलो होतो. तुमच्याबरोबर मला पाठवण्यात बाबांचा तुमच्यावर पूर्ण विश्वास होता. मला आठवतंय, तेव्हा तुम्ही मला स्निकरचा चॉकलेटबार घेऊन दिला होतात.'' दुसरा कागद आकाराने जरा लहान होता– म्हणजेच तो सही करून दिलेला चेक होता आणि बरोबर एक चिठ्ठी होती. ''तुम्ही आणि तुमच्या पत्नीला तिकडे जाण्यासाठी लागणाऱ्या खर्चाच्या रकमेचा हवा तो आकडा लिहा... आणि तुमच्या मुलाला– माझ्या मित्राला स्निकरचा एक चॉकलेटबार घेऊन द्या माझ्यातर्फे. नाताळच्या तुम्हाला हार्दिक शुभेच्छा!''

अज्ञात
A Christmas Story

थंडगार हातमोजे

'आपण कधीच केवळ स्वत:साठी असं जगूच शकत नसतो, कारण आपल्या माणसांशी आपण हजारो धाग्यांनी बांधले गेलेले असतो.'

हर्मन मेल्विल

माझ्या सहा वर्षांच्या छोट्या मुलीच्या, थंडीत वापरण्याच्या कोटाचे खिसे मी रिकामे करत होते, तेव्हा मला दोन्ही खिशांच्या आत हातमोजांची एकेक जोडी सापडली. खरं म्हणजे हातमोजांची एक जोडी पुरेशी होती तिचे हात उबदार ठेवण्यासाठी, असा विचार करून मी तिला विचारलं की, ती नेहमी हातमोज्यांच्या दोन जोड्या का बरं स्वत:जवळ ठेवत होती? तर त्यावर तिने उत्तर दिलं, "आई, असं मी खूप खूप दिवसांपासून करतेय. आता हेच बघ नं, शाळेत काही मुलंमुली हातमोजे न घालताच येतात. म्हणून मी एक जास्तीचा जोड ठेवला बरोबर, तर मला तो त्यांच्यापैकी कोणाला तरी देता येतो नं आणि मग त्यांचे हात थंडगार पडत नाहीत."

जॉयसी अँडरसन
Cold Hands

द वुडवर्क एंजल

'मनुष्यप्राणी जितक्या जास्त प्रमाणात दान देत राहतो, तितका जास्त श्रीमंत तो होत जातो. जो मनापासनं दुसऱ्यांची सेवा करतो, त्याच्या पदरात भरपूर फळ पडतं.'

एलबर्ट हबार्ड

माझ्या दातांमधनं प्रचंड कळा येत होत्या. आता मला जास्त दुर्लक्ष करणं शक्य नव्हतं. मनात दंतवैद्याबद्दल असणाऱ्या भीतीला अखेरी बाजूला सारून मी दातांचा उपाय करून घेण्याचं ठरवलं. पण कसं जमणार होतं ते मला? मी कॉलेजच्या दुसऱ्या वर्गात शिकत होते आणि अर्धवेळाची नोकरी करून माझा खर्च भागवत होते.

मी विचार केला, की जो दात सर्वांत जास्त खराब होता, त्यालाच ठीक करून घ्यावं. टेलिफोननंबरच्या पुस्तकामधली यलो पेजेस बघून त्यात पहिलं नाव असलेल्या दंतवैद्यांना फोन केला. मुख्य म्हणजे त्यांचा दवाखाना जवळ असल्यामुळे मला पायीच जाता आलं असतं. त्यांच्या सेक्रेटरीने मला लगेचच येण्यास सांगितलं. कॉलेजमधनं परस्पर तशीच तडक निघाले. डॉक्टरांचं बिल कसं भरायचं, या चिंतेत पडल्यामुळे मला वेदनांचा विसर पडला होता.

काही मिनिटातच दंतवैद्यांच्या खास खुर्चीत मी बसलेदेखील होते. ''हं!'' माझ्या दातांची दयनीय अवस्था बघत ते म्हणाले, ''तुझे दात तर फारच खराब झालेत हं!''

''मला माहिती आहे ते'', मी उगाचच तोडून बोलले. खरं तर असं बोलून मी माझी भीती लपवू बघत होते.

''पण तू नको काळजी करूस. मी सगळे दात नीट व्यवस्थित करून देतो.''

''नाही, नाही. तुम्ही असलं काही करणार नाही, कारण तुमचं बिल मी भरू शकणार नाहीये.'' मी खुर्चीतून उठायला लागले.

"काय करतेस तू सध्या?"

"मी सांगितलं नं तुम्हाला, की माझ्याकडे पुरेसे पैसे नाहीयेत म्हणून."

"तू कॉलेज विद्यार्थिनी आहेस, हो नं?"

"त्याने काय फरक पडतोय? हो आहे..."

"काही वर्षांतच शिक्षण संपवून तू पदवी प्राप्त करणार, बरोबर?"

"असं वाटतंय तर खरं."

"आणि मग एखादी चांगली नोकरी मिळावी, अशीच तुझी इच्छा असणार, असणार नं?"

"माझा असाच विचार आहे."

"झालं तर मग. तू तेव्हाच माझं बिल भरशील. ठीक आहे? पण तोपर्यंत सध्या तू फक्त तुझ्या अभ्यासावरच लक्ष केंद्रित कर आणि दातांच्या उपचाराचं दे माझ्यावर सोडून."

मी त्यांच्याकडे आश्चर्यानेच बघायला लागले. ते खरंच अगदी मनापासून बोलत होते. त्यांनी सावकाशपणे उपकरणं उचलून त्यांचं काम सुरू केलं आणि किडलेला, ठणका लागलेला दात काढून टाकला.

त्या दिवसापासनं सगळे दात ठीक होईपर्यंत मी दर आठवड्याला एकदा त्यांच्याकडे जात राहिले. नंतरही वरच्यावर तपासणीसाठी बोलावून त्यांनी माझ्या दातांना परत खराब होऊ दिलं नाही. माझं शिक्षण संपल्यावर मला नोकरी लागली आणि मी त्यांच्या बिलाचे सगळे पैसे चुकते केले.

पुढच्या चाळीस वर्षांत, मी त्या व्यक्तीचा उल्लेख 'वुडवर्क एंजल' म्हणून करत होते. ही अनोळखी माणसं अचानक कुठूनतरी प्रकट होतात आणि जेव्हा मला त्यांची गरज असते, तेव्हा मला मदत करतात. त्यातल्या कोणी मला पैसे देऊन माझी अडचण दूर केली, तर कोणी काही वस्तू देऊन मदत केली. कोणी मला एखादं कौशल्य (कला) प्राप्त करण्यास साहाय्य केलं आहे. संघटना बनवण्याचं शिक्षण कोणी मला दिलंय. काही जणांनी मला मोठ्या संकटातनं तर कधी माझ्या हातनं चूक घडण्यापासून वाचवलंय. म्हणून म्हणते माझे आदरणीय डॉक्टर - तुम्ही जिथे कुठे आहात. मी परत एकदा तुमच्याप्रती माझी कृतज्ञता व्यक्त करत आहे. देव तुमचं भलं करो!

वर्दा वन

The Woodwork Angel

अकरावी टोपली

'मिळवण्यापेक्षा देण्यात जास्त आनंद असतो.'

ॲक्टस् २०:३५

तुमच्यासाठी सगळ्यात जास्त संस्मरणीय 'थँक्स गिव्हिंग डे' कोणता आहे? (देवाचे आभार मानायचा, त्याच्याप्रति कृतज्ञता व्यक्त करण्याचा खास दिवस अमेरिकेत मोठ्या प्रमाणावर साजरा केला जातो.) माझ्यासाठी एक संध्याकाळ फार महत्त्वाची ठरली होती. चर्चतर्फे मोठी टोपली (बास्केट) भरून खायचे पदार्थ देण्यासाठी दहा गरीब कुटुंबांच्या नावांची यादी तयार केली होती. एका स्थानिक व्यापाऱ्याने हॅम (डुकराचे मांस) आणून दिलं होतं आणि बाकीच्या वस्तू फूड बँकेकडनं विकत घेतल्या होत्या. आम्ही जेव्हा एका मोठ्या सभागृहात अन्नाचे डबे भरून ठेवत होतो, तेव्हा त्या दहा कुटुंबामधले लोक एवढे सगळे खायचे पदार्थ घरी घेऊन जाण्यास मिळणार, म्हणून खूप उत्सुकतेने वाट बघत उभे होते. त्यातल्या अनेक जणांना कित्येक महिन्यांनंतर मस्त जेवण मिळणार होतं. प्रत्येक कुटुंब आपापली टोपली उचलून घेत होतं. तेवढ्यात तिथे अजून एका घरातली लोकं येऊन पोहोचली. आई-वडील आणि तीन मुलं मिळून एका जुन्या पिक्-अप ट्रकमधनं येऊन सभागृहात दाखल झाली. हे जास्तीचं कुटुंब होतं, कारण त्यांचं नाव आमच्या यादीत नव्हतं. चर्चतर्फे जेवण वाटत होते, एवढंच त्यांना समजलं होतं.

मी स्पष्ट शब्दात सांगितलं, की एका जास्तीच्या कुटुंबासाठी आमच्याकडे पुरेसं अन्न नव्हतं. तरीही मी त्यांनी आश्वासन दिलं, की काही तोडगा निघतोय का, याचा माझ्याकडून होईल तेवढा प्रयत्न मी करणार होतो. तेवढ्यात एक आश्चर्य घडलं. कोणी काही सुचवलं नव्हतं, तरी एका बाईने ती घेऊन चाललेली टोपली खाली ठेवली आणि तिच्याजवळ एक रिकामी टोपली आणून ठेवली. तिच्या टोपलीमधल्या डब्यातले काही पदार्थ ती बाहेर काढू लागली. ते बघून इतर सगळे

तिचं अनुकरण करू लागले. अशा प्रकारे त्या गरीब, भुकेल्या लोकांनी, अचानक आलेल्या एका कुटुंबासाठी म्हणून अकरावी टोपली तयार केली.

पाद्री बिल सिम्पसन
प्रेषक – एम शेल बोवेन
The 11th Box

सँडविच वाटणारा

'इतरांबद्दल आस्था बाळगणं ही गोष्टच जीवनाला अनन्यसाधारण महत्त्व आणि खोलवर अर्थ प्राप्त करून देत असते.'

पॅब्लो कॅसॅल्स

जर तुम्हाला या जगात काही फरक घडवून आणावासा वाटतोय, आपली स्वत:ची अशी वेगळी ओळख मागे ठेवून जावंसं वाटतंय वा स्वर्गाच्या प्रवासाचं (मोक्षप्राप्तीचं) आधीच आरक्षण करून ठेवायचं आहे; तर अशा वेळी तुम्ही काय कराल? गहन विचार करून काही भव्यदिव्य कृती करायला बघाल? का रोजच्या उगवलेल्या दिवसात एखादी तरी चांगली गोष्ट करण्याचा ध्यास घ्याल?

मायकेल क्रिस्तीआनो हा न्यूयॉर्क सिटी कोर्टातला एक अधिकारी, रोज नेमाने पहाटे ४-३० ला उठून अगदी वाईट हवा असली, सुट्टीचा दिवस असला, कामाचा दिवस असला तरी; पण पायी-पायी त्याच्या सँडविच विक्रीच्या दुकानात जात असतो. तो काही मोठ्या साखळी दुकानांचा मालक नाहीये. त्याचं स्वत:चंच असं हे लहानसं स्वयंपाकघरच आहे. तिथे सुप्रसिद्ध सँडविचेस बनवण्याची त्याची सर्व सामग्री जय्यत तयार असते. ज्यांना दिवसभर भुकेची चिंता नको वाटते, अशा गरजू लोकांमध्ये ही सँडविचेस खूप प्रसिद्ध आहेत. न्यूयॉर्क सिटीहॉलजवळच्या सेंटर आणि लाफायेट स्ट्रीट्स या रस्त्यांवर बेघर लोकांसाठी जी तात्पुरती निवाराकेंद्रं आहेत, त्यांना भेट देण्यासाठी मायकेल साधारण ५-३०ला निघतो. तिथल्या लोकांमध्ये २०० सँडविचेस वाटता येतात, त्यांना ती वाटून मगच कोर्टामध्ये कामावर जातो.

वीस वर्षांपूर्वी हा सिलसिला सुरू झाला तो जॉन नावाच्या एका बेघर माणसाला कपभर कॉफी आणि एक ब्रेडरोल दिल्यानंतर. मायलेक अनेक दिवस दररोज जॉनसाठी सँडविचेस, चहा, कधी कपडे आणायचा. कडाक्याच्या थंडीत तो कोर्टात गेला, की जॉनला त्याच्या रिकाम्या गाडीत दिवसभरासाठी जागा द्यायचा.

एखादं सत्कर्म करावं, एवढीच सुरुवातीच्या काळात मायकेलची इच्छा होती.

पण एके दिवशी त्याच्या अंतर्मनाने कौल देऊन त्यापेक्षा जास्त काहीतरी करण्यास भागच पाडलं. कडाक्याच्या थंडीमधल्या त्या सकाळी जॉनला त्याने विचारलं की त्याला स्वच्छ, नीटनेटकं राहण्यास आवडलं असतं का? मायकेलने खरं तर ती नुसती मनाची वरवरची तयारी दाखवली होती, कारण त्याला पूर्ण खात्री होती, की जॉन त्यासाठी नकारच देणार. अपेक्षा नसताना जॉनने त्याला विचारलं, "तू स्वत: मला स्वच्छ करणार आहेस का?"

मायकेलचं अंतर्मन म्हणू लागलं, 'तुझ्या तोंडून सहज निघून गेलेल्या शब्दांचं पालन आता तुला करणं भाग आहे.' गरीब, गलिच्छ केसाळ, घाणेरड्या वासाची कपड्याची लक्तरं चढवलेल्या, रानटी अवतार असलेल्या त्या माणसाकडे बघून मायकेलच्या अंगावर काटाच आला. पण त्याच वेळी नकळत स्वत:हून घेतलेली जबाबदारी, दिलेला शब्द त्याला नजरेसमोर दिसू लागला. कोर्टामधल्या स्वच्छतागृहात जॉनला घेऊन जाऊन त्याने आपल्या कामाला सुरुवात केली.

अनेक वर्षांच्या वेदना आणि दुर्लक्षित अवस्थेमुळे जॉनचं पूर्ण अंग जखमा, व्रणांनी भरून गेलं होतं. कापून टाकलेला त्याचा उजवा हात बघून मायकेलच्या मनात भीती आणि घृणा अशा दोन्ही भावना एकत्रित झाल्या. दाढी, अंघोळ, केस कापणं या कामात जॉनला मदत करून नंतर मायकेलने त्याच्यासमवेत बसून नाश्ताही केला आणि त्या क्षणी त्याला साक्षात्कार झाला की त्याच्या हातून काही विधायक कार्य घडणार होतं आणि असं करण्याची त्याच्यात आंतरिक शक्ती होती. मायकेलला आजही हे आठवत असतं.

सँडविचेस बनवण्याच्या त्याच्या कल्पनेचा उगम झाला आणि मायकेलनी धंदा सुरू केला. यासाठी त्याला कोणत्याही उद्योगसमूहाकडनं मदतीचा हात मिळत नाही, असं सांगून मायकेल पुढे म्हणाला, "गरिबांना मदत करून त्याबद्दल प्रसारमाध्यमातून मला प्रसिद्धी मिळावी, अशी माझी अजिबात इच्छा नाहीये. माझ्या परीने जमेल तसा खारीचा वाटा उचलून मला केवळ रोजच्यारोज काहीतरी चांगलं काम करत राहायचं आहे. कधी माझ्या खिशातले पैसे खर्च करून, तर कधी हितचिंतकाकडून मिळणाऱ्या मदतीतून माझं काम चालू असतं. एका दिवशी एक माणूस या प्रमाणावर का होईना, पण मी खरंच काहीतरी करू शकतो.

"असेही दिवस असतात जेव्हा रोज बर्फ पडत असतं आणि अशा वेळी उबदार अंथरुणामधनं उठून माझ्या घरच्यांच्या मायेच्या, सुरक्षित वातावरणातून बाहेर पडून सँडविचेस घेऊन शहरात जाणं मोठं कठीण जातं. पण मग माझा आतला आवाज-काकडणाऱ्या दातांनी बोलू लागतो आणि माझ्या हालचालीत एकदम गती येते."

आणि खरंच अशा गतीने गेली वीस वर्षं मायकेल रोज २०० सँडविचेस

बनवत आलाय. ‘‘मी सँडविचेस कधीच टेबलावर पसरून ठेवत नाही. लोकांनी तिथूनच स्वत: उचलून घेण्यापेक्षा मी प्रत्येकाशी नजरेला नजर भिडवून हस्तांदोलन करतो. त्यांचा दिवस आनंदाचा जावा, म्हणून शुभेच्छा देतो आणि मग सँडविच देतो. तिथली प्रत्येक व्यक्ती माझ्यासाठी मोठी असते. ‘बेघर लोक’ म्हणून मी त्यांच्याकडे कधीच बघत नाही. उलट त्यांना अन्न, प्रोत्साहन, स्मितहास्य आणि सकारात्मक मनुष्यसंबंधाची गरज असते; असाच मी विचार करतो.’’ मायकेलनी स्पष्ट करत सांगितलं.

‘‘एकदा आमचे मेयर श्री. कॉच स्वत: माझ्याबरोबर आले होते. त्यांनी

प्रसारमाध्यमाच्या लोकांना बोलावून घेतलं नव्हतं. केवळ आम्ही दोघंच होतो’’, मायकेल सांगतो. परंतु मेयरच्या बरोबरीने काम केलेल्या स्मृतीपेक्षा मायकेलला आणखी एका व्यक्तीबरोबर केलेल्या कामाचं खूप जास्त महत्त्व वाटतं...

वरचेवर येऊन सँडविच घेऊन जाणारा एक माणूस अचानकच कुठेतरी गायब झाला होता आणि मायकेल त्याच्याबाबत सतत विचार करायचा. त्याला मनातून आशा वाटायची, की त्याची आर्थिक परिस्थिती पूर्वीपेक्षा सुधारली असावी. पण अचानकच एक दिवस स्वच्छ दाढी, अंघोळ करून धुतलेले गरम कपडे घालून स्वत: बनवलेली सँडविचेस घेऊन तो माणूस आला होता. त्याला ती सर्व लोकांच्यात वाटायची होती. मायकेलकडून मिळणारं ताजं अन्न, प्रेमळ हस्तांदोलन, मायेची नजरानजर आणि शुभेच्छांमुळे त्याला ज्याची गरज होती, ते प्रोत्साहन मिळालं होतं. त्याचा आशावाद जागृत झाला होता. बेघर म्हणून ओळखलं

जाण्याऐवजी एक व्यक्ती म्हणून ओळख मिळाल्यावर त्याच्या आयुष्याला नवीच दिशा लाभली होती. त्या क्षणी कोणत्याही संवादाची, संभाषणाची गरज नव्हती. दोघे जण गुपचुप आपापलं काम करण्यात मग्न होते, सँडविचेस वाटत होते. न्यूयॉर्क शहरासाठी तो एक सर्वसामान्य दिवसासारखाच दिवस होता, पण तो दिवस आला होता नव्या आशा घेऊन!

मेलडी मॅकार्टी
The Sandwich Man

अनोखी जाणीव

'आयुष्याच्या वाटचालीमध्ये वेगवेगळ्या टप्प्यांवरच्या प्रेमाच्या खुणा बदलत जात असतात. अवलंबत्व, आकर्षण, समाधान (तृप्ती), चिंता, निष्ठा, दुःख इ. इत्यादी, परंतु हृदयातनं वाहणारा प्रेमाचा स्रोत मात्र एकच असतो. कोणत्याही कठीण प्रसंगातही एकमेकांशी भावनिक संवाद साधण्याची विशेष कला मानवालाच लाभलेली आहे.'

मायकेल डॉरीस

जमिनीकडे नजर लावून, खालमानेनी तो चालला होता,
मला पाहून तो बोलू लागला अन् मी निरखलं त्याला –
फाटका, ओबडधोबड माणूस,
डोळ्यांत नव्हती तेजाची झाक
"बाई, मी भुकेला आहे हो," तो म्हणाला.
बोलताना फारच नम्र वाटला.
हळुवारपणे म्हटलं, "माझ्याजवळ तर पैसे नाहीत,
पण आहेत कुपन्स काही, घेते काही पदार्थ तुझ्यासाठी."
तो बेघर अन् मी चालू लागलो शांतपणे
तो म्हणाला, "तुमचा फोननंबर द्या मला,
शक्य झाल्यावर पैसे परत करीन तुमचे."
त्याच्या निस्तेज डोळ्यांत बघत म्हणाले मी,
"नको काळजी करू तू त्याची,
तू पैसे फेडावेस ही अपेक्षा नाही माझी."
लहान मुलासारखे दुकानात पोचताक्षणी,
उचलले काही पदार्थ अन् इतर पदार्थांची केली मागणी.

मीही आनंदाने सांगितलं त्याला,
हवं तेवढं अन्न घ्यायला.
कारण–
पूर्वी मीही केली आहेत दुष्कर्म काही,
ज्याचा विसर कधीच पडणार नाही.
तो निघून गेला, पण जाता जाता देऊन गेला.
ज्याची फेड करणं अशक्य आहे मला.
मी जे देऊ शकते, ते देण्याची संधी दिली मला,
ज्याला बघून मनात किंतु येतो, त्याला दिलं प्रेम अन् माया.
इतर कोणी केलं नसतं ते मी केलं,
त्याला देऊन पोटभर अन्न.
अन्नामध्ये प्रेमाचं दर्शन घेण्याची सुसंधी ज्याने दिली,
त्या फाटक्या माणसाची राहीन मी कायम ऋणी.
त्याच्यापेक्षा सुस्थितीत असल्याची जाणीव त्याने करून दिली,
माझ्या हातून सत्कर्म घडवलं, करून त्याने अन्नाची मागणी.
खरं सांगते– मी नाही कोणी देवदूत, जरी मनी इच्छा भारी,
माझ्यातल्या 'मी'ने अनेकांना दुखावलंय पूर्वी,
अन् ह्या अनोळखी माणसाने अल्पशा सहवासात,
माझ्यातल्या 'मी' पणाला उडून जाण्याची दिली सुवर्णसंधी.

ज्यूड रिव्होली
Don't Pass Me By

मनस्वी विक्री

'स्वतःची मदत केल्याखेरीज कोणीही दुसऱ्याच्या मदतीला धावून जाण्याचा मनापासून प्रयत्न करत नसतो, हाच माणसाच्या आयुष्यातला अप्रतिम समतोल आहे.'

चार्लस डडले वॉर्नर

मॅडिसन काऊंटीमध्ये जनावरांच्या बाजारातली विक्री चालू असताना ज्येनी फिशरच्या सतरा वर्षांच्या मुलीने– केटीने– जेव्हा सैरभैर धावणाऱ्या तिच्या शेळीच्या करडूला पकडण्यात यश मिळवलं, तेव्हा ज्येनी तिच्याकडे आश्चर्याने बघू लागली. एवढी धावपळ करून नशिबाने केटी खाली कोसळली नाही, कारण आदल्या दिवशीच ती तिथे कोसळून पडली होती.

केटी कर्करोगाचा सामना करत होती. जीवघेण्या उपचारांपासनं तात्पुरती सुटका झाल्यामुळे कित्येक महिन्यांनंतर हॉस्पिटलमधनं दूर बाहेर येऊन अशी मजा करण्याची तिला संधी मिळालेली होती. चांगली विक्री करून हातखर्चासाठी कमाई करण्याची तिला इच्छा झाली होती. त्या करडूला विकून टाकण्याच्या विचाराने तिच्या मनाची चलबिचल झाली खरी, पण करडूच्या एक पौंड वजनामागे दोन डॉलर्स मिळणार होते. त्यामुळे केटी अपेक्षेपेक्षा जास्त पैसे कमावणार होती. तिने पकडून आणलेल्या करडूला मध्यभागी उभं केलं. त्यामुळे त्याची बोली लावणाऱ्यांना ते नीट दिसत होतं.

लिलाव करणाऱ्यांपैकी रॉजर विल्सनला जेव्हा एक नवीनच कल्पना सुचली, तेव्हा काहीतरी अनपेक्षित निकाल लागण्याची शक्यता निर्माण झाली. ''जमलेल्या सर्वांना आम्ही सांगू इच्छितो की, केटी सध्या बिकट आर्थिक आणि शारीरिक स्थितीतनं जातेय.'' असं त्याने बोलून दाखवल्यामुळे कदाचित चांगला लिलाव होऊन थोडी अधिक किंमत येईल, असं त्याला वाटत होतं.

तर ते करडू सरतेशेवटी साडेअकरा डॉलर्सना विकलं गेलं. पण तेवढ्यावरच

तो प्रसंग न संपता पुढे एक अद्भुत घडलं. ज्या गिऱ्हाइकाने करडू विकत घेतलं होतं त्याने पैसे दिलेच, पण करडूही परत केलं, म्हणजे परत एकदा त्याची विक्री होऊ शकली असती.

मग काय विचारता, एक साखळी प्रतिक्रियाच सुरू झाली. एकेक करून करडू विकत घेत होते. पैसे देऊन करडू परत करत होते. परत परत विक्रीचा सिलसिला चालूच राहिला आणि दुसऱ्या बाजूला पैशांचा ढीग साठला. केटीच्या आईला तर फक्त पहिली विक्रीच आठवतेय, कारण नंतर सगळे जण जोरजोरात ओरडून म्हणत होते, "परत विक्री! परत विक्री!" आणि ते ऐकून अत्यानंदाने ती रडतच राहिली होती.

त्या दिवशी केटीच्या करडूची विक्री तब्बल ३६ वेळा झाली आणि शेवटच्या गिऱ्हाइकाने ते करडू केटीलाच कायमचं परत करून टाकलं. केटीने त्या दिवशी एकूण १६,००० डॉलर्सपेक्षा जास्त कमाई केली. त्यातनं तिचा वैद्यकीय उपचारांवरचा खर्च तर निघालाच आणि तिचं ते सुप्रसिद्ध करडूही तिच्यापासून दुरावलं गेलं नाही.

रिटा प्राईस

Bidding from the Heart

चंद्राचा हट्ट धरा आणि तो प्राप्तही करा

'तुम्ही दान करत राहिल्यास आपोआपच तुम्हाला दानापेक्षा जास्त पटीने भरपाई मिळत असते.'

अँटॉयनी द सेंट एक्झ्युपरी

मी मोठा झाल्यावरती स्वत:चा धंदा करू लागलो. सायकल नसणाऱ्या लहान मुलांबद्दल मला नेहमीच कणव वाटायची. मी विशीच्या घरात असताना आमच्या शेजाऱ्यांचा एक छोटासा मुलगा होता. मला तो खूप आवडायचा. तुम्हाला आश्चर्य वाटेल, पण त्याला सायकल विकत घेऊन देणंदेखील त्याच्या आईवडिलांना परवडत नव्हतं. एका शनिवारी मी आमच्या भागातल्या सायकलच्या दुकानात जाऊन चक्क पंचवीस डॉलर्सचा चेक देऊन आलो आणि त्या मुलाला आश्चर्यचकित केलं. तुम्ही त्याचा आनंद बघायला हवा होता– खुशीने नुसता वरखाली उड्या मारत सुटला होता. त्यानंतर तो कायमचाच माझा मित्र बनला; पण ही गोष्ट एवढ्यावरच थांबत नाही बरं का!

अनेक वर्षं पैसे शिल्लक टाकत टाकत मी चांगलाच सुखवस्तू झालो होतो. १९७७ सालापर्यंत मी एकूण शंभर सायकलींचं अशा तऱ्हेने वाटप केलं होतं.

नंतर १९७७ साली मी मिनिॲपॉलिस शहरातल्या गरीब परिस्थितीतल्या मुलांच्या आयुष्यात आशेचा किरण आणण्याचं ठरवलं. सुमारे एक हजार कुपोषित मुलं– तीही वेगवेगळ्या जातीधर्मांची अशा सर्वांसाठी मी नाताळची जंगी मेजवानी आयोजित केली. त्या मुलांपैकी एकाकडेही सायकलसुद्धा नव्हती. एका मोठ्या सभागृहात मी त्यांना मेजवानी देणार होतो. मी जसा आयुष्यात यशस्वी होऊ शकलो होतो, तसे तेही होऊ शकतील हे मी त्यांना सांगणार होतो. भविष्यातल्या उज्ज्वल सुस्थितीचं द्योतक म्हणून मी प्रत्येकाला एकेक चांदीचं डॉलरचं नाणं देणार होतो आणि जोडीला प्रत्येकाला एकेक सायकलही.

मी आणि माझ्या मदतनिसाने एका पडद्यामागे त्या सर्व सायकली लपवून

ठेवल्या होत्या. मेजवानी ऐन रंगात आली असताना अचानक तो पडदा वरती गेला. नव्या कोऱ्या चकचकीत १०५० सायकली नीट रांगांमध्ये लावलेल्या बघून विस्मयाने त्या मुलांनी श्वास रोखून धरला. त्यांचा आरडाओरडा, किंचाळणं, आनंदाने उड्या मारणं हे तुम्ही बघायला हवं होतं. सगळेच्या सगळे सायकलींच्या दिशेने धावले. स्पर्श करून बघू लागले, सायकलींवर बसून बघू लागले, आनंदात सायकल चालवूही लागले.

मार्टिन ल्युथर किंग (धाकटे) प्रमाणे माझंही एक स्वप्न होतं. या जगाचा निरोप घेण्याआधी मलाही अशीच अजून एक जंगी सायकलपार्टी देण्याची मनीषा आहे आणि तीदेखील जगाच्या मध्यपूर्व भागात जाऊन तिथल्या एखाद्या ठिकाणी! मग मी तिथे इस्रायल, इजिप्त, इराण, सिरिया, लेबानन आणि आजूबाजूच्या इतर देशातल्या लहान मुलांना आमंत्रण देईन. शेजारशेजारच्या या प्रत्येक देशामधली लोक दुसऱ्या देशामधील लोकांकडे शत्रुत्वाच्या भावनेनीच बघत असतात. एकमेकांबद्दल वाटणारा अविश्वास आणि दहशतवाद रुजलाय त्यांच्या मनामध्ये. पण माझ्या पार्टीमध्ये मात्र मुलांसाठी भेटवस्तू असतील, निरनिराळ्या खेळांचं आयोजन केलेलं असेल आणि प्रत्येक मुलासाठी एकेक सायकलही असेल. याहीपेक्षा महत्त्वाची भेट असेल आणि ती म्हणजे तरुणाईमधलं बंधुभावाचं प्रदर्शन. भविष्यकाळात कशा प्रकारचा हा मध्यपूर्व भाग असेल, हे मग तरुण ज्यू आणि अरब मुलंच ठरवतील.

अशी पार्टी घडवून आणण्यासाठी अतिशय काळजीपूर्वक वाटाघाटींची गरज असणार आणि असा समारंभ काहीही दुर्घटना न घडता पार पाडणं अतिशय कठीण जाणार. मला यासाठी खूप मेहनत घ्यावी लागणार. लोकांना राजी करवून त्यांनी मदत करावी, म्हणून प्रवृत्त करावं लागणार; पण माझी पूर्ण तयारी आहे. खरं म्हणजे माझा हा दृढनिश्चय आहे. का हे सगळं करायचं? कारण गरिबी, अविश्वास, एकमेकांबद्दल पूर्वग्रह, दुःख आणि वेदना यांनी भरलेल्या जगात मोठं होणं म्हणजे काय असतं, याची मला पुरेपूर कल्पना आहे.

बुटांना पॉलिश करण्याच्या कामाची तयारी दाखवूनही एके काळी मला नकार ऐकावा लागला होता. उच्चभ्रू लोकांचा मिस्कोवॉबिक क्लब एका निकेलमध्ये बुटांची एक जोडी पॉलिश करून देणाऱ्या मुलाच्या शोधात होता. तेव्हा मी केवळ नऊ वर्षांचा होतो. आईने मला छान कपडे घालून तयार केलं आणि मला घेऊन जाण्याआधी माझे बाबादेखील नीटनीटके कपडे घालून तयार झाले होते, हे मला अजूनही नीट आठवतंय. त्यांच्या जुन्या घोडागाडीतनं (कबाडी सामान वाहून नेणारी) ते मला घेऊन गेले. त्या उंच लाकडी सीटवर त्यांच्याजवळ बसल्यावर मी किती घाबरलो होतो, ते आजही माझ्या लक्षात आहे. आम्ही एकमेकांशी जास्त बोललो नाही. कदाचित त्यांना मनात शंका वाटत असावी, की तिथे पोचल्यावर

मी क्लबचं दार ठोठावल्यावर काय घडू शकेल. त्या चिंतेमुळेच ते गप्प गप्प होते, असं मला वाटलं. त्या क्लबचे सदस्य म्हणजे आमच्या गावातल्या बड्या बड्या आसामी होत्या. कॅल्युमेट अँड हॅसिया कन्सॉलिडेटेड कॉपर मायनिंग कंपनीमधले उच्च अधिकारी होते. कंपनीच्या अवघड नावानेच मी दडपून गेलो होतो.

बाबांबरोबर त्या लाकडी उंच सीटवर बसून वरखाली होत असताना दुरूनच मला तो क्लब दिसू लागला. अतिशय भव्य आणि सुबक रचनेची इमारत होती ती. पितळी कडी असलेल्या त्या भव्य प्रवेशद्वारापाशी मी गेलो, तेव्हा बाबा दूरच थांबले होते. धडधडत्या हृदयाने पण मोठ्या आशेनी मी दार ठोठावलं. दार उघडलं गेलं आणि चांगले कपडे घातलेला एक माणूस– मॅनेजर असावा बहुतेक– माझ्यासमोर उभा राहिला. मला आतमध्ये येण्यास मात्र त्याने सांगितलं नाही. मला काय हवं होतं, एवढंच त्यानं विचारलं. मी म्हणालो, "माझं नाव पर्सी रॉस आहे आणि बूटपॉलिश करण्यासाठी तुम्हाला इथे कोणीतरी हवं आहे, असं मला कळलंय." त्यावर तो थंड स्वरात उद्गारला, "पण अशी तुझ्यासारखी मुलं नकोत आम्हाला!"

डोक्यावर भला मोठा धोंडा कोसळावा अशा वेगाने ते शब्द माझ्या कानावरती आदळले. सुन्न मनाने मी परत आमच्या घोडागाडीपाशी गेलो. माझे बाबा एकदम चूप– एकदमच चूप उभे होते. त्या वेळी काय विचार करावा, हेदेखील मला सुचलं नाही. का बरं त्याने मला धिक्कारलं? कदाचित मी ज्यू होतो म्हणून का मी त्यांच्यापेक्षा वेगळा होतो– माझ्या वडिलांच्या घोडागाडीवर मोठ्या अक्षरात रंगवलं होतं– डब्ल्यू बी. रॉस– कबाडीवाला.

परतीच्या वाटेवर असताना घोड्यांच्या नालांचा नाद जणू माझ्या आत्म्यावरच घाव घालत होता. मी वडिलांजवळ विचारणा केली. "मला का त्याने दारातून आत घेतलं नाही? मी कशा प्रकारचा मुलगा आहे?" वडिलांजवळ योग्य उत्तर नव्हतं. घरी पोचेपर्यंत मी रडत राहिल्याचं आठवतंय मला.

अनेक वेळा अशी निराशा माझ्या पदरी पडली आहे. झिडकारला, दुखावला गेलोय; पण त्या दिवशी मनाला झालेली जखम आजही ताजी आहे आणि त्याच जखमेनी माझ्यात स्फुल्लिंग पेटवलंय. एक स्वप्न दिलंय मला– मध्यपूर्व भागात सायकलची पार्टी करण्याचं!

थोड्याफार प्रमाणात का होईना; पण त्या पार्टीद्वारे तिरस्कार, भीती, छळ आणि पूर्ण शरणागतीविरहीत सुंदर जगाचं आशादायक स्वप्न मी वाटणार आहे त्या मुलांमध्ये. माझ्या मते यामुळे नक्कीच सकारात्मक परिणाम साधला जाईल.

पर्सी रॉस

Ask for the Moon and Get It

नाण्यांची पुढची वाटचाल

'संधी मिळाल्यास नायक (हिरो) बनण्याची प्रत्येक मनुष्याची सहजप्रवृत्ती असते.'

जेम्स ए. ऑटी

मी दिलेली औषधांची यादी परत करताना, मला फार थांबावं लागल्याबद्दल केमिस्टने दिलगिरी व्यक्त केली. तसंच त्याच्याजवळच्या औषधांच्या यादीचं पुस्तक भरल्यानं मी दुकानाच्या पुढच्या भागात असलेलं पुस्तक वापरावं, असं त्यानं मला सांगितलं.

माझी काहीच हरकत नव्हती, असं त्याला म्हणून मी दुकानाच्या दर्शनी भागात गेले. तेव्हा तिथल्या रांगेमध्ये माझ्यापुढे फक्त एकच व्यक्ती होती– सहा-सात वर्षांची एक छोटीशी मुलगी. औषधं मिळण्याच्या टेबलावर तिच्या पुढ्यात 'चिल्ड्रन्स मॉर्टिन' नावाच्या औषधाची एक बाटली ठेवलेली दिसत होती. सुट्टे पैसे ठेवण्यासाठी असलेली हिरव्या रंगाची आणि त्यावर पांढऱ्या रेघा असलेली एक छोटीशी पर्स तिनं दोन्ही हातांनी छातीशी घट्ट धरून ठेवलेली होती.

त्या पर्सनं मला माझं बालपण आठवलं. माझ्या आजीच्या कपाटातनं तिचे कपडे घेऊन खेळत ते ढगळ कपडे, तिचे नकली दागिने, तिच्या तऱ्हेतऱ्हेच्या टोप्या, स्कार्फ सगळं काही अंगावर चढवून मी घरभर दिमाखात फिरायचे. तिच्यासारखा आजीबाईचा आव आणून बोलायचे. मला चांगलं आठवतंय. एकदा एक गंमतच झाली होती. एक नकली डॉलरचं नाणं मी कोणाला तरी दिलं, त्या व्यक्तीने उरलेले सुट्टे पैसे म्हणून खरीखुरी नाणी मला दिली– माझ्या इवल्याशा पर्समध्ये ठेवायला. "हे घे तुझे सुट्टे पैसे", डोळे मिचकावत तो असं म्हणाला होता...

आता आतल्या बाजूला बसलेल्या कारकुनाने त्या छोट्या मुलीच्या औषधासाठी फोन केला. त्या वेळी तिने थरथरत्या हाताने पर्समधनं एक कूपन, एक डॉलरची

नोट आणि काही नाणी बाहेर काढली. लाजत लाजत ती पैसे मोजत होती. माझ्या लक्षात आलं, की बिलाचे पैसे भरण्यासाठी तिला एक डॉलर कमी पडत होता. पैसे घेणाऱ्या कारकुनाकडे बघत डोळे मिचकावून मी माझ्याकडची एक डॉलरची नोट हळूच त्याच्या दिशेनं मी सरकवली आणि तिचं बिल पूर्ण कर, असं खुणावलं. त्या छोटीने न मोजलेले सुट्टे पैसे पटकन पर्समध्ये टाकले आणि औषधाची बाटली घेऊन झपाट्याने दाराकडे पळ काढला.

मी माझं काम आटोपून गाडीजवळ येऊन उभी होते. तेवढ्यात मागनं कोणीतरी माझा शर्ट ओढल्यासारखं मला वाटलं. तपकिरी रंगाच्या मोठ्या डोळ्यांनी तीच मुलगी माझ्याकडे बघत होती. एक गोड स्मितहास्य देत तिनं तिच्या दोन्ही

चिमुकल्या हातांनी माझ्या पायांभोवती काही क्षणांपुरती मिठी मारली आणि मग आपला छोटासा हात पुढे केला. हातात नाणी होती. "थँक यू. मी खूप खूप आभारी आहे तुमची.'' ती कुजबुजत म्हणाली.

"अगं असं काय, राहू देत ती'', मी पटकन म्हणाले. तिच्याकडे कौतुकाने बघून हसत हसत मी हळूच डोळा मारला आणि म्हणाले, "तूच ठेव हे सगळे सुट्टे पैसे.''

नॅन्सी मिशेल

Passing on Small Change

मोठी पावलं– त्याहूनही विशाल मन

'शब्दांपेक्षा कृतीला जास्त मोल असतं.'

आफ्रिकन म्हण

प्रचंड उकाड्याचा दिवस होता तो. प्रत्येक जण हैराण होऊन जरा थंडावा कसा मिळेल याच विचारात होता. अशा वेळी आइस्क्रिमच्या दुकानात धाव घेणं स्वाभाविकच होतं.

हाताच्या मुठीत घट्ट पैसे धरून एक इवलीशी मुलगी आइस्क्रीमच्या दुकानात शिरली. ती काही बोलायच्या आतच दुकानातल्या विक्रेत्याने तिला कडक शब्दात सांगितलं की, आधी दुकानाच्या बाहेर जाऊन दाराबाहेर फळ्यावर काय लिहिलंय, ते वाचून पायात बूट घातलेले असले, तरच तिनं आत यावं, नाहीतर दाराशीच उभं राहावं लागलं असतं. ती हिरमुसली झाली आणि हळूहळू दाराकडे गेली. तिच्या पाठोपाठच एक उंचापुरा, भरभक्कम शरीरयष्टीचा धिप्पाड माणूसही बाहेर पडला.

दुकानाबाहेर उभी राहून ती फळ्यावरचा मजकूर वाचत होती. 'अनवाणी असल्यास आत येण्यास मज्जाव आहे.' त्या माणसाने तिला तिथे वाचत असताना पाहिलं. खूप वाईट वाटून तिच्या डोळ्यातनं गळणारे अश्रू गालावर पडू लागले आणि ती तिथनं निघून गेली. तेवढ्यात त्या धिप्पाड माणसाने तिला हाक मारली. रस्त्याच्या वळणावर असलेल्या बांधावर बसून त्याने त्याचे बारा नंबरचे अजस्त्र बूट पायातनं काढले आणि तिच्यासमोर ठेवत म्हणाला, "हं. हे घे. तुला हे बूट घालून नीट चालता येणार नाही, पण तसेच घालून घासत घासत चालून आतमध्ये गेलीस नं, तर तुला आइस्क्रिम विकत घेता येईल."

नंतर त्याने त्या छोटीला वर उचलून घेतलं आणि तिचे पाय त्या बुटांमध्ये घातले. "काही घाई नाही", तो म्हणाला. "नाहीतरी हे एवढे मोठ्ठे बूट घालून हिंडताना मी थकतोच, त्यापेक्षा थोडा वेळ इथे अनवाणी बसून मस्तपैकी माझं आइस्क्रिम खायला मला खूप मजा येईल." आनंदाने चमकणारे तिचे डोळे त्याच्या

नजरेतनं निसटले नाहीत. ते बूट घालून कशीतरी घासत घासत ती दुकानापर्यंत गेली आणि आत जाऊन स्वत:साठी आइस्क्रिम मागितलं.

तो होता खूप धिप्पाड, विशाल माणूस; ते सगळं मान्य आहे. मोठ्ठं पोट, लांबलचक बूट असले; तरी तेवढंच विशाल त्याचं मन होतं, हे सर्वांत महत्त्वाचं!

निनावी

स्रोत- ब्रायन कॅव्हॅनोच्या 'सोअर्स सीडस्'मधून

Big Feet, Bigger Heart

जीत

'प्रत्येक व्यक्तीला हृदय असतंच हे मी मान्य करतो, पण तुम्ही जर त्या हृदयाला समजून वागलात, तर फार मोठा सकारात्मक परिणाम साधू शकता.'

युली डेरिकसन

तो दिवस उलटून गेल्यावरती त्याच्या आईने आम्हाला ही गोष्ट सांगितली होती.

विशेष ऑलिम्पिकच्या (दुर्बल शरीराच्या खेळाडूंसाठीच्या) स्पर्धांमधनं भाग घ्यायला मिळणार, म्हणून माध्यमिक शाळेत शिकणारा केनेथ त्या दिवशी खूप आनंदात होता. त्याचे आईवडील प्रेक्षकांमध्ये बसून मोठ्या अपेक्षेने स्पर्धा बघत होते आणि केनेथ धावला. त्यानं पहिली शर्यत जिंकलीदेखील. त्याला बक्षीस म्हणून मिळालेली फीत तो अभिमानाने दाखवत होता आणि प्रेक्षकांच्या कौतुकाच्या टाळ्यांच्या कडकडाटाने तो आतून बाहेरून मोहरुन गेला होता.

दुसऱ्या क्रमांकाच्या शर्यतीमध्ये तो धावत होता. शेवटच्या बिंदूशी पोचून तो ती शर्यतदेखील जिंकणारच असा रंग दिसत होता. तेवढ्यात अचानक तो थांबला आणि एका झटक्यात धावपट्टीवरनं बाहेर जाऊन उभा राहिला. नंतर त्याच्या आईवडिलांनी हळुवारपणे त्याला विचारलं, "केनेथ बाळा, असं का बरं केलंस तू? तू जर तसाच धावत राहिला असतास, तर ती दुसरी शर्यतही तूच नक्की जिंकू शकला असतास का थांबलास मग?"

निरागसपणे केनेथ उतरला, "पण आई, बक्षिसाची एक फीत तर मला आधीच मिळाली होती. बिलीला मात्र फीत मिळायची राहून गेली होती नं म्हणून!"

क्लिफोर्ड आणि जेरी फर्नेस
Winning

बाटलीत दडलेला आशावाद

"प्रेम करण्यासाठी एखादी व्यक्ती, करण्यासाठी काही एखादं काम आणि मनात कोणती तरी आशा असणं, या तीनच गोष्टींची आवश्यकता माणसाला खऱ्या अर्थाने सुखी होण्यासाठी असते, असं म्हणतात."

टॉम बॉडेट

प्रत्येकाला आयुष्यामध्ये थोड्याफार अद्‌भुत घटनांचा अनुभव मिळतोच, यावर माझा दृढ विश्वास आहे. अद्‌भुत घटना म्हटलं की एकच शब्द लक्षात येतो आणि ज्याचा तुम्हाला सहज विसर पडू शकतो– आशा/उमेद.

१९९२ साली एक दिवशी सोसाट्याचा वारा सुटलेला होता आणि तेव्हा मी समुद्रकिनारी फेरफटका मारण्यासाठी गेले होते. प्रचंड वादळामुळे पाण्याची पातळी वाढून मोठमोठ्या लाटा उसळताना दिसू लागल्या. सगळीकडचा कचरा आणि समुद्रवनस्पती दूरदूरवरून वाहून येऊन किनाऱ्यावरती त्यांचे ढीग जमा झाले होते.

कसं कोण जाणे, पण अचानक एका गोष्टीनं माझं लक्ष वेधून घेतलं. दुर्गंधी येणाऱ्या त्या कचऱ्याच्या ढीगावर मला कॅनेडियन क्लबची काचेची एक बाटली दिसली. बाटलीच्या आतमध्ये एक कागद दिसत होता. ओलसर, दमट, सुरकुतलेल्या त्या चिठोऱ्यावर काहीतरी मजकूर लिहिला होता, हे समजत होतं. मी ती बाटली उचलून बगलेत धरून दुसऱ्या हातानं आतली ती चिठ्ठी बाहेर काढली. त्यावर लिहिलं होतं– 'इ. एल. कॅनॉन हॉलीवूड फ्लोरिडा या पत्त्यावरती ही बाटली परत पाठवा. बरोबर एक पत्र आणि तुमचं नाव आणि पत्ता लिहावा. एवढं करून वीस अमेरिकन डॉलर्स मिळवा."

मी त्या इ.एल. कॅनॉनना पत्र लिहिलं आणि त्यांनी पाठवलेल्या उत्तरावरून कळलं की; ते आणि त्यांची पत्नी समुद्रपर्यटनाला गेले होते. पनामा कालव्यावरून परत येत असताना लॉस एंजेलिसपासनं शंभर किलोमीटरवर असताना त्यांनी

बोटीवरून ती बाटली समुद्रात फेकली होती. मी आणि माझा नवरा अल्पकाळातच एड आणि मेरीचे पत्रमित्र बनलो. ते दोघंही सेवानिवृत्त होऊन जगात कुठेना कुठे समुद्रपर्यटनाला वरचेवर जायचे. ते एक आनंदी दांपत्य होतं. आता सध्या ते दोघंही ऐंशीच्या घरात आहेत, पण आजमितीलाही ते बोटीवरती मनसोक्तपणे नृत्य करताहेत असं दृश्य माझ्या मनात तरळत असतं.

आमच्या मैत्रीची सुरुवात झाली ती संक्षिप्त पत्रं लिहूनच. त्या सुमारास मी मासिकात एक लेख वाचला होता आणि त्यातलं बेलिझ या देशाचं वर्णन वाचून तर मला त्याच्याबद्दल फारच कुतूहल वाटू लागलं होतं. त्या उष्ण कटिबंधामधली हिरवीगार आणि घनदाट जंगलं, तिथले बिबटे, पामच्या हजारो झाडांनी सजलेली बेटं (ही बेटं जगातल्या दुसऱ्या क्रमांकाच्या लांबलचक प्रवाळसमूहात आतमध्ये घुसलेली आहेत) हे सारं बघावंसं वाटत होतं. त्या देशातले मूळचे काही लोक हे ब्रिटिश आणि स्कॉटिश चाचे लोकांमधले होते. ते एकेकाळी त्या हिरव्यागार कॅरिबियन बेटांच्या आसपास लपून राहत होते. तिथे जाण्याची स्वप्नं मला पडू लागली. माझ्या मनातले बेत मी नवऱ्याला– जिमला– सांगितले आणि त्या पुढील वर्षी त्या देशाला भेट द्यायचीच, असं आम्ही पक्कं ठरवलं. त्या देशाबद्दल अजून बरीच सविस्तर माहिती गोळा केली आणि पैसे शिल्लक टाकायला सुरुवात केली. एकदा मनात विचार आला आणि ताबडतोब मी कॅनॉन दांपत्याला पत्र लिहून टाकलं. त्यांनी तो देश बघितला होता का अशी विचारणा केली.

उत्तराच्या रूपानं भलं मोठं बाड आलं आणि त्यातनं ढीगभर फोटो निघाले. एकात मेरी आणि एड सॅन पेड्रोमधल्या अँबरग्रीस या सर्वात मोठ्या धक्क्यावरती उभे होते, तर दुसऱ्या फोटोत मेरी ऐटीमध्ये मासेमारीसाठी मदत करणाऱ्या गाईडजवळ उभी होती आणि लुझ नावाच्या त्या गाईडच्या हातात बॅराकुडा नावाचा एक प्रचंड मासा दिसत होता. गेल्या वीस वर्षांपेक्षा जास्त काळासाठी कॅनॉन दांपत्याने दर वर्षी तीन वेळा अशा असंख्य वाऱ्या केल्या होत्या, म्हणजे हे एक आश्चर्यच घडलं म्हणायचं की, निरनिराळ्या देशांमधनं आम्ही निवडलेला बेलिझ देशच शेवटी आम्हा चौघांच्या भेटीसाठी पक्का झाला होता. फेब्रुवारी महिन्यात आम्ही तिकडे जाण्याचं ठरवलं आणि तिथे कॅनॉन्स नेहमी ज्या हॉटेलात उतरायचे, तेच आम्ही निवडलं. त्या हॉटेलची मायन जमातीची मालकीण सेली ही कॅनॉन्सना अगदी त्यांच्या मुलीसारखीच वाटायची.

पूर्णत: अनोळखी लोकांना अशा प्रकारे प्रत्यक्षात भेटण्याची कल्पना मात्र भन्नाट होती. पण ती तर नुसती सुरुवातच होती. मार्च महिन्याच्या अखेरीस कामावरनं गाडी चालवत घरी परत येत असताना मला उजव्या डोळ्यानं अचानक धूसर दिसू लागलं. त्या डोळ्याची अंदाजे २५ टक्के दृष्टी मी अचानकच गमावून

बसले. एका आठवड्यातच तो डोळा शंभर टक्के निकामी झाला. काही दिवसांनी आपणहूनच दृष्टी परतही आली, पण जूनच्या मध्यावर अनेक चाचण्यांनंतर डॉक्टरांनी सांगितलं, की मला मल्टिपल स्क्लेरॉसिस नावाची व्याधी जडली होती. मज्जारज्जूशी निगडित अशा या रोगाची लक्षणं सांगता येत नाहीत आणि रोग होणाऱ्या प्रत्येक व्यक्तीच्या शरीरावर त्याचा वेगवेगळा परिणाम होऊ शकतो. स्नायूंमध्ये बधिरता किंवा झिणझिण्या येणें, दृष्टी गमावणं किंवा पूर्ण शरीर लुळं पडणं इत्यादी इत्यादी– प्रत्येक रोग्याची निराळी तऱ्हा! थोडक्यात म्हणजे हा रोग मेंदूमध्ये शॉर्ट सर्किट होण्याप्रमाणे असतो.

माझी फार विचित्र अवस्था झाली होती. मी तापट, उदास, खिन्न आणि लहरी बनू लागले. सतत येणाऱ्या थकव्यामुळे मी बेजार व्हायचे. कशीतरी रडतखडत मी कामावर तेवढी जायचे. पण कॅनॉन्सशी पत्रव्यवहारही मी पूर्णपणे थांबवला. बेलिझला जाणं रद्द केलं. नाहीतरी त्या प्रवासखर्चासाठी आवश्यक पुंजीही साठली नव्हतीच. चार महिने तसेच निघून गेले. शेवटी कॅनॉन्सकडून येऊन पडलेल्या अनेक पत्रांपैकी काहींची मी उत्तरं पाठवली. माझ्या व्याधीबद्दल नीट खुलासा केला आणि बेलिझमध्ये त्यांची भेट अशक्य होती, असंही लिहिलं.

नोव्हेंबर महिन्याच्या कडाक्याच्या थंडीमधली ती थंडगार पण अविस्मरणीय अशी रात्र होती. मी कामावरून घरी आले, तर ओळखीचा लसूण आणि भाज्यांचा गंध घरभर पसरला होता. जिम स्वयंपाक करत होता. टेबलावरचं एक पिवळं पाकीट बघितलं. खरं म्हणजे मला कसंतरीच होत होतं; पण स्वयंपाक करता करता मान वर करून खुशीने हसत जिम मला म्हणाला, "वाच ते पत्र."

'प्रिय डायना आणि जिम,

आम्ही फ्लॉरिडा राज्यात जायला निघत होतो, त्याच दिवशी तुझं पत्र मिळालं आणि तुझ्या आजाराबद्दल वाचून खूप वाईट वाटलं. आमची एक भाची क्लीव्हलँडमध्ये असते. तिची प्रवासकंपनी आहे. तिनं लॉस एंजेलेस ते सॅन पेड्रो आणि बेलिझमधलं अंबरग्रीस बेट आणि तिथून परत लॉस एंजेलेस अशी दोन तिकिटांची व्यवस्था तुमच्यासाठी केली आहे आणि हो, ती दोन्ही तिकिटं तिनं विनामूल्य दिली आहेत. फक्त तुला लागणारी सर्व औषधं आणि एक आठवड्याचा सॅन पेड्रो बेलिझचा मुक्काम एवढीच तयारी तुम्हाला करावी लागेल.

अभिनंदन! तुम्हाला सॅन पेड्रोची लॉटरी लागल्याबद्दल.'

मी नवऱ्याकडे बघून म्हणाले, "चल, जाऊ या आपण!" तो तर अत्यानंदाने किंचाळलाच. पण कोणाकडून असे उपकार मी घेऊ शकत नव्हते. माझ्यावरती संस्कार झाले होते ते दुसऱ्याला देण्याचे, दुसऱ्याकडून घेण्याचे नव्हे. माझ्या वडिलांशी त्याबाबत बोलण्याचं आम्ही ठरवलं, कारण आम्हा दोघांत खूप जवळीक

होती आणि ते नेहमीच योग्य सल्ला द्यायचे. परंतु त्यांच्याशी बोलायचं या कल्पनेचंच आमच्यावर दडपण आलं. ट्रिपचा बोऱ्या वाजणार, हे आम्हाला समजत होतं. माझ्या वडिलांना दुसऱ्याला भरभरून देण्यात खूप आनंद मिळायचा पण त्यांचा मानी स्वभाव दुसऱ्याकडून घ्यायला नकार द्यायचा.

परंतु माझे बाबा म्हणाले, ''कॅनॉन्सना असं काहीतरी करण्याची मनापासून इच्छा होती, नाहीतर त्यांनी मदतीचा हात पुढे केला नसता. मला वाटतंय की तुम्ही त्यांच्या या अनोख्या भेटीचा स्वीकार करून जावं तिकडे. आजपर्यंत कोणाकडूनही न मिळालेली अशी जगावेगळी भेट समजा ही.'' मी तर त्यांचं बोलणं ऐकून चाटच पडले. त्यांच्या म्हणण्यात पूर्ण तथ्य होतं. ही एक भेटच होती– आशावाद जागवणारी भेट!!

अखेरीस त्या तिकिटांचा स्वीकार करून त्यांच्या प्रेमाची ती आठवण आयुष्यभर जतन करण्याचं आमचं ठरलं. आमच्या ट्रिपच्या नेमके दोन महिने आधी आणि नाताळच्या आधी पाच दिवस माझे वडील स्वर्गवासी झाले. ते जाण्याआधी केवळ दोनच दिवसांपूर्वी मी त्यांना अखेरचं भेटले होते. मला परत निराश, हताश वाटू लागलं. माझ्या जीवनात आता फक्त ती भेटच तेवढी उरली होती, असं मन म्हणू लागलं.

वाळू पसरलेल्या सॅन पेड्रोच्या रस्त्यावरती आम्ही हॉटेलच्या बाहेर कॅनॉन्सना भेटलो. त्या जागेला ते 'हॅपी कॉर्नर' असं म्हणायचे. एडी आणि मी खडकांवर आपटून गरजणाऱ्या लाटांचा आवाज ऐकत उभे होतो. मी माझ्या वडिलांबद्दल त्याच्याशी बोलले आणि त्याने त्याच्या वडिलांबद्दल मला सांगितलं. मनाचं, शरीराचं, दुःख वेदना कमी करण्यासाठी मी अगदी योग्य जागी पोहोचले होते. हिरव्या पाचूसारख्या दिसणाऱ्या समुद्रात मी आयुष्यात प्रथमच बुडी मारून (स्नॉर्केलिंग) समुद्राच्या तळात लपलेला अद्‌भुत खजिना, मोठमोठ्या गुहा, कपारी, रंगीबेरंगी मासे, स्क्विड माशांचा समूह, सी हॉर्सेस असं सगळं बघणार होते. एडीने त्याचं एक ब्रीदवाक्य मला सांगितलं, ''प्रत्येकाने जीवनात आशावाद सतत जागता ठेवावा.''

आणि मीदेखील तेव्हापासून त्याच्या सांगण्यानुसार मनातला आशावाद सातत्याने जपतेय. १९९५ साली आम्ही परत एकदा त्या बेटावर ट्रिपला गेलो आणि कॅनॉन्सना परत भेटलो. त्या वेळी आम्ही त्या बाटलीची कहाणी 'हॅपी कॉर्नर'ला जे पर्यटक भेटले, त्यांना सांगितली आणि आम्ही सर्वांनी मिळून कॅनॉन्सना शुभेच्छा दिल्या.

आम्ही घरी परत आल्यावरती तिथे भेटलेल्या प्रत्येकाची पत्रं आली. सगळ्यांनाच ती बाटलीची कहाणी कायम स्मरणात ठेवावीशी वाटली होती. हे सगळं घडवून आणलेल्या कॅनॉन्सचे मी कितीही आभार मानले, तरी ते अपुरे आहेत.

बाटलीमधला त्यांचा संदेश मला जगण्याची नवी आशा, नवी उमेद देऊन गेला आणि आज या मितीलाही तो आशावाद तसाच टिकून आहे.

डायना एल चॅपमन

Hope in a Bottle

रस्त्यावर पाळण्याचे नैतिक नियम

'थोर व्यक्ती त्यांच्यावर कोणी केलेल्या उपकाराच्या कायम ऋणी राहतात, पण त्यांनी कोणावर केलेले उपकार मात्र ते स्मरणातनं काढून टाकतात.'

एलिझाबेथ बिबेस्को

ट्रकड्रायव्हर आणि सेक्रेटरी मातापित्यांची मी मुलगी होते. वाढीच्या वयात वडिलांपेक्षा मी आईच्याच जास्त जवळ जाऊ शकले. लहानशी मुलगी असताना मी 'बाबांची कन्या' होते; पण जशी वयात येऊ लागले, तसे वडिलांबरोबरचे माझे संबंध संपुष्टात आले. त्यांचा जास्त वेळ रस्त्यावरच (ट्रकने प्रवास करत) जात असल्याचं मी बघत आले होते. पहाटे ४-३०ला घरातनं बाहेर पडलेले बाबा रात्री मी झोपून गेल्यानंतर बऱ्याच उशिरा घरी परतायचे. मी मोठी झाल्यावर रात्री ९ वाजेपर्यंत जागी राहू शकायचे, पण तोपर्यंत मी 'बाबांची इवलीशी कन्या' राहिले नव्हते. मी तर तोपर्यंत वयात आले होते नं, म्हणजे पर्यायाने आम्ही दोघं एकमेकांसाठी नवखे बनलो होतो. मी त्यांना ओळखत नव्हते आणि त्यांनी मला ओळखण्याचा तर प्रश्नच नव्हता. जणू काही एक दिवशी सकाळी ते ट्रक घेऊन बाहेर पडले आणि रात्री परत आले तेव्हा मी एकदम तेरा वर्षांची तरुण मुलगी झाले होते. पौगंडावस्थेतल्या संप्रेरकांचा (हार्मोन्स) कल्लोळ सहन करणाऱ्या आणि अखंड बडबड करणाऱ्या वाढीच्या वयाच्या मुलीशी कसं वागावं हेच त्यांना समजत नव्हतं आणि हे सर्व समजायला मला स्वत:ला किती वर्षं लागली. ज्या छोट्या मुलीसाठी तिचे बाबा म्हणजे दैवत होते, त्या मुलीचं आता एका विचित्र मुलीत रूपांतर झालं होतं. वाद घालतेवेळी शेवटी तीच बरोबर असायची, हे पटवून देण्यापलीकडे तिला दुसरं काही महत्त्वाचं वाटायचं नाही. अखेर मला धडा मिळालाच, जो मी कधीही विसरू शकणार नाही—

एकंदरीत बघता मी म्हणजे मोठी स्वप्नं बघणारी आणि स्वच्छ मनाची एक

बंडखोर तरुणी झाले होते. माझ्या आयुष्यातल्या सर्वांत कठीण काळात मला वाटतं माझ्या आईने मला बराच आधार दिला, माझं विचित्र वागणं सहन केलं होतं. पण ती जेव्हा कधी मला काही मार्गदर्शन करू लागायची, तेव्हा मात्र मी प्रत्येक मुद्द्यावर तिच्याशी वाद घालायचे. पण तिनें सगळं शांतपणे घेऊन धीर धरला आणि शेवटी मी संप्रेरकाच्या त्या भयानक वादळातनं आणि विचित्र, तऱ्हेवाईक वर्तणुकीमधनं बाहेर आले. त्या काळात मी वडिलांकडून एक फार मोठा आणि महत्त्वाचा धडा शिकले, सामर्थ्य, प्रेम, प्रामाणिकपणा आणि दयाळूपणाचा धडा!

ब्रुकलिन, ब्रॉक्स, हॅरलेम किंवा फिलाडेल्फिया यामधल्या कोणत्यातरी एका जागी ट्रकने माल पोचवून बाबा एका संध्याकाळी घरी आले होते. त्या दिवशी दुपारी हायवेवरनं जात असताना एक बाई गाडी थांबवून मागच्या डिकीतनं गाडीचं जास्तीचं टायर बाहेर काढत असताना, त्यांनी बघितल्याचं ते आम्हाला सांगत होते. त्यांनी ट्रक थांबवला. तिला स्वत:ची ओळख करून दिली आणि तिच्या गाडीचं खराब झालेलं टायर काढून त्याजागी ते दुसरं टायर लावून देण्याचं काम त्यांनी सुरू केलं. गाडीला जेव्हा त्यांनी जॅक लावून ती वर उचलली, तेव्हा ती बाई त्यांना म्हणाली, की त्यांच्या दयाळू स्वभावाबद्दल ती नेहमीच त्यांची ऋणी राहील. ती पुढे असंही म्हणाली, की हल्ली शहरातल्या लोकांच्या मनात रस्त्यावर घडणाऱ्या गुन्ह्यांबद्दल इतकी भीती बसली आहे, की त्यामुळे एकाच शहरातले लोक एकमेकांना मदत करण्यास पुढे येत नाहीत. टायर बदलून झालं आणि सगळी हत्यारं बाबांनी तिच्या गाडीच्या डिकीमध्ये ठेवल्यावर त्यांनी केलेल्या मदतीसाठी तिनं २० डॉलर्सची नोट पुढे केली. त्यांनी हसत तिच्याकडे बघून म्हटलं, "छे, छे! याची मुळीच गरज नाही. माझी बायको आणि मुलगी नुकत्याच गाडी चालवायला शिकल्या आहेत आणि माझी एकच इच्छा आहे, की त्यांच्यापैकी कोणाची गाडी जर कधी भर रस्त्यात बंद पडली, तर एखाद्या प्रामाणिक माणसाने मित्रत्वाच्या भावनेने थांबून त्यांना मदत करावी. जशी मी आता तुम्हाला केलीय." तिचा निरोप घेऊन ते त्यांच्या अठरा चाकी भव्य ट्रककडे चालू लागले. त्यांनी रस्त्याच्या कडेला ट्रक उभा करून त्याचं इंजिन चालूच ठेवलं होतं.

वडिलांच्या स्वभावाचा हा पैलू त्याआधी मला क्वचितच समजला होता. कारण ब्रुकलिनमध्ये मोठे झालेले मुळात इटालियन असलेले माझे वडील एरवी त्यांच्या मित्रांकडनं ऐकलेल्या भडक आणि विनोदी गोष्टी सांगून त्यामार्फत रस्त्यावर पाळण्याचे नियम, तसंच आयुष्याबद्दल मला नेहमी अनेक धडे द्यायचे. गाडी चालवत असताना वाटेत कुठे थांबून झोप काढावी; कुठे जेवावं; तसंच दुसऱ्यांबद्दल आदर, प्रामाणिकपणा, कष्ट करणं, उच्चभ्रू समाजात निभावून नेणं या सर्वांच्या व्याख्या मी त्यांच्या गडगडाटी हास्यामधनं ऐकलेल्या होत्या. त्यांच्याकडनं मी

कितीतरी शिकू शकले होते, हे मला वयाच्या चोविसाव्या वर्षी खऱ्या अर्थाने उमगलं होतं.

१९९२ साली न्यूजर्सीमधल्या आईवडिलांच्या घरापासनं दूर पूर्व कॅन्सस राज्यात घर घेऊन राहू लागले. तिथे मी नागरी हक्क संस्थेसाठी काम करण्यास सुरुवात केली होती. त्या साडेतीन वर्षांच्या काळात मी जवळजवळ सतत प्रवास करायचे. एकदा माझ्या मैत्रिणीच्या बारा वर्षांच्या मुलीनं सुचवलं, की पश्चिम कॅन्ससमध्ये जाऊन 'धरणीमातेला वाचवण्यासाठी पूर्ण अमेरिकेची पायी पायी वारी' या प्रकल्पात मी सहभागी व्हावं. भोवतालचं वातावरण स्वच्छ ठेवावं, प्रदूषण टाळावं आणि वस्तूंचा पुनर्वापर करावा अशा विचारांची भोक्ती असल्यामुळे मी तिला होकार दिला. लगेच दुसऱ्या दिवशी माझ्याबरोबर घरात राहणाऱ्या मैत्रिणीची गाडी चार तासांच्या प्रवासासाठी मी भाड्यानं घेतली.

आम्ही जवळजवळ अर्धं अंतर पार केलं असावं आणि गाडीचं मागच्या बाजूचं टायर अचानक फुटलं. ताबा न सुटता मी गाडी रस्त्याच्या कडेला घेतली. मी घाबरूनच गेले होते. खोलवर श्वास घेऊन मी गाडीबाहेर आले. जास्तीचं टायर काढण्यासाठी मी गाडीच्या डिकीजवळ गेले. डिकीतनं जॅक बाहेर काढत असताना रस्त्यावरून अठरा चाकी एक प्रचंड ट्रक खूप वेगाने निघून गेला. मी गाडीला जॅक लावत होते आणि तेव्हाच रस्त्यावर कचकन् ब्रेक दाबल्याचा मोठा आवाज ऐकला. एक ट्रकड्रायव्हर त्या भल्यामोठ्या रुंद रस्त्यावरनं आमच्या मदतीसाठी धावत येत असल्याचं दिसलं. जवळ येऊन त्याने सांगितलं, की आधी गेलेल्या अठरा चाकी ट्रकच्या ड्रायव्हरने त्याला फोन करून सांगितलं, की आम्ही अडचणीत सापडलो

होतो. त्याने स्वत:ची ओळख करून दिली. आम्ही कुठे निघालो होतो, त्याची चौकशी केली आणि माझ्या हातामधला जॅक काढून घेतला. वीस मिनिटांमध्ये टायर बदलून जॅक परत डिकीमध्ये ठेवलाही गेला होता.

पुढे गेल्यावर वाटेत लागणाऱ्या गाडीच्या सामानाच्या दुकानातनं मी नवं टायर विकत घ्यावं, असा सल्ला त्या ट्रकड्रायव्हरने मला दिला. त्याने बसवून दिलेलं टायर आमच्या पूर्ण ट्रिपभर टिकलं नसतं, असं स्पष्टपणे सांगितलं. एकमेकांचा निरोप घेताना आभार मानण्यासाठी मी वीस डॉलरची एक नोट त्याच्यासमोर धरली. तो हसला आणि खास मध्यपश्चिमी सुरात शब्दांवर जोर देत म्हणाला, ''मला तुमच्याएवढीच एक मुलगी आहे. समजा कधी तिची गाडी अशी नादुरुस्त झाली, तर एखाद्या प्रामाणिक माणसाने तिला मदत करावी, जशी मी आत्ता तुम्हाला केली आहे.'' माझ्या वडिलांचेच उद्‌गार त्या वेळी मला तेवढ्याच तीव्र भावनेनी ऐकायला मिळाले होते. त्या ट्रकड्रायव्हरला मी वडिलांना न्यू जर्सीमध्ये आलेला तो अनुभव सांगितला. नंतर ट्रकड्रायव्हर रस्ता ओलांडताना हसत मला म्हणाला, ''तुझे वडील माणुसकीचं एक अत्युत्तम उदाहरण आहेत... त्यांना रस्त्याचे नैतिक नियम माहिती आहेत.''

नंतर पुढे गेल्यावर गाडीचं सामान मिळणाऱ्या पहिल्याच दुकानापाशी थांबून मी नवं टायर विकत घेतलं. माझं फोनकार्ड वापरून मी तिथूनच माझ्या आईवडिलांना फोन केला. खरं म्हणजे त्या वेळी ते कामावर गेलेले असणार, हे माहिती होतं. फोनवर मी वडिलांसाठी एक निरोप ठेवला, की एका ट्रकड्रायव्हरने मला कशी मदत केली आणि रस्त्यावर पाळण्याचे नैतिक नियम त्यांना माहिती होते, हे कळल्यावर त्याबद्दल त्याने मनापासनं आनंद व्यक्त केला होता.

ट्रकड्रायव्हरच्या एका छोट्या मुलीचे हे सगळ्या ट्रकड्रायव्हर्सना मनापासूनचे आभार आहेत, ज्यांना रस्त्याने जात असताना पाळायच्या नैतिक नियमांची जाणीव आहे... विशेषत: कॅन्ससमध्ये दयाळू मनाच्या ज्या दोघा सद्‌गृहस्थांनी मला अडचणीच्या प्रसंगी अमूल्य मदत केली होती!

मिशेल एच. व्हिग्रोला
The Code of the Road

३

पालक व पालकत्वाबद्दल

'स्वत:ला मूल हवं असण्याचा घेतलेला निर्णय हा क्षणिक असतो. परंतु हृदयच शरीरापासनं कायमचं वेगळं काढून ठेवायचं, हा खरा पक्का निर्णय असतो.'

एलिझाबेथ स्टोन

आगळीवेगळी क्षमा

त्या दिवशी दुपारी विटांनी बांधलेल्या आमच्या शाळेच्या इमारतीच्या दुसऱ्या मजल्यावरच्या खिडकीत बसलेलो असताना, समोरच्या रस्त्यावरनं जाणाऱ्या प्रत्येक गाडीबरोबर माझं हृदयही धडधडत होतं. त्या दिवसाची मी अनेक आठवड्यांपासनं आतुरतेने वाट बघत होतो. आमच्या चौथीच्या वर्गाच्या पेसबाईंची ती वर्षाअखेरची पार्टी होती. वर्गामधल्या फळ्यावर पार्टीला किती दिवस उरले होते तसे उलटे अंक बाई रोज लिहायच्या. जसा पार्टीचा शुक्रवार अगदी जवळ येऊ लागला, तशी आम्हा नऊ वर्षं वयाच्या मुलांची दंगामस्ती वाढू लागली.

पार्टीसाठी घरून बिस्किटं कोण आणणार, असं बाईंनी विचारल्यावर मी लगेच 'हो' म्हणालो होतो आणि बिस्किटं बनवताना आईला आनंदाने मदतही केली होती. चॉकलेटचे तुकडे घालून केलेली आईच्या हातची बिस्किटं आमच्या शेजारीपाजारीही खूप प्रसिद्ध होती. त्यामुळे माझ्या वर्गमित्रांनादेखील ती खूप आवडणारच, हे मला पक्कं माहिती होतं; पण दोन वाजून गेले, तरी आईचा शाळेत पत्ता नव्हता. बाकी बहुतेक मुलांच्या आया येऊन त्यांनी आणलेल्या वस्तू, फळांचा रस, वेफर्स, छोटे केक्स इ.इ. देऊन त्या निघूनही गेल्या होत्या. माझी आई मात्र त्यांच्यात नव्हती.

"रॉबी, काळजी करू नकोस तू. इतक्यात पोचेलच तुझी आई." मी हिरमुसला होऊन रस्त्याकडे बघत असताना पेसबाई म्हणाल्या. मी भिंतीवरचं घड्याळ बघितलं आणि त्याच क्षणी मिनिट काटा सहावर सरकला. म्हणजे अडीच वाजलेले होते.

माझ्या अवतीभोवती मुलं आनंदाने पार्टीचा आनंद लुटत होती, पण मी मात्र माझी खिडकी सोडत नव्हतो. पेसबाईंनी मला तिथून उठवण्याचा बराच प्रयत्न केला पण मी माझ्या जागेवर घट्ट बसून होतो. मनात एकच आशा होती, की आमची ओळखीची गाडी मला येताना दिसेल आणि आतमध्ये शरमेनी कावरीबावरी झालेली माझी आई हातात तिच्या सुप्रसिद्ध बिस्किटांचा डबा घेऊन बसलेली असेल.

तीन वाजताची शाळेची घंटा झाली आणि मी दचकून माझ्या विचारातनं बाहेर आलो. माझ्या बाकापाशी जाऊन दप्तर उचललं आणि घरी जाण्यासाठी जड

पावलांनी दारातनं बाहेर पडलो.

थोडी घरं ओलांडूनच आमचं घर होतं, पण मी वचपा घेण्याची एक योजना चालता चालता बनवली. घरात आत जाताना मी धाडकन दार बंद करायचं ठरवलं. आईने धावत येऊन मला जवळ घेण्याचा प्रयत्न केल्यास तिला नकार द्यायचा ठरवलं आणि तिच्याशी कध्धीच बोलायचं नाही, अशी शपथ घ्यायचं नक्की केलं.

पण मी घरी पोचलो तर काय, घरात कोणीच नव्हतं. नेहमीप्रमाणे फ्रिजवर काही चिठ्ठी लावून ठेवली असेल आणि त्यावरनं आई कुठे गेली होती, हे समजलं असतं, पण चिठ्ठीही दिसत नव्हती. दु:खानं व संतापानं माझी हनुवटी थरथरायला लागली. आयुष्यात प्रथमच आईनं मला तोंडघशी पाडलं होतं.

मी वरच्या मजल्यावरच्या माझ्या खोलीतल्या पलंगावर उशीत डोकं खुपसून पालथा पडलो होतो, तेव्हा समोरच्या दारातनं आई आल्याचा आवाज आला.

"रॉबी, कुठे आहेस तू?" तिनं काळजीच्या सुरात हाक मारली.

या खोलीतनं त्या खोलीत ती मला शोधत हिंडत असताना मला तिच्या पायांचा आवाज येत होता. मी चुपचाप तसाच पडून राहिलो होतो. पटकन ती जिना चढू लागली होती आणि पायऱ्या चढता चढता तिचा वेग वाढल्याचं मला ऐकू येत होतं. वरती माझ्या खोलीत येऊन ती पलंगावर माझ्याजवळ येऊन बसली. मी अजिबात न हलता, तसंच उशीत डोकं खुपसून, शून्य नजरेनं पडून राहून तिची दखल घेण्याचं साफ नाकारलं.

"ए राजा, सॉरी. मला माफ कर नं", ती म्हणाली. "मी कामात खूप व्यग्र होते आणि डोक्यातच नाही राहिलं माझ्या– अगदी खरंखरं सगळं स्पष्ट सांगतेय तुला."

मी तरीही तसूभर हललो नाही. 'अजिबात माफ करू नकोस हिला', मी स्वत:लाच बजावलं. 'तिनं तुझा अपमान केलाय. तुझी आठवणदेखील राहिली नाही तिला. आता बस म्हणावं आणि भोग शिक्षा!'

आणि नंतर आई खूपच काहीतरी वेगळंच, अनाकलनीय तऱ्हेने वागली. ती चक्क हसायलाच लागली. हसता हसता तिचं अंग कापत होतं, हे माझ्या लक्षात येत होतं. आधी जरा हळूहळू, पण नंतर ते वेगाने वाढायलाच लागलं.

माझा विश्वासच बसत नव्हता. अशा वेळी तिला हसायला कसं सुचत होतं? मी कूस बदलून मुद्दामच तिच्याकडे तोंड केलं, कारण मग माझ्या डोळ्यांमधला संताप आणि निराशा तिला दिसली असती.

पण माझी आई तर अजिबात हसतच नव्हती मुळी. ती तर चक्क रडत होती. "खरंच मला माफ कर. मी चुकले रे बाळा", ती मुसमुसत म्हणाली. "मी तुझा पूर्ण विरस केलाय. माझ्या पिल्लाला मी तोंडघशीच पाडलं."

गादीवर आडवी होऊन ती एखाद्या लहान मुलीसारखी रडायला लागली. माझी तर बोलतीच बंद झाली. आईला रडताना मी त्यापूर्वी कधीच बघितलेलं नव्हतं. माझ्या समजुतीनुसार आई कधीच रडत नसते- नाही– तिनं मुळी रडायचंच नसतं. मी रडत असताना तिच्याकडे याच दृष्टीने बघितलं असावं, का मी विचार केला.

कधी माझा गुडघा खरचटला वा अंगठ्याला ठेच लागली, तर ती माझी समजूत घालून कोणत्या शब्दात बोलायची, ते मी खूप आठवून पाहिलं. अशा वेळी तिला किती योग्य बोलायला सुचायचं, पण तिचे ते अश्रू बघून माझ्या तोंडातल्या धीराच्या शब्दांनी जणू पलायनच केलं होतं.

''आई, ए आई, अगं ठीक आहे'', कसंतरी चाचरत मी पुढे होऊन तिच्या केसातनं हळुवारपणे हात फिरवला.

''आम्हाला त्या बिस्किटांची गरजच भासली नाही. खूप सगळा खाऊ होता नं म्हणून! तू रडू नको बरं. काही विशेष बिघडलेलं नाहीये. खरंच अगं!''

मला माझे शब्द अतिशय तोकडे वाटले, पण ते ऐकून आईला उठून बसण्याचं बळ आलं. तिनं डोळे पुसले आणि रडण्यामुळे वाळलेल्या अश्रुभरल्या तिच्या गालांवर स्मितहास्य पसरायला लागलं. मीपण ओशाळवाणा होऊन थोडा हसलो आणि त्याच क्षणी आईनं मला तिच्या कुशीत ओढलं.

नंतर त्या विषयावरचं आमचं बोलणंच खुंटलं. आम्ही मायलेक एकमेकांच्या बाहुपाशात बराच वेळ चुपचाप विसावून राहिलो. नेहमी मी थोड्या वेळाने मिठीतनं बाहेर पडतो, पण त्या वेळी मात्र मी ठरवलं की, जरा अधिक वेळ तसंच आईच्या मिठीत राहायचं!

रॉबर्ट टेट मिलर

Cookies, Forgotten and Forgiven

नावात काय आहे?

'जो आपल्या अपत्याचं नीट पालनपोषण करून त्याला वाढवतो तो खरा पिता, केवळ जन्माचं निमित्त होऊन मोकळा होणारा खऱ्या अर्थाने पिता नसतोच.'

मिड्रॅश एक्झोडस रब्बाह ४६.५

मी अकरा वर्षांचा असताना आईने पुनर्विवाह केला होता. माझ्या चौथ्या-पाचव्या वर्षीच आईचा आणि माझ्या वडिलांचा घटस्फोट झालेला होता. तेव्हा मध्यमवर्गीयांच्या सुरक्षित वस्तीमधला पहिल्या मजल्यावरचा छान हवेशीर फ्लॅट सोडून आम्ही न्यूयॉर्क शहरातल्या गरीब वस्तीमधल्या चौथ्या मजल्यावरच्या लहानशा, अंधाऱ्या फ्लॅटमध्ये राहू लागलो. रात्रीच्या वेळी पोलिसांच्या गाड्यांचे आणि रुग्णवाहिकांच्या भोंग्याचे आवाज कानावर पडले, की मला आणि माझ्या भावाला खूप एकटं एकटं वाटून भीती वाटत राहायची.

मला आठवतंय, की तिथल्या आमच्या सहा वर्षांच्या वास्तव्यात माझ्या मित्रांना वडील असलेले बघून मला त्यांचा फार हेवा वाटायचा. माझ्या स्वत:साठी एक वडील हवे होते मला. माझे सख्खे वडील तर माझ्या आयुष्यामधनं पूर्णपणे निघून गेलेले होते आणि त्यांचा ठावठिकाणा म्हणजे एक गूढच होतं. मी विचार करायचो, की माझे वडील असते, तर ते एक समर्थ पालक राहून तिथल्या रस्त्यावरून चालताना माझ्यासमोर येणाऱ्या संकटांपासून त्यांनी नक्कीच माझा बचाव केला असता. कसं कोण जाणे, पण माझ्या नव्या वडिलांना नोकरी करावी लागणार नाही, असं माझं बालसुलभ स्वप्न होतं. मला जेव्हा जेव्हा त्यांची गरज पडेल तेव्हा, प्रत्येक वेळी ते माझ्याजवळच राहतील. आजूबाजूची मुलं मला कधी त्रास देतील, तेव्हा माझे खास वडील तिथे अचानक अवतरून त्या मुलांना पळवून लावतील. ती एक माझ्यासाठी इच्छापूर्तीची प्रबळ आशा तर होतीच, पण त्यापेक्षा जास्त एका भेदरलेल्या मुलाचं सबळ स्वप्न होतं.

आणि अचानक फ्रँक मॅकार्टीनं आमच्या आयुष्यात प्रवेश केला. न्यूयॉर्क सिटी पोलीसच्या गुप्त पोलीस विभागाचे ते प्रमुख असल्यामुळे त्यांचा स्वभाव खूप मस्त, मोकळा होता. त्यांनी पोलीससेवेसाठी एक सोन्याचं पदकही मिळवलेलं होतं. त्यांच्या कोटाच्या आत कमरेच्या पट्ट्याला कायम एक पिस्तूल अडकवून ठेवलेलं असायचं. आम्हाला पहिल्यांदा ते नक्की कोणत्या दिवशी भेटले होते, ते आत्ता आठवत नाहीये; पण ती वेळ, त्या भेटीमधला आनंद आणि नाट्य मात्र चांगलं लक्षात आहे. पोलीस म्हणजे सिनेमातल्या लोकांसारखे असतात. व्यक्तिगतरित्या ते कोणाच्या तसे माहितीचे नसतात. मी माझ्या सगळ्या मित्रांना त्यांच्याबद्दल सांगितलं होतं. त्यांचं पिस्तूल आणि त्यांनी काही गुन्हेगारांना कसं पकडलं होतं, याच्या चित्तथरारक गोष्टी मी मित्रांना सांगितल्यावर आश्चर्याने त्यांचे डोळे विस्फारले होते.

खरं तर त्यांना स्वत:ला अशा गोष्टी सांगण्यास आवडायचं नाही, पण आईला वाटायचं, की तिच्या दोन्ही मुलांनी नव्या वडिलांना आनंदानं आपलं मानलं पाहिजे आणि मुलांना काय ऐकायला आवडतं, ते तिला बरोब्बर माहिती होतं. एखादी विशेष गोष्ट सांगण्यासाठी आई हळूच वडिलांना सुचवायची आणि वडील काही न बोलता मुक्याने संमती द्यायचे आणि शांतपणे ती गोष्ट आम्हांला सांगायचे. गोष्ट सांगण्यात ते एकदा का रमले, की मग त्यांचा अभिनय सुरू व्हायचा आणि ती गोष्ट काल्पनिक आहे, असंच आम्हाला वाटायचं.

आईने मला एक दिवशी विचारलं, की तिने फ्रँकशी लग्न केलं तर मला कसं वाटेल? एव्हाना मी फ्रँकच्या चांगलाच जवळ आलेलो होतो. पोलो ग्राउंडवर त्यांनी मला जायंट गेम्स (खेळ) बघायला नेलं होतं. तसंच कॉनी आयलंड (बेट) देखील दाखवलं होतं. ते माझ्याशी खूप बोलायचे. रस्त्यावरच्या टारगट मुलांनी मला उगाचच छळलं, तर त्यांना कसं प्रत्युत्तर द्यावं ह्याचा बहुमोल सल्लाही त्यांनी मला दिला होता. त्यांच्या कोटाखाली ते पिस्तूल कसं छान चमकत असायचं. माझे रक्षणकर्ते आणि मला खेळ दाखवायला घेऊन जाणारे बाबा मिळणार होते, मग काय! ''मस्त! मला नक्कीच आवडेल!'' मी आईला सांगितलं.

तो दिवस येऊन ठेपला. आम्ही जवळच्या एका छोट्या गावातल्या प्रेक्षणीय स्थळावरच्या हॉटेलमध्ये गेलो. तिथली मालकीण आईची मैत्रीणच होती. त्याप्रमाणे आईची अजून एक मैत्रीण आणि जज एवढेच लग्नाला हजर होते. अखेर मला बाबा मिळणार होते आणि आता सगळं कसं छानपैकी व्यवस्थित सुरू होणार होतं.

आत्तापावेतो माझे बाबा ब्रह्मचारीच राहिल्यामुळे त्यांना मुलांबद्दल तसं फारसं ज्ञान नव्हतं. नैसर्गिकरित्या, टप्प्याटप्प्याने जसे सगळे वडील पालकत्वाचे धडे घेत राहतात; तशी संधी माझ्या या बाबांना मिळालीच नव्हती. त्यांचं स्वत:चं असं

नवजात बाळ त्यांनी कधीच उचलून घेतलेलं नव्हतं, की बाळाने टाकलेल्या पहिल्या पावलाच्या वेळेचा आनंद लुटला नव्हता. त्याला बाटलीनं दूध देण्यात, कपडे घालण्यात, चड्ड्या बदलण्यात किंवा अशा अनेक कामांपैकी कुठल्याही कामात मदत केलेली नव्हती. इतर सगळे वडील लोक त्यांची जी कर्तव्यं पार पाडतात, त्याबद्दल ते अनभिज्ञच राहिले होते.

अचानकच त्यांच्यावर पालकाची भूमिका लादली गेली आणि त्यांना जेवढं काही माहिती होतं, त्यानुसार त्यांनी वागण्याचं ठरवलं. लहान मुलांबद्दलचा त्यांचा अनुभव म्हणजे बालगुन्हेगारांना अटक करण्याइतकाच होता. मागच्या शतकाच्या अखेरच्या काळातल्या त्यांच्या वडिलांच्या पालकत्वाबाबतच्या ज्या कल्पना होत्या, त्याच्याच आठवणी बाबांच्या मनात होत्या. त्यांना असं वाटायचं, की जेवणाच्या टेबलपाशी खुर्चीवर बसून त्यांनी नुसत्या आज्ञा, फर्मानं सोडायची आणि आज्ञाधारक मुलांनी त्यांचं तसंच पालन करायचं.

परंतु आमच्या आईने आम्हाला वाढवताना स्वतंत्र बाण्यानं जगण्याचे संस्कार केलेले होते. जेवताना टेबलावरच्या चर्चेमध्ये पूर्णपणे सहभागी होण्याचं स्वातंत्र्यही दिलेलं होतं आणि हेच बाबांना नडलं. स्वतःची मतं ठामपणे मांडण्यासाठी आम्हाला आईकडून प्रोत्साहन मिळायचं. आमची बाजू स्पष्ट मांडायला व दुसऱ्याचं म्हणणंही ऐकून घ्यायला तिनं आम्हाला शिकवलं होतं. उद्धटपणा किंवा असभ्य वर्तन करण्यास शिकवलं गेलं नसलं, तरी आम्ही भरपूर वाद घालायचो.

वयात येताना येणाऱ्या या नैसर्गिक अडचणी होत्या. घरामधली प्रमुख व्यक्ती, सर्वांवर अधिकार गाजवण्याची आणि नियंत्रण ठेवण्याची मनीषा बाळगणारे; मलाच सगळं समजतंय, अशा स्वभावाचे फ्रँक मॅकार्टी आमचे वडील बनले आणि नेमकी याच काळात माझ्या पौंगडावस्थेची सुरुवात झाली होती. मी स्वतःचं स्वातंत्र्य, स्वाधिकार यांच्या शोधात होतो. मला त्यांच्याबद्दल विलक्षण ओढ वाटू लागली. जणू मी त्यांच्या प्रेमातच पडलो होतो; पण तसं पाहिलं, तर मला सतत त्यांचा रागही यायचा. त्यांना गृहीत धरून वागणं कठीणच असायचं. मी आणि माझा भाऊ शिताफीने आमच्या आईला मात्र गृहीत धरून वागायचो; परंतु फ्रँक मॅकार्टींसमोर मात्र आमचं काही एक चालायचं नाही कारण त्यांना आमच्या क्लृप्त्या सहज समजायच्या.

माझा आणि माझ्या नव्या वडिलांचाही आठ वर्षांचा असा अत्यंत त्रासिक काळ सुरू झाला होता. ते त्यांचे शिस्तीचे नियम जाहीर करायचे आणि ते कसे मोडता येतील, याचा मी विचार करायचो. माझ्या उद्धटपणामुळे किंवा गैरशिस्त वर्तणुकीमुळे कित्येकदा ते माझी रवानगी आत माझ्या खोलीमध्ये करायचे. मी संतापून त्यांच्या हुकूमशाही वागणुकीबद्दल आईकडे तक्रार करायचो. ती बिचारी सतत मध्यस्थाची

भूमिका घेऊन वातावरण शांत करण्याचा खूप प्रयत्न करायची. पण छे! त्याचा काही एक उपयोग व्हायचा नाही. भावनांचा उद्रेक वारंवार होत असला, तरी कधीकधी त्यांच्याबरोबर आमचा छान वेळ जायचा. दर आठवड्याला मला घेऊन ते खरेदी करायला बाहेर पडायचे आणि मग "आईला अचानक खूश करू या. चल", असं म्हणत तिच्यासाठी फुलांची खरेदी करत, तसंच त्यांच्याबरोबर बॉल गेमला जाण्यात खूप मजा यायची. कधीतरी रात्री उशिरा गाडीत बसून त्यांच्याबरोबर एखाद्या घरावर लक्ष ठेवून बसण्यात खूप गंमत वाटायची. न्यूयॉर्क सिटीमध्ये ते खाजगी गुप्त पोलिसांचं काम करायचे, तेव्हा विम्यासंबंधीच्या एखाद्या घोटाळ्याची घटना किंवा भयंकर गुन्ह्याची घडलेली घटना असली, की टेहळणी करायला जाताना ते मलाही बरोबर घ्यायचे. मग आम्ही अंधारात गाडी लावून आत कॉफी पीत बसून राहायचो. खालच्या आवाजात त्या घटनेबद्दल मला ते बरंच काही सांगायचे. मी एक फार खास मुलगा होतो, म्हणून त्यांना आवडतो आणि म्हणून ते सगळ्या गोष्टींबद्दल माझ्याशी बोलायचे, अशी एक विशेष भावना त्या वेळी माझ्या मनामध्ये निर्माण व्हायची. माझ्या कल्पनाविश्वात अशाच काही कल्पना रुजलेल्या होत्या, माझ्यावरती खूप प्रेम करणारे, कामाला जाताना मला बरोबर घेऊन जाणारे बाबा मला असावेत इ.इ.

अनेक रात्री आम्ही दोघंच मिळून टीव्हीवरचे कार्यक्रम बघत असताना मी त्यांच्या पुढ्यात एका स्टूलावर बसायचो आणि ते प्रेमाने माझ्या पाठीला चोळून द्यायचे. अशा कैक आठवणी माझ्या हृदयात साठलेल्या आहेत. कधी आवेगाने ते

मला जवळ घ्यायचे आणि "बाळा, माझं खूप प्रेम आहे तुझ्यावरती" असं बोलून दाखवण्यात त्यांना मुळीच कमीपणा वाटायचा नाही. वरून कडक, रागीट वाटणाऱ्या बाबांना त्यांच्या स्वभावातला मृदूपणा छान दाखवता यायचा, हे मला खूप प्रशंसनीय वाटायचं. पण जर मी वेड्यासारखा वागलो किंवा त्यांच्या दृष्टीने उद्धटपणा केला, तर मात्र दुसऱ्याच क्षणी असे जवळिकीचे क्षण अंतर्धान पावून, रागाने त्यांचा चेहरा लाल होऊन, ते संतप्त व्हायचे. त्यांच्या संतापाला एखाद्या तुफानाची उपमा शोभून दिसायची. त्यांचं ते संतप्त रूप बघणं फार भीतिदायक असायचं, पण त्या संतापाला बळी पडणं तर त्याहूनही भयंकर असायचं.

मी वरच्या वर्गात गेल्यावर तर रागाच्या अशा घटना वारंवार घडू लागल्या. आम्हा दोघांमधली जवळीक कमी होऊ लागली. पुढे कॉलेजला गेल्यानंतर तर मी त्यांच्यापासनं मनाने फार दूरवर निघून गेलो होतो. त्यांच्या विचित्र, हेकट स्वभावाबद्दल मित्रांजवळ बोललो, की मला त्यांची भरपूर सहानुभूती मिळायची. छळ करण्याच्या त्यांच्या नव्यानव्या पद्धतींबद्दल मी मित्रांना वर्णन करून सांगायचो. ते मला चुचकारून सांगायचे, की त्या सर्वांनाही कसं आपल्या वडिलांच्या संतापाला तोंड द्यावं लागायचं. सगळा त्या वयाचा परिणाम!

कॉलेजशिक्षणाचं ते माझं अखेरचं वर्ष होतं. वय वाढण्यापलीकडे माझ्या आयुष्यात विशेष काही घडलं नव्हतं, पण विचारांची परिपक्वता मात्र येऊ लागली होती. वडिलांशी असलेल्या नातेसंबंधांविषयी नीट गंभीरपणे विचार करण्यास मी शिकलो होतो.

माझ्या मनात विचार आला, 'हा माणूस माझ्या आईच्या प्रेमात पडतो काय, आणि तिच्याशी लग्न करण्याची किंमत म्हणून अडनिड्या वयाची दोन मुलं त्याच्या पदरी पडतात काय! त्या दोन मुलांच्या प्रेमात काही ते पडले नव्हते. फक्त आईच्या प्रेमात आकंठ बुडलेले होते आणि आम्ही दोघं म्हणजे तिच्याबरोबर आलेलं एखादं सामान होतो.'

'आणि आता ते कसं वागतात ते बघू या. केवळ आईबरोबरच नातेसंबंध जोडून त्यांनी आमच्याकडे अजिबात दुर्लक्ष केलेलं नाहीये. उलट एक आदर्श, खरेखुरे सख्खे वडील बनण्यासाठी खरंच किती शर्थीने प्रयत्न करताहेत. नव्याने जुळणाऱ्या नात्यामध्ये वारंवार डोकावणारा धोका ते पत्करत आहेत. त्यांनी मला नैतिकतेचे उत्कृष्ट धडे दिले. माझ्याकडनं गृहपाठ करून घेतला. रात्री-अपरात्री दोन वाजता मला बरं नव्हतं, तेव्हा घाईने दवाखान्यात घेऊन गेले होते. न कुरकुरता माझ्या शिक्षणावर खर्च केला. टायची गाठ बांधायलादेखील त्यांनीच शिकवलं. कोणतीही अपेक्षा न ठेवता वडील म्हणून सर्व कर्तव्यं त्यांनी नीट पार पाडलीत. खरंच किती केलंय त्यांनी आणि त्यांच्यासारखी व्यक्ती माझ्या आयुष्यामध्ये येण्यामुळे मी फार नशिबवान मुलगा ठरलोय.'

माझ्या या बाबांचा जन्म न्यू इंग्लंडमधनं अमेरिकेत आलेल्या आयरीश कुटुंबात झाला होता, हे मला माहिती होतं. ती लोकं खूप सुखवस्तू वा नाव कमावलेली नव्हती. पण अमेरिकेत स्थलांतरित होऊन त्यांना बरीच बरीच वर्षं झाली होती. त्यांच्या घराण्यापैकी आता ते एकटेच राहिले होते. या विचाराने ते दुःखी होत व्हायचे. ''माझ्याबरोबर आमच्या कुळाचं नावही संपुष्टात येणार'', असं ते बोलून दाखवायचे. त्यांचा भाऊ निपुत्रिक म्हणूनच वारला होता आणि बहिणींनी लग्न करून नवऱ्याचं आडनाव लावलं असल्यामुळे त्यांची मुलंदेखील या घराण्याचं नाव लावू शकत नव्हती.

ज्यांनी मला फक्त जन्म दिला, पण नंतर आमच्या संगोपनासाठी ते जवळ राहिलेच नाहीत, अशा वडिलांचं नाव मी आणि माझा भाऊ अजूनही लावत होतो आणि खऱ्या अर्थाने जे आमचे वडील बनले होते, त्यांचं नाव लावण्यासाठी त्यांचा स्वतःचा असा कोणी मुलगा नसणार, हा विचार माझ्या डोक्याला ताप द्यायचा.

प्रत्येकाला नेहमी काही ना काही कल्पना सुचतच असतात आणि कधीकधी त्या प्रत्यक्षात घडवूनही आणता येऊ शकतात. माझ्या डोक्यात अशीच एक कल्पना चांगलीच रुजू लागली आणि दिवसेंदिवस खूप पक्कीही होऊ लागली होती. माझे सगळे विचार त्याच एका कल्पनेपाठी धावत होते. त्यामुळे आता ती कल्पना कृतीत उतरवण्याखेरीज दुसरा मार्ग नव्हता. मी एक वकील केला आणि कोर्टामध्ये गेलो. कोणाच्या नकळत माझं आडनाव बदलून ते मॅकार्टी केलं. कोणाला काही बोललो नाही आणि ऑक्टोबरमध्ये माझ्या बाबांच्या वाढदिवसापर्यंत तीन महिने दम धरला.

वाढदिवसाचं शुभेच्छाकार्ड त्यांनी सावकाश उघडलं. नेहमी मी कार्ड भेटवस्तूच्या डब्यालाच अडकवत असतो, पण या वेळी जवळ डबा नव्हता; कारण भेट म्हणून कार्ड ठेवलेलं पाकिटच होतं. बाबांनी पाकिटामधनं कार्ड काढलं आणि त्याच्या जोडीने पाकिटामधनं कोर्टाचं प्रमाणपत्रही निघालं.

मी कार्डावर लिहिलं होतं, 'वडील आणि मुलासाठी एकदम शंभर टक्के योग्य अशी एकही भेटवस्तू बाजारामधल्या कोणत्याच दुकानात विकायला ठेवलेली नसते. तुम्ही मला मुळं दिलीत, मी तुम्हाला त्याच्या फांद्या अर्पण करतोय.'

मी बाबांना आजपर्यंत दोन-तीन प्रसंगीच अश्रू गाळताना बघितलंय आणि त्यापैकी तो एक प्रसंग होता. हलकसं स्मित करून त्यांनी डोकं हलवलं आणि एक निःश्वास सोडला. आपल्या जागेवरनं उठून त्यांनी त्यांच्या त्या सुप्रसिद्ध प्रचंड मिठीत मला अलगदपणे घेतलं.

''खूप खूप आभारी मी आहे. खरंच राजा, मी कायम तुझा ऋणी राहीन. माझ्याजवळ अजून काही शब्दच नाहीयेत भावना उलगडून दाखवायला. थँक यू.''

माझी आई तर अक्षरश: अनिमिष नेत्रांनी बघतच राहिली. आम्हा बापलेकांमधलं प्रेम बघून मनोमनी सुखावली, कारण अखेर शीतयुद्धाची समाप्ती झाली होती. तात्पुरता तहाचा करारनामा वाढदिवसाच्या शुभेच्छाकार्डामधनं मी आणला होता.

हॅनॉक मॅकार्टी
What's in a Name?

कायम रेंगाळणारी स्मृती

'एखादी कृती सुंदर स्मृती बनून जाईल, याची त्या व्यक्तीला आधी कल्पना येत नसते.'

रिकी ली जोन्स

जवळूनच रेल्वेलाईन जाणाऱ्या भागातल्या घरात राहून वाढत असताना माझ्या वडिलांच्या त्या काळातल्या अनेक आठवणी माझ्या मनात आहेत. वीस वर्षं रोज झोपायच्या खोलीच्या खिडकीखालनं जाणाऱ्या आगगाडीचा धाडधाड आवाज आम्ही ऐकायचो. रोज रात्री उशिरा– माझे बाबा तिथे एकटे थांबून गाडीची वाट बघायचे आणि गाडी आल्यावर तिच्यात बसून ते रात्रपाळीच्या कामावर जायचे.

त्या एका विशेष रात्री मी त्यांच्याजवळ अंधारात उभा होतो, कारण मला त्यांचा निरोप घ्यायचा होता. त्यांचा चेहरा खूप गंभीर भासत होता. त्यांच्या सर्वात धाकट्या मुलाला लष्करातनं बोलावणं आलं होतं आणि त्याला खूप दूर पाठवलं जाणार होतं. सकाळी सहा वाजता पोहोचून मी शपथ घेणार होतो आणि त्या वेळी ते त्यांच्या कारखान्यातल्या कागद कापायच्या मशीनजवळ स्तब्ध उभे राहिले असते.

माझ्या बाबांनी त्यांच्या मनातला राग आधीच बोलून दाखवला होता. त्यांच्या एकोणीस वर्षांच्या मुलाला सरकारने बोलावू नये, असं त्यांना मनापासून वाटत होतं. त्यांच्या ज्या मुलाने आत्तापर्यंत कधी दारूचा ग्लास तोंडाला लावलेला नव्हता की कधी सिगरेट शिलगवली नव्हती, अशा कोवळ्या मुलाला युरोपमध्ये युद्धावर पाठवलं जाणार होतं. माझ्या खांद्यावर हात ठेवत ते म्हणाले, "स्नुलिक, काळजी घे रे स्वत:ची आणि कधीही कशाची गरज पडली, तर लगेच मला पत्रानं कळव म्हणजे मग मी ती गोष्ट तुला मिळेल, अशी व्यवस्था करेन."

दुरून येणाऱ्या आगगाडीचा जोरदार आवाज अचानक त्यांच्या कानावर पडला. आपल्या बाहुपाशात मला घट्ट आवळून, माझ्या गालावर ओठ टेकवत साश्रू

नयनांनी ते पुटपुटले, ''माझं खूप खूप प्रेम आहे तुझ्यावर.'' तेवढ्यात गाडी आली. ते आत चढले. दारही बंद झालं आणि त्या रात्रीच्या अंधारात ते दूर निघून गेले.

त्यानंतर एक महिन्यानंतर लगेच वयाच्या सेहेचाळीसाव्या वर्षी त्यांचं निधन झालं. आज मी स्वत: शहात्तर वर्षांचा आहे आणि त्या घटनेबद्दल लिहीत आहे. 'न्यूयॉर्क'चा बातमीदार पीट हॅमिलने एकदा म्हणालेलं मी ऐकलं होतं, की गतकाळाच्या स्मृती हीच खरी माणसाची वारसा संपत्ती असते. मीही त्याच्या विचाराशी पूर्ण सहमत आहे. दुसऱ्या महायुद्धात एकूण चार वेळेच्या आक्रमणातनं मी सहीसलामत वाचलो आहे. आयुष्यात असंख्य अनुभव आले आहेत, परंतु आजमितीलाही ही एकच स्मृती मनात कायम घर करून राहिली आहे आणि ती म्हणजे, त्या रात्री जेव्हा बाबा मला म्हणाले होते, ''मी खूप खूप प्रेम करतो राजा तुझ्यावर.''

टेड क्रुगर

The only Memory That Lingers

अनोखा निरोपसमारंभ

'मुलांचे केस पिकू लागले, तरी तुमच्यासाठी ती लहान मुलंच राहतात.'

जेनेट ली

मॉन्टाना राज्यामधल्या बोझेमन या गावी मला परत घेऊन जाण्यासाठी पंधरा मिनिटांनंतर स्टँडवरती बस येणार आहे. पंधरा मिनिटांनी माझ्या आयुष्याला वेगळंच वळण मिळणार आणि माझा सर्वांत धाकटा लेक–केथशी असलेलं माझं नातं बदलून जाणार. नाताळनंतर आम्ही दोघं अर्बाना गावाला जाण्यासाठी गाडीने गेलो होतो. तिथे केथसाठी घर लावून देऊन त्याचं आयुष्य नव्याने सुरू करून द्यायचं होतं. इलिनॉय विद्यापीठातर्फे त्याला शिष्यवृत्ती मिळाली होती– चाकांच्या खुर्चीत बसून बास्केटबॉल खेळण्यासाठी. माझा केथ कमरेपासनं खाली लुळा आहे (पॅराप्लेजिक).

"हं, तर आई, मला वाटतं, की सगळं आता लागी लागलंय. फक्त सकाळी उठून माझे पाय 'ओढून' (व्यायाम करवून घ्यायला) द्यायला आता तिथे कोणी नसणार," आमच्या दोघांच्या अशा खास भाषेत तो मला म्हणाला. म्हणजे त्याला म्हणायचं होतं, की आता इतरही अनेक कामं त्याची त्यालाच करावी लागणार होती. उदा. भांडी घासणं, मशीनमध्ये कपडे धुणं इ.इ.

"मला नवीन प्रकारची इलेक्ट्रॉनिक उपकरणं, यंत्रं हाताळता येत नाहीत म्हणून यापुढे मला टोकण्याची संधी मात्र मिळणार नाही बरं का तुला", मी त्याला म्हणाले. माझं त्यामधलं अज्ञान बघून तो खूप वैतागत असतो. पण मला चिडवण्यात आणि माझ्या अडाणीपणावर कोट्या करण्यात त्याला खूप मजा येते. त्याच्या मते मी म्हणजे 'डोरीसॉरस' म्हणजे नष्ट होणाऱ्या प्राणिजातीत मोडणारी आहे. मलाही हे मान्य आहे, की हल्लीच्या डिजिटल आकड्यांच्या युगात मी अनभिज्ञ ठरत असते. दुसऱ्या एका बाजूनेही आम्हा दोघांमधली दरी आधीच रुंदावायला लागली होती. तो लहान असताना आम्ही खरेदीसाठी दुकानात जायचो, तेव्हा त्याची माझी

ओळख नाही, अशा थाटात मुद्दाम माझ्या मागेपुढे वीस पावलं चालायचा, पण डोळ्याच्या कोपऱ्यातनं बघत मी त्याच्या नजरेच्या टप्प्यात असण्याची खात्री करून घ्यायचा. आम्हाला दोघांनाही अशा वेळी खूप मजा यायची.

एकमेकांना सांभाळून घेणारे आमचे संबंध हळूहळू बदलू लागले आहेत, याची दोघांनाही जाणीव होतेय. 'काळजी घेणारी मी आणि करवून घेणारा तो' अशा एका परीने लादल्या गेलेल्या आमच्यातल्या जवळिकीमुळेच मी माझ्या मुलाला चिडवायला, त्याची थट्टा-मस्करी करायला शिकले. आमच्यातला हा मोकळेपणा अनेक मातांच्या खूप कौतुकाचा विषय असायचा. परंतु आता वर्षातनं तीन-चार वेळा केथचा नावापुरता फोन आला, तरी माझं नशीब बलवत्तर वाटायचं. अशाप्रकारे एकंदरीत सगळ्या गोष्टी घडू लागल्या होत्या.

आता बसस्टँडवरही एकमेकांकडे न बघता आम्ही दोघं मुद्दामच इकडेतिकडे बघत बसलो आहोत. आजूबाजूला बसलेल्या प्रवाशांचं आम्हाला भान आहे. विशेषत: माझ्यासमोर बसलेली व्यक्ती सोनेरी बांधणीची कादंबरी वाचण्याचं नाटक करत आहे, कारण तसं भासवून ती आमच्या त्या भावनिक आणि खाजगी क्षणांत ढवळाढवळ करण्याचा मोह आवरू शकतीये. आजूबाजूचे इतर प्रवासी– एक कानाला श्रवणयंत्र लावून गाणी ऐकण्यात गुंगलेला, तर दुसरा काहीतरी खाण्यात मग्न असलेला. मला नाही वाटत, की अवतीभोवती सहा इंचांच्या परिघात काही वेगळं चाललंय, याची त्यांना साधी जाणीव तरी आहे. तरीदेखील नकळत का होईना, ते श्रोतृवर्गात तर मोडत आहेतच नं!

निरोप घेण्याचा तो जीवघेणा क्षण लवकर पार पडावा, म्हणून मी घाई करत आहे. "केथ, खरं म्हणशील तर तू आता इथे थांबण्याची काहीच आवश्यकता नाहीये. आमची बस यायला अजून अर्धा तास आहे. मी बसून राहीन इथे, ठीक आहे?" मी असं सुचवल्यामुळे केथदेखील सुटकेचा निःश्वास टाकतोय. "बरं, मग ठीक आहे."

खरं तर मला त्याच्याकडनं कुरकुरीच्या सुराची अपेक्षा होती. म्हणजे मी मोठेपणाचा आव आणून म्हणू शकले असते, "नाही रे, तू नको काळजी करूस. मी थांबेन एकटी इ.इ.' पण असा विरोध दर्शवणं किंवा शिष्टाचाराचे नियम पाळणं हे केथच्या स्वभावातच नाही. तो आता निघायच्या तयारीत आहे.

आता पुढचा प्रसंग अटळ होता. माझ्या लेकाला मिठीत घेण्यासाठी मी खाली वाकले. कदाचित बऱ्याच काळानंतर त्याला जवळ घेण्याची संधी मिळेल. मला चाकांच्या खुर्चीत बसलेल्या व्यक्तीला जवळ घेताना गुडघ्यांवर बसावं लागतं, हेदेखील मी नेमकं विसरलेय; त्यामुळे आमची मिठी मोठी विचित्र, अवघडलेली वाटतीये. एकमेकांच्या पाठीवर आम्ही दोघांनी ठरावीक पद्धतीने तीन वेळा थोपटलं.

आमच्या घरचे अशा प्रकारे सूचित करतात 'आता खूप झालं' किंवा 'देव तुझं भलं करो ही शुभेच्छा' किंवा आत्ताच्या प्रसंगी 'तू जाण्यास मोकळा आहेस.'

क्षणभरासाठी आमची नजरानजर झाली. त्याचे डोळे लाल वाटताहेत; पण तरी तो रडतोय, असं नाही. उलट तो कसंबसं तोंडावरती उसनं हास्य आणतोय. त्याच्या जीवनात आता पहिल्यांदाच तो अधिकृतरित्या 'त्याच्या पायावर उभा राहिला आहे.'

खरं तर वयाच्या अठराव्या वर्षीच केथ स्वत:च्या पायावरती उभा राहिला असता, जर तो त्याचा जिवलग मित्र– रिचर्डबरोबर समुद्राच्या लाटांच्या फेसावर आरूढ होण्याच्या शेवटच्या खेळासाठी गेला नसता. १९८९ साली जुलैच्या पहिल्या आठवड्यात ते दोघं पॅसिफिक कोस्ट हायवेवरून निघाले होते. रिचर्डने आमचा निस्सान पिक-अप ट्रक चालवण्याचं ठरवलं. काही महिन्यांपूर्वीच तो गाडी चालवायला शिकला होता. शेजारी बसलेल्या केथला रात्रीची झोप लागली. एका वळणावरती रिचर्डने अतिशय वेगात ट्रक काढला. स्टिअरिंगवरचा त्याचा ताबा सुटला आणि रस्त्याच्या कडेला असलेल्या खडीवर जाऊन ट्रक गरगर फिरत राहिला आणि नंतर बऱ्याच वेळा उलटापालटा होऊन एका जागी स्थिर झाला. सुदैवाने दोघंही शुद्धीत होते, पण चुराडा झालेल्या त्या ट्रकच्या सीटवर माझा केथ मात्र पूर्णपणे दाबला गेला होता. दोघं जण जिवंत होते, असं बघून रिचर्डला त्या परिस्थितीत गंमत करावीशी वाटली. तो म्हणाला, ''ए मित्रा, काय रे, जिवंत आहेस नं तू?''

''माझं फक्त अर्धं शरीरच जिवंत आहे, असं वाटतंय. उरलेल्या अर्ध्या शरीराला काही संवेदना उरल्या नाहीयेत.'' केथनं दुर्दैवी उत्तर दिलं. तासाभरातच ॲम्ब्युलन्स आली आणि केथला मुश्किलीनं बाहेर काढलं. लगेच हेलिकॉप्टरनं जगातल्या एका उत्कृष्ट हॉस्पिटलमध्ये त्याला नेण्यात आलं. रिचर्ड मात्र थोड्याफार जखमांवरच सुटला. नॉर्थरिज हॉस्पिटलमध्येच दुसऱ्या दिवशी केथ सतरा वर्षांचा झाला.

कादंबरी वाचणारा माणूस पुस्तकातनं डोकं वर करून बघतोय– एका आईचा सर्वांत धाकटा मुलगा तिच्या मायेच्या सावलीमधनं बाहेर पडून दूर निघालाय. एक तरुण मुलगा काळानुसार आपलं भविष्य घडवण्यासाठी पुढे चाललाय, हे सगळं तो माणूस बघतोय का? मी विचार करतेय, तो नक्की काय बघत असावा?

केथ त्याची चाकांची खुर्ची फिरवून ऐटीत, थोड्या बुजरेपणाने पण निग्रहाने बाहेर पडतोय. मी खिडकीतून त्याला बघतेय. त्याच्या गाडीजवळ पोचून तो शरीराला एक छानसा हेलकावा देऊन ड्रायव्हरच्या सीटवर चढून बसला आहे आणि खुर्चीची कौशल्यपूर्वक घडी करून ती गाडीत ठेवतोय.

केथ अशा यांत्रिक गोष्टींचा बाऊ करत नाही. सगळं कसं कौशल्यपूर्णरित्या हाताळत असतो. मी त्याच्याकडे बघतेय, याची जाणीव होऊन तो मान वर करून बघतोय. मी त्याला हात करते, तो मला हात करून आम्ही एकमेकांना निरोप घेतो.

मी आत्तापर्यंत रोखून धरलेल्या अश्रूंचा बांध फुटणार याचं लक्षण दिसतंय. मी विचार करतेय की केथदेखील रडतोय का? 'नाही, नाही, तो तसा नाहीये' मी मनाशीच ठरवतेय. 'पण तरी अगदीच अशक्यही नाहीये.' माझ्या मुलांच्या स्वभावामधला सगळा गूढार्थ मला समजलाच पाहिजे, असं नाहीये.

माझ्या आजूबाजूच्या कुतूहलपूर्ण नजरांची मला जाणीव होतेय. कादंबरी, कानाला लावलेलं श्रवणयंत्र, खाण्याचे पदार्थ या सर्वांचा विसर पडलाय. सगळ्यांचं लक्ष माझ्यावरच केंद्रित झालंय आणि त्यातनं एक प्रकारची अनुकंपा मला जाणवतेय.

बसस्टँडच्या बाहेर गाडी काढून केथ परत एकदा हात हलवतोय; पण या वेळी तो केवळ हलत राहणारा हात नसून हाताने केलेला सलाम (सॅल्यूट) आहे.

डॉरीस डब्ल्यू डेव्हिस
Urbana Farewell

स्वानुभव

'वरवरती होणाऱ्या फायद्यांमुळे आत्मविश्वास वाढत नसतो. त्याला आवश्यकता असते स्वतःच्या अस्तित्वाच्या आतनं येणाऱ्या जोरदार आवाजाची!'

आर. डब्ल्यू. क्लर्क

मला सर्वात प्रथम जाणीव झाली ती तिच्या हातांची. तेव्हा मी किती वर्षांची होते कोण जाणे, पण माझं पूर्ण अस्तित्वच तिच्या हातांशी निगडित होतं. ते हात होते माझ्या आईचे आणि ती होती दृष्टिहीन.

जेवणाच्या टेबलाजवळ बसून मी एकदा चित्र रंगवत होते. ''आई, माझं चित्र बघ. पूर्ण रंगवून झालंय.''

''अरे व्वा! खूपच सुंदर'' तिनं उत्तर दिलं आणि आपल्या कामात ती परत मग्न झाली. ''नाही, तसं नाही नुसतं बोलायचंस. तुझ्या बोटांनी माझं चित्र बघ नं गं आई,'' मी हट्ट केला. ती माझ्याजवळ आली आणि त्या पूर्ण चित्रावर तिनं अलगदपणे हात फिरवला. चित्र खूप छान होतं, अशी तिची आनंदी प्रतिक्रिया मला खूप आवडायची.

माझ्या हे कधी लक्षातच आलं नव्हतं, की सगळं किती अद्भुत, आश्चर्यजनक होतं. ती केवळ स्पर्शाने कशा सगळ्या गोष्टी ओळखू शकायची, माझ्या चेहऱ्याला कसा स्पर्श करायची किंवा मी दाखवलेल्या वस्तूंना स्पर्श करून कसं ओळखायची. सगळंच अनाकलनीय होतं खरं. मला एवढं समजायचं; की बाबा माझ्याकडे, मी दाखवलेल्या गोष्टींकडे त्यांच्या डोळ्यांनी बघतात, त्याचप्रमाणे आजी किंवा इतर कोणी आमच्या घरी आलेली लोकं सगळे बाबांसारखंच वागतात. पण आई मात्र डोळ्यांचा उपयोग करायची नाही आणि यामध्ये मला जगावेगळं किंवा विचित्र काहीच वाटायचं नाही.

माझे लांबसडक केस ती कसे विंचरायची, ते अजूनही आठवतंय मला. माझ्या

दोन्ही भुवयांच्या मध्यभागी बरोबर नाकाच्या वरच्या बाजूला ती तिच्या डाव्या हाताचा अंगठा ठेवायची व तर्जनी माझ्या केसांच्या महिरपीच्या सर्वात वरच्या बिंदूवर टेकवायची. कदाचित ते दोन बिंदू ती एका रेषेनी जोडू बघत असावी. मग ती तर्जनीपासून अंगठ्यापर्यंत कंगवा आणायची. अशा प्रकारे भांग मध्यभागी पडतोय, याची खात्री करून घ्यायची. या तिच्या कौशल्याबद्दल मी कधीच शंका घेतली नव्हती.

खेळताना मी बऱ्याच वेळा खाली पडायचे व मग रडतरडत घरी येऊन गुडघ्यातून रक्त येतंय, असं आईला सांगायचे. मग हळुवारपणे ती हाताने जखम धुऊन उत्तम रीतीने बँडेजही बांधून द्यायची.

एके दिवशी मला शोध लागला की दुर्दैवानी काही ठरावीक गोष्टींना स्पर्श करायला आईला अजिबात आवडत नव्हतं. आमच्या घराच्या बाहेर फुटपाथवर मला एक छोटासा मृत पक्षी सापडला आणि आईला दाखवण्यासाठी मी तो घरी घेऊन आले. "हे बघ, मला काय सापडलंय", असं म्हणत तिने स्पर्श करावा म्हणून मी तिचा हात पक्ष्यापाशी आणला.

"काय आहे हे?" तिनं विचारलं आणि माझ्या तळहातावर ठेवलेल्या त्या इवल्याशा मृत पक्ष्याला तिनं हळूच स्पर्श केला आणि तिनं आर्त आवाजात मला परत विचारलं, "अगं काय आहे हे?" तेव्हा तिच्या आवाजात मला प्रचंड भीती जाणवली होती.

"एक छोटासा मृत पक्षी आहे" मी सांगितलं. ती जोरात किंचाळली आणि तिनं परत हात बाजूला केला आणि त्या पक्ष्याला घेऊन मला घराबाहेर जाण्यास सांगितलंच, आणि परत कधी तसल्या वस्तूला तिला स्पर्श करायला सांगितलं, तर खबरदार, अशी चांगली ताकीदही दिली.

गंध, आवाज आणि स्पर्श यांचं तिचं अगम्य ज्ञान मला कधीच उमजायचं नाही. एके दिवशी आईनं टेबलावर ठेवलेली बिस्किटांची थाळी माझ्या नजरेस पडली. मी गुपचूप हळूच एक बिस्किट उचललं आणि ती काही म्हणतेय का, म्हणून तिच्याकडे पाहिलं. ती काहीच बोलली नाही, ते बघून अर्थातच माझी खात्री पटली, की हाताने स्पर्श केल्याखेरीज मी काय केलं होतं, ते तिला कळूच शकणार नव्हतं. पण मी चावून चावून बिस्किट खाताना येणारा आवाज तिला ऐकू जाऊ शकेल, हे माझ्या लक्षातच आलं नव्हतं. बिस्किट खात मी तिच्या जवळून जात असताना तिनं माझा हात धरून थांबवलं, "परत कधी बिस्किट खायचं असेल, तर तसंच उचलून घेण्यापेक्षा मला आधी विचारायचं बरं का कॅरी" ती म्हणाली. "तुला हवं तेवढं तू खाऊ शकतेस, पण मला विचारून मगच खायचं यापुढे."

मला एक मोठा भाऊ, एक मोठी बहीण आणि एक धाकटा भाऊ आहे.

आमच्यापैकी कोणी एखादी गोष्ट केली, की नेमकी कोणी केली, हे तिला कसं कळलं, हे कोडं आम्हा चौघांनाही कधीच सोडवता आलं नाही. एकदा माझ्या मोठ्या भावाने एक बेवारशी कुत्रा घरी आणला आणि त्याला गुपचूप वरच्या मजल्यावरच्या त्याच्या खोलीत घेऊन गेला होता. थोड्याच वेळात आई धडाधडा जिना चढून वर आली आणि सरळ त्याच्या खोलीचं दार तिनं उघडलं आणि त्या क्षणी कुत्र्याला घराबाहेर काढण्यास सांगितलं. घरात कुत्रा आलेला होता हे तिला कसं कळलं, हे बघून आम्ही अवाकच झालो.

मी मोठी झाल्यावर मला कळलं, की आईनं आम्हाला मानसशास्त्राच्या आधारानं वाढवलं होतं. अतिशय तीक्ष्ण अशा तिच्या कानांनी आणि नाकानं ती बरोब्बर आडाखा बांधायची व अचूक उत्तर शोधून काढायची. वरच्या खोलीच्या फरशीवरती त्या कुत्र्याच्या नखांचा टकटक आवाज तिच्या कानावर पडला होता.

आणि तिचं ते तीक्ष्ण नाक– कसं काय त्या नाकाला सगळं कळायचं कोण जाणे! एके दिवशी मी आणि माझी मैत्रीण माझ्या खोलीमध्ये बाहुल्या घेऊन खेळत बसलो होतो. मी हळूच आईच्या खोलीत जाऊन बाहुल्यांना तिचं सुवासिक अत्तर भसाभस फासलं. नंतर काहीतरी विचारायला म्हणून खालती आईकडे जाण्याची मी घोडचूक केली. मी तिच्या खोलीत जाऊन तिचं अत्तर वापरलं होतं, असं पटकन ती मला म्हणाली.

तिच्या तीक्ष्ण कानांची तर बातच और! आम्ही काही केलं, तरी तिचे कान तो आवाज बरोबर टिपायचे. एकदा रात्री मी दिवाणखान्यात एकटीच बसून गृहपाठ करत होते आणि अगदी हलक्या आवाजात टीव्ही चालू ठेवला होता. तिथे येऊन आई मला म्हणाली, "कॅरी, तुझा गृहपाठ चाललाय का टीव्ही बघणं चालू आहे?" मला थोडं आश्चर्यच वाटलं, पण काहीतरी गुळमुळीत उत्तर देऊन मी गृहपाठ करत राहिले. मी विचारात पडले की, तिथे दिवाणखान्यात माझ्या इतर भाऊ-बहिणींपैकी कोणी नसून फक्त मीच तिथे होते, हे कसं काय कळलं तिला? मी नंतर तिला स्पष्टच विचारलं, तर माझ्या डोक्यावर थोपटत ती म्हणाली, "मला माफ कर राणी. अगं घशातल्या गाठी काढून टाकल्या, तरी आपण तोंडाने श्वास घेऊ शकतो की नाही, तशाच प्रकारे मला तुझी हालचाल ऐकू आली होती. (थोडक्यात काय तर दृष्टी नसली; तरी कर्णेंद्रियं तीक्ष्ण आहेतच नं माझी, असं तिला म्हणायचं होतं.)

रस्त्यावरच्या खाणाखुणा, वळणं, खड्डे यांबद्दल आईला अचूक ज्ञान असायचं. तिची एक दुहेरी सायकल होती. (एकामागे एक एकत्र) आम्ही आळीपाळीने तिच्याबरोबर बाहेर जायचो. मी समोरच्या सायकलवर स्वार होऊन सायकल चालवायचे आणि ती मागच्या सायकलच्या सीटवर बसायची. तिला बरोब्बर समजायचं, की आम्ही कोणत्या रस्त्याने जात असायचो आणि त्याप्रमाणे ती मोठ्या

आवाजात मला सांगत राहायची. आम्ही चौकापाशी येण्याआधीच किंवा समोरून एखादी गाडी भन्नाट वेगाने जवळ येण्यापूर्वीच, तिला त्याची आतूनच जाणीव व्हायची.

साधारणपणे मी नऊ वर्षांची असेन तेव्हा. एकदा रात्री झोपण्यापूर्वी मी अंघोळीला गेले होते आणि अंगाचा एकही भाग पाणी लावून धुतला नव्हता, हे तिला कसं काय कळलं होतं? मी बाथरूममध्ये माझी खेळणी टबमध्ये घेऊन पाण्यात खेळत बसले होते आणि मस्ती करत होते. "कॅरी, तू अजून तोंड, कान काहीदेखील पाण्यानं साधं ओलंही केलेलं नाहीयेस हो नं?" आणि खरंच मी तसं केलं नव्हतं, पण बाहेरून तिला कसं काय समजलं? तिला एवढं नक्कीच माहिती असणार, की लहान मुलगी खेळणी घेऊन पाण्याच्या टबमध्ये बसली, की खेळताना आंघोळ करण्याची तिला कसली शुद्ध राहतेय! आम्हाला वाढवताना तिनं तिच्या मन:चक्षूंचादेखील वापर केला असणार, ह्याचा मला मोठेपणी उलगडा झाला.

आम्हा सर्वांना वारंवार एकच गोष्ट खटकायची आणि ती म्हणजे आम्ही दिसायला कसे आहोत, हे तिला कधीच कळलं नसावं. मी चांगली सतरा वर्षांची होते, तेव्हा एकदा बाथरूममधल्या आरशासमोर उभी राहून केस विंचरत होते. तेव्हा मी तिला प्रश्न केला, "आमचं रूप कसं आहे, याबद्दल तुला खरंच काही कल्पना करता येत नाही. येते का काही कल्पना, ए सांग नं आई?" माझे केस किती लांब झाले होते, ते ती हातानं चाचपून जाणून घेत होती.

"अर्थात मला माहिती आहे सगळं", ती मला म्हणाली. "तुझा जन्म झाल्याझाल्या तुझं इवलंसं गाठोडं जेव्हा माझ्या हातात ठेवलं, तेव्हा त्या दिवशीसुद्धा मला समजलं होतं, की तू दिसायला कशी होतीस. तुझ्या शरीराचा इंचनूइंच मी स्पर्शानं जाणून घेत होते. तुझ्या डोक्यावरचं मऊशार जावळ माझ्या हातांना लागलं होतं. तुझे केस सोनेरी आहेत हे मला समजलं, कारण तुझ्या बाबांनीच तसं सांगितलं होतं मला. तुझ्या निळ्यानिळ्या डोळ्यांबद्दल हॉस्पिटलच्या कर्मचाऱ्यांनी सांगितलं. तू खूप सुंदर दिसतेस, याची मला पूर्ण कल्पना आहे, कारण सगळेजण तसं मला सांगत असतात. पण तू कशी आहेस, हे मला खरंच माहिती आहे. तुझं आंतरिक सौंदर्य मला सतत जाणवत असतं." माझे डोळे भरून आले होते.

"मला कळतंय की तुझा बांधा लवचीक आणि कणखर आहे. कारण तुला टेनिस खेळायला आवडतं. तू लहान मुलांशी, मांजरांशी लाडंलाडं बोलताना मी ऐकते, तेव्हा तुझ्या मनमिळाऊ स्वभावाची ओळख होते. तू मनाने खूप हळवी आहेस. तुला कोणी नावं ठेवली, तर तू दुखावली जातेस आणि मग तुझी काय प्रतिक्रिया होते, याची माहिती आहे मला. त्याचाच अर्थ तू मवाळ स्वभावाची

आहेस, हे लक्षात येतं माझ्या. तू चारित्र्यशील आहेस, याबद्दल मला खात्री आहे कारण धैर्यानं, ताठ मानेनी तू तुझ्या मतांचं, तुला वाटणाऱ्या दृढ विश्वासाचं उत्तमरित्या समर्थन करू शकतेस. माझ्याशी असलेली तुझी वागणूक बघून तू सर्वांनाच आदराने वागवतेस, हे मला कळतं. वयानुसार योग्य अशीच तुझी वागणूक आहे. याचाच अर्थ तू समंजस आहेस. तुझ्या स्वभावामधला करारीपणा, तुझं स्वत:चं असं मत असणारा स्वभाव माझ्या लक्षात येतो; कारण तुला येणारा थोडाफार राग, चीड हेच दर्शवतं की एखादं चांगलं काम करण्याचं तुझ्या मनात आलं, की मग ते करण्यापासनं तुला कोणी थांबवू शकत नाही. भाऊ-बहिणींची बाजू घेऊन, वेळ पडल्यास; तू त्यांचा बचाव करत असतेस यावरून हेच सिद्ध होतं, की तुला आपल्या कुटुंबीयांबद्दल किती आत्मीयता वाटते. दुसऱ्यावर प्रेम, माया करण्याची जबरदस्त इच्छाशक्ती तुझ्यात आहे. कारण मला आणि तुझ्या बाबांना आमच्यावरच्या तुझ्या प्रेमाचं अनेकदा दर्शन झालंय. दृष्टिहीन आई मिळाल्यामुळे आयुष्यात आपली फसवणूक झालीय; असं तू एकदाही बोलताना, वागताना दर्शवलंही नाहीयेस. तेव्हा माझी लाडकी कॅरी, मी तुला बघू शकते आणि तू नक्की कशी दिसतेस, हे मला पूर्ण माहिती आहे. माझ्यासाठी तू खूप सुंदर आहेस," असं म्हणून तिने प्रेमभरानं मला जवळ घेतलं.

हे सगळं घडलंय दहा वर्षांपूर्वी. नुकतंच मला मातृत्व प्राप्त झालंय. माझा अनमोल ठेवा– माझा छोटुसा मुलगा जेव्हा हॉस्पिटलमध्ये माझ्या हाती सुपूर्द केला होता, तेव्हा आईप्रमाणेच माझ्या बाळाला मी बघू शकले आणि कळलं, की तो खरंच किती छान होता. फरक एवढाच होता की मी स्वत:च्या डोळ्यांनी त्याला न्याहाळू शकत होते. पण कधीतरी अशीही इच्छा होत असते, की सगळे दिवे बंद करावेत. अंधारात बाळाला जवळ घेऊन स्पर्श करत बघावं; की स्पर्शामुळे आईला जसं वाटायचं, तशीच अनुभूती मलाही येऊ शकेल का?

कॅरी जॅनव्रिन लिंडेनबर्ग
My Own Experience

मायेपोटी केलेली साधी सरळ कृती

'हजारो शब्दांपेक्षा एखादी कृतीच खूप खोलवर परिणाम करून जाते.'

हेन्रिक इब्सेन

मी मोठी होत असतानाच्या काळामध्ये माझे बाबा नेहमी हातातलं काम टाकून माझी बडबड ऐकायचे आणि मी दिवसभराचा सारा अहवाल त्यांना एका दमात सांगून टाकायचे. त्यांच्या मते बोलण्यासाठी कोणताही विषय वर्ज्य नसायचा. मी तेरा वर्षांची, किडकिडीत शरीरयष्टीची, बुजरी, पोक काढून चालणारी मुलगी बनले तेव्हा बाबांनीच मला स्त्रीजातीला शोभेल असं उभं राहायला, डौलात चालायला शिकवलं होतं. सतराव्या वर्षी प्रेमात पडलेली मी– शाळेतल्या त्या नव्या मुलाला कसं पटवायचं– याबद्दल बाबांचा सल्ला घ्यायचे. "तुम्हा दोघांमधल्या संभाषणात जरा तटस्थपणानेच वाग", ते उपदेश करायचे. "आणि त्याच्या गाडीबद्दल जरा चौकशी कर त्याच्याजवळ."

मी त्यांचा सल्ला मानून, त्यानुसार वागून, रोजचा अहवाल सादर करायचे. "आज टेरी माझ्याबरोबर शाळेतल्या लॉकररूमपर्यंत आला होता", "ओळखा बरं आज काय घडलं असावं? आज किनई, टेरीने माझा हात हातात घेतला!" "बाबा, मला फिरायला चलण्याचा आग्रह केला त्याने आज." इ.इ. टेरी आणि माझी मैत्री वर्षभर चालू होती. मग बाबा गमतीने चिडवू लागले, "मी सांगू शकतो तुला, पुरुषाला कसं वश करायचं असतं; पण त्याच्यापासून सुटका मिळवणं, हे मात्र अत्यंत कठीण काम असतं बरं का!"

मी पदवी घेऊन कॉलेजमधून बाहेर पडले. उंच भरारी घेण्याचं माझं स्वप्न होतं. कॅलिफोर्निया राज्यामधल्या कोचेल्ला या वाळवंटी गावातल्या शाळेत मला विशेष शिक्षणक्रम शिकवण्याची नोकरी मिळाली होती. ते गाव आमच्या घरापासनं एकशे सत्तर मैलांवर होतं. ती नोकरी विशेष सुखाची नव्हती. शाळेच्या समोरच हलाखीची

परिस्थिती असलेल्या लोकांची वस्ती होती आणि मादक पदार्थांचं सेवन करणाऱ्यांची तिथे चांगलीच चलती होती. संध्याकाळी अंधार पडल्यावर रस्त्यावरच्या गुंडांच्या टोळ्या शाळेच्या आजूबाजूला भटकायच्या. दहा ते चौदा वर्षांचे अल्पवयीन असे माझे अनेक विद्यार्थी भावनिक अस्वस्थतेचे बळी ठरून; गाड्यांची चोरी करणं, दुकानातनं वस्तूंची चोरी करणं, जाळपोळ करणं अशा गुन्ह्यांमुळे गजाआड झालेले होते.

"बेटा, काळजी घे गं स्वत:ची, खूप जपून राहा." शनिवार-रविवारच्या सुट्टीला मी बऱ्याचदा घरी जायचे. तेव्हा बाबांनी एकदा मला बजावलं होतं. मी एकटीच राहत असल्यानं बाबांना खूप काळजी वाटायची; पण मी तेवीस वर्षांची एक उत्साही आणि निष्पाप तरुणी होते आणि मला स्वबळावर एकटं राहायला आवडतही होतं. शिवाय १९७४ सालच्या काळात शिक्षिकेची नोकरी मिळणं दुर्लभ असल्यानं मी स्वत:ला नशीबवान समजायचे.

"बाबा, तुम्ही काळजी करू नका", मीच त्यांना धीर दिला आणि गाडीत सामान टाकून परत त्या वाळवंटातल्या गावी निघाले मी.

बऱ्याच दिवसांनंतर एकदा शाळेची वेळ संपल्यावरती माझा वर्ग नीट व्यवस्थित करण्यासाठी मी थांबले होते. माझं काम झाल्यावर दिवा बंद करून मी वर्गाचं दारही बंद केलं. शाळेच्या मुख्य प्रवेशद्वारापाशी येऊन बघते तर काय, दाराला कुलूप लागलेलं! मी घाबरून इकडेतिकडे पाहिलं. सगळे शिक्षक, कर्मचारी, रखवालदार घरी गेले होते. मला कल्पनाच नव्हती, की मी एकटीच शाळेत राहिले होते. शाळेच्या मैदानावर मी अडकून पडले होते. घड्याळात पाहिलं, तर संध्याकाळचे सहा वाजले होते. कामात गुंगल्यामुळे मला वेळेचं भान राहिलं नव्हतं.

बाहेर निघण्याचे सर्व मार्ग तपासून पाहिल्यावर, शाळेच्या मागच्या बाजूच्या फाटकाखाली एक पुरेशी फट दिसली, जिथनं मी सरपटत बाहेर पडू शकले असते. मी आधी माझी पर्स बाहेर सरकवली आणि नंतर पाठीवर पडून हळूहळू सरपटत मीदेखील बाहेर पडू शकले.

पर्स उचलून पलीकडे शेतात माझी गाडी लावली होती, तिकडे जायला निघाले. शाळेच्या आवारात संध्याकाळच्या भीतिदायक सावल्या पडू लागल्या होत्या.

अचानक मला गोंगाट ऐकू आला. आजूबाजूला नजर टाकली, तर आठ शाळकरी मुलं माझ्या मागेमागे येताना दिसली. त्यांच्यात आणि माझ्यात अगदी कमी अंतर होतं. अंधारातही मला जाणवत होतं, की त्यांच्या कपड्यांवर एका विशिष्ट टोळीची खास चिन्हं लावलेली होती.

"ए, अगं ए", एकानं हाक मारली. "तू शाळेत शिकवतेस नाही का?"

"अरे, नहीं यार, ही तर अगदीच तरुण दिसतेय. शाळेत मदतनीस म्हणून काम करत असावी." दुसरा म्हणाला.

मी भरभर चालू लागले, पण त्यांची टिंगल चालूच होती. "ए काय मस्त माल आहे रे!"

मी चालण्याचा वेग वाढवून, एकीकडे खांद्यावरच्या पर्समध्ये हात घालून गाडीची किल्ली काढू लागले. 'हातात किल्ली राहिली, की मी पटकन गाडीचं दार उघडून आत शिरू शकेन. ती मुलं पोचण्याआधी...' मी विचार केला. माझ्या हृदयाचे ठोके वाढत होते.

जिवाच्या आकांतानं मी पर्समध्ये चाचपत होते, पण रिंगला अडकवलेली किल्ली काही हाताला लागेना.

"अरे चला, पकडा रे तिला!" एक मुलगा ओरडला.

'अरे देवा, मला मदत कर रे बाबा', मी मनात देवाचा धावा केला. अचानक माझ्या हातात नुसती एक सुट्टी किल्ली लागली. ती गाडीचीच किल्ली होती का, हे कळलं नाही, पण मी ती घेऊन हातात घट्ट धरली.

अक्षरश: गवतातनं पळत जाऊन मी गाडीशी पोचून दारात किल्ली घालून फिरवली आणि ती फिरली! पटकन दार उघडून आत शिरून मी आतनं गाडीचं कुलूप लावलं. तेवढ्यात ती टारगट पोरं पोचलीच आणि माझ्या गाडीभोवती फिरून दाराला लाथा मारू लागली. कोणी टपावर बुक्के मारू लागलं. थरथरत्या हातानं मी गाडी सुरू केली आणि तिथनं वेगाने गाडी काढून निघून आले.

नंतर त्या रात्रीच काही शिक्षक माझ्याबरोबर परत तिकडे आले आणि टॉर्चच्या उजेडात त्या फाटकाजवळ त्यांना रिंगमध्ये अडकवलेली गाडीची किल्ली पडलेली दिसली. मी फाटकाखालनं सरकत बाहेर येताना ती पडून गेली होती.

मी माझ्या घरी आले, तर फोन वाजतच होता. बाबांचाच फोन होता. माझ्यावर गुदरलेल्या प्रसंगाबद्दल मी त्यांना काही बोलले नाही. उगाच त्यांची काळजी मला वाढवायची नव्हती. "अगं मी तुला सांगायला विसरूनच गेलो," बाबा म्हणाले. "या वेळेला तुझ्या गाडीसाठी जास्तीची एक किल्ली मुद्दामच बनवून घेऊन तुझ्या पर्समध्ये मी टाकली होती. यदाकदाचित कधी अडीअडचण आल्यास उपयोगी पडावी म्हणून!"

आजही ती किल्ली मी कपाटाच्या ड्रॉवरमध्ये जपून ठेवलीय. ती हातात घेतली, की बाबांनी इतकी वर्षं माझ्यासाठी किती चांगल्या गोष्टी केल्या आहेत, त्याची मला आठवण येते. आता ते अडुसष्ट वर्षांचे आहेत आणि मी चाळीस वर्षांची, पण आजही मी त्यांच्या मार्गदर्शनावर, त्यांच्या दूरदृष्टीवर, दिलासा देणाऱ्या त्यांच्या स्वभावावर अवलंबून असते, हे माझ्या लक्षात येतं. सर्वांत महत्त्वाचं म्हणजे जास्तीची किल्ली बनवून घ्यायला त्यांना सुचलं आणि कदाचित त्या किल्लीमुळेच माझे प्राण वाचले. त्यांच्या विचारपूर्वक वागणुकीमुळे मी अक्षरशः भारावून जाते. प्रेमापोटी, मायेपोटी केलेली एक अगदी साधी सरळ कृती; पण तिच्यात किती सामर्थ्य दडलेलं असू शकतं, हे मला पुरेपूर पटतं.

शॅरन व्हिटले
A Simple Act of Love

रडण्याची मुभा

'मिळालेल्या प्रेमाची जीवापाड जपणूक करा. तुमची संपत्ती, तुमचं आरोग्य जरी नष्ट पावलं; तरी ते प्रेम मात्र जिवंत राहील.'

ऑग मॅन्डिनो

अंधाऱ्या घरात जेवणाच्या टेबलाजवळ तिथल्या दिव्याच्या प्रकाशात बसून मी एकटाच अश्रू गाळत होतो.

अखेरीस दोन्ही मुलांना अंथरुणात झोपवण्यात मी यशस्वी झालो होतो. नुकतंच एकेरी पालकत्व अंगावर पडलेला मी– मला आता माझ्या दोन लहान लेकरांसाठी आई आणि बाबा अशी दुहेरी भूमिका बजावणं भाग पडलं होतं. दोघांना अंघोळ घालताना त्यांची मस्ती, किंचाळणं, इकडे तिकडे धावत राहणं, खिदळणं, वस्तूंची फेकाफेक करणं चालूच होतं. अंघोळ आटोपल्यावर जरा शांत होऊन ते दोघं गादीत शिरले आणि रोजच्या शिरस्त्याप्रमाणे पाच-पाच मिनिटं दोघांची पाठ मी चोळून दिली. मग गिटार हातात घेऊन मी त्यांच्या आवडीची लोकगीतं गायली. एकदा, दोनदा असं परत परत तीच गाणी म्हणत राहून, त्यांना झोप लागेपर्यंत हळूहळू आवाज कमी करत मी गायचा थांबलो.

नुकताच घटस्फोट होऊन दोन्ही मुलांचा कायदेशीर ताबा मिळाल्यावर, त्या दोघांना सुखाचं, सुरक्षित आयुष्य देण्याचा पक्का निश्चय करून बसलो होतो मी. केवळ त्या दोघांच्या आनंदासाठी मी हसरा चेहरा ठेवून वावरत होतो. त्यांचे रोजचे सर्व कार्यक्रम पूर्वीप्रमाणेच चालू राहतील, असा मी माझ्याकडनं होईल तेवढा प्रयत्न करत होतो. दर रात्रीचा हा कार्यक्रमही रोजच्यासारखा पार पडला होता. अपवाद एकच होता – त्यांची आई गैरहजर होती. चला, अजून एक वेळा मी ठरलेला कार्यक्रम एकट्याने पार पाडू शकलो होतो.

नंतर मी हळूच त्यांच्याजवळून, शक्यतोवर आवाज न करता उठलो. नाहीतर ते दोघं परत जागे होऊन तीच गाणी, त्याच गोष्टी ऐकण्याचा हट्ट धरून बसले

असते. दबक्या पावलांनी त्यांच्या खोलीतनं बाहेर पडून मी दार अर्धवट ओढून घेतलं आणि खाली आलो.

जेवणाच्या टेबलाजवळ येऊन मी खुर्चीत अक्षरश: कोसळलो. कामावरून घरी आल्यावर मी प्रथमच असा बसलो होतो, हे माझ्या लक्षात आलं. घरी येऊन मी जेवण बनवलं. त्यांना जेवायला वाढलं. माझ्या लहानग्यांना जेवणासाठी आर्जव केली. जेवण झाल्यावर भांडी घासता घासता, लक्ष वेधून घेण्यासाठी त्यांनी विचारलेल्या अनेक प्रश्नांची उत्तरंही दिली. माझ्या मोठ्या मुलीला मी तिच्या दुसरीच्या गृहपाठात मदत केली. धाकट्या मुलानं काढलेल्या चित्राचं कौतुक केलं. त्याच्या लेगो बॉक्समधल्या तुकड्यांपासनं त्याने छान रचना बनवलेली बघून तोंड भरून त्याची स्तुती केली. अंघोळी, गोष्ट सांगणं, पाठ चोळून देणं, गाणी गाणं सगळं उरकून आता सरतेशवेटी माझ्या स्वत:साठी स्वस्थतेचे काही क्षण! ती शांतताच मला मोठी विश्रांती भासत होती.

मग दमणूक; जबाबदारीचं ओझं; त्या महिनाभराची बिलं भरणं मला शक्य होणार का, ही चिंता; असं सगळं एकदम अंगावर धावून आल्यासारखं झालं. घर चालवण्यासाठी घ्यावे लागणारे अविश्रांत परिश्रम! काही काळापूर्वी मी एक विवाहित माणूस होतो आणि ही सगळी कामं करण्यासाठी, सगळ्या चिंता झेलण्यासाठी माझी जीवनसाथी माझ्याबरोबर असायची.

एकाकीपणा! जणू एकाकीपणाच्या मोठ्या समुद्राच्या पार तळाशी मी पोचलो होतो, अशा प्रकारची भावना माझ्या मनात निर्माण होऊ लागली. सगळं कसं एकाच वेळी, एकत्र मिळून आलेलं होतं आणि मी त्या भोवऱ्यात सापडलो होतो. मला भरून येऊ लागलं आणि पाहता पाहता त्याचं रूपांतर हुंदक्यात झालं. हलके हुंदके देत, मूक रुदन करत मी तिथेच बसून राहिलो.

आणि तेव्हाच दोन चिमुकल्या हातांनी माझ्या कमरेभोवती विळखा घातला होता आणि एक इवलासा गोड चेहरा बारीक डोळे करत माझ्याकडे बघत होता. मी खाली वाकून माझ्या पाच वर्षांच्या मुलाचा सहानुभूतीने भरलेला चेहरा बघू लागलो.

मुलानं मला रडताना बघितलं, या विचारानं मी खूप कानकोंडा झालो होतो. ''इथॅन, सॉरी बाळा. मला माफ कर. तू अजून जागा होतास, याची मला कल्पना नव्हती.'' मला हे कळत नाही, की कितीतरी लोक रडताना उगाचच क्षमा का मागत असतात? आणि मीही त्याला अपवाद नव्हतोच म्हणा! ''अरे, मला तर खरं म्हणजे रडायचं नव्हतंच. माफ कर हं. आजच्या रात्री मला जरा थोडंसं उदास वाटतंय.''

''ठीक आहे बाबा. रडू येणं वाईट नसतं बरं का आणि तुम्हीदेखील माणूसच

आहात नं!'' असं बोलून त्याने मला केवढा धीर दिला होता, हे मी शब्दात सांगू शकत नाही. हे माझं एवढंसं पिल्लू किती निष्पापपणे, सामंजस्य दाखवत, मला मोकळेपणानं अश्रू गाळायची मुभा देत होतं. जणू त्याला असं सांगायचं होतं, की मी मनाने कायम कणखरच असलं पाहिजे, असं नाही. कधीतरी मनाने दुर्बल होऊन माझ्या भावनांना मोकळी वाट करून देण्याचं स्वातंत्र्य मी स्वत:ला देऊ शकतो.

तो पटकन माझ्या मांडीवर चढून बसला. आम्ही एकमेकांना कवेत घेतलं आणि थोडा वेळ अवांतर गप्पा केल्या. नंतर मी त्याला कडेवर घेऊन वर त्याच्या गादीत झोपवून आलो. कसं का होईना, पण त्या रात्रीही नंतर मी शांतपणे झोपू शकलो होतो. राजा, मी सदैव ऋणी राहीन तुझा!

हॅनॉक मॅकार्टी
Permission to Cry

उत्कृष्ट मिठी

'आपली मुलं म्हणजे एक अनमोल ठेवा आहे, याच दृष्टीने कृपा करून त्यांच्याकडे सतत बघत रहा. त्यातून त्यांचा आणि स्वत:चाही मान राखा.'

बर्नी सीजेल

शिक्षकमंडळी आणि व्यवस्थापकांनी ते सभागृह गच्च भरून गेलं होतं. शाळा, अल्पप्रमाणात सरकारी मदत मिळणाऱ्या संस्था, चर्चमधलं धर्मोपदेशकांचं सभागृह जसं ओकंबोकं, रंग उडालेल्या भिंतीचं असतं, तसंच हे सभागृहही अगदीच ओकंबोकं भासत होतं. अपवादासाठी समोरच्या भिंतीवर एक झेंडा तेवढा लावलेला दिसत होता आणि त्याच्याजवळ तडा गेलेला एक फळा ठेवलेला होता. कॉलेजचा वर्ग म्हणून, सभेसाठी एकत्र जमण्याची जागा, मनोरंजन अशा अनेक गोष्टींसाठी त्या लहानशा जुन्या कॉलेजचं ते सभागृह वापरलं जायचं.

तिथल्या स्थानीय शिक्षकांसाठी नव्याने शोधून काढलेल्या शिकवण्याच्या पद्धतींवरच्या, एका कार्यशाळेचं आयोजन करण्यासाठी, मला पाचारण करण्यात आलं होतं.

त्या काळामध्ये दोन्ही लहान मुलांचा कायदेशीर ताबा मिळवून मी एकेरी पालकाची भूमिका करत होतो. माझी मुलगी शायना साधारण सात वर्षांची आणि मुलगा एथन नुकताच पाच वर्षांचा झाला होता. मी अधिवेशनाला जाणार म्हटल्यावर घरी मुलांकडे बघायला म्हणून मी एका बेबीसिटरची व्यवस्था केली होती, पण सकाळच्या वेळी यायला तिला जमणार नव्हतं; त्यामुळे दोघांना माझ्याबरोबर नेणं मला भाग होतं. त्यापूर्वीही अनेक वेळा अशा भाषणांना त्यांना घेऊन जावं लागलं होतं, त्यामुळे तिथं कसं शहाण्यासारखं वागावं लागतं, हे त्यांना माहिती होतं. एका जागी चुपचाप बसून खेळणी खेळत बसावं लागणार, याची त्यांना पूर्ण कल्पना होतीच.

वेळ घालवण्यासाठी शायनाने काही पुस्तकं आणि चित्रकलेचं सामान तसंच काही बाहुल्या– विशेषत: बार्बी बाहुल्यांचा संच आणि त्याबरोबर येणाऱ्या त्यांच्या इतर गोष्टी बरोबर आणल्या होत्या. एथनने इमारती बनवण्याचे प्लास्टिकचे ठोकळे आणि छोटे छोटे सैनिक-बंदुका असा पूर्ण संच बॅगेत भरून आणला होता.

सभागृहाच्या अगदी मागच्या भागात एका टेबलापाशी बसून ते खेळण्यात मग्नही होऊन गेले होते. मी जिथे उभा राहून भाषण देणार होतो, त्या भिंतीकडे त्यांची पाठ होती.

सगळा शिक्षकवर्ग अतिशय उत्साही होता आणि सतत त्यांच्या प्रतिक्रियाही मला मिळत होत्या. शिकवण्याच्या एखाद्या नव्या पद्धतीबद्दल मी बोलू लागलो, प्रात्यक्षिक करून दाखवू लागलो, की त्यांच्यापैकी बहुतेक जण त्यात सहभागी होत होते आणि छोटे गट करून एकमेकांना आपली मतं सांगत होते.

चर्चेमध्ये एका शिक्षिकेने मध्येच हात वर केले आणि म्हणाली, ''समोरच्या व्यक्तीला मिठी मारण्याबद्दल तुम्ही काय सुचवू शकाल, असा माझा प्रश्न आहे.''

''नाही, म्हणजे तुम्हाला नक्की काय म्हणायचंय?''

''ठीक आहे. मी स्पष्टच बोलते. मी प्राथमिक शाळेत शिकवते – चौथी आणि पाचवीच्या वर्गाला मिळून. कधी कधी मला आपलं वाटतं, की मुलांना प्रेमानं जवळ घ्यावं. विशेषत: जी मुलं अडचणीत असतात. मी असं केलं, तर तुमच्या मते योग्य असेल का ते?''

''आपण जिथे राहतोय, ते हे जग खरं म्हणजे विचित्रच आहे.'' मी उत्तर दिलं ''मिठी मारून प्रेम, माया दर्शवणं ही एक अत्यंत नैसर्गिक, सहज आणि उत्स्फूर्त क्रिया असते. एखादं मूल जर खेळता खेळता पडलं असेल, रडत असेल, दु:खी किंवा निराश झालेलं असेल किंवा घाबरलेलं असेल, तर अशा वेळी त्याला/तिला जवळ घेणं हेच उत्तम ठरतं आणि तरीही आपल्याला या क्रियेचा उगाचच बाऊ करण्याची सवयच लागून गेलेली आहे. प्रसारमाध्यमातनं काही अनिष्ट घटना अधूनमधून दाखवल्या जातात. उदा. वयानं मोठ्या व्यक्तीनं गैरपद्धतीनं लहान मुलांना स्पर्श करणं इ.इ. त्यामुळे याबाबत नियम आणि मर्यादा पाळणं, त्याबद्दल स्पष्टपणे बोलणं – लहान मुलांना केव्हा, कुठे आणि कसा स्पर्श करावा, हे अतिशय आवश्यक आहे. माझ्या मते मिठी मारणं ही एक अत्यंत सुंदर क्रिया असते.''

भाषणाच्या अखेरीस मी म्हणालो, ''तुम्हाला एक सांगू का; दोन मोठ्या व्यक्ती जेव्हा एकमेकांना मिठी मारतात, तेव्हा तसं करताना त्यांना उगाचच लाजायला – बुजायला होत असतं. तुमच्या मनात एकाच वेळी दोन वेगवेगळे विचार येत असतात – एक हा, की मी मिठी मारली पाहिजे आणि त्याच वेळी

तुम्ही दुसऱ्याच एखाद्या गोष्टीबद्दल विचार करत राहता– 'माझ्या मिठी मारण्याचा उद्देश या व्यक्तीला नीट कळतोय की नाही, याची मला जरा शंकाच वाटतेय' किंवा 'ही/हा काय अर्थ लावत असतील बरं माझ्या मिठीचा?' किंवा अशी मी मिठी मारताना कोणी बघत तर नाहीये नं आणि कोणी बघितलंच तर मनात काय विचार करत असतील कोण जाणे.'' 'वातावरण जरा हलकंफुलकं करण्यासाठी मी मुद्दामच चेष्टेच्या सुरात म्हणालो, की असाही विचार मनात येऊ शकतो, ''अरे बापरे! मी माझ्या मास्टर क्रेडिट कार्डचं बिल भरलंय की नाही अजून?'' ते ऐकून आख्खं सभागृह हास्यगर्जनेनी भरून गेलं होतं.

''प्रौढ व्यक्ती या नात्याने आपल्याला आयुष्यामध्ये अनेक अनुभव आलेले असतात, त्यामुळे आपल्यापैकी प्रत्येकजण व्यक्तिगत गतकाळ आणि त्याच्या अनुषंगाने वाटणाऱ्या काळज्या, चिंता त्या मिठीमध्ये सामावण्याच्या प्रयत्नात असतो किंवा इतर काही विचारात गुंगलेले असतो; त्यामुळे त्या मिठीचा आनंद, समाधान आपण पूर्णतः उपभोगू शकत नाही. हे सांगायचं कारण एवढंच, की आता सभागृहात मागच्या बाजूला मला माझी दोन लहान मुलं दिसत आहेत.''

मी असं म्हणताच सर्वांनी माना मागे वळवून माझ्या मुलांकडे नजर टाकली. ते दोघं तेव्हा आमच्याकडे पाठ करून, शांतपणे बसून खेळण्यामध्ये मग्न होते. मी पुढे बोलणं सुरू केल्यावर परत सर्वांनी माझ्याकडे माना फिरवल्या.

''हे ऐका आता. दिवसभराच्या कामावरनं थकून-भागून मी संध्याकाळी रोज घरी जातो, तेव्हा घरी पोचल्या पोचल्या मुलांच्या मिठीची आतुरतेने कामना करत असतो. वयानं अजून लहान असल्यामुळे त्यांचा गतकाळ फारसा मोठा नाही. त्यांना काही चिंता, काळजीनं ग्रासलेलं नाही. त्यांना कसली बिलं भरण्याची कटकट नाही. मी दारातनं आत शिरताच ती दोघं अक्षरशः धावत धावत येऊन माझ्या अंगाखांद्यावर चढतात, मला घट्ट मिठी मारतात, माझ्या पाप्या घेतात. विशेषतः माझा मुलगा त्याचं पूर्ण शरीर जणू माझ्यामध्ये विरघळून टाकतो, माझ्या छातीत डोकं खुपसून आवेगानं मला मिठी मारतो. मला खात्री असते, की त्या क्षणी तो संपूर्णतः त्या मिठीत विसावला आहे. ना त्याला इतर काही सुचतंय, की त्याचं मन इकडेतिकडे सैरभैर धावतंय, ना त्याला मिठीमध्ये अवघडल्यासारखं वाटतंय. माझ्यासाठी हा एक कोमल क्षण असतो.''

सर्वांनी हसून माना डोलावल्या आणि मग त्या अनुषंगानं इतर संभाषण सुरू झालं आणि तो सिलसिला बराच वेळ चालू राहून, नंतर आमच्या कार्यशाळेचं मुख्य काम सुरू झालं.

त्यानंतर सात-आठ आठवडे लोटल्यावर मी एकदा विद्यापीठात शैक्षणिक मानसशास्त्रावरती व्याख्यान देऊन अनेक तासांच्या दमणुकीनंतर थकून-भागून घरी

आलो होतो. गॅरेजमध्ये गाडी लावून, माझी बॅग घेऊन मी स्वयंपाकघराच्या मागच्या दारातनं घरात शिरलो. दोन्ही मुलं जिन्यावरनं झेपावतच उतरून "बाबा, बाबा, बाबा!" असं किंचाळत माझ्याजवळ आली. शायना तर एकदम माझ्या बाहुपाशातच शिरली. "बाबा, किती किती आठवण झाली होती मला तुमची. माहितेय का तुम्हाला मी आज काय केलंय?" अर्थात तिनं दिवसभर काय केलं होतं, हे मलाही जाणून घ्यायचंच होतं. दिवसभर त्यांना सांभाळणारी बाई (बेबी सिटर) मागे उभी राहून शायना काय सांगतेय, ते कौतुकाने ऐकत उभी होती. मला सगळं एकदा सांगून टाकल्यावर शायना समाधानानं स्वयंपाकघरातनं बाहेर जाऊन तिच्या इतर उद्योगांमध्ये रमली.

एथन तोपर्यंत कसाबसा धीर धरून उभा होता. नंतर तोही माझ्या छातीवर चढला आणि दोन्ही हातांनी मला घट्ट मिठी मारली. अंग घुसळत त्यानं माझ्या मानेवर डोकं टेकवलं आणि तशाच अवस्थेत शांत चित्तानं तो पडून राहिला. माझ्यामध्ये एकरूप होऊ बघताना जणू त्याचं पूर्ण शरीर हलकं-हलकं, मृदू होत चाललं होतं. जरा वेळाने माझ्या मानेवरनं डोकं बाजूला करून माझ्याकडे नजर करत हळूच माझ्या कानात पुटपुटला, "मी मास्टरकार्डचं बिल भरलंय की नाही कोण जाणे!"

हॅनॉक मॅकार्टी
The Perfect Hug

अस्सल जीत

'सामंजस्याचं पहिलं लक्षण म्हणजे प्रामाणिकपणा'

थॉमस जेफरसन

एका माध्यमिक शाळेत मी खेळाचा प्रशिक्षक होतो. सामना कसा जिंकावा यासाठी मी मुलांना माझ्याकडनं होईल तितकी मदत करायचो. त्यांच्याइतकीच जिंकण्याची जबरदस्त इच्छा मलाही असायची.

एका सामन्यामध्ये मी पंचाचं काम करत होतो. तेव्हा घडलेल्या एका नाट्यमय प्रसंगाने जय-पराजय याबद्दलचं माझं मतच बदलून गेलं. मला एक आगळं-वेगळंच दर्शन झालं. न्यूयॉर्कमधल्या न्यू रॉशेल या भागात न्यू रॉशेल आणि यॉंकर्स हाय या दोन टीममध्ये होणाऱ्या एका लीग चँपियनशिप बास्केटबॉलच्या सामन्यांसाठी मी पंच म्हणून नेमला गेलो होतो. न्यू रॉशेल संघाचे प्रशिक्षक होते डॅन ओब्रायन आणि यॉंकर्स संघाचे लेस बेक.

सामना बघण्यासाठी प्रेक्षकांनी मैदान पूर्ण भरून गेलं होतं आणि आवाजाच्या कल्लोळात काही ऐकू येत नव्हतं. सामना छान खेळला जात होता आणि अटीतटीचाही होत होता. यॉंकर्स गुणसंख्येत पुढे होते. मी घड्याळात पाहिलं, तर सामना संपण्यास केवळ तीस सेकंदच उरले होते. यॉंकर्स संघाकडे बॉल होता. त्यांनी तो पुढच्या पुढच्या खेळाडूकडे देत देत बास्केटमध्ये टाकायचा प्रयत्न केला, पण तो असफल झाला. न्यू रॉशेल संघाला जोर आला. बॉलला त्यांनी उंच उडवला आणि शॉट मारला. बास्केटच्या लोखंडी रिंगवरच बॉल झुलत राहिला आणि बाहेरच पडला. त्यांच्या बाजूचे प्रेक्षक किंचाळ्या मारू लागले.

न्यू रॉशेल हा स्थानिक संघ होता. त्यांनी पटकन बॉल उचलला आणि बास्केटमध्ये टाकला. विजय नक्कीच त्यांच्या हातात पडणार, असा रंग दिसत होता. गोंगाटाने कान फुटायला आले होते. मी घड्याळात पाहिलं, तर सामन्याची वेळ संपली होती. कर्कश्श आवाजात मला घंटीचा (बझर) आवाज ऐकूच आला

नव्हता. मी जवळच्या एका सामनाअधिकाऱ्याला विचारलं, पण तोही नक्की काही सांगू शकला नाही.

त्या गोंधळात काही मदत मिळते, का ते बघायला मी घड्याळाकडे लक्ष ठेवणाऱ्या (टाईम-कीपर) १७-१८ वर्षांच्या तरुणाला विचारलं. तो म्हणाला, "कॉव्हिनो सर, बॉल तर बास्केटच्या रिंगवरच झुलत होता आणि नंतर बास्केटमध्ये टाकण्याआधीच सामन्याची वेळ संपली होती.

माझी मोठी विचित्र स्थिती झाली होती. ओंब्रायनला ती दुःखद बातमी मी कशीबशी सांगितली. "डॅन, अखेरच्या वेळी बॉल बास्केटमध्ये टाकण्याआधीच सामन्याची वेळ संपली होती. यॉंकर्स संघ जिंकला आहे."

त्यांचा चेहरा पडला. तो टाईम-कीपर तिथे येऊन म्हणाला, "बाबा मला माफ करा, पण शेवटच्या वेळी बॉल बास्केटमध्ये जाण्याआधीच वेळ संपलेली होती."

ढगाआडनं सूर्यकिरणं बाहेर पडावीत, तसा ओंब्रायनचा चेहरा अचानक आनंदाने चमकला. तो म्हणाला, "अरे ज्यो, ठीक आहे नं मग. काही हरकत नाही. तू मात्र तुझं काम अगदी चोखपणे पार पाडलंस. उलट मला तर अभिमानच वाटतोय तुझा ज्यो!"

माझ्याकडे वळून बघत तो म्हणाला, "अल् हा माझा मुलगा – ज्यो."

अभिमानाने मुलाच्या खांद्यावर हात ठेवून मैदानावरून एकत्रितपणे तो प्रशिक्षक बाहेर पडला.

अल् कॉव्हिनो
प्रेषित : रॉब नेल्सन
Winners and Winnners

माझं लक्ष होतं बरं का !

माझं लक्ष नव्हतं असं वाटलं तुला? पण मी रंगवलेलं पहिलंवहिलं चित्र रेफ्रिजरेटरवर अडकवताना मी मात्र पाहिलं होतं तुला. म्हणून आणखी एक चित्र रंगवण्याची मला इच्छा झाली.

मी बघत नव्हते, असं वाटलं तुला? पण एका बेवारशी मांजराला भरवत असताना मी मात्र पाहिलं होतं तुला आणि मीही मनात विचार केला, प्राण्यांवर दया दाखवणं किती चांगलं असतं नाही?

तुला वाटलं माझं लक्ष नव्हतं, पण फक्त माझ्यासाठी तू माझ्या आवडीचा केक बनवत होतीस, हे मी पाहिलं होतं आणि म्हणून मला उमजलं, की छोटीशी कृतीदेखील कधी कधी कशी खास, विशेष बनू शकते.

तू प्रार्थना करत असताना मी तुझ्याकडे बघत नव्हते, असं वाटलं नं तुला? पण मी तर तुझी प्रार्थना ऐकली आणि लक्षात आलं, की खरंच देव आहे आणि

त्याच्याशी बोलताही येतं.

मी झोपले होते, असा विचार तू केलास; पण गुडनाईट म्हणताना तुझे ओठ माझ्या गालावर टेकलेले मला जाणवलं आणि मी किती लाडकी आहे तुझी, हे समजलं मला.

माझं तुझ्याकडे लक्षच नव्हतं असं वाटलं खरं तुला, पण तुझ्या डोळ्यांमधले अश्रू दिसले होते मला आणि मग लक्षात आलं की कधीतरी, कशामुळे तरी वाईट वाटतं आणि अशा वेळी रडलेलं चांगलंच असतं.

तुला वाटलं होतं मला कळलं नसेल, पण तू माझी किती काळजी घेतेस, याची मला खात्री पटली आणि मग मोठं होऊन मनासारख्या खूप गोष्टी करण्याचं ठरवलं.

जेव्हा जेव्हा तुला वाटलं, की माझं लक्ष नव्हतं – पण खरं म्हणजे प्रत्येक वेळी माझं पूर्ण लक्ष होतं... आणि मी जे जे बघितलं, त्यापासनं खूप खूप शिकले मी. तुझे मन:पूर्वक आभार मानायचे होते, पण तुला तर वाटलं मी बघतच नव्हते तुझ्याकडे!

अनामिक

When you Thought I Wasn't Looking

बेसबॉलचे धडे

'कोणतीही निवड करताना प्रत्येकासमोर नेहमी दोन मार्ग असतात. त्यामधला एक मार्ग अतिशय सोपा असतो, पण त्या मार्गावरनं जाऊन केवळ एकच फायदा होतो आणि तो म्हणजे तो मार्ग सोपा असतो एवढंच!'

अनामिक

वयाच्या अकराव्या वर्षी बेसबॉलच्या खेळाच्या वेडानं मी पूर्ण पछाडलो होतो. रेडिओवरती सतत बेसबॉलच्या सामन्यांचं धावतं वर्णन मी ऐकायचो, टीव्हीवरही तो खेळ बघायचो. केवळ बेसबॉलसंबंधीचीच पुस्तकं वाचायचो. बेसबॉलची कार्डं जमवून ती घेऊन मी चर्चमध्ये जायचो. तिथे माझ्याप्रमाणे खेळाच्या वेडानी झपाटलेल्या इतर मुलांनी जमवलेल्या कार्डांबरोबर माझी कार्डं अदलाबदल करायचो. माझं कल्पनासाम्राज्य होतं, ते केवळ बेसबॉलचंच!

केव्हाही, कुठेही शक्य होईल; तेंव्हा मी बेसबॉल खेळायचो. बेसबॉलच्या मैदानावरही किंवा मुलांना खेळण्यासाठी मुद्दाम बनवलेल्या वाळूच्या जागेतदेखील. भाऊ, मित्रांबरोबर मी बॉल झेलण्याचा सराव करायचो. बरोबर खेळायला कोणी मिळालं नाही, तर मी एकटाच घराबाहेरच्या पायऱ्यांवर रबरी बॉल उडवून झेलायचा सराव करायचो आणि स्वत:साठी आणि संघासाठी उज्ज्वल, सुंदर भविष्याची कल्पना करण्यात रमायचो.

त्या ध्यासापोटी शेवटी १९५६ मध्ये मी लिटल लीग सीझनमध्ये प्रवेश मिळवलाच. खेळात मी दुसऱ्या किंवा तिसऱ्या क्रमांकावरचा क्षेत्ररक्षक (शॉर्ट स्टॉप) असायचो. अगदीच ढ नाही, पण खूप कौशल्यपूर्ण खेळणाराही नव्हतो मी. फक्त खेळासाठी नादिष्ट झालेला!

गॉर्डन मात्र माझ्याप्रमाणे नादिष्ट नव्हता आणि खेळात खूप प्रवीणही नव्हता. तो नुकताच आमच्या भागात राहायला आला होता आणि बेसबॉल खेळाडू म्हणून

त्यानं नाव नोंदवलं होतं. गॉर्डनच्या बेसबॉल खेळाच्या कौशल्याबद्दल नम्रपणे बोलायचं झालं, तर त्याच्याजवळ कौशल्याचा पूर्ण अभाव, असंच म्हणावं लागलं असतं. ना तो झेल पकडू शकायचा, ना बॉलला जोरदार फटका मारू शकायचा. बॉल जोरात दूरवर फेकणंदेखील त्याला जमायचं नाही. वेगाने तो धावूही शकायचा नाही.

खरं म्हणजे गॉर्डनच्या मनात बॉलविषयी काहीतरी भीतीच होती.

अखेर निवड झाल्यावर मी सुटकेचा निःश्वास सोडला, कारण गॉर्डनला दुसऱ्या संघात घातलं होतं. गॉर्डन आमच्या संघात राहून जिंकण्याची शक्यता तर नव्हतीच. विरुद्ध संघाचं मात्र काही खरं नव्हतं.

दोन आठवड्यांच्या सरावानंतर गॉर्डनला त्या संघामधनं वगळलं गेलं. त्याच्या संघात असलेल्या माझ्या मित्रांनी मला चेष्टेच्या सुरात सांगितलं, की त्यांच्या प्रशिक्षकांनी संघातल्या दोन चांगल्या खेळाडूंना गॉर्डनला झाडीमध्ये घेऊन जाऊन, तिथे त्याला तो निर्णय सांगण्यासाठी पाठवलं होतं. "जा, चालता हो आता", असं बोलून त्यांनी त्याला निरोप दिला होता.

आणि गॉर्डन खरोखरच चालता झाला.

पण त्या प्रसंगामुळे अकराव्या वर्षीच माझ्या मनातील न्यायाची चाड जागी झाली. रागाने लाल झालेला एखादा शॉर्टस्टॉपचा खेळाडू जे करेल, तेच मी केलं. त्या दोन खेळाडूंनी गॉर्डनला कोणत्या शब्दात सुनावलं होतं, ते मी माझ्या प्रशिक्षकांकडे जाऊन त्यांना सविस्तर सांगितलं. मला वाटलं होतं, की लीगच्या ऑफिसकडे तक्रार नोंदवून, गॉर्डनचा परत त्याच्या संघात समावेश करायला ते लावतील. म्हणजे मग अनायसे माझ्या न्यायी वृत्तीचा जय आणि आमच्या संघाचा विजय अशा दोन्ही गोष्टी साधल्या जाणार होत्या.

पण माझा अंदाज सपशेल चुकला होता. माझ्या प्रशिक्षकांनी निर्णय घेतला, की गॉर्डनने आमच्या संघातच आलं पाहिजे, कारण तो सर्व खेळाडूंना हवा होता आणि सगळे त्याच्याशी नीट वागत होते. प्रत्येकाला त्याच्या कुवतीप्रमाणे खेळण्याची संधी मिळालीच पाहिजे, अशी आमच्या संघातल्या प्रत्येक खेळाडूची प्रामाणिक इच्छा होती.

शेवटी गॉर्डनचा आमच्याच संघात समावेश केला गेला.

सामन्यांमध्ये गॉर्डन खूप छान खेळला, असं सांगण्यास मला आवडलं असतं पण तसं काही घडलंच नव्हतं. पण त्या पूर्ण वेळात एकदाही बॉलला चुकीचा फटकादेखील गॉर्डन मारू शकला नव्हता. बॉल कधी त्याच्या डोक्यावरून गेला, तर कधी त्याच्या हातून झेल सुटला, तर त्याने एकदाही बॉल जोरात फेकला नाही.

गॉर्डनला खेळाचं शिक्षण देण्यात काहीच कसूर राहिलेली नव्हती. प्रशिक्षकांनी त्याच्याकडनं जास्तीच्या फलंदाजीचा सराव करवून घेतला होता. तसंच त्याच्या क्षेत्ररक्षणावरही बरीच मेहनत घेतली होती, पण कशातच काही सुधारणा झालेली नव्हती.

त्या वर्षी माझ्या प्रशिक्षकांकडनं तो काही आत्मसात करू शकला होता असं मला तरी मुळीच वाटत नाही, पण मी मात्र खूप काही शिकलो होतो. खेळामधली अनेक कौशल्यं आत्मसात केली.

त्या उन्हाळ्यात मी माझ्या प्रशिक्षकांकडनं बरेच धडे घेतले, पण सर्वांत महत्त्वाचा धडा बेसबॉल खेळाबद्दलचा नव्हता. तो धडा होता चारित्र्य, प्रामाणिकपणा, सचोटीचा. खेळाडू चांगल्या प्रकारे खेळो किंवा न खेळो, त्याचं संघात महत्त्व हे असतंच, हे मला कळलं होतं. खेळाडू बॉल अडवू शकतो, का पटकन वळून त्याचा पाठलाग करू शकतो, याला महत्त्व नसून त्याचं स्वत:चं असं महत्त्वाचं स्थान असतं, हे मला पटलं होतं. जय-पराजयापेक्षा प्रामाणिकपणे, सचोटीनं योग्य सन्मानीय कृती करण्यास जास्त महत्त्व असतं; हे मला नव्यानंच कळलं होतं.

त्या वर्षी त्या संघाकडनं खेळण्यात मला आनंदच झाला. ती व्यक्ती माझे प्रशिक्षक होते, हे माझं सुदैव आणि मी कायम त्यांचा ऋणी राहीन. मी त्यांचा मुलगा आणि शॉर्टस्टॉप खेळाडू असण्याचा मला सार्थ अभिमानच वाटतोय.

चिक मूरमॅन
Lessons in Baseball

आयुष्यभराचा लाभ

'आजीवन टिकणारे नैतिकतेचे धडे पुस्तकाच्या धड्यातनं मिळत नसतात, तर प्रत्यक्ष अनुभवांमधनं प्राप्त होतात.'

मार्क ट्वेन

जेव्हा संधी मिळेल, तेव्हा न्यू हॅम्पशायरमधल्या एका मोठ्या तळ्याच्या मध्यभागी असलेल्या, छोट्याशा बेटावर बांधलेल्या, त्यांच्या लाकडी घरामधनं तो अकरा वर्षांचा मुलगा मासे पकडण्यासाठी बाहेर पडायचा.

बास जातीच्या मादी माशांनी त्या दिवसापासनं पाण्यात अंडी सोडायला सुरुवात होण्याआधी संध्याकाळच्या वेळी तो आणि त्याचे वडील मासे पकडत होते. सनफिश आणि पर्च जातीचे मासे त्यांच्या गळामधलं भक्ष्य खायला जाळ्यात अडकत होते. त्यानंतर गळाला चकचकीत चमकणारं भक्ष्य लावून तो गळ टाकण्याचा सराव करू लागला. सूर्यास्ताच्या वेळी चमचमणारं भक्ष्य पाण्याला लागताच छान रंगीत तरंग उमटले. चंद्रोदय झाल्यावर तेच तरंग चंदेरी रंगाचे बनले.

त्याला गळ जाड वाटू लागला आणि लक्षात आलं, की एखादा अजस्त्र मासा गळाला लागला असावा. मोठ्या कौशल्याने तो गळ वर ओढून घेत असताना त्याचे वडील कौतुकमिश्रित नजरेनं त्याच्याकडे बघत होते.

अखेरीस ताकद एकवटून त्यानं तो थकलेला मासा पाण्याबाहेर काढलाच. एवढा मोठा प्रचंड मासा तो आयुष्यात प्रथमच बघत होता. ती होती बास माशाची मादी.

बापलेक डोळे भरून त्या देखण्या माशाकडे बघत होते. त्या माशाचं पोट श्वासोच्छ्वासामुळे वरखाली होताना चंद्रप्रकाशात स्पष्ट दिसत होतं. वडिलांनी काडी पेटवून घड्याळात पाहिलं. रात्रीचे दहा वाजले होते, म्हणजे अंडी टाकण्याचा मोसम सुरू व्हायला दोन तासांचा अवधी होता. एकदा माशाकडे, तर एकदा मुलाकडे त्यांनी नजर टाकली.

"बाळा, तुला या माशाला पाण्यात सोडून द्यावं लागार आहे." ते म्हणाले.

"बाबा – असं का पण?" मुलगा कळवळून म्हणाला.

"अजून इतर जातीचे मासे मिळतील नं आपल्याला पाण्यात." वडिलांनी समजावलं.

"पण या माशासारखे मोठे मोठे नसणार ते", मुलगा कुरकुरला.

त्यानं तळ्यावर चौफेर नजर फिरवली. चंद्रप्रकाशात इतर मासेमार किंवा मासेमारीच्या होड्या दृष्टीस पडत नव्हत्या. त्यानं परत वडिलांकडे आशेनी पाहिलं.

जरी कोणीही त्यांना पाहिलेलं नव्हतं किंवा त्यांनी किती वाजता तो मासा पकडला होता, हेदेखील कोणाला समजलं नसतं; परंतु वडिलांच्या करारी आवाजामुळे तो ओळखून चुकला, की त्यावर जास्त चर्चा करण्यात किंवा त्यांची आर्जवं करण्यात काही अर्थ नव्हता. त्या प्रचंड बास माशाच्या ओठात अडकलेला हुक त्यानं हळुवारपणे काढला आणि खाली वाकून गर्द पाण्यात त्याला सोडून दिलं.

तो मासा सुळकन पाण्यात शिरून बघता बघता दिसेनासादेखील झाला. त्या छोट्याची खात्री पटली, की त्यानंतर आयुष्यात कधीच इतका विशाल मासा त्याला बघायला मिळणार नव्हता.

ही घटना घडली होती तब्बल चौतीस वर्षांपूर्वी. आज तोच मुलगा न्यूयॉर्कमधला एक यशस्वी स्थापत्यकलातज्ज्ञ झालाय. त्या तळ्यामधल्या छोट्याशा बेटावरचं त्याच्या वडिलांचं ते लाकडी घरही अजून तिथेच आहे. आता तो अधनंमधनं त्याच्या मुलांना बरोबर घेऊन तिथे जाऊन मासे पकडत असतो.

त्याचं म्हणणं रास्तच होतं, कारण अनेक वर्षांपूर्वी त्यानं जो विशाल मासा गळात पकडला होता, तसा मोठा मासा त्यानं कधीच नंतर पकडला नाही; पण जेव्हा कधी नीतिमत्तेची, मूल्यं जपण्याची वेळ येते; तेव्हा प्रत्येक वेळी त्याच्या नजरेसमोर तो मासा येत असतो.

नीतिमत्ता म्हणजे काय? तर अगदी साध्या योग्य–अयोग्य कृती हे त्याच्या बाबांनी त्याला शिकवलं होतं नं! परंतु नीतिमत्तेची जपणूक करणं, तिला अनुसरून वागणं हेच महाकठीण काम असतं. कोणी बघत नाहीये, असं बघून आपण एखादी कृती करतो, ते योग्य असतं का? आणि जर चुकीची माहिती मिळाली, तरी आपल्याकडे असलेले रोखे आपण विकून टाकणं खरंच नाकारतो?

हो, आपण चुकीच्या मार्गाचा अवलंब करायला नकार दिला असता, पण केव्हा – तर लहानपणी गळाला आयता लागलेला मासा कोणी परत पाण्यात सोडून द्यायला सांगितलं असतं तरंच! कारण आपल्याला सत्याची चाड राहिली असती. सदैव योग्य कृती करण्याचा घेतलेला निर्णय आजही आमच्या मनात तेवढ्याच ताकदीने जागा आहे. ही कहाणी आमच्या मित्रमंडळींना, नातवंडांना

आम्ही मोठ्या अभिमानाने सांगू.

नीतिमत्ता झुगारून देऊन, संधीचा अवाजवी फायदा घेण्याचा योग आला होता; पण आम्ही वेळीच योग्य कृती केली आणि आयुष्यभरासाठी मूल्य जपण्याची ताकद स्वत:मध्ये निर्माण केली.

जेम्स पी लेनफेस्ट
प्रेषित – डायना व्हॉन होल्ट
Catch of a Lifetime

एलिनला लिहिलेली पत्रं

'मुलाला तुमच्या प्रेमाची सर्वात जास्त गरज केव्हा असते?
जेव्हा खरंच त्याची / तिची ते प्रेम मिळण्याची योग्यता नसते.'

अनामिक

मला एकूण तीन मुलं. मुलगा एकच – सर्वांत मोठा पॉल, ज्याचं नाव त्याच्या वडिलांवरून ठेवलंय. थेरेसा हे आमचं शेंडेफळ – वडिलांसारखे घारे डोळे आणि कुरळे केस असलेली.

एलिन ही दोघांच्यामधली. तिचं नाव माझ्यावरनं आणि माझ्या आईवरनं (तिचं नाव एलिन ॲन होतं) ठेवलंय. माझा जन्म झाल्यानंतर माझ्या आईनं माझं नाव ठेवलं ॲन एलिन. मला मुलगी झाल्यावर मीही आईसारखंच करून मुलीचं नाव ठेवलं एलिन ॲन.

जेमतेम पाच महिन्यांची होत नाही तेव्हापासूनच स्वतंत्रपणे जगण्याचा बाणा एलिनमध्ये दिसू लागला होता. दुसऱ्या कोणी तिच्या तोंडात दुधाची बाटली धरलेली तिला चालायची नाही. सगळं स्वत:च्या मर्जीनं करण्याचा तिचा हट्ट असायचा.

तीन मुलं घरात आजूबाजूला बागडत असताना त्या काळात खूप मजा यायची. तिघंही कामात मदत करायचे. थट्टामस्करी, मस्ती करत आणि त्यांना हवं ते शिकण्यासाठी त्यांनी भरपूर प्रयत्न केले. घराघरात जसं घडतं; तसं आमच्याही घरात कधीकधी चर्चा, वादविवादाला तोंड फुटायचं. काही बाबतीत त्यांच्या वागणुकीमध्ये सुधारणा झाली पाहिजे, असं मला आणि त्यांच्या वडिलांना वाटायचं; तेव्हा आम्हीच विषयाला हात घालायचो. कधी मुकाट्याने ऐकून घेणं आणि होकार देणं, तर कधी शाब्दिक विरोध दर्शवणं अशा पॉल आणि थेरेसाच्या प्रतिक्रिया व्हायच्या; पण शेवटी सगळं स्पष्टीकरण होऊन, एकमेकांचं ऐकून घेऊन वातावरण शांत व्हायचं.

पण एलिनबरोबर मोकळ्या मनानं चर्चा करण्याची कधीच वेळ यायची नाही. आम्ही काही मत दर्शवू शकतो, या विचारालाच तिचा विरोध असायचा आणि मग थाडथाड पाय आपटत जिना चढून, ती तिच्या खोलीत जाऊन धाडकन दार बंद करून घ्यायची. खोलीमध्ये जोरजोरात गाणी लावून बसायची आणि तारस्वरात ओरडून सांगायची, की तिला कोणत्याही मुद्द्यावर चर्चा करण्याची इच्छा नसायची. सुरुवातीच्या काळात मी अनेकदा तिला शांतपणे समजावण्याचा प्रयत्न केला, पण त्यामुळे तिची चिडचिड, राग अजूनच वाढत जायचा.

एक दिवशी मात्र, एलिननं आमची बाजू ऐकून घेतलीच पाहिजे अशी गरज निर्माण झाल्यावर मी तिला एक पत्रच लिहिलं. त्या पत्रात माझी आणि तिच्या वडिलांची बाजू मी स्पष्ट केली. आम्हाला कोणत्या गोष्टीत तिनं थोडं बदलावं वाटत होतं, ते मोकळेपणानी मांडलं. सकाळी ती शाळेत जाईपर्यंत मी थांबून राहिले आणि नंतर तिच्या खोलीत जाऊन पलंगावर ते पत्रं ठेवून आले. तिनं कधीच त्या पत्राचा उल्लेखही केला नाही आणि तिनं ते वाचल्याचं मला काही प्रमाण मिळालं नाही; पण तिच्या वागण्यात थोडीफार सुधारणा मात्र दिसून आली.

त्यानंतर काही वर्षांसाठी अशाच प्रकारे ती शाळेत, नोकरीवर, मित्राला भेटायला गेली; की मी लिहिलेली पत्रं तिच्या पलंगावर जात राहिली. मला वाटतं, वर्षातनं दोन-तीन वेळा तरी मी तिला पत्रं लिहीत होते आणि अशी तब्बल चौदा वर्षं हा सिलसिला चालू होता. तिनं पत्रं वाचल्याचं ना मला कधी सांगितलं, की त्यातल्या मुद्द्यांवर माझ्याशी काही चर्चा केली; पण तिच्या वागण्यात, स्वभावात सकारात्मक बदल मात्र घडून येत होते. कधी खोलीत जाऊन वरून ओरडून ती सांगायची, "आता ही अशी पत्रं लिहीत नको जाऊस मला." मी मात्र अर्थातच निग्रहाने लिहीतच राहिले.

एलिनचे वडील १९९० मध्ये निधन पावले. त्यानंतर तीन वर्षांनी तिचं लग्न ठरलं आणि नववधू बनणाऱ्या माझ्या लेकीची वर्चस्व गाजवणारी माता न राहण्याचा मी निश्चय केला. सगळं कसं सुरळीत चालू होतं; पण लग्नाला एकच महिना उरलेला असताना आमच्या दोघींमध्ये जबरदस्त वादावादी, मतभेद झाले. तिनं रागानंच मला सुनावलं, की ती चोवीस वर्षांची झाली होती. मतिमंद मुलांची एक खास शिक्षिका म्हणून काम करत होती आणि लवकरच तिचं लग्न होणार होतं. आता त्यापुढे मी तिला पत्रं लिहू नये, असंही तिने मला स्पष्ट शब्दांत बजावलं; परंतु तरीही मी लिहिलंच पत्र.

लग्नाच्या आधी तीन दिवस एलिन तिच्या नव्या घरी जाण्यासाठी सामानाची आवराआवर करत होती. तिच्या कपाटात एक डबा होता, तो फेकून न देता तसाच ठेवून द्यायला तिनं मला सांगितलं. "आतापर्यंत तू मला जी पत्रं लिहिली होतीस,

ती सगळी पत्रं या डब्यात मी ठेवलेली आहेत. अधूनमधून मी परत परत ती वाचत असते आणि पुढेमागे कधीतरी माझ्या मुलीला मी ती पत्रं वाचून दाखवेन. थँक यू आई, याबद्दल मी तुझे मनापासून आभार मानते.''

थँक यू एलिन
ॲन इ. वीक्स
Letters to Eiteen

४

शिकवणूक आणि विद्वत्ता

“शिक्षण म्हणजे बादलीत पाणी भरणं नव्हे, तर अग्नी प्रज्वलित करणं. हाच शिक्षणाचा खरा अर्थ!”

विल्यम बटलर यीट्स

विशेष शिकवणी

'विश्वास, भरवसा आणि श्रद्धेचं मूळ आहे आशावादात.'

सायरस ऑगस्टस बारटॉल

काही वर्षांपूर्वी एका सरकारी शाळेतल्या शिक्षिकेला, शहरामधल्या मोठ्या हॉस्पिटलमध्ये उपचारासाठी भरती झालेल्या, आजारी मुलांना भेट देण्याचं काम देण्यात आलं होतं. तिच्या कामाचं स्वरूप म्हणजे, त्या मुलांच्या वर्गात शिकवल्या जाणाऱ्या अभ्यासक्रमात त्यांना मदत करणं. म्हणजे आजारातनं बरं होऊन ते शाळेत जाऊ लागतील, तेव्हा अभ्यासात मागे पडणार नाहीत, हा त्यामागचा हेतू होता.

एक दिवशी नेहमीप्रमाणे त्या शिक्षिकेला शाळेतनं फोन आला आणि हॉस्पिटलमधल्या एका खास मुलाला भेटायला सांगितलं. फोनवरून बोलणाऱ्या शिक्षिकेकडनं हिनं त्या आजारी मुलाचं नाव, खोलीक्रमांक विचारून घेतला. ती शिक्षिका म्हणाली, "सध्या आम्ही वर्गात संज्ञा आणि क्रियाविशेषणं शिकवत आहोत. तुम्ही जर त्याला गृहपाठात मदत केलीत, तर तो अभ्यासात मागे पडणार नाही. या कामासाठी मी कायम तुमची ऋणी राहीन."

हॉस्पिटलमध्ये त्या मुलाच्या खोलीपर्यंत पोचेपर्यंत त्या शिक्षिकेला कल्पना नव्हती की, ती खोली भाजलेल्या रुग्णविभागात होती. दारापलीकडे तिला काय दिसणार होतं, याबद्दल कोणीच तिच्या मनाची तयारी केलेली नव्हती. त्याच्या खोलीत प्रवेश करण्यापूर्वी तिला हॉस्पिटलमधले निर्जंतुक कपडे आणि टोपी घालावी लागली, नाहीतर त्याला जंतुसंसर्ग होण्याची भीती होती. त्या मुलाच्या शरीराला आणि गादीलादेखील स्पर्श न करण्याबद्दल तिला बजावलं गेलं. ती त्याच्या जवळ उभी राहू शकत होती, पण तोंडावर पट्टी (मास्क) बांधूनच तिला त्याच्याशी बोलायचं होतं.

सर्व प्रकारची प्राथमिक स्वच्छता मोहीम उरकून तिनं ते खास कपडे अंगावर

चढवले आणि एक दीर्घ श्वास घेऊन ती खोलीच्या दारातनं आत शिरली. तो कोवळा मुलगा गंभीरपणे भाजला होता आणि असह्य वेदनांमुळे तळमळत होता. ती कावरीबावरी झाली आणि काय बोलावं हे तिला सुचेना, पण आता इतकं सगळं करून परत मागे वळून निघून जाणं शक्य नव्हतं. धीर गोळा करून कसंबसं ती ततपप करत म्हणाली, ''तुझ्या वर्गशिक्षिकेच्या सांगण्यावरनं, मी एक विशेष शिक्षिका या नात्यानं इथे आले आहे आणि तुला संज्ञा, क्रियाविशेषणं समजावून सांगून मदत करणार आहे.'' नंतर तिला उगाचच वाटलं की, शिकवणुकीचा तिचा त्या वेळेचा प्रयत्न नेहमीप्रमाणे यशस्वी झाला नसावा.

दुसऱ्या दिवशी सकाळी ती परत हॉस्पिटलमध्ये आल्यावर त्या विभागाच्या एका नर्सनं तिला विचारलं, ''तुम्ही काय केलंत त्या मुलाला?''

तिनं मनापासनं क्षमा मागायच्या आतच, तिचं बोलणं मध्येच तोडून ती नर्स पुढे म्हणाली, ''अहो, तुम्हाला माझ्या बोलण्याचा अर्थ कळला नाहीये. तुम्हाला काहीतरी वेगळंच वाटतंय. आम्हाला किनई त्या मुलाची खूपच चिंता वाटत होती, पण काल तुम्ही एकदाच इथे आलात काय आणि त्याच्या विचारशक्तीत अकस्मात खूप फरक पडलाय बघा. तो आता वेदनांना हिमतीनं तोंड देतोय, त्यामुळे आम्ही करत असलेल्या उपचारांचा फायदाही होतोय... जणू त्यानं आता जगण्याचा निर्णय घेतलाय.''

काही काळानंतर त्या मुलाने स्वत:च उलगडा केला की, त्या शिक्षिका भेटेपर्यंत जगण्याच्या त्याच्या सर्व आशा मालवल्या होत्या. त्याचा मृत्यू अटळ होता अशी त्याला जाणीव होत होती; परंतु नव्याने एक साधी, सरळ जाणीव झाली आणि तिनं केवढा आश्चर्यजनक बदल घडवला. ज्या इवल्याशा मुलाला इतकं कमालीचं भाजलं होतं, की त्यामुळे त्याची जगण्याची इच्छाच मावळली होती तोच मुलगा डोळ्यात आनंदाश्रू आणून आपल्या उत्कट भावना व्यक्त करत होता. ''मृत्युशय्येवर तळमळत पडलेल्या एका मृतवत मुलासाठी संज्ञा आणि क्रियाविशेषणं शिकवण्याकरता शाळेमधनं त्या खास बाईंना उगाचच पाठवलं नसतं नाही? सांगा बरं, पाठवलं असतं निष्कारण?''

'मोमेंटस फॉर मदर्स' मधील एक कथा
Nouns and Adverbs

मी शिक्षक आहे, हे कसं विसरू बरं?

'तुम्ही दुसऱ्याला नव्यानं असं काही शिकवू शकत नाही, परंतु त्यांच्यामध्येच दडलेलं ज्ञान शोधण्यास तुम्ही केवळ त्यांना मार्गदर्शन (मदत) करू शकता.'

गॅलिलिओ

१९६० च्या दशकामध्ये न्यूयॉर्क शहरात राहून मी आठवी-नववीच्या विद्यार्थ्यांच्या एका गटाबरोबर काम करत होतो. त्या मुलांची शैक्षणिक क्षमता मात्र केवळ दुसरी-तिसरीच्या स्तरावरची होती. शाळा सोडून देण्याच्या विचारात असणाऱ्या त्या मुलांना शिकवताना, मन निराश न होऊ देणं हे माझ्यासाठी फार कठीण होतं. त्यांच्या हजेरीचं प्रमाणही अगदी जेमतेमच असायचं. शाळेमध्ये जाऊन काही शिकता येईल, असा विचार करण्याऐवजी, तिथे मित्र भेटतात, एवढ्यासाठीच ती मुलं शाळेत येत असावीत, असा माझा कयास आहे.

त्यांची वर्तणूक म्हणाल, तर त्याबद्दल बोलावं तेवढं थोडंच! संताप, चीड, तिरस्कार, दुष्टावा, कुचकटपणा, मग्रुरी असे सर्व अवगुण ठासून भरलेले होते त्यांच्यामध्ये! जोडीला एकमेकांशी बोलतानाचा त्यांचा रोखही नापास होण्याचा, कुचेष्टा सहन करावी लागण्याचा, कमी लेखलं जाण्याचा; अशा प्रकारांच्या अपेक्षांचाच असायचा. दोघा-चौघांना एकत्र करून किंवा कधीकधी एकट्यालाच शिकवण्याचा प्रयत्न मी करायचो, पण तरीही त्या मानानं माझ्या हाताला यश मिळायचं नाही, हे मात्र मला कबूल करावंच लागेल. हं, अगदी क्वचितच काही मुलांच्यात सकारात्मक बदल जाणवायचा; पण विचार करण्यातली ती सकारात्मकता कधी अचानकरित्या गायब होऊन परत त्यांची पूर्वीची खिन्नता, रागाचे झटके सुरू होतील, हे वर्तवणं अतिशय कठीण असायचं.

माझ्या अनेक अडचणींमध्ये अजून एक असा अडसर होता, की वयानं वाढलेल्या, पण बुद्धीनं खालच्या पातळीवर असलेल्या माध्यमिक शाळेमधल्या

त्या मुलांसाठी त्यांच्या वयानुसार योग्य अशा वाचनीय पुस्तकांचा अभाव होता. वयानुसार त्यांना प्रेमकथा, मुलींशी मैत्री करण्याविषयी, किंवा खेळावरची, मोटरगाड्यांवरची पुस्तकं वाचायला आवडायची. साध्या बाळबोध भाषेमधली, 'आता धाव, थांब, आता परत धाव! तो बॉल बघ, कसा छान उसळतोय' अशी पुस्तकं वाचायला मुळीच आवडायचं नाही. माझ्याजवळ असलेली पुस्तकं त्यांना त्यांच्या योग्यतेची वाटायची नाही. दुर्दैवानी इतर रंजक पुस्तकं वाचताना आकलन न झाल्यास त्यांना नैराश्य आलं असतं, असं मला वाटायचं. त्यांच्यामधले बरेच विद्यार्थी माझ्याजवळ तक्रार करायचे. उंच आणि शिडशिडीत बांध्याच्या वेगळ्याच प्रकारे उच्चार करत बोलणाऱ्या 'ज्यो' नावाच्या मुलाच्या ते लक्षात आलं आणि तो मला म्हणाला, "अहो सर, ही असली सगळी पुस्तकं अगदीच कंटाळवाणी आहेत हं आणि शी! किती बाळबोधही वाटतात. का बरं आम्हाला असलीच पुस्तकं वाचावी लागतात, सांगा नं सर!"

माझ्या डोक्यामध्ये एक भन्नाट कल्पना चमकली. शिकवणीच्या एका लहानशा प्रकल्पाला आर्थिक मदत मिळवण्यासाठी अर्ज करण्यात मी माझ्या विभागाच्या अध्यक्षांची मदत घेतली. आम्हाला फार मोठ्या रकमेची आर्थिक मदत मिळाली नसली, तरी सुरुवातीच्या कार्यक्रमासाठी आणि त्या शैक्षणिक वर्षाच्या शेवटच्या सहा महिन्यांसाठी ती रक्कम पुरेशी होती. सगळं कसं अगदी सहजरित्या साध्य झालं होतं.

मी माझ्या त्या मुलांना वाचनाची शिकवणी करण्यासाठी नेमलं. मी त्यांना असं सांगितलं, की जवळच्या एका प्राथमिक शाळेमधल्या पहिली, दुसरी आणि तिसरीच्या मुलांना वाचनात मदत करण्याची गरज भासत होती. जे कोणी त्यांना तशी मदत करण्यास तयार असतील, त्यांना मी माझ्याकडच्या पैशांमधनं मोबदला द्यायला तयार होतो. माझ्या विद्यार्थ्यांनी विचारणा केली, की ते काम शाळेच्या वेळात करायचं होतं का शाळा सुटल्यावरती. "अरे, अर्थात शाळेच्याच वेळात! खरं तर आपला सर्वांचा मिळून जो तास असतो नं, त्याच्याऐवजी हे काम करायचं. आपण फक्त रोज त्या शाळेत जाऊन त्या छोट्या मुलांबरोबर काम करायचं.

"तुम्हाला मी आधीच सांगून ठेवतोय, की जर तुम्ही कामावरती हजर नसलात, तर त्या दिवसाचे पैसे मिळणार नाहीत बरं का. तुम्हाला ही जाणीवही राहिली पाहिजे, की जर तुम्ही एखाद्या मुलाचे/मुलीचे शिक्षक नेमले जाऊन हजर राहिला नाहीत किंवा तिची/त्याची हळुवारपणे काळजी घेतली नाहीत; तर त्या कोवळ्या जीवाची नक्की घोर निराशा होईल. खूप मोठी जबाबदारी राहणार आहे तुमच्या डोक्यावर!"

माझ्या अकरा विद्यार्थ्यांमधनं एकच मुलगा वगळता बाकीचे सगळे त्या कार्यक्रमाचा भाग बनण्यास आनंदाने तयार झाले. जो एकटाच बाजूला राहिला

होता, त्याचंही एका आठवड्यानंतर मन बदललं; कारण इतर सर्वांना त्या लहान लहान मुलांबरोबर काम करून किती मजा येत होती, हे त्याच्या कानावर पडलं होतं.

प्राथमिक शाळेमधली ती मुलं त्यांना मिळणाऱ्या मदतीमुळे खूप कृतज्ञ होतीच, पण त्यांच्या जवळपास राहणाऱ्या मोठ्या मुलांचं त्यांना प्रेम मिळाल्यामुळे ती जास्तच कृतकृत्य झाली होती. मोठ्या मुलांना ही छोटी मुलं चक्क 'हिरो'च मानायला लागली होती. त्यांच्याबद्दल वाटणारी आदराची भावना त्या छोट्यांच्या डोळ्यांत दिसत होती. वाचन करवून घेण्यासाठी माझ्या प्रत्येक विद्यार्थ्याला दोन ते तीन लहान मुलं सोपवली गेली होती आणि ते सगळे छानपैकी रमून एकत्र काम करत होते. मोठी मुलं त्यांना वाचून दाखवायची व लहानांकडनं मोठ्याने वाचून घ्यायची.

माझा मुख्य उद्देश होता, की त्या आठवी-नववीच्या मुलांकडून लहान मुलांची पुस्तकं वाचून घेण्याचा मार्ग शोधणं. मी विचार केला होता, की जर त्या मुलांकडनं ती पुस्तकं वाचून घेऊ शकलो असतो आणि त्यांनी दररोज असं वाचन चालू ठेवलं, तर त्यांच्यात नक्कीच सुधारणा होईल आणि खरंच मी विचार केला होता, तसंच झालं. त्या वर्षाच्या अखेरीस चाचणी केल्यावर कळलं होतं, की माझ्या विद्यार्थ्यांनी वाचनामध्ये एक-दोन-तीन स्तरांपर्यंत पोचून लक्षणीय सुधारणा केली होती.

पण सगळ्यात आश्चर्यकारक बदल झाला होता तो माझ्या विद्यार्थ्यांच्या वर्तनात, त्यांच्या दृष्टिकोनात मला तर अपेक्षादेखील नव्हती की ते नीट, स्वच्छ कपडे घालू लागतील; काळजीपूर्वक, व्यवस्थित राहू लागतील. तसंच त्यांच्यामधली भांडणंही कमी होत होती आणि वर्गामधल्या त्यांच्या हजेरीमध्ये एवढी वाढ होईल, याचीदेखील मी अपेक्षा केलेली नव्हती.

एक दिवशी मी गाडी लावून त्या बाजूच्या दारानं शाळेत आतमध्ये येत होतो, तर ज्यो आतून येऊन दाराच्या दिशेने बाहेर जाताना भेटला. चेहऱ्यावरनं तो आजारी असावा असं वाटत होतं, "ज्यो, काय झालंय तुला? तुझ्याकडे बघून लक्षात येतंय, की तुला ताप आलेला असावा." मी म्हणालो. माझ्या या विद्यार्थ्याचा वर्गाच्या हजेरीपटावर खालनं दुसरा क्रमांक असायचा.

"हं. मला आजारी असल्यासारखं वाटतंय खरं मॅकार्टी सर." त्यानं उत्तर दिलं.

"मग आज कशाला आला आहेस शाळेत? घरी का नाही राहिलास?" मी विचारलं.

त्यानं दिलेल्या उत्तरानं मी दिङमूढच झालो. "अहो सर, काय आणि कसं सांगू तुम्हाला? आज मला न येऊन अजिबात चालणार नव्हतं. मी तर 'शिक्षक' आहे

नं आता! माझ्या विद्यार्थ्यांना चुकल्यासारखं वाटलं असतं मी आलो नसतो तर! काय सर, वाटेल नं त्यांना चुकल्यासारखं?'' एवढं बोलून तो हसला आणि शाळेच्या इमारतीमध्ये शिरला.

हॅनॉक मॅकार्टी
How could I Miss, I am a Teacher!

चिठ्ठीतला मजकूर

'कल्पक सर्जनशीलता आणि ज्ञान यांचा आनंद जागृत करण्याचं सामर्थ्य हीच प्रत्येक शिक्षकाची सर्वोत्तम कला असते.'

अलबर्ट आइन्स्टाईन

एका वर्षी मी दुसरीची वर्गशिक्षिका होते. तेव्हा वर्षाच्या मध्यावरती एक दिवशी एक नवा मुलगा आमच्या वर्गात आला. त्याचं नाव होतं डॅनियल. तो आम्हा सर्वांसाठी आनंदाचा विलक्षण ठेवाच घेऊन आला होता.

एकदा दुपारच्या, साधारण शाळा सुटण्याच्या वेळी तो माझ्याजवळ आला. मला म्हणाला, ''जॉन्सन बाई, माझ्या आधीच्या शाळेमधल्या बाईंनी तुमच्यासाठी एक चिठ्ठी दिली आहे माझ्याजवळ. अर्थात चिठ्ठी कागदावर लिहून दिलेली नाहीये. त्यामधला मजकूर माझ्या डोक्यात आहे आणि मग पुढे वाकून डॅनियल मला म्हणाला, ''मी तुमच्या वर्गात आलो, हे तुमचं किती मोठं सुदैव आहे, हे मी तुम्हाला सांगावं, असं आधीच्या शाळेमधल्या माझ्या बाईंना म्हणायचं होतं.''

क्रिस्टा लिन जॉन्सन
On That Note

बहुमानाची गोष्ट

'हुशार शिक्षकांकडे नेहमी कौतुकाने बघितलं जातंच; पण जे शिक्षक आपल्या मानवी भावनांना स्पर्श करून जातात, त्यांच्याबद्दल कायम कृतज्ञता वाटत राहते. शाळेचा अभ्यासक्रम हा तर आत्यंतिक गरजेचा आहेच, परंतु वाढणाऱ्या रोपट्यास आणि लहान मुलाच्या आत्म्यास खरी गरज असते ती ऊब मिळण्याची!'

कार्ल यंग

कॅलिफोर्निया राज्यामधल्या डॅली या शहरातल्या अब्राहम लिंकन अँड थॉमस एडिसन एलिमेंट्री स्कूलच्या सर्व शिक्षकांनी आणि इतर कर्मचाऱ्यांनी माझ्या किंडर गार्टनच्या (नर्सरी । बालमंदीर) शालेय वर्षाच्या सुरुवातीपासूनच, दारूच्या व्यसनाच्या आधीन झालेल्या माझ्या आईच्या उद्रेकाचे भयानक परिणाम बघितलेले होते.

सुरुवातीच्या काळात मी घालत असलेले जीर्ण कपडे, माझ्या शरीराला येणारी दुर्गंधी, शरीरावरच्या जखमा, हातावर भाजल्याच्या खुणा, कचराकुंडीत अन्न शोधण्याची माझी सवय याबद्दल माझ्या शिक्षकांनी हळुवारपणे माझी चौकशी केली होती. एकदा माझ्या दुसरीच्या वर्गशिक्षिका मॉस बाईंनी आमच्या मुख्याध्यापकांना भेटून, माझ्या अवस्थेबद्दल सांगून, त्याबाबतीत काहीतरी करण्याची विनंती केली होती. मुख्याध्यापकांनीही स्वत: जातीने लक्ष घालण्यासाठी, नाखुशीने का होईना, पण होकार दर्शवला होता. दुसऱ्या दिवशी सकाळी मुख्याध्यापक आणि माझ्या आईची भेट घडवून आणली गेली, पण त्यानंतर मॉसबाई मला परत कधी दिसल्याही नाहीत.

आधी होणाऱ्या हालांपेक्षा त्यानंतर माझी अवस्था फारच वाईट होऊ लागली. मला खालच्या गॅरेजमध्येच (गाडी ठेवण्याची जागा) राहण्यासाठी, झोपण्यासाठी आई जबरदस्ती करू लागली. माझ्याकडनं एखाद्या गुलामाप्रमाणे काम करवून घेऊ लागली. आईच्या अवास्तव मागण्या तिनं नेमून दिलेल्या वेळात मी पुऱ्या करू

शकलो नाही, की मला जेवणही मिळायचं नाही. एवढंच काय, आईने माझं 'डेव्हिड' हे नाव बदललं आणि ती मला 'ते' असं करूनच संबोधू लागली. माझ्या भावांनी जर मला गुपचूप खायला देण्याचा प्रयत्न केला किंवा माझ्या खऱ्या नावाने जर हाक मारली, तर ती त्यांनाही कठोर शिक्षेची धमकी द्यायची.

माझ्यासाठी जगामध्ये सुरक्षित असं एकच आश्रयस्थान होतं आणि ते म्हणजे माझे शिक्षक-शिक्षिका. मी स्वत:ला इतर मुलांसारखंच एक सामान्य मुलगा मानावं, म्हणून ते सगळे त्यांच्या परीने निरनिराळ्या मार्गाने प्रयत्न करायचे. त्यांच्यापैकी कधी एकानं जरी माझी स्तुती केली, की त्या स्तुतीचा प्रत्येक शब्द मी हृदयात जपून ठेवायचो. माझी एखादी शिक्षिका मला काही मदत करण्यास म्हणून माझ्याजवळ वाकून उभी राहिली, की तिच्या अंगावर शिंपडलेल्या महाग अत्तराचा सुंदर वास मी नाक भरून घेत राहायचो. शनिवार-रविवार या सुट्टीच्या दिवशी मी थंडीनं गारठून गॅरेजमध्ये अंगाखाली हात घेऊन कुडकुडत बसलो, की माझ्या एका युक्तीचा प्रयोग करायचो. डोळे बंद करून, खोलवर श्वास घेऊन, माझ्या शिक्षिकेचा चेहरा डोळ्यापुढे आणायचा प्रयत्न करायचो. एकदा का तिचा हसरा चेहरा डोळ्यासमोर आला, की मला आतून ऊब मिळाल्यासारखं वाटायचं.

काही वर्षानंतर मात्र एका शुक्रवारी दुपारी मी संतापानं बेभान होऊन माझ्या पाचवीच्या वर्गातनं बाहेर पडलो. तडक शाळेच्या स्वच्छतागृहामध्ये शिरून मी माझ्या छोट्या छोट्या लाल लाल मुठींनी भिंतीवरच्या फरश्यांवर बुक्के मारू लागलो आणि मग अतीव दु:खानं कोलमडून ढसाढसा रडायला लागलो. गेल्या कित्येक महिन्यांपासनं मी स्वप्नात माझ्या आश्रयदात्यांना, तारकांना बघू शकलो नव्हतो. त्यामुळे मला खूप निराश वाटत होतं. माझ्या स्वप्नातल्या त्यांच्या

अस्तित्वामुळेच मी इतके दिवस जिवंत राहू शकलो होतो, असा माझा वेडा विश्वास होता; पण आता मीच आतनं खचलो होतो आणि हिंमत गोळा करण्याची शक्ती संपुष्टात आली, असं वाटून मी खूप एकाकी झालो होतो. आतमधनं पोकळी जाणवू लागली होती. नंतर दुपारी माझे सगळे वर्गमित्र घरी जाण्यासाठी किंवा कोणी मैदानावर खेळायला जाण्यासाठी गोंगाट करत बाहेर पडले होते, तेव्हा धीर करून मी माझ्या शिक्षकांजवळ (श्री झिगलर यांच्याजवळ) जाऊन त्यांच्या चेहऱ्याकडे एकटक बघत उभा राहिलो. क्षणभरासाठी मला वाटलं, की त्यांना माझ्या वेदना जाणवत असाव्यात. एखादं अद्भुत आश्चर्य घडेल अशी मनात आशा करत; दुसऱ्याच क्षणी मी नजर फिरवून, मान खाली झुकवून आदराने उभा राहिलो आणि लगेच मागे वळून वर्गाबाहेरही पडलो.

त्यानंतर अनेक महिने लोटल्यावर माझ्या प्रार्थनेला यश मिळालं. ५ मार्च १९७३ या दिवशी काही कारण नसताना चार शिक्षक, शाळेची दाई आणि मुख्याध्यापक या सर्वांनी मिळून एक निर्णय घेतला, की उच्च शिक्षणाधिकाऱ्यांना माझ्याविषयी सगळं कळवायचं. माझ्या त्या दयनीय अवस्थेमुळे ताबडतोब एखाद्या सुरक्षित जागी माझी रवानगी करण्याचं ठरलं; पण मी शाळेतनं निघायच्या आधी शाळेतल्या प्रत्येक कर्मचाऱ्यानं माझ्याजवळ येऊन, वाकून मला जवळ घेऊन प्रेमानं निरोप दिला. त्या प्रत्येकाच्या चेहऱ्यावरती मला एक अनामिक भीती दिसत होती. माझ्यासाठी मॉसबाईंना फार मोठी किंमत द्यावी लागल्याची ती घटना मला आठवली. तिथून पळून जाऊन मला नाहीसं व्हावंसं वाटत होतं. 'ते' म्हणून संबोधलं जाणाऱ्या माझ्यासारख्या मुलासाठी सर्वांनी इतका त्रास सहन करणं मला योग्य वाटत नव्हतं.

माझ्या मनातला संदेह दर वेळी ओळखणाऱ्या माझ्या आश्रयदात्यांनी प्रेमभराने आश्वासक अलिंगन देऊन, जणू माझ्याभोवती एक सुरक्षाकवचच तयार केलं होतं. प्रत्येकाच्या मिठीमधनं मिळणारी ऊब– तो क्षण मी डोळे बंद करून घट्ट पकडू बघत होतो. गच्च बंद असलेले माझे डोळे बघून एक शिक्षिका हळूच माझ्या कानामध्ये कुजबुजली; "या निर्णयाचा काहीही परिणाम झाला, आमच्यावर काहीही प्रसंग गुदरला; तरी आम्हाला आता हे करायलाच हवंय. दुसरा काही एक मार्ग नाहीये. शिक्षक या नात्यानं...एखाद्या विद्यार्थ्याच्या आयुष्यात जर आमच्यामुळे चांगलं काही होणार असेल...हाच आमच्या या व्यवसायाचा खरा अर्थ आहे."

सगळ्यांचा निरोपसमारंभ आटोपल्यावर मी एका जागी स्तब्ध उभा राहिलो. आजपर्यंतच्या आयुष्यात माझ्यासाठी असा भावनांचा पूर आलेला मी कधीच अनुभवलेला नव्हता. गालावरनं अश्रू ओघळत असलेल्या अवस्थेत थॉमस एडिसन एलिमेंट्री शाळेच्या सर्व कर्मचाऱ्यांना मी वचन दिलं, की मी त्यांना कधीच

विसरणार नाही आणि त्यांना माझा अभिमान वाटेल, असाच बनून मी दाखवेन त्यांना एक ना एक दिवस!

माझी घरून सुटका झाल्यापासनं शाळेतल्या त्या सर्वांची आठवण झाल्याखेरीज माझा एकही दिवस उगवला नव्हता. त्यानंतर तब्बल वीस वर्षांच्या कालावधीनंतर थॉमस एडिसन एलिमेंट्री शाळेत परत जाण्याची संधी मिळाली. सर्व शिक्षकांना मिळून माझ्या पहिल्यावहिल्या पुस्तकाची पहिली प्रत मी भेट म्हणून दिली होती. पुस्तकाचं नाव होतं 'ए चाइल्ड कॉल्ड 'इट' ' ('ते' म्हणून संबोधला जाणारा लहान मुलगा) ते पुस्तक मी माझ्या शिक्षकांनाच अर्पण केलं होतं. माझी सुटका झाल्यानंतर बरोबर विसाव्या वर्षी– म्हणजे ५ मार्च १९९३ या दिवशीच त्या पुस्तकाचं प्रकाशन झालं होतं. त्या दिवशी खचाखच भरलेल्या त्या सभागृहात माझे सर्व शिक्षक पहिल्या रांगेमध्ये बसले होते आणि त्यांनी माझ्यासाठी जे काही केलं होतं ते फळाला आणून मी माझं आयुष्यभराचं स्वप्न पूर्ण केलं होतं. त्या वेळी त्यांच्या साश्रू नयनांकडे बघण्याची माझी पाळी होती. मी म्हणालो, "लहान वयातच मला हे उमजलं, की शिक्षकांचं एकमेव ध्येय असतं– एखाद्या विद्यार्थ्यांच्या आयुष्यात आमूलाग्र बदल घडवून आणणं. माझ्या बाबतीत चार शिक्षक, एक दाई माँ आणि मुख्याध्यापक असं सर्वांनी मिळून, स्वतःच्या नोकरीची तमा न बाळगता, 'ते' म्हणून ओळखल्या जाणाऱ्या लहान मुलाचं आयुष्य बरबाद होण्यापासून वाचवलं होतं. त्यांचं असामान्य धैर्य आणि जबरदस्त दृढविश्वास मी विसरूच शकत नाही आणि कधीही विसरणार देखील नाही. वीस वर्षांपूर्वी मी माझ्या शिक्षकांना वचन दिलं होतं आणि आज मी परत एकदा शपथेवर हे कबूल करतोय, की माझ्या जीवनावर उत्तम परिणाम घडवणाऱ्या शिक्षकांसाठी मी जी शपथ घेतली होती, वचन दिलं होतं, केवळ ते पाळण्याबद्दल मी आज बोलत नसून, हा माझा एक फार मोठा बहुमान आहे, असं गर्वानं सांगावंसं वाटतंय."

डेव्ह पेल्झर
A Matter of Honor

धड्याची तयारी

'आजूबाजूच्या परिस्थितीशी सतत जुळवून घेण्यातच आयुष्य जगण्याचं कौशल्य दडलेलं असतं.'

ओकाकुरा कुकुझो

रोजच्यासारखाच तो दिवस उगवला होता. बसमधनं मुलं शाळेत येण्यास सुरुवात झाली होती. मुलांच्या हसतखेळत चाललेल्या गप्पांमुळे वातावरण नेहमीप्रमाणेच उल्हसित दिसत होतं. त्या दिवशी शिकवायच्या धड्याच्या आखणीवर मी नजर टाकली. धडा शिकवण्याची इतकी चांगली तयारी त्याआधी कधीच झाली नव्हती, असा माझा मलाच विश्वास वाटत होता.

त्या दिवशी माझ्याकडनं खूप चांगलं शिकवलं जाणार आणि दिवस छानपैकी पार पडणार, असं वाटलं. वर्गात नेहमीप्रमाणे माझ्या टेबलाभोवती अर्धगोल करून मुलं बसली. मी धडा वाचायला सुरुवात करण्यापूर्वी आदल्या दिवशीचा गृहपाठ सगळ्यांनी केला होता आणि ते बघण्याचं मी ठरवलं.

जेव्हा ट्रॉयला मी गृहपाठाबद्दल विचारलं, तेव्हा मान खाली करून त्यानं अर्धवट संपवलेल्या गृहपाठाची वही माझ्यासमोर धरली. माझ्या उजव्या बाजूला तो बसला होता, त्यामुळे माझ्यापासनं स्वत:ला शक्यतोवर लपवण्याचा तो प्रयत्न करत होता, मी त्याच्या अर्धवट गृहपाठाकडे नजर टाकून साहजिकच त्याला म्हणाले, ''ट्रॉय, गृहपाठ पूर्ण केला नाहीयेस?''

अतिशय केविलवाण्या नजरेनं तो माझ्याकडे बघत होता, इतक्या लहान मुलाची आर्जवी नजर मी प्रथमच बघत होते. तो मला म्हणाला, ''मी काल रात्री गृहपाठ संपवू शकलो नाही, कारण माझी आई अखेरची घटका मोजत आहे.''

त्यापाठोपाठ सुरू झालेल्या हुंदक्याच्या आवाजाने पूर्ण वर्ग स्तब्ध झाला. तो माझ्या अगदी जवळ बसला होता, हे एका दृष्टीनं फार बरं झालं होतं. मी लगेच त्याला जवळ घेतलं. त्याचं डोकं माझ्या छातीवर विसावलं होतं. ट्रॉयचं चिमुकलं

हृदय इतकं पिळवटून निघत होतं, की अतीव दु:खानं ते विदीर्ण होईल, अशी काळजी आम्हा सर्वांना वाटू लागली. पूर्ण वर्गात त्याच्या हुंदक्यांचा आवाज पसरला होता आणि त्याच्या डोळ्यांतनं अश्रूंचा पूर वाहत होता. वर्गामधली सगळी मुलं भरल्या डोळ्यांनी गुपचूप त्या शांततेत बसून होती. शांतता भंग पावत होती ती फक्त ट्रॉयच्या हुंदक्यांमुळे. धावत जाऊन एका मुलानं त्याचे डोळे पुसण्यासाठी कागदी रुमाल आणले. मी मात्र त्याचं थरथरणारं शरीर माझ्या कवेत घट्ट धरून उभी होते. माझा ब्लाऊज त्याच्या अनमोल अश्रूंमध्ये भिजून जात होता, हे मला कळत होतं. अगतिकतेने माझ्या डोळ्यातनं टपकणारे अश्रू त्याच्या डोक्यावर पडायला लागले.

त्यावेळी माझ्या मनात एक प्रश्न उठला. 'एका लहान मुलाची आई मृत्यूच्या दारात असताना अशा वेळी मी त्याच्यासाठी काय करू शकते?' आणि अचानक मलाच उत्तर सापडलं. 'त्याला खूप प्रेम दर्शव...तुला त्याच्याबद्दल खूप आपुलकी, खूप कळकळ वाटतेय असं दाखव... त्याच्या जोडीनं डोळ्यातनं टिपं गाळ.' ते हृदयद्रावक दृश्य बघून असं वाटत होतं, की त्याच्या आयुष्यात किती मोठी पोकळी निर्माण होत होती आणि असं असूनही मी त्याला विशेष काही मदत करू शकत नव्हते. "चला मुलांनो, आपण आता ट्रॉय आणि त्याच्या आईसाठी मिळून देवाची प्रार्थना करू या." मी वर्गाला उद्देशून म्हणाले. इतक्या कळकळीनं म्हटलेली प्रार्थना स्वर्गापर्यंत न पोहोचणं अशक्य होतं. थोडा वेळ गेल्यावर मान वर करत ट्रॉय मला म्हणाला, "बाई, मला वाटतंय की मी आता ठीक आहे." मन मोकळं झाल्यामुळे त्याच्या अश्रूंचा साठा संपून गेला होता. त्या दिवशीच दुपारी ट्रॉयच्या आईचं निधन झालं.

मी जेव्हा तिच्या अंत्ययात्रेसाठी गेले होते, तेव्हा मला बघून ट्रॉय घाईघाईने माझ्याजवळ आला. जणू मी येण्याची तो वाटच बघत होता, तशी अपेक्षा बाळगून होता. धावत तो माझ्या बाहुपाशात शिरला आणि तसाच स्तब्ध झाला. कदाचित तो त्याचं मनोधैर्य एकवटण्याच्या प्रयत्नात होता. नंतर आईच्या शवपेटिकेजवळ तो मला घेऊन गेला. आईच्या चेहऱ्याकडे एकटक बघत तो उभा राहिला. तिच्या मृत्यूचं सत्य पडताळून बघत होता. आईच्या मृत्यूला सामोरं जाऊ बघत होता, पण मृत्यूचं गूढ मात्र त्याच्याच्यानं उलगडणं शक्य नव्हतं.

त्या रात्री गादीवर पडल्या पडल्या मी विचारात बुडून गेले की, त्या दिवशीसाठी तयार केलेल्या धड्याची शिकवणी बाजूला सारण्याचा सारासार विचार माझ्या मनात आला आणि विदीर्ण झालेल्या एका चिमुकल्या हृदयाला मी माझ्या हृदयात सामावून घेतलं. हे सर्व माझ्या हातनं घडल्याबद्दल मी मनापासनं परमेश्वराचे आभार मानले.

सिस्टर कार्लीन ब्रेनान

The Lesson Plan

माझ्या जीवनातली सर्वोत्कृष्ट शिक्षिका

'आयुष्याला सामोरं जाण्याच्या मार्गावरती पालकही स्वत:च्या अपत्याकडून बरंच काही शिकत असतात.'

म्युरिअल स्पार्क

शिक्षकी पेशा स्वीकारून मला पंधरा वर्षं झाली होती, तेव्हा जीवनातली माझी सर्वोत्कृष्ट शिक्षिका भेटली मला. भेटली म्हणजे शाळेच्या वर्गात नव्हे, तर हॉस्पिटलमध्ये. ती शिक्षिका म्हणजे माझी स्वत:ची मुलगी केल्सी!

केल्सी ही जन्मत:च मेंदूच्या पक्षाघाताची (सेरिब्रल पाल्सीची) रुग्ण होतीच पण अवघ्या पाचव्या वर्षी तिला कॅन्सरसारख्या भयानक रोगाशी लढायची वेळ आली; पण पुढे जाऊन तिनं तो लढा जिंकलाच. त्या लढ्यात दृढनिश्चय आणि धैर्याचे अनेक धडे तिनंच मला दिले. जोडीला माझ्याबद्दल दाखवलेल्या तिच्या सहनशील वृत्तीमुळेच आज मी निश्चितच एक चांगली व्यक्ती बनले आहे.

तिच्या जिवलग मैत्रिणीनं ज्या प्रकारे बुटांचे बंद बांधले होते, तसंच केल्सीला तिच्या वयाच्या अवघ्या चौथ्या वर्षीच ते करायला शिकायचं होतं. मी तर गांगरूनच गेले, कारण त्या आजारामुळे तिच्या डाव्या हातांच्या बोटांचा उपयोग करता यायचा नाही. मी स्वत: कधी एका हातानं बुटांचे बंद बांधू शकले नव्हते, तर आता केल्सीला मी कसं काय शिकवणार होते?

साडेतीन वर्षांच्या अथक परिश्रमानंतर अखेरीस केल्सी यशस्वी झालीच. उन्हाळ्याच्या सुट्टीचा तो पहिला दिवस मला अजून आठवतोय. केल्सी तेव्हा सात वर्षांची होती. मी अनिमिष नेत्रांनी तिच्याकडे बघत तिला प्रोत्साहन देत होते. नीट व्यवस्थितपणे बुटांचे बंद बांधून तिनं दोन्ही हात बुटांवरनं दूर केले आणि आनंदानं या कानापासनं त्या कानापर्यंत तोंड भरून हसली होती ती. हे खरं आहे, की बुटाचे बंद बांधता येऊ लागले, तेव्हा ती किती वर्षांची होती, असं कोणीच तिला कधीही विचारत नाही. हवं ते साध्य करण्यासाठी लागणारा दृढनिश्चय, तळमळ मी

तिच्याकडनंच शिकले. अजूनही इतर अनेक गोष्टी शिकले मी तिच्याकडनं. केल्सीच्या आयुष्यात वेग, गती या गोष्टींना काही महत्त्व नव्हतं. तिनं ठरवलेल्या गतीनुसार मनातली इच्छा पूर्ण करणं हे अतिशय महत्त्वाचं होतं.

कॅन्सरवरचे उपचार चालू असताना त्या पूर्ण काळात तिनं कल्पक आणि सर्जनशील खेळ खेळत त्या परिस्थितीवर मात केली होती. हॉस्पिटलमधल्या वास्तव्यात तिच्या आवडीचा खेळ म्हणजे 'हॉटेल हॉटेल' त्या खेळात ती हॉटेलमधली वाढपी (वेट्रेस) आणि आम्ही सगळे गिऱ्हाईक बनायचो. त्या खेळात तासन्तास ती इतकी रमून जायची, की आम्ही जणू हॉस्पिटलमध्येच नसायचोच. उलट डॉक्टर्स, उपचार, चाचण्या या सर्वांपासनं दूर एका दुसऱ्याच छान जगात वावरायचो. केल्सीला पूर्ण खात्री होती, की परत कधीतरी ती या जगाचा एक हिस्सा बनणार होतीच.

घरी असताना तिला त्या सुरक्षित वातावरणात दुसऱ्या गोष्टी अनुभवाव्याशा वाटायच्या. मग खेळात बदल होऊन तो 'हॉस्पिटल-हॉस्पिटल' असा खेळ व्हायचा. या खेळात ती प्रमुख डॉक्टर बनायची. मोठ्यांना माहितीही नसणाऱ्या बोजड वैद्यकीय भाषेत ती बोलायची. आम्ही न कुरकुरता खेळात तिला साथ द्यायचो. आजाराचा कसा काय सामना करायचा, त्याचा योग्य मार्ग केल्सीने शोधून काढला होता; हे आम्हाला समजत होतं.

वयाच्या सहाव्या वर्षी तिला बॅले नृत्याचे धडे घेण्याची इच्छा झाली. ते समजल्यावरती मी किती धास्तावले होते, हे कबूल करायला मला आता लाज वाटतेय. कॅन्सरच्या जीवघेण्या उपचारांमुळे (केमोथेरपी) तिचे स्नायू अतिशय कमजोर झाले होते. शरीराच्या हालचालींवर तिचा विशेष ताबा राहिलेला नव्हता. वजन कमी कमी होत केवळ चौतीस पौंडांवर उतरलं होतं. तिच्या शरीराची तर मला धास्ती वाटत होतीच, पण तिच्या भावनांची जास्तच काळजी लागली होती. त्या काळात तिच्या मनात भीतीचा लवलेशही नसायचा. एका डोळ्यावर सतत पट्टी बांधलेली असल्यामुळे नाचाच्या वर्गामधली इतर मुलंमुली तिला चिडवतील, ही चिंता मला भेडसावत होती; पण माझ्या मनातल्या चिंता केल्सीला कशा सांगायच्या, हेच मला समजत नव्हतं आणि ते ऐकणाऱ्यांपैकी ती नव्हती, म्हणून मग शेवटी मी बॅले स्कूलमध्ये तिचं नाव घातलंच.

स्वत:ला त्यात झोकून देऊन किती आनंदात ती नृत्य करायची! ती नाचता नाचता खाली पडली होती? हो. साहजिकच होतं ते! तिच्या हालचाली विचित्र भासायच्या? खूपच! पण तरी तिला स्वत:बद्दल अजिबात न्यूनगंड वाटायचा नाही, की संकोच वाटायचा नाही. सर्वस्व ओतून ते साध्य करताना तिला ते नीट जमत नव्हतं, याचा तिच्यावर काही एक परिणाम व्हायचा नाही.. केवळ नृत्य करतानाचा आनंद ती लुटायची. ज्यांनी केल्सीला नृत्य करताना पाहिलं, ते एका दिव्य

अनुभवाचा आनंद घेऊनच परतायचे. चार वर्षं ती नृत्य करत राहिली. ते थांबवल्यावर तिनं तिची पुढची इच्छा पूर्ण करण्याचा निश्चय जाहीर करून टाकला. आता तिला घोडेस्वारीचे (अश्वारोहणाचे) धडे घ्यायचे होते. त्या वेळी मात्र मी काही का कू न करता त्याही वर्गात तिचं नाव घातलं.

पाचवीत असताना एके दिवशी केल्सी आमच्या गावातल्याच बास्केटबॉल संघामध्ये नाव घालण्याचा अर्ज घेऊन आली. हे मात्र फारच मोठं आव्हान होतं तिच्यासमोर! एकतर ती अतिशय सावकाश धावायची. उंचीलाही ती खूप कमी होती आणि तेव्हाही ती केवळ एकाच हाताचा वापर करू शकत होती. माझ्या डोक्यात निष्कारणच धोक्याची घंटा वाजली, पण तसल्या गोष्टींकडे मी दुर्लक्ष करण्याचं ठरवलं होतं. तिच्या डोळ्यामधली ती विलक्षण चमक बघून, सगळ्या शंका-कुशंका बाजूला सारून, आम्ही अर्ज भरून तिचं संघात नाव घातलं.

सरावाच्या पहिल्याच दिवशी प्रशिक्षक म्हणाले, की तिला खेळू देण्यात त्यांना धास्ती वाटत होती. खेळताना तिला कशी इजा होऊ शकते, ते सगळं स्पष्ट करून त्यांनी सांगितलं; पण मला मात्र मनातनं असं वाटत होतं, की असं स्पष्टीकरण देताना, तेव्हा त्यांच्या डोक्यात, त्यांच्यावर होऊ शकणाऱ्या कायदेशीर कारवाईच्या शक्यतेची दृश्यं तरळत असावीत. खेळ खेळताना कोणतंही मूल एक प्रकारचा धोका पत्करतच असतं, असं म्हणत मी त्यांच्यासमोर माझा मुद्दा मांडला आणि खेळताना तिच्यासाठी जास्त धोका असला, तरी संघात समावेश होणं, हे तिच्यासाठी त्यापेक्षा कितीतरी पटीने जास्त महत्त्वाचं होतं. बरीच चर्चा, वादावादी झाल्यानंतर आणि मीच त्यांना प्रोत्साहित केल्यामुळे केल्सीला खेळू द्यायला त्यांनी संमती दिली. पुढची दोन वर्षं केल्सी संघामधल्या इतर मुलींपेक्षा जास्त झटून, नेटाने खेळली. सामना खेळताना बास्केटमध्ये बॉल टाकण्यात ती एकदाही यशस्वी झाली नव्हती, तरी तिनं तिच्या संघामधल्या इतर खेळाडूंसाठी बहुमोल मदत केली होती. त्या दोन वर्षांमध्ये एकाही खेळाडूनं तिला कमी लेखलेलं मी कधी पाहिलं नव्हतं. अनेक आठवडे सराव करून केल्सीनं अखेर यशस्वीरित्या बास्केटमध्ये बॉल टाकलाच. तिथे हजर असलेल्या तिच्या संघामधल्या आणि विरुद्ध संघातल्याही सर्व मुलींनी मुद्दाम खेळ थांबवून तिच्यासाठी कौतुकाच्या टाळ्यांचा कडकडाट केला होता.

सामन्याच्या दुसऱ्या दिवशी आम्ही वाटेत किराणामालाच्या दुकानात थांबलो होतो, तेव्हा केल्सीनं पटकन अंगातला थंडीचा कोट काढून तो सामानाच्या ट्रॉलीत टाकला. तिने तसं का केलं, हे उमजण्यास मला जरा वेळ लागला. तिच्या अंगातल्या संघाच्या शर्टबद्दल तिला इतका अभिमान वाटत होता, की तिच्याकडे कोणाचं दुर्लक्ष

होऊ नये, असं तिला वाटत होतं. एव्हाना केल्सी तिच्या वैयक्तिक लढाईमध्ये जिंकतच होती, पण आता ती तिच्या संघाचाही एक महत्त्वाचा हिस्सा बनून गेली होती.

आज केल्सी सातव्या इयत्तेत शिकणारी एक आनंदी, निरोगी मुलगी असून; अजूनही आयुष्यातला प्रत्येक दिवस ती पूर्णत्वाने जगत असते, नवनवी आव्हानं ती स्वीकारत असते आणि मुख्य म्हणजे आजही मित्रमैत्रिणींना आणि त्यांच्या पालकांना विश्वासामध्ये असलेली शक्ती, अनुकंपा आणि चिकाटी यांचे धडे देत असते.

केल्सी – तुझ्यापेक्षा उत्तम शिक्षिका मला मिळणार नाही.

डॉना इझले

The Greatest Teacher of My Life

कार्डाचा महिमा

'मनुष्यप्राण्यापासनं सर्व काही हिरावून घेता येऊ शकतं, परंतु एकच अशी गोष्ट आहे जी हिरावली जाऊच शकत नाही आणि ती म्हणजे स्वत:चा मार्ग स्वत:च ठरवण्याचं स्वातंत्र्य!'

व्हिक्टर फ्रँकल

कॉलेजच्या पहिल्या वर्षात असतानादेखील मी तेव्हा पौगंडावस्थेतल्या एखाद्या संतप्त तरुणासारखा वागायचो, हे मी कबूल केलंच पाहिजे. जगामधली एकही गोष्ट मला आनंदी करू शकायची नाही, इतक्या प्रचंड प्रमाणावर माझा संताप सतत खदखदत असायचा. माझे आईवडील मला कधीच खूश करू शकायचे नाहीत आणि त्यामुळे माझ्या रागाचा केंद्रबिंदू विशेष करून तेच दोघं ठरायचे. वडिलांकडून सतत मिळणाऱ्या सूचना आणि माझ्या वागण्यामधल्या चुका काढून माझ्यात सुधारणा करण्याचा प्रयत्न करणारा त्यांचा स्वभाव यामुळे मी वैतागून जायचो.

बेताच्या आर्थिक परिस्थितीमुळे मी जवळच्याच एका स्थानिक कॉलेजमध्ये नाव घालून, रोज जाऊन-येऊन कॉलेजशिक्षण घेणं सुरू केलं होतं. एक दिवशी वडिलांबरोबर माझं कडाक्याचं भांडण झालं. ते माझ्यावर फार वर्चस्व गाजवू बघत होते, असं मला वाटत होतं आणि मला ती सर्व बंधनं झुगारून स्वतंत्र व्हावंसं वाटत होतं. माझ्यामधली बंडखोर वृत्ती त्यांच्या लक्षात आली होती आणि त्यामुळे वडिलकीच्या नात्यानं माझ्यावर बंधनं लादू बघत होते. आमच्या दोघांच्या ओरडण्याचं रूपांतर जोरजोरात ओरडण्यात झालं. मी रागाने घराबाहेर पडलो. त्या गोंधळात माझी रोजची बस चुकली होती. पुढची बस घेऊन कॉलेजला पोचण्यास उशीर होणार होता आणि महत्त्वाचा तास चुकणार, म्हणून मी जास्तच चिडलो होतो.

कॉलेजला पोचेपर्यंत मी फुत्कारतच होतो. वडिलांबद्दल जास्तच राग येत होता. वाढीच्या वयातल्या इतर मुलांप्रमाणे मी माझ्या स्वार्थी भावनेत गुरफटून गेलो होतो. इतके वाईट वडील जगात कोणालाच कधी मिळाले नसतील आणि

माझ्याइतका त्रासही कोणाला सहन करावा लागला नसेल, असले विचार मनात पिंगा घालत होते. कितीही झालं तरी माझ्या वडिलांनी साधं माध्यमिक शिक्षणही पूर्ण केलेलं नव्हतं आणि मी – मी तर एक हुशार कॉलेज–विद्यार्थी होतो! मी स्वत:ला त्यांच्यापेक्षा खूप वरच्या दर्जाचा समजू लागलो होतो. मग ते कसं काय माझ्या आयुष्यात ढवळाढवळ करायला बघू शकत होते?

कॉलेजमध्ये शिरून मी आवार पार करत होतो आणि अचानक माझ्या लक्षात आलं की, घरी करायला दिलेलं काम न घेताच मी आलो होतो. ते काम म्हणजे, एका कोऱ्या कार्डावर मनातला विचार लिहून आणण्याचं होतं. त्या कार्डाला 'थॉट कार्ड' असं आम्ही म्हणायचो.

डॉ. सिडनी बी. सायमन आमचा हा खास तास घ्यायचे. सर्व शिक्षकांमध्ये ते अगदी वेगळेच वाटायचे. त्यांची शिकवायची आणि वागायची पद्धत खूप निराळी होती. केलेल्या अभ्यासासाठी विद्यार्थ्यांना मार्क देण्याऐवजी श्रेणी ठरवण्याची त्यांची नवी पद्धत तर खरंच क्रांतिकारकच होती. डॉ. सायमनबद्दल लोक चर्चा करून त्यांची वाखाणणी करायचे.

आमच्या पहिल्याच तासाला डॉ. सायमननी स्पष्टपणे सांगितलं होतं– "दर मंगळवारी प्रत्येकाने एक ४'x६ ' या आकाराचं एक कार्ड आणायचं. वरच्या ओळीत आपलं नाव, तारीख लिहिलेली असली पाहिजे. खाली तुम्ही हवा तो मजकूर लिहू शकता– एखादा सुविचार, मनाला त्रास देणारी एखादी चिंता किंवा भावना, एखादा प्रश्न किंवा नुसतंच तुमच्या मनात असलेलं साधं काहीतरी– यामुळे तुम्ही माझ्याशी थेट संपर्क साधणार आहात. ह्या कार्डांबद्दल पूर्ण गुप्तता पाळली जाणार आहे. दर बुधवारी मी तुमचं कार्ड परत करेन. कार्डावर मी लिहिलेला शेरा तुम्हाला दिसेलच. प्रश्न विचारलेला असल्यास मी माझ्या परीनं योग्य उत्तर देण्याचा प्रयत्न करीन; तुम्हाला एखादी चिंता भेडसावत असेल, तर तिचं निराकरण करण्याचा मार्ग मी सुचवू शकेन. एक मात्र पक्कं लक्षात ठेवा, की हे कार्ड मंगळवारी या तासाला बसण्यासाठी तुमचा परवाना राहील."

पहिल्या मंगळवारच्या तासाला मी आज्ञाधारकपणे कार्डावर वरच्या ओळीत व्यवस्थितपणे माझं नाव आणि तारीख लिहून खाली 'चकाकणाऱ्या सगळ्या गोष्टी म्हणजे सोनंच असतं, असं नव्हे' असं लिहून आणलं होतं. दुसऱ्या दिवशी डॉ. सायमननी प्रत्येकाचं कार्ड परत केलं. माझ्या कार्डावर पेन्सिलीनं लिहिलं होतं, 'तुझ्या मते याचा अर्थ काय? आहे का हे एवढं महत्त्वाचं?' अशा प्रकारच्या त्यांच्या शेऱ्यामुळे मी खूप अस्वस्थ झालो. कार्डांची ते गंभीरपणे दखल घेत होते, हे मात्र उघड होतं. माझ्या मनातलं मला त्यांना कळू द्यायचं नव्हतं.

एक आठवडा लोटला. दररोज साठ मिनिटांचा तो तास असायचा. डॉ.

सायमन अतिशय बुद्धिमान होते. शिकवताना ते प्रश्न विचारायचे. काही मुद्दे सविस्तररित्या मांडायचे. त्यांच्यासारखं माझ्या एकाही शिक्षकांनी शिकवलं नव्हतं. आम्ही विचार करावा, खूप सखोल विचार करावा; यासाठी ते आम्हाला प्रोत्साहन द्यायचे. आमच्यासमोर नवनवी आव्हानं ठेवायचे. सामाजिक, राजकीय आणि वैयक्तिक समस्या, प्रश्न हे वर्गामधल्या चर्चेचे प्रमुख मुद्दे असायचे. इतिहास, भूगोल, अर्थशास्त्र, नागरिकशास्त्र ह्या सर्व विषयांचं भरपूर ज्ञानार्जन व्हायचं. बाकीचे शिक्षक आम्हाला हे विषय शिकवायचेच, पण ते त्यांच्या पद्धतीनुसार – सनावळ्या, घटनाक्रम घोकून पाठ करणं व परीक्षेत तस्संच लिहिणं इ. इ. आमची स्वत:ची विचारशक्ती चालवण्यास कोणीच कधी सांगितलं नव्हतं.

मला सुरुवातीला वाटलं होतं की ते काही गोष्टींबद्दलच अनुकूल मतं बनवत होते आणि इतर काही गोष्टींबद्दल प्रतिकूल मतं बनवू बघत होते, पण छे! सायमन सर तसे अजिबातच नव्हते. त्याऐवजी ते आम्हालाच विचार करण्यास, शोध घेण्यास, संशोधन करण्यास, प्रश्न विचारण्यास उद्युक्त करून नंतर प्रत्येक गोष्टीवरती, विषयावरती आमची स्वत:ची प्रतिक्रिया देण्यास सांगायचे; परंतु खरं सांगायचं तर मी मात्र दिवसेंदिवस जास्तच अस्वस्थ होऊ लागलो होतो. त्यांच्या शिकवण्यात एक प्रकारचा ताजेपणा, आनंद वाटायचा. त्यांचं शिकवणं हवंहवंसं वाटायचं; परंतु शिक्षणाची अशी पद्धत मी त्यापूर्वी कधीच अनुभवली नव्हती. 'जुळवून घेण्याची कला' माझ्यात नसल्यामुळे त्यांच्याशी वागताना मला त्रास व्हायचा. चांगला अभ्यास करणं, वर्गात पुढच्या ओळीत बसणं, शिक्षकांनी किती छान शिकवलं हे त्यांना आवर्जून सांगणं, ठरावीक चाकोरीप्रमाणे पाठांतर करून

नीट स्वच्छ अक्षरात पेपर लिहिणं – घोकंपट्टी, घोकंपट्टी नुसती घोकंपट्टी! ह्या सगळ्या गोष्टी कशाप्रकारे करत राहाव्या, एवढंच मला चांगलं माहिती होतं; पण त्यांच्या तासाला मिळालेलं ज्ञान पूर्णत: वेगळंच असायचं. त्यामुळे वर्षांनुवर्षं चालत आलेल्या, कालबाह्य झालेल्या पद्धती वापरून मला उत्तीर्ण होण्याची इच्छा नव्हती.

दुसरा मंगळवार उजाडला. मी माझ्या कार्डावरती लिहिलं 'वेळेवर घातलेल्या टाक्यामुळे शेवाळं साठत नाही,' त्या सरांवरती अजूनही माझा विश्वास बसला नव्हता. म्हणून मी मुद्दामच दोन म्हणी एकत्र करून विनोद साधण्याचा प्रयत्न केला होता. मला नको वाटणारी व्यक्ती माझ्याशी जास्त जवळीक साधण्याचा प्रयत्न करू लागली; की मी असं काहीतरी विनोदी, हलकं-फुलकं बोलून, लिहून समोरच्या व्यक्तीपासनं दूर राहण्यासाठी हे अस्त्र वापरायचो. दुसऱ्या दिवशी टिप्पणी केलेलं माझं कार्ड परत मिळालं. सरांनी त्यावर लिहिलं होतं, 'अरे, तुला विनोदाचं बऱ्यापैकी अंग दिसतंय, या गुणाचं तुझ्या आयुष्यात किती महत्त्व आहे?'

अखेर त्यांना काय हवं होतं? काय चाललं होतं हे सगळं? माझी वैयक्तिकरित्या काळजी करणारे कोणीही शिक्षक मला भेटले होते असं काही आठवत नव्हतं मला. मग याच सरांना काय एवढी गरज होती?

आणि त्या दिवशी मी दहा मिनिटं उशिरानं वर्गापाशी जाऊन पोचलो होतो. दाराबाहेर उभं राहून मी माझ्या वहीतनं एक रिकामं कार्ड बाहेर काढलं आणि त्यावरती माझं नाव आणि तारीख टाकली. काहीतरी लिहून टाकण्याची तीव्र इच्छा होत होती. काही वेळापूर्वीच वडिलांशी झालेल्या भांडणाची घटना आठवली. 'मी एका मूर्ख माणसाचा मुलगा आहे.' असं खरडून मी घाईघाईनं वर्गात शिरलो. दाराशीच सर उभे राहून बोलत होते. मान वळवून त्यांनी माझ्या हातातलं कार्ड बघितलं. मी चुपचाप ते त्यांच्या हवाली करून माझ्या बाकावर जाऊन बसलो.

जागेवर जाऊन बसलो खरा, पण एकदम माझ्या पोटात भीतीनं गोळा आला. मी काय करून बसलो होतो? ते कार्ड दिलं मी त्यांना? अरे देवा, नाही नाही! मला माझी वैयक्तिक समस्या अशी उघडी करून दाखवायची नव्हती. म्हणजे आता माझ्या मनातला संताप, माझ्या बाबांबद्दल, माझ्या आयुष्याबद्दल त्यांना सगळं काही समजणार! त्या दिवशी वर्गात काय शिकवलं गेलं होतं, ते मला काही आठवत नाहीये; कारण तेव्हा मी केवळ त्या कार्डाबद्दलच विचार करण्यात गुंग झालो होतो.

त्या रात्री मला झोपच लागेना. मनात एक अनामिक भीती दाटून आली होती. त्या कार्ड लिहिण्याच्या पद्धतीमागे खरा काय अर्थ असू शकेल? मी माझ्या बाबांबद्दल का त्यांना कळू दिलं? जर ते बाबांना जाऊन भेटले तर? अर्थात या सगळ्याचा त्यांच्याशी काय संबंध?

बुधवारची सकाळी उजाडली. मोठ्या प्रयत्नांती मी कसंबसं करत कॉलेजला जायला तयार झालो. वर्गात बराच लवकर जाऊन पोचलो. मला मुद्दामच अगदी मागच्या बाकावर, सरांपासून शक्यतोवर दूर बसून लपून राहायचं होतं. तास सुरू झाला आणि सायमन सरांनी प्रत्येकाचं कार्ड परत केलं. माझंही कार्ड त्यांच्या नेहमीच्या सवयीनुसार बाकावर पालथं ठेवलं. मी ते उचललं, पण उलटून सरळ करण्याची हिंमत काही केल्या होईना.

मग मी कार्ड सरळ करून बघितलं. कार्डावर सरांनी लिहिलेला शेरा होता– 'मगऽऽ 'एका मूर्ख माणसाचा मुलगा' त्याच्या स्वत:च्या आयुष्याचं काय करतोय?' कोणीतरी पोटात गुद्दा लगावल्यासारखी माझी अवस्था झाली. 'माझ्या आईवडिलांमुळेच' आयुष्यात मला किती समस्यांना तोंड द्यावं लागतं, अशी तक्रार करत विद्यार्थी संघटनेमधल्या माझ्या बरोबरीच्या मुलांशी गप्पा करण्यात, आजवर मी आयुष्यातला कितीतरी वेळ कॉलेजच्या कँटीनमध्ये घालवलेला होता. इतर मुलंदेखील त्यांच्या आयुष्याबद्दल मला असलंच काहीबाही सांगायची. स्वत:च्या वागणुकीला तूच जबाबदार असणार, असं आम्ही कोणी एकमेकांना खडसावलं नव्हतं. आईवडिलांना दोष देण्यात आम्ही मनापासनं आनंद मानत आलो होतो. आमच्या दृष्टीने चूक नेहमी पालकांचीच असायची. परीक्षेत कमी गुण मिळाले, की आईच्याच माथी खापर फोड; हातखर्चासाठी थोडेफार पैसे मिळवण्यासाठी छोटी-मोठी नोकरी मिळाली नाही, की बाबांनाच दूषणं दे; अशीच आमची वृत्ती होती. घरच्यांबद्दल मित्रांजवळ मी सतत तक्रार करायचो आणि ते सगळे शांतपणे मान डोलवत ऐकून घ्यायचे. आमच्या शिक्षणावरती खर्च करणारे आईवडील आमच्या आयुष्यात नको तितकी दखल देणारे मूर्ख लोकच होते. हो की नाही?

सिडनी सायमन सरांनी केलेल्या साध्या सरळ प्रश्नामुळे तो फुगा फुटला होता. आमच्या समस्यांच्या गाभ्यालाच त्यांनी हात घातला होता. खरी समस्या कोणाची आहे बरं? तुझ्या अशा वागण्याला कोण जबाबदार आहे?

त्या दिवशी मी विद्यार्थीसंघटनेच्या सभेला न जाता निराश होऊन आणि शिक्षा झाल्याच्या भावनेनी तडक घरी गेलो. संध्याकाळभर मी त्यावरच विचार करत होतो आणि एकदा आई मला जे म्हणाली होती त्याची आठवण झाली. ''एखादा कोट्यधीश 'मी स्वबळावर सुखसंपन्न झालो', असं म्हणतो खरं; परंतु जर कधी त्याला एखाद्या आरोपाखाली अटक झाली, तर मात्र तो त्याला आईवडिलांनीच वाईट वागणूक दिली, असं म्हणत त्यांना दोषी धरतो.''

त्या दिवशी अचानक माझ्यात एक आश्चर्यजनक बदल घडला, असं सांगायला मला खरं तर आवडलं असतं, पण सत्य तसं नव्हतं. डॉ. सायमननी लिहिलेला शेरा मात्र योग्य असावा, कारण नंतर काही आठवडे तोच शेरा मनाला डिवचत

होता. या ना त्या कारणावरनं मी सतत माझ्या वडिलांना दोष देतो, असं माझ्या कानात गुंजन होत असल्याचा भास मला होत असताना, दुसरीकडे परत परत माझा आतला आवाज मला विचारू लागला, 'ठीक आहे. तू म्हणतोस त्याप्रमाणे तुझे वडील आहेत वाईट पण तू तरी किती काळापर्यंत तुझ्या या स्थितीबद्दल त्यांनाच दोषी मानून पळवाट शोधत राहशील रे?'

हळूहळू प्रयत्न करत करत माझे विचार बदलू लागले. मी फारच दोष काढायचो, असं वाटू लागलं. नंतर मला जाणीव होऊ लागली, की माझ्या स्वत:च्या आयुष्यात मी मला केंद्रस्थानी कधी मानलंच नव्हतं मुळी. स्वत:ला मी अतिशय कमी महत्त्व देत होतो, असा विचार मनात येऊन मी जास्तच बेचैन झालो. डॉ. सायमनच्या तासालादेखील अशी बेचैनी कधी वाटली नव्हती. मला कळसूत्री बाहुलं म्हणून आयुष्य कंठायचं नव्हतं. स्वत:ला असं काहीतरी वेगळं बनावंसं वाटत होतं. दुसऱ्यानी मला घडवावं, अशी मुळीच इच्छा नव्हती; ही प्रक्रिया सोपीही नव्हती आणि झटपट होण्यासारखी तर नव्हतीच. माझ्या कृतीसाठी, निवडीसाठी, भावनांसाठी मी स्वत:ला जबाबदार धरू लागलो, हे आजूबाजूच्या लोकांच्या लक्षात यायला वर्षभरापेक्षा जास्त काळ जावा लागला. प्रत्येक विषयामधली प्रगती बघून माझं मलाच आश्चर्य वाटू लागलं. चांगले सुस्वभावी मित्र मी जोडू लागलो आणि आता मला माझे वडील खूप हुशार आणि तरतरीत (स्मार्ट) वाटू लागले. माझ्यातला हा बदल बघून आश्चर्याने मीच दिङ्मूढ झालो होतो.

या सगळ्या प्रकियेत, दर मंगळवारी रात्री कार्डावर मजकूर लिहिणं चालूच राहिलं होतं. त्यानंतर त्याच शिक्षकांच्या मार्गदर्शनाखाली मी एक वेगळ्या पद्धतीचा अभ्यासक्रम शिकलो. त्यांच्यासाठी मी जेवढे परिश्रम घेतले, तेवढे इतर कोणत्याही शिक्षकांसाठी मी कधीच घेतले नव्हते. प्रत्येक वेळी कार्ड भरताना नव्याने पडलेले प्रश्न मनाला विचार करायला भाग पाडत होते.

अनेक वर्षांनंतर माझ्यात झालेल्या सुधारणा, बदल बघून मी अक्षरश: चाट पडलो होतो. धडपडत, कसातरी रडतखडत काठावर पास होणारा माझ्यासारखा विद्यार्थी, एक अतिशय बुद्धिमान आणि यशस्वी विद्यार्थी बनून नंतर माध्यमिक शाळेमधला एक यशस्वी आणि निष्णात शिक्षक म्हणून ओळखला जाऊ लागला! सतत येणारा संताप आणि आयुष्यामधली अनेक आवश्यक कामं, जबाबदाऱ्या सतत टाळायला बघणाऱ्या या अवगुणांच्या पुतळ्याचं; एका उत्साही, उत्फुल्ल, आनंदी आणि ध्येयवादी व्यक्तीमध्ये रूपांतर झालं होतं.

वडिलांबरोबरचे माझे संबंधही अतिशय घनिष्ठ झाले. माझ्यावरती हुकूमशाही गाजवणारे अशा दृष्टीनं त्यांच्याकडे न बघता नंतर मी त्यांना माझी काळजी वाहणारे; माझ्या भल्याबुऱ्याची चिंता करणारे अशा दृष्टीनं बघू लागलो. पालकाचं पाल्यावर

असणारं प्रेम, माया त्यांना हळुवारपणे दाखवता यायचं नाही, हे जसं माझ्या लक्षात आलं; तसंच त्यांच्या वागण्यामागे प्रेमळ हेतूच असायचा, हेदेखील मी ओळखलं. दोघांमधले मतभेद, भांडणं, वितंडवाद काळाच्या ओघात कमी होत गेले आणि अखेरीस पूर्णतः संपुष्टात आले. एक हुशार, तरतरीत आणि प्रेमळ व्यक्ती म्हणून त्यांच्याकडे बघायला मी नव्यानं शिकलो. हे सगळं घडायला सुरुवात झाली, ती एका साध्या सरळ अशा प्रश्नामुळे!

हॅनॉक मॅकार्टी
The Thought Card,

मानवी मनोगुणांचा शोध घेणाऱ्या कथा

चिकन सूप फॉर द सोल

लेखन व संकलन

जॅक कॅनफिल्ड / मार्क व्हिक्टर हॅन्सन

अनुवाद

उषा महाजन

जॅक कॅनफिल्ड आणि मार्क हॅन्सन या अमेरिकेतल्या सर्वप्रिय, सुप्रसिद्ध अशा दोन वक्त्यांनी मिळून संकलित केलेल्या या कथा जगाच्या कानाकोपऱ्यातल्या जनमानसाच्या मनाला जाऊन भिडल्या आहेत,
भावल्या आहेत.
या कथांमधील आशावाद, बुद्धीवाद तुम्हाला येणारं नैराश्य झटकून टाकायला मदत करेल.
अतिशय विचारपूर्वक निवडलेल्या या कथा म्हणजे 'अशक्य' शब्दप्रयोगाला झुगारून देऊन आपल्या आयुष्याचा मार्ग उजळून टाकणाऱ्या आहेत.
जेव्हा कधी तुम्हाला तुमचा मुद्दा ठामपणे मांडावासा वाटेल, एखाद्या मित्र-मैत्रिणीला स्फूर्ती द्यावीशी वाटेल किंवा लहान मुलाला शिकवण द्यावीशी वाटेल, तेव्हा या पुस्तकातील अनेक हृदयस्पर्शी कथांचा
हा ठेवा नक्कीच उपयोगी पडेल.

मानवी मनोगुणांचा शोध घेणाऱ्या कथा

चिकन सूप फॉर द सोल

भाग ३

लेखन व संकलन

जॅक कॅनफिल्ड / मार्क व्हिक्टर हॅन्सन

अनुवाद

उषा महाजन

'चिकन सूप फॉर द सोल' या पुस्तकाच्या पहिल्या भागाप्रमाणे या पुढच्या भागातही जॅक कॅनफिल्ड आणि मार्क व्हिक्टर हॅन्सन या अमेरिकन जनमानसाच्या लाडक्या लेखकांनी देशविदेशांतून अनेक कथा मागवून त्यांचं संकलन केलेलं आहे.

आजच्या युगातल्या मानसिक ताणतणावावरचा रामबाण उपाय ठरलेल्या या कथा वाचताच मनाची मरगळ, नैराश्य झटकन दूर होतं व वाचक नवचैतन्याने आयुष्याला, त्यातील संकटांना, अडीअडचणींना हिमतीने सामोरा जातोच. या कथांचं टॉनिक मिळाल्यावर वाचकाला स्वत:त जो बदल जाणवतो त्या अनुभवाचं कथन तो आपल्या जवळच्यांना, मित्रमैत्रिणींना ऐकवतो व मग ही देवाणघेवाणीची न तुटणारी साखळीप्रक्रिया पुढेपुढे जात राहते.

खरंच कधीकधी अशा साध्या, सरळ सत्यकथांतून थोडंफार तरी समाजपरिवर्तन होऊ शकतं ना?

Dairy Farming
Practices, Principles Approach

Dairy Farming
Practices, Principles Approach

Dr. S.K. Singh

Oxford Book Company
Jaipur ▪ New Delhi

Published By

Oxford Book Company

Regd. Off. "Bony Residency", Gate No. 2
Opp. Tilak Public School, Vishweswariya Nagar,
Gopalpura Road, Jaipur - 302018, India
Ph: 0141 - 2761280, Telefax: 2761381
email - oxfordbookjpr@gmail.com
website - oxfordbookcompany.com

Delhi Office: 102, 1st Floor, Satyam House,
4327/3, Ansari Road, Darya Ganj,
New Delhi - 110002, India
Ph: 011-45652440

Distributed by
KEYA INTERNATIONAL PRESS LLP
E-mail: keyainternationalpressllp@gmail.com

Published in India, 2026

ISBN : 9789350305898

Typeset by Shivangi Computers, Jaipur

PRINTED IN INDIA BY

Global Printing Services,
116, 1st Floor F.I.E. Patparganj Industrial Area, New Delhi-110092.

Contents

Preface

Dairy farming is a class of agricultural, or an animal husbandry, enterprise, for long-term production of milk, usually from dairy cows but also from goats, sheep and camels, which may be either processed on-site or transported to a dairy factory for processing and eventual retail sale.

Most dairy farms sell the male calves born by their cows, usually for veal production, or breeding depending on quality of the bull calf, rather than raising non-milk-producing stock. Many dairy farms also grow their own feed, typically including corn, and hay. This is fed directly to the cows, or is stored as silage for use during the winter season. Dairy farming has been part of agriculture for thousands of years. Historically it has been one part of small, diverse farms. In the last century or so larger farms doing only dairy production have emerged. Large scale dairy farming is only viable where either a large amount of milk is required for production of more durable dairy products such as cheese, butter, etc. or there is a substantial market of people with cash to buy milk, but no cows of their own. Dairying is an important source of subsidiary income to small/marginal farmers and agricultural labourers. The manure from animals provides a good source of organic matter for improving soil fertility and crop yields. The gobar gas from the dung is used as fuel for domestic purposes as also for running engines for drawing water from well. The surplus fodder and agricultural by-products are gainfully utilised for feeding the animals. Almost all draught power for farm operations and transportation is supplied by bullocks. Since agriculture is mostly seasonal, there is a possibility of finding employment throughout the year for many persons through dairy farming. Thus, dairy also provides employment throughout the year. The main beneficiaries of dairy programmes are small/marginal farmers and landless labourers. Modern dairy farmers use milking machines and sophisticated plumbing systems to harvest and store the milk from the cows, which are usually milked two or three times daily. In New Zealand some farmers seeking a better life style, are milking only once per day, trading a slight reduction in production of milk for increased leisure time. During the summer months, cows may be turned out to graze in pastures, both day and night, and are brought into the barn to be milked. As measured in phosphorus, the waste output of 5,000 cows roughly equals a municipality of 70,000 people. In the U.S., dairy operations with more than 1,000 cows meet the EPA definition of a CAFO, and are subject to EPA regulations. It is possible to maintain higher milk production by injecting cows with growth hormones known as recombinant BST or rBST, but this is controversial due to its effects on animal and possibly human health. The European Union, Japan, Australia, New Zealand and Canada have banned its use due to these concerns. In the US however, no such prohibition exists, and approximately 17.2% of dairy cows are treated in this way. The U.S. Food and Drug Administration states that no "significant difference" has been found between milk from treated and non-treated cows but based on consumer concerns several milk purchasers and resellers have elected not to purchase milk produced with rBST. There is a great deal of variation in the pattern of dairy production worldwide. Many countries which are large producers consume most of this internally, while others (in particular New Zealand), export a large percentage of their production. Internal consumption is often in the form of liquid milk, while the bulk of international trade is in processed dairy products such as milk powder. Most milk-consuming countries have a local dairy farming industry, and most producing countries maintain significant tariffs to protect domestic producers from foreign competition but, the largest dairy exporting country, does not apply any subsidies to dairy production. The milking of cows was traditionally a labour-intensive operation and still is in less developed countries. Small farms need several people to milk and care for only a few dozen cows, though for many farms these employees have traditionally been the children of the farm family, giving rise to the term "family farm".

The present study is the first attempt ever in this direction to come up with a comprehensive book comprising 12 chapters. The book will meet the demands of not a vast majority of students and researchers, but also the policy-makers and all those interested in the livestock economy and dairy related products.

– Dr. S.K. Singh

Chapter 1

Introduction

Dairy Farming is the branch of agriculture concerned with production and use of milk and milk products. Dairy husbandry includes the management of dairy cows, the cultivation of crops for feed, the production of milk and cream, and the manufacture of butter, cheese, and ice cream. On a properly managed dairy farm, many of the nutrients taken from the soil by crops may be replaced by the supply of manure provided by the dairy herd. Many by-products of milk are used as food and in various industrial processes.

Fig. Dairy Farming.

Dairy farming was formerly confined to the spring and summer months, when pasturage was plentiful. Cows, calving in the spring, were allowed to become dry in the fall and were poorly fed and sheltered during the winter. Under the present system, dairy farming is not confined to any season; during the winter, cows are fed succulent fodder in the form of silage, in addition to liberal rations of grain and grain by-products, often in the form of commercially-prepared feed.

Another innovation is that, instead of manufacturing and marketing all types of milk products, most dairy farmers now sell all their milk to processors and distributors. The number of dairy cows (that is, dairy cattle, exclusive of bulls, calves, and heifers) in the United States has shown a fairly constant change in ratio from one cow to every four persons in the population during the late 19th century, to one to every six in the present population.

About 5 percent of the cows are purebred—that is, of registered birth and pedigree; almost all of the remaining 95 percent belong to recognized breeds but, because they are not qualified for registration, are known as grades. The purebreds in the United States are mainly Holstein-Friesian, Guernsey, Jersey, Ayrshire, and Brown Swiss.

Under the modern system of evaluating milk on the basis of butterfat content, as determined by the test devised by the American agricultural chemist Stephen M. Babcock, it is important that the dairy farmer keep records, not only of the total production of a herd but of the performance of individual cows. In this way the best cows can be selected and poor producers can be replaced by better cattle.

Dairy products include whole fluid milk, low-fat fluid milk, and flavoured milk, whole and nonfat dry milk, butter, cheese, evaporated and condensed milk, frozen dairy products, and fermented products such as sour cream and yogurt. Dairy farmers formerly separated the cream and sold it to creameries, but in the 1950s a marked shift occurred from the sale of farm-separated cream to the marketing of whole milk and a coincident increase in the percentage of whole fluid milk consumed. Since then, there has been an enormous expansion of milk-drying facilities and increased human consumption of nonfat dry milk solids.

Cooperative associations have helped substantially in improving market conditions, promoting standardization and grading of dairy products, and providing protection for the industry. Dairy cooperatives account for more than four-fifths of all the fluid milk sold in the United States. Dairy cooperatives of 500 or fewer cows account for 58 percent of milk production; of 500 to 2,000 cows account for 27 percent; and of more than 2,000 cows account for 15 percent of the total milk production.

The introduction of labour-saving machinery, especially the vacuum milking machine, has lightened considerably the tasks of the dairy farmer. Modern improvements in refrigeration and transportation have eliminated the influence of climate and adverse weather conditions in milk distribution. Such dairy-barn equipment as feed conveyors, washers, and sterilizers has further improved the product. Research by governmental and association agencies has led to higher production and greater use of dairy products and especially to the discovery of new industrial uses for milk by-products.

GENETIC ENGINEERING

Genetic Engineering, alteration of an organism's genetic, or hereditary, material to eliminate undesirable characteristics or to produce desirable new ones. Genetic engineering is used to increase plant and animal food production; to help dispose of industrial wastes; and to diagnose disease, improve medical treatment, and produce vaccines and other useful drugs.

Included in genetic engineering techniques are the selective breeding of plants and animals, hybridization (reproduction between different strains or species), and recombinant deoxyribonucleic acid (DNA).

Selective Breeding

The first-known genetic engineering technique, still used today, was the selective breeding of plants and animals, usually for increased food production. In selective breeding, only those plants or animals with desirable characteristics are chosen for further breeding. Corn has been selectively bred for increased kernel size and number and for nutritional content for about 7,000 years. More recently, selective breeding of wheat and rice to produce higher yields has helped supply the world's ever-increasing need for food.

Cattle and pigs were first domesticated about 8,500 to 9,000 years ago and through selective breeding have become main sources of animal food for humans.

Hybridization

Hybridization (crossbreeding) may involve combining different strains of a species (that is, members of the same species with different characteristics) or members of different species in an effort to combine the most desirable characteristics of both. For at least 3,000 years, female horses have been bred with male donkeys to produce mules, and male horses have been bred with female donkeys to produce hinnies, for use as work animals.

Recombinant DNA

In recent decades, genetic engineering has been revolutionized by a technique known as gene splicing, which scientists use to directly alter genetic material to form recombinant DNA. Genes consist of segments of the molecule DNA. In gene splicing, one or more genes of an organism are introduced to a second organism. If the second organism incorporates the new DNA into its own genetic material, recombined DNA results.

Specific genes direct an organism's characteristics through the formation of proteins such as enzymes and hormones. Proteins perform vital functions—enzymes initiate many of the chemical reactions that take place within an organism, and hormones regulate various processes, such as growth, metabolism, and reproduction. The introduction of new genes into an organism essentially alters the characteristics of the organism by changing its protein makeup.

In gene splicing, DNA cannot be transferred directly from its original organism, known as the *donor,* to the recipient organism, known as the *host.* Instead, the donor DNA must be cut and pasted, or recombined, into a compatible fragment of DNA from a *vector*—an organism that can carry the donor DNA into the host. The host organism is often a rapidly multiplying microorganism such as a harmless bacterium, which serves as a factory where the recombined DNA can be duplicated in large quantities.

The subsequently produced protein can then be removed from the host and used as a genetically engineered product in humans, other animals, plants, bacteria, or viruses. The donor DNA can be introduced directly into an organism by techniques such as injection through the cell walls of plants or into the fertilized egg of an animal. Plants and animals that develop from a cell into which new DNA has been introduced are called transgenic organisms.

Another technique that produces recombinant DNA is known as cloning. In one cloning method, scientists remove the DNA-containing nucleus from a female's egg and replace it with a nucleus from an animal of a similar species. The scientists then place the egg in the uterus of a third animal, known as the surrogate mother. The result, first demonstrated by the birth of a cloned sheep named Dolly in 1996, is the birth of an animal that is nearly genetically identical to the animal from which the nucleus was obtained. Such an animal is genetically unrelated to the surrogate mother. Cloning is still in its infancy, but it may pave the way for improved farm animals and medical products.

APPLICATIONS

The use of recombinant DNA has transformed a number of industries, including plant and animal food production, pollution control, and medicine.

Food Production

Recombinant DNA is used to combat one of the greatest problems in plant food production: the destruction of crops by plant viruses or insect pests. By transferring the protein-coat gene of the zucchini yellow mosaic virus to squash plants that had previously sustained great damage from the virus, scientists were able to create transgenic squash plants with immunity to this virus.

Scientists also have developed transgenic potato and strawberry plants that are frost-resistant; potatoes, corn, tobacco, and cotton that resist attacks by certain insect pests; and soybeans, cotton, corn, and oilseed rape (the source of canola oil) that have increased resistance to certain weed-killing chemicals called herbicides. Recombinant DNA has also been used to improve crop yield. Scientists have transferred a gene that controls plant height, known as a dwarfing gene, from a wheat plant to other cereal plants, such as barley, rye, and oats. The transferred gene causes the new plant to produce more grain and a shorter stalk with fewer leaves. The shorter plant also resists damage from wind and rain better than taller varieties.

Scientists also apply gene-splicing techniques to animal food production. Scientists have transferred the growth hormone gene of rainbow trout directly into carp eggs. The resultant transgenic carp produce both carp and rainbow trout growth hormones and grow to be one-third larger than normal carp. Other fish that have been genetically engineered include salmon, which have been modified for faster growth, and trout, which have been altered so that they are more resistant to infection by a blood virus.

Recombinant DNA also has been used to clone large quantities of the gene responsible for the cattle growth hormone bovine somatotropin (BST) in the bacterium *Escherichia coli*. The hormone is then extracted from the bacterium, purified, and injected into dairy cows, increasing their milk production by 10 to 15 percent.

Pollution Control

Genetically altered bacteria can be used to decompose many forms of garbage and to break down petroleum products. Recombinant DNA also can be used to monitor the breakdown of pollutants. Naphthalene, an environmental pollutant present in artificially manufactured soils, can be broken down by the bacterium *Pseudomonas fluorescens.* To monitor this process, scientists transferred a light-producing enzyme called luciferase, found in the bacterium *Vibrio fischeri,* to the *Pseudomonas fluorescens* bacterium.

The genetically altered *Pseudomonas fluorescens* bacterium produces light in proportion to the amount of its activity in breaking down the naphthalene, thus providing a way to monitor the efficiency of the process.

Medicine

In 1982 the United States Food and Drug Administration (FDA) approved for the first time the medical use of a recombinant DNA protein, the hormone insulin, which had been cloned in large quantities by inserting the human insulin gene into the genetic makeup of *Escherichia coli* bacteria. Previously, this hormone, used by insulin-dependent people with diabetes mellitus, had been available only in limited quantities from hogs.

Since 1982 the FDA has approved other genetically engineered proteins for use in humans, including three cloned in hamster cell cultures: *tissue plasminogen activator* (tPA), an enzyme used to dissolve blood clots in people who have suffered heart attacks; *erythropoetin,* a hormone used to stimulate the production of red blood cells in people with severe anemia; and *antihemophilic human factor VIII,* used by people with hemophilia to prevent and control bleeding or to prepare them for surgery. Another important genetically engineered drug is interferon, a chemical that is produced by the body in tiny amounts. Engineered interferon is used to fight viral diseases and as an anticancer drug.

Scientists also have employed recombinant DNA to produce medically useful human proteins in animal milk. In this procedure, the human gene responsible for the desired protein is first linked to specific genes of the animal that are active only in its *mammary* (milk-producing) glands. The egg of the animal is then injected with the linked genes. The resulting transgenic animals will have these linked genes in every cell of their body but will produce the human protein only in their milk.

The human protein is finally extracted from the animal's milk for use as medicine. In this way, sheep's milk is used to produce *alpha-1-antitrypsin,* an enzyme used in the treatment of emphysema; cow's milk is used to produce *lactoferrin,* a protein that combats bacterial infections; and goat's milk is used as yet another way to produce tPA, the blood-clot-dissolving enzyme also cloned in hamster cell cultures.

Recombinant DNA also is used in the production of vaccines against disease. A vaccine contains a portion of an infectious organism that does not cause severe disease but does cause the body's immune system to form protective antibodies against the organism. When a person is vaccinated against a viral disease, the production of antibodies is actually a reaction to the surface proteins of the coat of the virus.

With recombinant DNA technology, scientists have been able to transfer the genes for some viral-coat proteins to the cowpox virus, which was used against smallpox in the first efforts at vaccination in the late 18th century. Vaccination with genetically altered cowpox is now being used against hepatitis, influenza, and herpes simplex viruses. Genetically engineered cowpox is considered safer than using the disease-causing virus itself and is equally as effective.

In humans, recombinant DNA is the basis of gene therapy, in which genes within cells are removed, replaced, or altered to produce new proteins that change the function of the cells. The use of gene therapy has been approved in more than 400 clinical trials for diseases such as cystic fibrosis, emphysema, muscular dystrophy, adenosine deaminase deficiency, and some cancers. While gene therapy is a promising technique, many problems remain to be solved before gene therapy can reliably cure disease.

PATENTING GENETICALLY ENGINEERED PRODUCTS

It takes an average of seven to nine years and an investment of about $55 million to develop, test, and market a new genetically engineered product. Because of this great cost, companies have sought to patent the results of their discoveries. In 1980 the Patent and Trademark Office of the U.S. Department of Commerce issued its first patent on an organism that had been produced with recombinant DNA. The patent was for an oil-eating bacterium that could be used to clean up oil spills from ships and storage tanks.

Since then, hundreds of patents have been granted for genetically altered bacteria, viruses, and plants. In 1988 the first patent was issued on a transgenic animal, a strain of laboratory mice whose cells were engineered to contain a cancer-predisposing gene. The mice are used to test low doses of suspected carcinogens, or cancer-causing substances, and to test the effectiveness of anticancer therapies.

Public reaction to the use of recombinant DNA in genetic engineering has been mixed. The production of medicines through the use of genetically altered organisms has generally been welcomed. However, critics of recombinant DNA fear that the *pathogenic,* or disease-producing, organisms used in some recombinant DNA experiments might develop extremely infectious forms that could cause worldwide epidemics.

In an effort to prevent such an occurrence, the National Institutes of Health (NIH) in the United States has established regulations restricting the types of recombinant DNA experiments that can be performed using such pathogens. In Canada, recombinant DNA products are regulated by various government departments, including Agriculture and Agri-Food Canada, Health Canada, Fisheries and Oceans Canada, and Environment Canada.

Animal rights groups have argued that the production of transgenic animals is harmful to other animals. Genetically engineered fish raise problems if they interbreed with other fish that have not been genetically altered. Some experts fear that this process may change the characteristics of wild fish in unpredictable and possibly undesirable ways. A related concern is that engineered fish may compete with wild fish for food and replace wild fish in some areas.

The use of genetically engineered bovine somatotropin (BST) to increase the milk yield of dairy cows is particularly controversial. Some critics question the safety of BST for both the cows that are injected with it and the humans who drink the resulting milk. In the United States, a large percentage of dairy cows are treated with BST, but in Canada, BST cannot legally be sold.

Scientists at Health Canada rejected the legalization of BST in 1999 based on evidence that BST causes health problems for cows. In particular, the Canadian scientists found that BST increases a cow's likelihood of developing mastitis, or infection of the udder, and it also makes cows more susceptible to infertility and lameness. Nevertheless, the scientists consider the milk obtained from cows injected with BST to be safe for human consumption.

Transgenic plants also present controversial issues. Allergens can be transferred from one food crop to another through genetic engineering. In an attempt to increase the nutritional value of soybeans, a genetic engineering firm experimentally transferred into soybean plants a Brazil-nut gene that produces a nutritious protein. However, when a study found that the genetically engineered soybeans caused an allergic reaction in people sensitive to Brazil nuts, the project was canceled.

Environmentalists fear that the transgenic plants may interbreed with weeds, producing weeds with unwanted characteristics, such as resistance to herbicides. An example of such interbreeding has been demonstrated in experiments involving transgenic oilseed rape. Environmentalists also argue that, due to natural selection, insects quickly develop resistance to plants that have been engineered to incorporate biological pesticides.

Opponents of genetic engineering warn that the use of genetically modified food crops could result in unforeseen problems. They point to a 1999 study that found that genetically modified corn produced pollen that killed monarch butterfly caterpillars in the laboratory. Although the study results were preliminary, as a precaution the Environmental Protection Agency (EPA) established new regulations in January 2000 to reduce potential risks posed by the corn crop. Among the new rules, the EPA has asked farmers to plant unmodified corn crops around the edges of genetically engineered corn fields in order to create a buffer that may prevent toxic pollen from blowing into butterfly habitats.

Many European and developing nations have voiced concern about the health and environmental risks associated with imported genetically modified food crops from the United States and other countries. In early 2000, 130 nations devised the Protocol of Biosafety. Formally approved in June 2003, the treaty requires exporting nations to notify importers when products contain genetically modified organisms, including seeds, food crops, cattle, and fruit trees.

Some critics object to the patenting of genetically altered organisms because it makes the organisms the property of particular companies. Costa Rica has enacted laws to prohibit the patenting of genes of native Costa Rican species by drug companies in other countries. To date, no laws are in place in the United States and Canada regulating the use of cloning technology, and some people fear the prospect of human cloning. If this technology remains unregulated, critics fear that it will provide the ability to create an "improved" human being with characteristics predetermined according to a scientist's particular bias.

CATTLE

Cattle, common term for the domesticated herbivorous mammals that constitute the genus *Bos,* of the family Bovidae, and that are of great importance to humans because of the meat, milk, leather, glue, gelatin, and other items of commerce they yield. Modern cattle are divided into two species: *B. taurus,* which originated in Europe and includes most modern breeds of dairy and beef cattle, and *B. indicus,* which originated in India and is characterized by a hump at the withers.

The latter are now widespread in Africa and Asia, with lesser numbers imported to North America (primarily in the southern United States), Central America, and northern and central South America.

The general characteristics of cattle can be provided through their classification. They belong to the order Artiodactyla (even-toed, hoofed mammals) and the suborder Ruminantia (four-compartmented stomachs and a decreased number of teeth, with the upper incisors missing). Like others of the family Bovidae, they have paired, hollow, unbranched horns that do not shed. Other Bovidae that are so closely related to true cattle that they can still interbreed include the anoa, bison, gaur, Indian and African buffalo, and yak.

Domestication and Modern Breeds

European cattle probably are descended from the wild cattle, *B. primigenius,* of

Europe and were first domesticated in southeastern Europe about 8,500 years ago. The zebu, or Brahman, cattle, *B. indicus,* were domesticated in southern Asia about the same time or a little later. Early records indicate that cattle were used for draft, milk, sacrifice, and, in some instances, for meat and sport. Some of these early uses have continued in modified forms into the present, such as in bullfighting, as in sacrificing animals for religious purposes, and as in considering cows sacred.

The concept and formulation of modern breeds of cattle began in the midregions of England, in northern Europe, and on the Channel Islands during the mid-1800s, and most modern breeds were formed in the latter half of that century. Cattle with similar characteristics, however, were present in these areas even before the concept of breeds became dominant. Today about 274 important recognized breeds exist, and many other varieties and types that could be described have not attained breed status. Thus, new breeds continue to evolve, such as the Brangus, Santa Gertrudis, Charbray, Beef Master, and Braford.

Dairy Cattle

Dairy cattle are those breeds that have been developed primarily to produce milk. The achievements of careful breeding have been remarkable. In the United States at the beginning of the 21st century, the average dairy cow produced about 6,640 kg (about 14,640 lb) of milk and approximately 242 kg (approximately 534 lb) of butterfat. Individual high-performance cows could produce more than four times this average amount.

In North America the major breeds of dairy cattle are the Holstein-Friesian, Ayrshire, Brown Swiss, Guernsey, and Jersey. The ancestors of these animals were imported from Europe, where similar cattle exist today. The Holstein-Friesian came from Holland and adjacent areas, the Ayrshire from Scotland, the Jersey and the Guernsey from the Channel Islands off the coast of England, and the Brown Swiss from Switzerland. Among the major dairy breeds of *B. indicus* found primarily in India are the Gir, Hariana, Red Sindhi, Sahiwal, and Tharparker.

The major breeds show distinctive characteristics that may be used for identification. The Holstein-Friesian is the largest; a mature cow weighs at least 675 kg (1,500 lb). It is followed in size by the Brown Swiss, Ayrshire, and Guernsey. The Jersey is the smallest, with mature cows weighing 450 kg (1,000 lb). Breeds also differ in colour. The Holstein is black and white, although some animals may be red and white; the Brown Swiss varies from a very light grayish-brown to dark brown; and the Ayrshire can be red, brown, or mahogany with white. The Guernsey is fawn, with white markings and a yellow skin, and the Jersey may vary from a light gray to a very dark fawn, usually solid in colour but sometimes with white spots.

Breeds also differ with respect to volume of milk produced and milk composition. Holstein-Friesians produce the largest volume, averaging 7,890 kg (17,400 lb), followed by the Brown Swiss, Ayrshire, Guernsey, and Jersey. Milk from the

Jersey contains the highest concentration of fat (5 percent), however, followed by that of the Guernsey, Brown Swiss, Ayrshire, and the Holstein (3.61 percent).

Beef Cattle

Beef cattle have been bred and selected primarily for the production of meat, and many breeds have been developed or adapted for special conditions. The major breeds of registered beef cattle in North America, listed in order of numbers, are Angus, Hereford, Polled Hereford, Charolais, Shorthorn, Santa Gertrudis, Brahman, Brangus, and Red Angus. In recent years, several "exotic" breeds also have been imported, including the Simmental, Gelbvieh, Fleckvieh, Limousin, Maine-Anjou, and Chianina. These later arrivals have been used primarily for crossing with the major American breeds to increase the size and milking ability of the crossbred offspring for commercial production.

Herefords are characterized by a red coat colour and a white face. Polled Herefords have the same characteristics, but they are hornless (polled). Angus are solid black in colour and are polled; the Charolais are white or cream-coloured; and the Shorthorn may be red, white, or roan (a mixture of red and white). The Brahman is usually white in colour, with large droopy ears, and a large dewlap. The Santa Gertrudis was developed in Texas from crossbreeding the Brahman and Shorthorn breeds, followed by selection and inbreeding to fix characteristics. These cattle were selected and adapted to the arid region where they originated and have been used successfully in other areas with similar climatic conditions.

The recent importation and crossbreeding with the "exotic" breeds may result in the establishment of new breeds in North America in the near future. The various breeds of beef cattle also differ in mature size, growth rate, gestation length, and birth weight. Limited data indicate, however, that strains within the breeds may differ as much as the different breeds in many of these characteristics.

Dual-Purpose Breeds

Dual-purpose breeds are breeds that have been selected for both meat and milk production. They include the Milking Shorthorn, Red Dane, Red Polled, and Pinzgauer. Many of the animals classified as either dairy or beef breed, particularly those of continental Europe, could alternatively be classified as dual-purpose breeds.

Cattle are widely distributed throughout the world. The total world cattle population is estimated to be more than 1.4 billion head, with about 35 percent in Asia, 23 percent in South America, 17 percent in Africa, 12 percent in North and Central America, 10 percent in Europe, and 3 percent in Oceania. The leading countries are, in decreasing order, India, Brazil, China, the United States, Argentina, and Sudan. Beef cattle used for breeding in the United States are estimated at about 34 million head, and the leading states are Texas, Missouri, Oklahoma, South Dakota, Nebraska, Kansas, Montana, Iowa, Colorado, and California.

Dairy cattle in the United States are estimated to number 9.2 million head; the leading states are California, Wisconsin, New York, Pennsylvania, Minnesota, Texas, Idaho, New Mexico, Ohio, and Iowa.

ABOUT DAIRY PRODUCTS

The 1st goats were domesticated around 7000 B.C. in Iran, and cattle a little later, around 6000 B.C. in Greece. It is not certain when humans 1st started milking their domesticated animals. One of the earliest milking scenes in existence today, which shows a goat being milked, is on an Elamite seal from 2500 B.C. Milk, especially in its soured forms, as cheese, yogurt, etc., made a big difference in the life of Neolithic man, providing all-season, high-quality food that sustained him when the growing season was over, when he could no longer collect leaves and berries, and when game was scarce.

Today, the subject of milk is controversial, and not just because of the Milk Fund scandal, during which it was discovered that influential dairymen had poured money into Richard Nixon's campaign fund, in exchange for an increase in Federal milk price support. The major reason for the controversy is the large amount of artificial additives, in the form of antibiotics and other chemicals that find their way into our daily milk, via the cow and the food she eats.

There is also the question of whether milk, in its fresh form, is a suitable food either for adults or, in large quantities, for children. The reason for this doubt lies in the belief that milk protein requires too many pancreatic enzymes for digestion, and therefore places a heavy demand on a possibly already overworked system.

Milk is thought to be mucus-forming, and there are also the problems arising from lactose intolerance and allergies. Many peoples, such as the Chinese and the Maoris, traditionally do not use dairy products, and still maintain themselves in good health.

On the plus side, however, is the fact that milk is a superior source of complete protein, as well as of calcium and riboflavin (Vitamin B2). It also contains smaller quantities of the other B vitamins, a small amount of vitamin C, and, usually, added vitamin D. Attention has been focused recently on the cholesterol problem, to which milk, with its animal-fat content, may contribute. However, there are tribes in Kenya who drink 9 to 14 quarts of whole milk daily, but because their diet is adequate in all other respects, their blood cholesterol is remarkably low. In other words, their balanced diets include nutrients that produce lecithin, which neutralizes the harmful effects of cholesterol.

Using skim milk would appear to be the solution here, but remember that calcium, before it can be utilized, must react 1st with fat; therefore skim milk should always be drunk with meals or with a snack containing fat. Certified raw milk is best; pasteurization causes calcium to be lost, as well as the destruction of enzymes, antibodies, and hormones.

Nonfat dry milk is a good source of additional protein, vitamins, and minerals in the diet because it can be added to bread, cooked cereals, etc. However, the heating process used to dry it destroys one of the amino acids, lysine, thus making it an incomplete protein, and not suitable as a fresh milk substitute. The same is true of canned evaporated milk; the high heat used to process both canned and dry milk also drastically reduces the vitamin content of both. Dry milk should be kept in an airtight container, in a cool place, and it will last indefinitely.

Goat's milk compares very favourably with cow's milk. Its value lies in the fact that it is more easily digested by infants, invalids, and those allergic to cow's milk. The curds are smaller and more soluble, and the fat in goat's milk is more easily assimilated.

HISTORY OF DAIRY FARMING

Dairying has been part of agriculture for thousands of years, but historically it was usually done on a small scale on mixed farms. Specialist scale dairy farming is only viable where either a large amount of milk is required for production of more durable dairy products such as cheese, or there is a substantial market of people with cash to buy milk, but no cows of their own.

Centralized dairy farming as we understand it primarily developed around villages and cities, where residents were unable to have cows of their own due to a lack of grazing lands. Near the town, farmers could make some extra money on the side by having additional animals and selling the milk in town. The dairy farmers would fill barrels with milk in the morning and bring it to market on a wagon.

Before electrification most cows were still milked by hand, one after the other, each morning and night at milking time. This was feasible when a farm had up to about six cows but took too long as the herd size increased. Electrification brought the vacuum pump, and the automatic milking machine.

The first milking machines were an extension of the traditional milk pail. The early milker device fit on top of a regular milk pail and sat on the floor under the cow. Following each cow being milked, the bucket would be dumped into a holding tank.

This developed into the Surge hanging milker. Prior to milking a cow, a large wide leather strap called a surcingle was put around the cow, across the cow's lower back. The milker device and collection tank hung underneath the cow from the strap. This innovation allowed the cow to move around naturally during the milking process rather than having to stand perfectly still over a bucket on the floor.

Surge later developed a vacuum milk-return system known as the Step-Saver, to save the farmer the trouble of carrying the heavy steel buckets of milk all the way back to the storage tank in the milkhouse.

The system used a very long vacuum hose coiled around a receiver cart, and connected to a vacuum-breaker device in the milkhouse. Following milking each cow, the hanging milk bucket would be dumped into the receiver cart, which filtered debris from the milk and allowed it to be slowly sucked through the long hose to the milkhouse.

As the farmer milked the cows in series, the cart would be rolled further down the center aisle, the long milk hose unwrapped from the cart, and hung on hooks along the ceiling of the aisle. The next innovation in automatic milking was the milk pipeline. This uses a permanent milk-return pipe and a second vacuum pipe that encircles the barn or milking parlor above the rows of cows, with quick-seal entry ports above each cow. By eliminating the need for the milk container, the milking device shrank in size and weight to the point where it could hang under the cow, held up only by the sucking force of the milker nipples on the cow's udder.

The milk is pulled up into the milk-return pipe by the vacuum system, and then flows by gravity to the milkhouse vacuum-breaker that puts the milk in the storage tank. The pipeline system greatly reduced the physical labour of milking since the farmer no longer needed to carry around huge heavy buckets of milk from each cow.

The final innovation in automatic milking was the milking parlor, which streamlined the milking process to permit cows to be milked as if on an assembly line, and to reduce physical stresses on the farmer by putting the cows on a platform slightly above the person milking the cows to eliminate having to constantly bend over. Milking parlors allowed a large concentration of technical equipment to gather in one place, which permitted automatic milk take-off devices. Before this, milking was not entirely automatic, and each cow needed to be monitored so that the milker could be removed when the cows were almost done lactating. Leaving the milker on too long following lactation could lead to health problems such as mastitis.

Chapter 2

Feeding Dairy Cattle

COW DIET

Corn has been a staple ingredient in lactating dairy cow rations for a hundred years. However, many dairy farms import corn to feed to their dairy cows. The price of this imported corn has been fairly stable for a number of years.

Fig. Feeding Cow at Dairy.

The government is trying to reduce dependence on foreign oil by supporting efforts to produce fuel (ethanol) from renewable resources like corn or cellulose. There is widespread public support for incorporating ethanol into fuelburning vehicles (gasoline and diesel) because ethanol addition results in greater combustion of these fuels and is nontoxic and biodegradable in the water and the soil.

The Congress passed legislation called a renewable fuels standard (RFS) that will at least double the use of ethanol and biodiesel by the year 2012. The number of plants producing ethanol from corn is projected to increase dramatically.

This growth in ethanol production has reduced the amount of corn available for livestock feed and concurrently increased its market price. Increased corn prices have resulted in increased feed costs. While higher milk prices may compensate for ration cost increases, partially replacing corn with other less expensive feedstuffs may be required over the longer term.

ALTERNATE RATION STRATEGIES

Other Grain Sources of Dietary Starch

Grains, like corn, are an excellent source of starch which is highly fermentable by ruminal microorganisms. The propionic acid produced by starch-fermenting bacteria is converted to glucose by the cow's liver; this glucose is used to make milk. In addition, the bacteria provide about 50 to 60 per cent of the protein needs of the cow as they are washed out of the rumen and are digested in the abomasum and small intestine. To optimize milk production, starch should make up 24 to 26 per cent of the dietary dry matter. Barley and wheat are rich sources of dietary starch.

Shifting cow diets between corn and barley or wheat needs to be done slowly. The starch in barley and wheat is more rapidly available than that in corn so quick dietary changes can result in digestive upsets and lowered ruminal pH. Wheat flour can sometimes be bought for less than corn, but it is very dusty and potentially explosive so it is often avoided by mills. Field reports suggest that flour might 'paste up" in the rumen, so it is not a popular feed ingredient. Hominy contains less starch but more protein, fibre, and fat compared to corn, however their energy density is similar.

Replacing all of the corn with hominy will reduce the dietary starch concentration about 3 percentage units. Dietary costs would be expected to be reduced by replacing corn with hominy. If no milk is lost, then profit is improved. Experiments comparing performance of cows fed ground corn versus hominy could not be located. However, many Florida dairies feed hominy successfully. Even replacing half the corn with hominy can be a reasonable strategy. Because hominy is higher in fat and phosphorus than corn, care should be taken to avoid overfeeding these nutrients.

Low Starch Feedstuffs as Possible Substitutes for Corn

Because grain sources rich in starch, such as barley or wheat, may not be economically available year-round, other commodity feeds must be considered.

Ingredients with lower prices than corn should be considered as partial replacements for corn. Most common feedstuffs contain quite a bit less starch than corn. The best starch sources after corn include corn silage at 30 per cent, wheat midds at 26 per cent, wheat bran at 23 per cent, rice bran at 19 per cent, and corn gluten feed at 16 per cent (DM basis). All other feedstuffs are less than 10 per cent starch. Replacing some of the corn with these feeds will reduce dietary starch to less than 25 per cent which is a common, US ration target. How far can dietary starch be reduced without significantly affecting milk production?

Wheat Midds

Wheat midds contain 26 per cent starch and 18 per cent protein. Price can be substantially lower than corn at the right time of the year. Wheat midds have not been evaluated as a substitute for corn in many experiments. In a recent study, wheat midds were fed at about 7.5 per cent of the diet, replacing a combination of corn and soybean meal.

Corn was reduced in the diet from 34.1 to 28.9 per cent. Cows fed wheat midds tended to eat less feed dry matter but milk production and milk composition were not affected. This reduced feed intake may have been because wheat midds have a high water-holding capacity, thus increasing gut fill with fibre. Cows fed wheat midds appeared to have looser manure than those fed more corn and soybean meal.

In a second study, wheat midds were fed at 0 or 22.4 per cent of the diet, replacing 35 per cent of the ground corn and 30 per cent of the soybean meal. Intake of feed dry matter, production of milk, and milk composition were not different between the two groups of cows which averaged 150 days in milk at the start of the study. However the digestibility of dry matter and neutral detergent fibre were lower for cows fed wheat midds. Therefore wheat midds do not appear to be an effective feed replacement for ground corn except for lower producing cows.

Corn Gluten Feed

Corn gluten feed (CGF) is a byproduct of the manufacture of corn sweeteners, corn starch, corn syrup, and corn oil using the wet milling process. The corn starch is used to make ethanol. The CGF consists of the corn bran and a steep liquor (fermented nutrients extracted from water used to soak corn grain) mixed in approximately a 2:1 ratio. CGF is sold in both wet and dry forms. It contains 16 per cent starch, 36.1 per cent NDF, and 23.5 per cent protein, the protein being highly degradable in the rumen.

Pricing is substantially lower than corn. CGF may serve as a concentrate, replacing only the corn and soybean meal, or as both a concentrate and a fibre source, replacing both concentrate and traditional forages.

CGF generally accounted for 10 to 45 per cent of the diet, although some studies went higher. When CGF was fed at about 20 per cent of ration DM, milk production was decreased statistically in 1 study, increased in 1 study, and remained unchanged in 9 other studies. Cows in these studies were milking between 50 and 90 pounds per day.

Increasing the CGF to 30, 40 or even 57 per cent of the diet did not reduce milk in any study with the exception of Staples et al. In two studies, in which CGF was fed between 38 and 40 per cent of the diet replacing both forage and concentrate starting at calving, average milk yield was increased significantly by feeding the corn gluten feed.

As more CGF replaced more corn, the dietary starch concentrations dropped, going as low as 15 per cent in some cases. In spite of lowered starch intake, milk yield did not drop significantly.

The bulk of these studies indicate that dietary starch could be reduced by replacing some corn and protein meals with the digestible fibre found in CGF.

(1) Corn gluten feed mixed with corn gluten meal and additional sources of RUP.

a, b Values with different letters are statistically different.

Dropping dietary starch from 26 to 21 per cent may be an acceptable compromise. Sample diets were formulated to include CGF at 0 per cent, 10 per cent, and 20 per cent of the diet; starch was reduced concurrently from 25.9 to 23.5 per cent to 20.9 per cent in these rations. As CGF increases in diet, the proportion of extruded soy meal increased to keep the ruminally undegradable protein constant.

Degradable protein sources had to be reduced to keep the dietary crude protein from exceeding 17 per cent. Whether this approach will maintain milk production is not known. Milk and feed intake will be maintained when CGF is fed at 20 per cent of dietary DM. But feeding CGF at 10 per cent of the diet may be a preferred approach initially to "play it safe." Some signs that may indicate that the dietary starch has gotten too low include; dropped milk production, stiffer manure, increases in milk urea nitrogen, and loss of body condition.

Another concern is that drying CGF can reduce the digestibility of the protein if the drying temperature is too high. This is determined by analyzing CGF for acid detergent insoluble protein (ADIN). Bernard et al.reported that dried CGF had higher concentrations of ADIN than wet CGF. In recent years, high ADIN may not be as big of a problem in CGF based upon analyses reported by Dairy One. The ADIN values were less than 5 per cent of the nitrogen in the majority of samples; ADIN is usually not considered a problem until it reaches 10 per cent of the total nitrogen in the feed.

Commodities need to have some consistent level of nutrient density from delivery to delivery in order to keep the daily ration nutrients consistent for the cows. Dairy One lists on their web site the normal range and standard deviation of the nutrients of most of the feeds they have analysed over the past 6 years.

Corn has an average starch value of 70.6 per cent. The standard deviation is 5.1 per cent. This means that two-thirds of the samples that were analysed ranged between 65.5 per cent and 75.7 per cent which is 5.1 per cent units added to or subtracted from the mean of 70.6 per cent. This also means that one-third of the samples analysed were outside this range. This is a fairly narrow range compared to byproduct feeds. Starch in CGF samples has a typical range of 8.6 per cent to 24.0 per cent with a mean of 16.3 per cent.

This large variation is likely due to the fact that CGF production is not standardized across mills. Likewise, starch in hominy typically ranges between 42.9 per cent and 63.9 per cent with a mean of 53.4 per cent. By feeding these byproducts in smaller amounts, the potential negative effect of nutrient variation on cow performance is reduced. When contracting for these commodities, an acceptable range in variation between loads should be agreed upon ahead of time. Loads delivered outside this agreed-upon-range would then be refused.

Dried Distillers Grains Plus Solubles (DDGS)

Dry corn put through the dry-milling process will produce ethanol, carbon dioxide, and DDGS. Each 56-pound bushel of corn processed through the dry milling process results in 2.85 gallons of ethanol, 18 pounds of carbon dioxide, and 18 pounds of DDGS. Plants using the dry milling process are less expensive to build than the plants using the wet milling process, thus about 75 per cent of the ethanol produced from corn comes from dry milling.

The production of DDGS in the US increased tenfold between the years 1980 and 2000, increasing from 320,000 to 3.5 million metric tons (1 metric ton = 2205 pounds). Production doubled again between 2000 and 2004 to over 7.3 million metric tons. Every dairy cow in the U.S. would need to consume 7.3 pounds per day of DDGS over a 305-day lactation in order to use up this supply, but of course DDGS is also fed to other livestock and is exported.

During the production of ethanol from corn, a syrup product and a cake product are produced. These products are blended together in different proportions to form DDGS. Depending on the plant, the DDGS may be a mixture of syrup to cake ranging in proportion from 35:65 to 55:45. Because of the variation in the ratio of syrup to cake used by different plants to form DDGS, nutrient concentrations will vary from one plant to another.

However the variation looks to be less than that of CGF. Although DDGS is very low in starch, it is an excellent source of protein (30.3 per cent) and fat (13 per cent) and therefore has an energy density very similar to corn. In addition, the ethanol-making process increases the digestibility of the fibre. Unlike CGF, DDGS is a very good source of ruminally undegradable protein (RUP) but if the temperature of the drying process is too high, the protein may be indigestible.

Purchasers of DDGS should analyse for ADIN regularly. Kalscheur et al. reviewed 24 experiments in which 98 comparisons were made between cows fed diets containing DDGS and those not fed DDGS. Cows fed DDGS at up to 30 per cent of the ration produced as much milk as those not fed any DDGS (about 73 lb/day). In spite of decreasing starch content, milk production was maintained. In a study conducted at the University of Florida, whiskey DDGS were fed at 0 per cent or 20 per cent of a 55 per cent concentrate:45 per cent forage diet.

The forage was all corn silage in one set of diets and 50 per cent corn silage:50 per cent rhizome peanut silage in another set of diets. The DDGS replaced around 40 per cent of the corn and soybean meal. Milk production was increased from 59.0 to 60.7 pounds per day without changing milk fat test. The effect of DDGS was the same regardless of whether the forage was totally corn silage or an equal mixture of corn silage and rhizome peanut silage. However, a maximum feeding level of DDGS might be 15 per cent in order to prevent the overfeeding of protein, RUP, unsaturated fat, and phosphorus. Increased corn oil in the DDGS can also lead to decreasing milk fat, so fat content of DDGS should be monitored regularly.

Feeding DDGS at 20 per cent of the diet will increase dietary fat by 2.6 per cent. This will likely be a concern if the diet contains other supplemental fats. Dietary fat should be kept below 6 per cent. The feeding of one pound of DDGS can replace about 0.6 pounds of corn and 0.4 pounds of soybean meal.

Soybean Hulls (SBH)

During the processing of soybeans for oil and meal, the hulls are separated and ground. The resulting soybean hulls consist largely of the outer covering of the soybean so they are high in fibre and contain moderate amounts of protein but very little starch. Protein concentration will depend upon how well the hulls are cleaned. Positive characteristics include a high content of lysine, a low content of phosphorus, and a highly digestible fibre. Fat content can vary widely.

The availability of SBH is likely to increase in coming years as more acres are planted to soybeans in order to use soybean oil for biodiesel production. In 13 separate experiments published between 1976 and 2002, SBH (fed at up to 20 per cent of the dietary DM) successfully replaced ground corn or high moisture corn in rations for lactating cows. In most of these studies, the dietary starch levels were probably greater than what is recommended today, based upon the proportion of corn in the diets fed in these studies. Therefore the replacement of corn with SBH still left enough starch to support adequate intake and milk production.

One study fed a more conservative amount of corn in the control diet and deserves further attention here. The control diet was 23 per cent high moisture corn, 26 per cent corn silage, and 26 per cent alfalfa silage. Adding SBH to the diet at 14 per cent of the dietary DM reduced the corn to 9 per cent of the diet. This dropped the starch from roughly about 25 per cent to 15 per cent, calculated from average values. Diets were fed starting at 8 days fresh.

Lactating cows ate more DM when offered the ration containing SBH but milk production was not changed. Lactating heifers fed SBH ate the same amount of feed and produced the same amount of milk as those not fed SBH. Concentrations of milk fat and protein were unchanged. Replacing 60 per cent of the corn with SBH, so that SBH made up 14 per cent of the ration, was effective to support high milk production in early lactation.

Even though dietary NDF increases when SBH replace corn, feed intake has not been decreased. This is in contrast with the well-documented fact that as traditional forage replaces concentrate in the diet, concentration of dietary NDF increases and feed intake decreases. However the NDF in nonforage fibre byproducts like SBH does not have the same physical characteristics as the NDF in traditional, properly chopped forage.

The fibre in SBH is highly digestible, very short and has a specific gravity that allows it to move out of the rumen quickly so that SBH fibre does not have the same rumen fill as forage fibre at similar NDF concentrations. In order to use SBH most efficiently, the diet should contain sufficient "effective" fibre from traditional forages.

Corn Silage

Corn silage hybrids differ in the proportion of grain in the total crop. Selecting corn silage hybrids that contain more starch will reduce the amount of ground corn needed. In a test of 55 corn silage hybrids grown in Gainesville in 2006, starch concentration ranged from 22 per cent to 35 per cent of silage dry matter, with an average of 29.3 per cent.

Selecting a corn silage hybrid with high levels of starch and digestible fibre, while maintaining high, could be a good strategy to reduce corn costs in the ration. How much could be saved? If a corn silage hybrid had 33 per cent starch instead of 30 per cent, and corn silage was fed at 33 per cent of the ration dry matter, dietary ground corn could be reduced from 18 per cent to 16.5 per cent, which is about 1 lb/day less ground corn. The cost savings would depend upon the relative price of the feedstuff(s) used.

Corn silage contains much more starch than other forages fed in Florida. Feeding more corn silage in the ration and less sorghum silage, cottonseed hulls, or bermudagrass will increase the starch in the diet and allow for less ground corn to be fed. If corn silage inventory allows, increasing the corn silage from 33 to 38 per cent of the diet DM by replacing another forage like sorghum silage, will allow ground corn to be reduced by 1.5 percentage units.

Glycerol

Glycerol is a byproduct made as plant and animal fats are processed to make diesel fuels. Diesel fuel produced from fat burns cleaner, as there is no soot or particulate matter produced. Starting with animal fat to make diesel fuel is more profitable than starting with vegetable oil because animal fats are cheaper. However, diesel made from animal fat may not work as well in colder climates because it "clouds up." This process is expanding worldwide and therefore the supply of glycerol in the future is likely to increase. Ten pounds of glycerol result from every 100 pounds of biodiesel produced.

The purity of this byproduct can vary widely. The more impure the product, the more water, methanol, phosphorus, and potassium it contains. A product with these contaminants is labeled glycerin. The glycerin fed in a German study contained 2.2 per cent potassium and up to 2.4 per cent phosphorus. Methanol is present due to its use in the manufacture of biodiesel. Although ruminal bacteria can detoxify methanol, it can be problematic if present in large quantities.

According to the FDA, glycerin is considered a substance that is GRAS (Generally Recognized as Safe) for general purpose use in animal feed, unless methanol is present at concentrations exceeding 150 ppm. The energy content of glycerol is similar to corn when fed in high starch diets. Dietary glycerol would be converted mainly to propionate and butyrate by ruminal bacteria. As a feed ingredient, it could substitute for corn or molasses.

Little research has been done regarding the feeding of glycerol to dairy cows. Lactating dairy cows fed glycerol (1.3 per cent methanol) at either 0 per cent, 2.7 per cent, or 5.3 per cent of dietary dry matter ate the same amount of feed and produced the same amount of milk. Milk composition was unchanged with the exception that milk urea nitrogen concentrations were lower in cows fed glycerol.

Efficiency of fat-corrected milk production was improved from 1.46 to 1.59 and 1.60 lb of FCM yield per lb of feed dry matter intake. Interestingly, animals of other species consumed more water when they were fed glycerol. This may have a benefit to dairy cows managed under heat stress conditions. German researchers fed glycerol up to 10 per cent of ration DM successfully. Glycerol appears to be a good pelleting agent when added at 5 per cent.

Future Byproducts from new Technologies to improve Ethanol Production

As the ethanol manufacturing industry works at improving the efficiency of conversion of corn to ethanol, different byproducts will become available. Applegate et al. lists the following potential corn byproducts.

1. Called the "quick germ quick fibre method," an enzyme is added to the water used to soak the ground corn, causing the germ and fibre to float before the fermentation process begins. The product from this process contains 28 per cent protein, 5 per cent fat, and 25 per cent NDF.
2. Collecting the pericarp fibre and germ prior to fermentation by modifying the dry grinding process (drum degerminator) results in a product that is 24 per cent protein, 8-9 per cent fat, and 28 per cent NDF.
3. Removing the fibre by sieving and air aspiration results in a product that is 40+ per cent protein, 15 per cent fat, and 20 per cent NDF.
4. Modifying the yeasts used to ferment the sugar to ethanol could allow for an increased concentration of lysine in DDGS, thus giving DDGS a more favourable amino acid profile.

As each mill adopts what they consider the best ethanol-producing technology, the feeding industry will be faced with a variety of byproducts on the market which will need to be properly identified prior to purchase.

With the increased price for corn due to demand for ethanol, farmers will be planting more of their acres to corn. This will reduce the number of acres committed to other crops, such as cottonseed. This shift will likely have a large impact on the market price of a number of feed commodities. The availability and price of each commodity will need to be evaluated for optimal pricing. Some acceptable, alternative feeds may allow some reduction of corn grain in the diet of lactating dairy cows.

FEEDING GOATS

Feeds for goats can be divided into several different categories: forages, grains, protein supplements, minerals and water. Depending on what levels of each category that is fed. It will be found that goats will gain about.25 to.5 a pound each day.

Goats will readily eat a variety of forages. These include pasture, hay, haylage, and brush. Any species of forage is acceptable for goats, although be careful of feeding a lot of alfalfa to wethers and billies because the higher calcium levels can lead to urinary calculi or kidney stones. Goats are very useful in many operations for cleaning up unwanted brushy areas. Most brushy areas will only be able to survive about 2 years with intensive defoliation. Forages are an important part of a ruminant's ration because the high fibre is necessary to keep the digestive system healthy.

Grains provide the energy portion of a ration for goats. A variety of grains are available, with corn, oats, wheat and barley being the most widely used. Limit the amount of wheat in the ration to no more than 2 per cent to prevent any digestive problems. When starting goats on a feedlot ration, be sure to gradually introduce them to grain. Feeding high levels of grain suddenly can cause bloating and overeating disease. Disease can be prevented by vaccinating with type C and D perfringens. This is often available in one vaccine, along with tetanus. Any male goats that are castrated should receive a dose of tetanus vaccine. Castration is a personal consideration as many ethnic groups prefer to purchase intact males.

Protein Supplements

Market goats should be fed a grain ration that runs between 14 per cent and 18 per cent protein. To reach these protein levels, we need to include some sort of protein supplement. Typical supplements will include soybean meal, roasted soybeans, cottonseed, brewers or distiller's grains, or flour mill by-products. Beware of using any dairy protein supplements because of the amount of copper in the supplements. Many nutritionists still disagree over the amount of copper required in a goat ration, but care should still be given to overfeeding this nutrient.

Minerals

One of the best ways to provide minerals to a market goat is through a commercially mixed salt and mineral mix. Be sure to purchase a mix formulated specifically for goats. Allow goat's free access to a mineral feeder that contains the mineral mix at all times. Minerals are especially important for helping to ensure that goats remain healthy. These mineral mixes will often include some of the essential vitamins for goats as well.

Water

Water is often one of the most overlooked aspects of livestock feeding operations. Clean, fresh water should be available at all times for all species of livestock. Animals that have adequate amounts of water are more likely to stay healthy as well as have a faster growth rate. Goats will often be able to supply all of their water needs through dew and lush pasture. However, it is still in their best interest to have a supply of water available to them at all times.

OTHER FEED ADDITIVES

For herds that are prone to urinary calculi, ammonium chloride can be added to prevent the disease. Another common practice is to add a coccidiostat to the ration to prevent as well as control coccidiosis. Common additives used to prevent coccidiosis include Rumensin, Bovatec or Deccox (decoquinate). Lastly, no matter what the ration, be sure to provide enough feeder space for all the goats to eat. Plan for at least 1 foot of feeder space for each goat. And, don't forget to clean feeders and waterers on a regular basis.

Sound feeding practices and good housing facilities result in optimum growth and high milk production and contribute to the good health and comfort of goats.

When feeding goats, keep these objectives must be in mind:

- Feed a young animal enough energy for growth, and feed a mature animal enough energy to maintain a fairly constant body weight;
- Provide enough protein, minerals and vitamins in a balanced feeding programme to maintain a healthy animal; and
- Offer does enough extra food during gestation and lactation for fetus development and milk production.

Optimum growth, good health and high milk production are the results of sound feeding practices. Dairy goats are not unique in their body requirements; they will respond to good nutritional practices. Digestible fibre is especially important in dairy goat diets. Too much grain in relation to forage does not foster good ruminant action and is a costly feeding practice. When feeding, keep minerals and trace mineral salt separate. Always feed them separately.

Feed hay in a rack that will not permit wasting. One recommended type of feeder is a keyhole feeder. Do not overlook forage testing as an economical way to feed the correct ration to herd.

Feeding Kids and Yearlings

Kids are born with no natural protection from disease. The first milk (colostrum) from the mother offers protection and gets the digestive system working. To be most effective, it must be fed before disease-producing organisms enter the mouth and digestive tract. Wash the fresh doe's udders and teats with warm water.

Hand milk half a cup of colostrum and feed it to the kid within 15 minutes of birth. This is the best way to ensure that the newborn receives some milk and to provide it with the most protection from organisms present on the skin of the doe. Complete the first milking and store the colostrum for later feedings if hand feed is elected. Otherwise, permit the kid to nurse at its convenience following the first hand feeding.

Clean the feeding utensils immediately after each use. The same cleaning procedures should be followed for washing milk-handling equipment. Milk replacer may be fed from the fourth day; it should contain at least 20 percent protein, 20 percent fat and be free of vegetable products. A lamb or high-quality calf milk replacer is recommended. Provide hay and grain at one to two weeks of age. Wean from milk when grain intake reaches 1/4-pound daily and kids are readily consuming hay.

Make sure the solution is thoroughly mixed. Mix a fresh mixture daily and feed in place of milk. Feed as soon as diarrhea is noticed. Use for 1-1/2 or 2 days, then return to the regular milk diet. After four to six months of age, the kids may be fed a ration similar to that of the milking herd. Good hay and 1/2 pound of grain per day should provide an ample growth rate. Poor hay may require 1 to 1-1/2 pounds of grain daily.

Feeding the Milking Herd

If milk production is important, feed maximum amounts of high quality hay balanced with a grain ration containing enough protein, minerals and vitamins to support production and animal health. Grass or legume hays are equally acceptable. As the percentage of legumes is increased, the need for protein in the grain mix is reduced.

To determine the amount of grain to feed, consider level of milk production, amount and quality of forages consumed, appetite and state of fleshing. Thin, high-producing does should have access to all the hay they can eat plus grain to the limit of their appetite. Does in mid-lactation that are in good flesh should have all the hay they will eat plus 1 pound of grain for each 3 pounds milk produced. Late lactation does may not need more than 1 pound of grain for each 5 pounds of milk.

Feed a grain ration formulated for a milk-producing ruminant (dairy cows). Rolled or cracked grain is more palatable than ground grain. Because of palatability problems, urea is not recommended. Some commercial cow feeds may contain byproduct ingredients unpalatable to goats. Wet molasses is more palatable than dry molasses. Beer or citrus pulp is a valuable source of fibre, especially if the available hay is of low quality.

If the doe is not thin, reduce the amount of grain to 1/2 to 1 pound per day. Feed her all the forage she will eat. Hay fed during the dry period may be of lower quality, but if so, the grain ration should contain additional protein. Browse, leaves and weeds are often useful to recondition the stomach. If the dry ration differs from the milking ration, be sure to change to the milking forage and grain ration two weeks before the doe freshens. Most bucks do not need more than a pound of grain per day plus forages. Don't let them grow fat. Adjust grain upward or downward accordingly. Always feed full forage.

FEEDING AND NUTRITION OF PIG

Feeding guinea pig is a fairly simple manner, though there are a few special needs that we should be aware of. Guinea pigs are strict vegetarians, and in addition to their pellets, they will eat fruits and vegetables, bread, and will even nibble on vegetarian dog biscuits.

Before getting in to the details, it is important to point out that guinea pigs like a routine, predictable life. Sudden changes in their diet can cause stress, so be careful. If the brands of pellets is changed, gradually by adding a few of the new ones to their old pellets, and slowly switching the mixture over. Feeding excessive amounts of fruits and vegetables at one time can cause diarrhea, particularly if new foods are introduced.

All guinea pigs need water to survive. Though they can obtain a large portion of their water from fresh fruits, vegetables and greens, they will still require water from a water bottle to stay healthy. This water should be changed daily, and the water bottles themselves washed periodically to keep them clean. To prevent algae growth, make sure that the sun does not directly shine on the water bottle for long periods of time. If there is arrangement of tap water bottled water or a water filter system should be considered. Distilled water is not recommended for regular drinking, as it can disturb the osmotic pressure in the body cells, which can potentially lead to osmotic shock.

Be aware that some guinea pigs like to "play" with their water bottle, leaking out large amounts of water by holding the steel ball up in the tube. Others like to try and blow water back up into the bottle, which can contaminate the entire supply.

Hay is the mainstay of every guinea pig's diet. Though guinea pig pellets do contain hay, it is not in sufficient quantity to keep guinea pig healthy. Guinea pig must have a fresh supply of hay every day in order to keep its digestive system regular, and as a general rule.

Timothy hay is the best type of hay to feed, though any grass hay will do. If grass hay is not available, a legume hay can be fed, such as alfalfa, though in general this should be avoided as much as possible. Legume hays are high in calcium, and this can lead to bladder stones (uroliths) in some animals. Most pet stores carry dried timothy hay in large and small bags, but it is far better to purchase hay fresh from a feed and garden store, or directly from a farmer. Buying hay by the bale is especially economical, as a bale of hay will literally last for months, and will stay fresh as long as it is stored properly. Some tips on hay storage can be found here.

Guinea Pig pellets

Guinea pig pellets will provide guinea pig with the proper balance of vitamins (save for Vitamin C), minerals and other nutrients. Although it's not necessary to feed pellets to guinea pigs, it is certainly recommended that they be primary feed, after hay. Guinea pig pellets are, in particular, a prime source of protein; obtaining the necessary amounts of this and other nutrients will require careful dietary planning if pellets are not chosen.

As a general rule of thumb, adult guinea pigs will eat between one and two ounces of pellets each day. More active animals will eat less, and animals without much stimulation will eat more out of boredom. Nursing and pregnant sows may demand a little more than this, and animals that are given plenty of hay and some fresh vegetables each day might eat a little less. It will be easy to tell if they are fed too much or too little: if there are leftover pellets. If the bowl is empty and they seem to be foraging for food, then they aren't fed enough.

Try to feed at the same hour each day, as guinea pigs like a routine and predictable life. Remove any leftover pellets after an hour or so. Guinea pig pellets are a prime source of protein: a diet that is heavy on pellets will lead to a fat guinea pig. Hay is the only food that they should have access to 24 hours a day.

When choosing pellets, be sure to *avoid* the guinea pig "mixes" that contain nuts, seeds and dried fruits. These mixes are high in fats and oils, which can lead to excessive weight gain. Additionally, many of these mixes contain sunflower seeds in their shells. Guinea pigs should *never* be fed nuts or seeds that are still in their shells (peanuts, sunflower seeds, etc.): dozens of guinea pigs in the Pacific Northwest alone die each year from choking on these shell fragments.

One thing that should be noted before we move on: guinea pigs should be fed guinea pig pellets, not rabbit pellets or pellets for another species of animal. Guinea pig pellets are nutritionally balanced for guinea pigs, and feeding them pellets for other animals can result in serious health problems.

Though some people may tell that their guinea pigs survive well on rabbit pellets, for instance, it is not trusted that all rabbit food is safe for guinea pigs. Their particular brand may work for guinea pigs, but another brand may lack necessary vitamins or minerals, or have them in insufficient or excessive quantities.

There is no regulation in the pet food industry, so pellets and feeds vary considerably between manufacturers. Don't play Russian roulette with cavies: only feed them pellets that are explicitly and *exclusively* for guinea pigs.

It is *extremely important* that guinea pigs receive enough vitamin C each day to prevent scurvy. Guinea pigs cannot manufacture or store vitamin C, so they must obtain it from their diet on a daily basis. Adult guinea pigs will require 10mg of vitamin C each day, and nursing and pregnant sows will require twice that amount (20mg). The caveat: vitamin C, also known as ascorbic acid, breaks down very quickly, so it must be supplied fresh. Although many pellet manufacturers will claim that their feed contains the required amount of vitamin C.

Vitamin C in pellets breaks down during storage, and after about 90 days, there won't be enough vitamin C in the feed to keep guinea pigs healthy. Also note that the food starts breaking down on the shelf, not when the bag of pellets are opened. Unless the manufacturer dates the bag, showing when the feed was packaged, we really have no idea how long pellets have been on the shelf at the local pet store.

Since pellets are generally an inadequate source of vitamin C, most owners will either feed sufficient quantities of fruits and vegetables rich in vitamin C each day, or provide vitamin C in the form of supplements added to the guinea pigs' food or drinking water.

Vitamin supplements come in many forms: pre-packaged vitamin supplements for guinea pigs can be bought from pet store, or self grind up vitamin C tablets. In either case, most people prefer to add the vitamins to the animal's drinking water, as that is the only way to guarantee that it will be ingested daily. If the supplement routes are chosen, here are a few pointers:

1. Add the appropriate amount of supplement to the amount of water that the guinea pig will drink in a day. Most water bottles work best if they are filled halfway or more, so end up wasting a lot of vitamins. Fortunately, they aren't very expensive. If guinea pig drinks 4 fluid ounces of water a day, and fill water bottle with 8 ounces, then need to add 20mg of vitamin C supplement. This will lead to 4 ounces of wasted water and 10 mg of wasted vitamin C.
2. Vitamin C (ascorbic acid) breaks down very quickly in water, so need to add it on a daily basis.

3. The chlorine in tap water can actually inactivate ascorbic acid. If vitamin supplements in water is opted, then use tap water that has been standing for at least 24 hours, or filtered tap water from a filter system that reduces chlorine content.

Being vegetarians, guinea pigs will eat many kinds of fruits, vegetables and fresh greens. And, many fruits and vegetables are sources of vitamin C, providing a natural way to meet guinea pig's daily requirement.

Calcium and Phosphorus totals for the given food amounts are presented as well. Although these are necessary minerals, and a part of every guinea pig's diet, they are getting them from their pellets, as well. The nutrients guinea pig is getting along with their vitamin C. Too much calcium can cause bladder sludge, a precursor to bladder stones. The proper balance of phosphorus, calcium and vitamin C prevents guinea pigs from needing vitamin D supplements.

Although most guinea pig pellets contain vitamin D as a precaution, there's no guarantee that particular brand of feed does. In addition to providing vitamin C and variance in cavy's diet, fresh greens and fruits contain a significant amount of water. Feeding "wet foods" will aid nursing sows in lactating, and will reduce the amount of water that the average guinea pig will drink from the water bottle. It is especially useful to take lettuce, green peppers and other watery greens on trips to provide moisture for guinea pigs while in the car, since water bottles will leak heavily as the bumps in the road rattle the ball in the drinking tube.

To reduce or completely eliminate pellets from guinea pig's diet, they can survive on water, hay and fresh fruits and vegetables. However, this will require very careful dietary planning on part, to make sure that they receive the necessary nutrients in the proper amounts. Also, be aware that many fresh greens are laxative in action, which means that run the risk of giving guinea pigs loose bowels, or even diarrhea, if the are fed too much at one time. If runny droppings are noticed immediately cut fresh greens out of their diet and feed dry foods until the feces returns to normal. Vegetables that are not laxative (such as carrots) may still be fed.

Guinea pigs will not eat what they don't like: some cavies have very discriminating tastes, while others will eat anything that put in front of them. Each pig has its own preferences, and it may take some time to figure out what he or she likes best. Given below is a list of foods that guinea pigs can/will eat. This list is neither comprehensive nor complete.

Apples, bananas, bread (slightly stale & crunchy, but not moldy), broccoli, carrot greens, carrots and baby carrots, celery (cut into small pieces first), cilantro, cucumber, dandelion greens, grass, green & red bell peppers, green leaf & romaine lettuce, kale, kiwi, mustard greens, oats, oranges, parsley, raspberries, spinach, tomatoes.

When feeding "wild" greens, such as grass and dandelion greens, make sure they have not been sprayed with chemicals, or contaminated by droppings or urine from other animals, such as cats, dogs and birds. The dangers of pesticides are obvious, and feces can carry any number of parasites which can be transmitted to cavies eating contaminated greens. Even if dogs and cats are dewormed regularly, their feces can contain protozoa/bacteria which can cause debilitating diarrhea in a guinea pig.

Some foods to avoid are listed below:

- Long celery stalks
- Iceberg lettuce
- Any shelled nuts or seeds
- Raw beans
- Rhubarb

There is some confusion as to whether or not potato peelings are good or bad: some books indicate that they are poisonous to guinea pigs, while others say that they are okay in small amounts. The truth is that potatoes are *okay*, however, any *green* in a potato *is poisoinous*. If potato peelings are given, make sure there are *no green spots* anywhere in the portions. Also, some people may recommend yogurt in small amounts, for it's bacteria-growing properties (to aid the digestive system). Instead, look into acidophilus powders or liquids: acidophilus is also a bacteria growing culture, and it';s likely to give better results since less of it needs to be fed.

There are several commercially available treats on the market that are aimed at guinea pigs. Berry flavoured "crunchies" and flavoured chew sticks are popular among some owners and guinea pigs, and are generally safe. Some owners also have experimented with vegetarian dog biscuits and dry cereals such as Cheerio's.

However, the guinea pig "treat sticks", which are also available commercially. These sticks are essentially seeds and nuts that are held together with honey. Most of the treat sticks on the market contain sunflower seeds that are still in their shells, which is a big no-no for guinea pigs due to the choking hazards.

FISH FEEDING

Providing fish with the right type of food in the right proportions is a very important task. This can be much more of a challenge in a saltwater tank than in a freshwater tank, because most marine fish are still wild-caught, and their natural diet can be difficult to maintain in captivity. With the right information, however, most marine fish will learn to eagerly anticipate their feeding time and will voraciously devour their food.

A good rule of thumb to follow is that fish should be fed no more than they can consume within a five minute period. Any food that is left behind after feeding time should be removed before it has a chance to begin decomposing. If it is found that fish are consuming the food in far shorter a time than five minutes and seem anxious for more, the amount that are fed must be increased. On the other hand, if fish are healthy, but they are only consuming about half of what they are fed, probably need to start feeding less. Always keep in mind that much more harm can be done to fish by overfeeding than by underfeeding.

In the wild, reef fishes will browse for food throughout the day. Their natural habitat as closely as possible, it is recommended that fish must be fed several small meals every day. At the very least, feed two medium-sized meals per day, one in the morning and one at night.

Types of Fish Food

The kind of food to feed depends on the kind of fish are feeding: herbivore, carnivore, or omnivore.

Herbivores

It is common for fish that graze on algae in the wild to suffer in captivity because they don't receive the appropriate type of food to keep them healthy. Many of these fish are fed terrestrial greens like spinach and romaine lettuce, but these are not appropriate foods for these fish that are solely algae eaters.

They should be fed either dried or fresh algae. Dried algae is sold in paper-thin sheets that can be broken down into appropriate portion sizes, depending on the number of fish are feeding. Fresh algae can be obtained by placing a glass container, with one rock in aquarium, on a sunny windowsill. Wait for the rock to grow a nice layer of algae, and then place it back in the aquarium for fish to graze on.

Herbivorous fish can also be fed one of the frozen fish foods that is formulated especially for herbivores. This food should contain a variety of marine algae, vegetable matter, and seafood. Whether herbivorous fish are fed dried algae, fresh algae, or a frozen food formula, herbivorous eaters are grazers and should have food available to them at all times, unlike most other fish.

Carnivores

Meat-eating marine fish can enjoy a variety of fresh, frozen, freeze-dried, and live foods. Fresh foods suitable for fish include many seafood items, such as shrimp, scallops, mussels, clams, and some fish. If seafood is fed to fish, cut it into bite-sized pieces (or serve it whole to larger fish). Fresh seafood can be frozen and then thawed as needed.

Frozen foods are available from most fish shops and other sources. These offerings may include brine shrimp, bloodworms, and daphnia. They may be in the form of a slab that can be broken into smaller pieces or small, ready-to-go cubes. To feed frozen foods to carnivorous fish, thaw a small portion in aquarium water, and then drop it in the tank.

Several freeze-dried foods for carnivorous fish are readily available, such as plankton, krill, brine shrimp, and bloodworms. Freeze-dried foods are foods that have been completely dehydrated, yet they maintain most of their nutritional value. They have a relatively long shelf life, particularly when compared to fresh and frozen foods. Freeze-dried foods should be used as supplements for carnivorous fish.

Live foods are almost always a favourite of fish. Adult brine shrimp, bloodworms, and Mysis shrimp are among the better choices. Earthworms are also a great live food choice because they come in all sizes, fish love them. Be sure to thoroughly rinse them before feeding them to fish.

Omnivores

The majority of marine fish are omnivorous, which means they need to eat both meat- and plant-based foods. One easy option for omnivorous eaters is commercial fish food, such as flakes or pellets. However, offering a varied diet will give healthier, more colourful fish. Try to feed fish two feedings a day of commercial fish food and one feeding of a meaty item, such as bloodworms or chopped fish. The food offered must be alternated in addition to commercial food to keep the fish from getting bored and to make sure all of their nutritional needs are met.

CRITICISMS

The issue of feeds in fish farming has been a controversial one. Many cultured fishes (tilapia, carp, catfish, many others) require no meat or fish products in their diets. Top-level carnivores (Most salmon species) depend on fish feed of which a portion is usually derived from wild caught fish (anchovies, menhaden, etc.). Vegetable-derived proteins have successfully replaced fish meal in feeds for carnivorous fishes, but vegetable-derived oils have not successfully been incorporated into the diets of carnivores.

Secondly, farmed fish are kept in concentrations never seen in the wild (e.g. 50,000 fish in a two-acre area.) with each fish occupying less room than the average bathtub. This can cause several forms of pollution. Packed tightly, fish rub against each other and the sides of their cages, damaging their fins and tails and becoming sickened with various diseases and infections.

However, fish tend also to be animals that aggregate into large schools at high density. Most successful aquaculture species are schooling species, which do not have social problems at high density. Aquaculturists tend to feel that operating a rearing system above its design capacity or above the social density limit of the fish will result in decreased growth rate and FCR (food conversion ratio - kg dry feed/kg of fish produced), which will result in increased cost and risk of health problems along with a decrease in profits. Stressing the animals is not desirable, but the concept of and measurement of stress must be viewed from the perspective of the animal using the scientific method.

Some species of sea lice have been noted to target farmed coho and Atlantic salmon. Such parasites have been shown to have an effect on nearby wild fish. One place that has garnered international media attention is British Columbia's Broughton Archipelago. There, juvenile wild salmon must "run a gauntlet" of large fish farms located off-shore near river outlets before making their way to sea. It is alledged that the farms cause such severe sea lice infestations that one study predicted a 99 per cent collapse in the wild salmon population in another four years.

This claim, however, has been widely-criticized by numerous scientists who question the spurrious correlation between sea lice and salmon, the lack of consideration for any other environmental variables, the fact that sea lice have existed in wild salmon since before the existence of salmon farming, and a host of other reasons.

Because of parasite problems, some aquaculture operators frequently use strong antibiotic drugs to keep the fish alive (but many fish still die prematurely at rates of up to 30 per cent). In some cases, these drugs have entered the environment. Additionally, the residual presence of these drugs in human food products has become controversial. Use of antibiotics in food production is thought to increase the prevalence of antibiotic resistance in human diseases. The use of antibiotic drugs in aquaculture has decreased considerably in the last decade. Vaccinations and other techniques have virtually eliminated the need for antibiotics.

The lice and pathogen problems of the 1990's facilitated the development of current treatment methods for sea lice and pathogens. These developments reduced the stress from parasite/pathogen problems. However, being in an ocean environment, the transfer of disease organisms from the wild fish to the aquaculture fish is an ever-present risk factor.

The very large number of fish kept long-term in a single location produces a significant amount of condensed feces, often contaminated with drugs, which again affect local waterways. However, these effects are very local to the actual fish farm site and are minimal to non-measurable in high current sites.

SHEEP DIET

Sheep are exclusively herbivorous mammals. Like all ruminants, sheep have a complex digestive system composed of four chambers that allows them to break down otherwise inedible cellulose from stems, leaves, and seed hulls in to complex carbohydrates. When sheep graze, vegetation is chewed in to a mass called a bolus, which is then passed in to the first chamber: the rumen. The rumen is a 5-10 gallon (18.9-37.8 liter) organ which ferments feed via a symbiotic relationship with the millions of bacterium, protozoa, and yeasts which are collectively called flora.

The bolus is periodically regurgitated back in to the mouth as cud for additional chewing and salivation, this process usually takes around six hours. Cud chewing is an evolutionary adaptation that allows ruminants to graze more quickly in the morning, and then fully chew and digest feed later in the day. This is beneficial because grazing, which requires lowering the head, leaves sheep more vulnerable to predators, while cud chewing does not.

During fermentation, the rumen produces excess gas which must be expelled; disturbances of the organ, such as sudden changes in a sheep's diet, can cause potentially fatal conditions such as bloat. After fermentation in the rumen, feed passes in to the reticulum and the omasum; special feeds such as grains may bypass the rumen altogether.

Following the first three chambers, food moves in to the abomasum for final digestion before processing by the intestines. The abomasum is the only one of the three chambers directly equatable with the usual mammalian stomach, and is accordingly sometimes called the "true stomach".

Sheep follow a diurnal pattern of activity, beginning to feed at dawn and throughout the day until dusk, stopping sporadically to rest and chew their cud. Ideal pasture for sheep is not lawn-like grass, but an array of grasses, legumes and forbs. Types of land where sheep are raised vary widely, from pastures that are seeded and improved intentionally to rough, native lands. Common plants toxic to sheep are present in most of the world, and include (but are not limited to) oak and acorns, tomato, yew, rhubarb, potato, and rhododendron. Sheep also may perish from consuming man-made substances.

Sheep are largely grazing herbivores, unlike browsing animals such as goats and deer that prefer taller foliage. With a much narrower face, they can crop plants very close to the ground and can overgraze a pasture much faster than cattle. For this reason, many shepherds utilize some type of managed grazing, whereby a flock is rotated through multiple pastures, giving plants time to recover.

Paradoxically, sheep can be both the cause of and solution to one of the major ill effects of overgrazing: the spread of invasive plant species. By disturbing the natural make-up of pasture, sheep and other livestock can pave the way for invasive plants. But sheep also prefer to eat invasives such as cheatgrass, leafy spurge, kudzu and spotted knapweed over native species such as sagebrush—thereby making grazing sheep an effective measure in restoring native pastures.

Other than forage, the only other common staple feed for sheep is hay, most often during the winter months. The ability to survive solely on pasture (even without hay) varies with breed, but all sheep are capable of doing so. Also included in most sheep's diets are minerals, either in a trace mix or in licks.

Naturally, a constant source of potable water is also a fundamental requirement for sheep. The amount of water needed by sheep fluctuates with the season and the type and quality of the food they consume. When sheep feed on large amounts of new growth and there is precipitation (including dew, as sheep are dawn feeders), sheep need less water. When sheep are confined or are eating large amounts of cured hay, more water is typically needed. Sheep also require clean water, and may refuse to drink water that is covered in scum or algae.

COOLING PONDS FOR DAIRY CATTLE

Cattle have used water for cooling probably for as long as there have been cattle. The last survey done in Florida reported that 30 per cent of the dairies had cooling ponds. The reader should be aware that cooling ponds, if not maintained properly, could harbor infectious diseases such as Leptospirosis and many mastitis organisms. The water usage is very high to fill and keep full. Environmental concerns that must be addressed are the run-off from ponds and ground seepage. Every state seems to have many regulations that must be addressed before building cooling ponds. The benefits of cooling ponds and some suggestions on building and maintaining them. It is the dairymen's responsibility to use them properly and to be aware that ponds can harbor diseases and the pond water must be dealt with according to state and local laws.

What is a cooling pond for dairy cattle? For this discussion they are a man made hole in the ground with a constant inflow of clean fresh water. Usually the ponds drain or overflow from the top. If a series of ponds is used, the overflow water may be run into a retention pond to be irrigated on crops or enter the waste management system. Cooling ponds may also be fed from springs or artesian wells. So cooling ponds for dairy cattle should have constant fresh water in and a constant outflow of water to some place for proper disposal.

Cement ponds may also be built. These may drain from the bottom and can be used to flush feed lanes or barns. Bottom draining will help remove some of the solids that have settled to the bottom of the pond. Care must be taken on the entrance and exit to cement ponds. These may be very slippery if the cement is not cross-grooved. A stagnant pond without fresh water entering, a lagoon, a wallow, and a mud hole do not classify as a cooling pond for dairy cattle.

Site Selection

A site near the feed and drinking water, ideally with some form of shade for cows, is best. The idea is for cows to cool, leave the pond and goes eat and drink, lay down in the shade and then do it all over again. If cows do not have feed and drinking water near, they will stay in the pond and not eat and we have cool wrinkled cows that do not give much milk.

Cooling ponds should be located close to a water supply as fresh water needs to enter the ponds constantly.

There must be a way to dispose of runoff water properly. This will vary by areas of the country. Some slope from the ponds to the waste management area would be helpful, so pumps need not to be used.

Cooling ponds should not be too far from the milking parlor as long walks in the sun increase heat stress. Exit lane sprinklers help make the long walk more comfortable.

Concrete Ponds

Concrete ponds will work and have been used but they are expensive to build. However, they are easier to maintain, as the entrances and exits do not have to be rebuilt. The finish of the concrete on exit and entrance slopes should be cross-grooved to prevent cows from falling. A 1:8 slope would be a safe slope if concrete ponds are constructed.

Sizing Cooling Ponds

There is no official listing for cooling pond size. If a holding area requires 15/ft^2 / cow and cows are driven into a pond and taken out as a group then 15/ft^2 / cow might be adequate. If 50/ft^2 / cow is recommended for most general animal space, then this might be the correct figure for a cooling pond.

This amount of space would allow cows to enter and exit the pond at all times when all cows were not using the pond at the same time. If 50/ft^2 / cow for a pond is used, then 5000/ft^2 is then needed for the 100 cow group.

Pond Shapes and Depths

Using the sample of 5000/ft^2 /100 cows a pond could be 50' wide × 100' long, or a circle 80' in diameter (A= (Pi) r^2; A= 3.14 × 40 = 5024ft^2). If a 50' × 100' pond is used and the sides are fenced so the cows can only enter or exit at each end of the pond, the amount of dirt falling into the pond will be reduced. If a circular pond is made, cow carpet should be used to eliminate the problem of dirt falling in the pond. As cows can swim, pond depth is not a problem.

Deeper ponds may allow the settling of organic matter on the bottom of the pond. This organic matter may not be disturbed by cows walking through it as they will swim over the top of it. Preference should be given to depths of 3' or 4' as it seems to cool the cows and let them stand and walk in and out at will.

While deep ponds allow cows to submerge, they do not seem to like to float too long so they go to where they can stand and may block cow traffic. A circular pond that is deep in the middle lets cows dunk themselves while others enter and exit the pond at will.

Water Usage

A 100 cow group with 50/ft^2 / cow could have a 50' wide × 100' long × 3' deep cooling pond (it may be 4' in the middle and slope in and out). A cooling pond 50' wide × 100' long × an average 3' deep=15000/ft^3. There are 7.48 gallons/ft^3, thus the pond requires 112,200 gallons of water.

The pond must be filled and then kept fresh with running water at all times while in use. A 1" pipe 300 ft. long and water pressure at 35psi will result in a flow rate of about 23.5 gpm. At this rate it would then take 80 hours to fill the pond initially.

The dairy water usage would then be 1,410 gph × 24 hours or 33,840 gallons of water per day. This fresh water must be pumped into the pond and there is going to be close to that amount of run off water that will exit the pond for disposal.

Water Run-off

Disposal of run-off water must be in accordance with whatever local, state, and federal laws that applies. Many dairies run the water into the waste management system, while others add it to retention ponds to be used for irrigation.

Shading over Ponds

Experience has led to discontinued use of shade over ponds as the cows never leave the ponds. Remember, the object of this exercise is to increase dry matter intake and cows will not eat much soaking in the pond.

Pond Maintenance

At least once a year, usually during the winter, the pond should be fenced and the water removed by pumping. The mud and manure on the bottom of the pond should be removed and the pond left empty for the sun to shine on it.

In the spring, the pond should be filled again and the fences removed. Some people just fence the pond in the winter, dig a new pond and fill in the old one with new pond's dirt.

Mycoplasma mastitis is often cultured in water from cooling ponds. This is a real problem if pulsators do not work well resulting in damaged teat ends. Many herds with mycoplasma positive ponds, have no mycoplasma in the bulk tank. If the water is filthy, cows should not be permitted in the ponds and the ponds should be pumped dry. The sludge should be cleaned and the ponds filled with water again. Both the sludge and the water shoud be removed from cow areas.

Cooling Ponds to Reduce Body Temperature

In the summer of 1986, an experiment was conducted at a North Florida dairy that was using man-made cooling ponds. Ten early lactation Holstein cows were fitted with radio transmitters that transmitted inner ear temperatures every five minutes to a radio receiver and data logger. Data were collected over a four-day period in mid-August. The cows' activities were also monitored during this time. Entering and exiting the ponds, eating, drinking and laying were recorded.

The cooling ponds lowered the cows' temperature by 1-2°F depending on the time of day they entered the cooling ponds. The average length per stay in the pond was 18 minutes for events from midnight to noon and 12 minutes per visit from noon to midnight. It was obvious that cooling ponds cooled cows.

Pond Water Quality

In 1987, samples were taken from a dairy's man-made earthen ponds. The ponds were sampled weekly from May 19,1987 to September 28, 1987. Six to ten ponds were sampled each week.

Total bacteria counts (TBC), varied greatly from week to week. This may have been due to no water entering the ponds. There did not seem to be any great increase in total bacteria counts or coliform counts as time progressed. The total bacteria count averaged 3,133,700 CFU/ml for all ponds for the 20 weeks. The coliform counts averaged 14,340 CFU/ml for the same period.

Cooling Ponds and Their Effect on Milk Quality

In a previous study on a dairy in Florida with man-made cooling ponds, it was reported that cows exposed to cooling ponds did not experience more clinical mastitis than cows that did not have access to cooling ponds. In fact, cows exposed to cooling ponds during the trial period were only half as likely to develop a case of clinical mastitis as cows not exposed to cooling ponds.

Clinical Mastitis Organisms

The same dairy had provided its clinical mastitis records for several years. The total number of clinical mastitis cases was high in the first quarter of the year and then declined sharply about the time hot weather came and the cows started using the ponds. The incidence stayed low, even in the last quarter of the year when the ponds were not in use. This can be explained many ways. The first quarter of the year was an extremely wet period.

The cows were quite dirty and the cow wash system was available to one-half of the herd. This may explain some of the variation, even though one-half of the herd had never had a cow wash. Another confounding variable was that this herd switched to Clorox for pre- post-teat dipping in April of that year.

It had previously pre- and post-dipped with a Chlorhexidine product. From this it could be concluded that Clorox caused the reduction of clinical mastitis. However, there were no controls in this study, one could conclude nothing except that the ponds did not increase clinical mastitis.

This herd was on a lactation treatment study during the summer of 1987. A total of 40 cows were sampled and treated. There were no unusual organisms treated. These 40 cows were not all the cows treated for clinical mastitis during the period the cows had access to the ponds, but the results were encouraging.

Statewide Effects of Ponds on Milk Quality

Regulatory samples for all the herds in Florida were obtained from the Division of Dairy Industry for the year of 1987 and were analysed for the effects of no ponds, man-made ponds and natural ponds. The numbers presented are least squares estimates of Standard Plate Counts (SPC) and Direct Microscope Somatic Cell Counts (DMSCC) for each month. The data are not biased by different numbers of dairies with no ponds, natural, or man-made ponds. The data were analysed by herds whose milking cows had access to ponds as indicated on the survey.

The data indicated that milking cows with access to man-made cooling ponds had lower SPC and DMSCC counts than other herds in the state with no access to ponds and those herds with natural ponds were higher in both categories. From these data it could be argued that people who built man-made ponds were better managers and thus had higher milk quality.

Chapter 3

Animal Health Cover

Herd health programme that emphasize prevention of disease, rather than treatment play a central role in any attempt to increase production efficiency. Treatment will always be important in terms of survival of the individual sick animal.

However in terms of survival of the total production unit (profit verses Loss) prevention is the more desirable method of disease control. Individual animal treatment should be viewed as a salvage operation since it occurs after varying amounts of production have already been lost. Under present economic conditions the proverb "an ounce of prevention is worth a pound of cure" is truer than ever before. The selection of drugs and prescription should be left to the discretion of the dairy manager in consultation with his veterinarian.

Health denotes physical, physiological and mental wellbeing of an individual.

Disease means any deviation from normal state of health.

Classification of Diseases

- According to mode of origin
  1. *Hereditary Diseases:* Transmitted from parents to the offspring.
  2. *Congenital Diseases:* Acquired during intra-uterine life.
  3. *Acquired Diseases:* Acquired after birth.
- According to specific causes:
  a) Specific diseases — are produced by a specific pathogen or factor. They are subdivided into
    i) Infectious diseases: are caused by pathogenic organisms

Viral diseases: Rinderpest (RP), Foot & Mouth disease (HMD)

Bacterial diseases: Black quarter (BQ), Haemorrhagie septicemia (HS)

Protozoan diseases: Surra, Thieleriosis.

ii) Non-infectious diseases: are caused by physical or chemical or Poisonous agents, nutritional deficiency or disturbed metabolism.

Example:

1. Deficiency diseases - Rickets.
2. Metabolic diseases - Milk fever
3. Poisoning - Pesticide poisoning

b) Non-specific disease: those diseases whose causes are indefinite or multiple e.g. Pneumonia

According to mode of spread:

1. Contagious disease: sprout by means of direct or indirect contact, e.g. FMD; HS All infections discuses may or may not be contagious but all contagious dieses are injections.
2. Non-contagious diseases: do not spread by means of direct or indirect contact. E.g. Rickets.

According to clinical signs:

1. Preacute disease is characterised by very short course (few hours to 48 hours) and very server symptoms e.g. Anthrax,
2. Acute disease is characterised by a sudden onset, short course (3-14 days) and severe symptoms e.g. FMD, RP.
3. Subacutc disease: whose course is 1-4 weeks and severity is less than acute one. E.g. Sub acute mastitis
4. Chronic disease: whose course is more than 4 weeks and signs are not severe in character e.g. Tuberculosis

According lo intensity and spread of diseases:

1. Sporadic disease: affects one or f-o animals and shows little or no tendency to spread within the herd e.g. Johne's disease.
2. Enzootic/Endemic disease: means are outbreak of disease among animals in a definite area or particular district. E.g. Anthrax, H.S.
3. Epizootic/Epidemic disease: which assets a large population of animals in large area at the same time and spread with rapidity e.g. FMP, RP.

4. Panzootic /Pandemic disease: is a widespread epidemic disease usual of world wide distribution e.g. Influenza
5. Zoonotic disease: a disease which can be transmitted from animal to man and vice versa e.g. Anthrax, Brucellosis.

General Measures for Prevention of Contagious Diseases

1. Identification of isolation of infected,-rd in contact animal.
2. Treatment of' affected animals
3. Slaughter of animals suffering from incurable diseases.
4. Disposal of Deal animals either burning or deep burial.
5. Destroy contaminant folder by burning.
6. Proper disposal of contaminated water.
7. Regular cleaning and disinfection of cattle shed and its premises.
8. Don't allow animals from affected to clean area.
9. Restrict the movement of animals from effected to clean area.
10. Don't allow animals to drink water from ponds, rivers etc. during out break of disease.
11. Close animal markets, cattle shows etc. during outbreak of disease.
12. Regular spraying of insecticide to control external parasites.
13. Regular de-worming to control internal parasites.
14. Avoid stress associated with along distance transportation, inclement weather and under nutrition
15. Provide adequate ventilation and sufficient space.

Hemorrhagic Septicaemia - Animal Disease

Synonyms: Pasturellosis, Shipping Fever, Ghatsurp

It is an actual infectious disease of cattle, buffalo, sheep and goat. It distances transportation. In India, the disease is enzootic in nature. Etiology environmental conditions, malnutrition and long distance transportation. In India, the disease is enzootic in nature.

Etiology: It is caused by Pasteurella Multocida

Transmission:

1. Ingestion of contaminated feed and water and
2. Inhalation.

Symptoms:

1. High fever (106 - 107°F)
2. Loss of appetite
3. Suspended rumination
4. Dullness and depression
5. Rapid pulse & heart rate
6. Profuse salivation and laciration.
7. Profuse nasal discharge
8. Difficult/snoring respiration
9. Swelling of throat region (submandibular oedema)
10. Death within 10-72 hours.

Diagnosis:

1. History of season, climate & stress factor.
2. Symptoms -high fever, swelling of throat region.
3. Postmortem findings - hemorrhages throughout body & submandibular edema.
4. Examination of blood smears and smears from oedematus fluid.
5. Isolation of the organism from blood & edematous fluid.

Treatment: Treatment is effective if given in early stage of disease.

Specific treatment:

1. Injection. Sulphadimidine @ 150 mg/Kg body weight IV daily for 3 days
2. Injection Oxytetracycline @ 5-10 mg/Kg body weight IV or IM daily for 3 days.

Supportive treatment:

1. Use of antipyretics lo reduces body temperature.
2. Use of antihistaminic e.g. Injection Avil/Cadistin5-10 ml IM.

Control

General measures:

1. Isolation and treatment of the affected animals.
2. Close animal markets, cattle shows. Etc.
3. Burning or burial of dead animals.
4. Proper disposal of contaminated feed and water.
5. Disinfection of cattle shed.
6. Avoid long distance transportation and exposure to extreme weather.

Vaccination: Alum precipitated M.S. vaccine 5 ml subcut every year before monsoon.

Black Quarter - Animal Disease

Synonyms: Black - Leg, Farrya

It is an acute infectious and highly fatal, bacterial disease of cattle. Buffaloes, sheep and goats are also affected. Young cattle between 6-24 months of age, in good body condition are mostly affected.

It is soil-borne infection which generally occurs during rainy season. In India, the disease is sporadic (1-2 animal) in nature.

Etiology: It is caused by Clostridium Chauvoei

Transmission: The disease spreads through:

a) Ingestion of contaminated feed and

b) Contamination of wounds.

Symptoms:

1. Fever (106-10S°F)
2. Loss of appetite
3. Depression, dullness
4. Suspended rumination
5. Rapid pulse and heart rates
6. Difficult breathing (dyspnoea)
7. Lameness in affected leg.
8. Crepitation swelling over hip, back & shoulder.
9. Swelling is hot & painful in early stages whereas cold and painless inter.
10. Recumbency (prostration) followed by death within 12-48 hrs.

Diagnosis:

1. History of age, body condition & season.
2. Symptoms - high fever, Crepitation swelling and lameness.
3. P.M. findings - dark coloured muscles with gaseous infiltration.
4. Examination of smears made from affected (issues or fluid from 4 he swelling).
5. Isolation of the organism.

Treatment:

1. Penicillin 10,000 units /Kg body weight 1M & locally daily for 5-6 days.
2. Oxytetracycline in high doses i.e. 5-10 mg/Kg body weight 1M or IV
3. Indcse the swelling and drain off
4. B.Q. antiserum in large does, if available.
5. Injection. Avil / Cadistin 5-10 ml IM

Prophylaxis

General measures:

1. Isolation of infected and in contact animals.
2. Disposal of carcass either by deep burial or burning.
3. Proper disinfection of surgical instruments prior to operation.
4. Don't allow grazing in affected area.

Vaccination: Alum precipitated B.Q. Vaccine 5 ml subcut each year before rainy season.

Anthrax - Animal Disease

Synonyms: Splenic Fever, Fanshi, Kalpuli

It is an acute widespread infectious disease of all warm blooded animals specially cattle, buffalo, sheep, goat. It is communicable to man i.e. Zoonotic disease. It is soil-borne infection. It usually occurs after major climatic change. The disease is enzootic in India.

Etiology: This disease is caused by bacteria called Bacillus authracis.

Transmission:

1. It usually spreads through ingestion of contaminated feed and water.
2. Sometimes, it also occurs by inhalation and biling flies.

Symptoms:

1. Sudden rise in body temperature (104 - 10S°F)
2. Loss of appetite i.e. off-feed.
3. Severe depression or dullness.
4. Suspended rumination
5. Increased respiration and heart rate
6. Bloat or tympany.

7. Dyspnoea - difficult breathing
8. Dysentery or diarrhoea,
9. Bleeding from natural openings like anus, nostrils, vulva etc.
10. Sudden death in peracute cases.

Diagnosis:

1. History of sudden change in climate and sudden death,
2. Symptom - sudden death & bleeding from natural openings.
3. Postmortem findings:
   - Oozing of dark: tarry Coloured poorly clotted blood from natural opening
   - Enlargement of spleen i.e. Splenomegenly.
4. Microscopic examination of blood smears.
5. Isolation and identification of organism.

Treatment : Treatment is effective if given in the initial stage of the disease.

1. Penicillin 10000 units/kg body wt. IM.
2. Oxytetracycline 5-10 mg/kg body wt. IM/IV.
3. Antiantrax serum 100-200 ml IV may be given if available.
4. Supportive treatment with antipyretics, antitistammics and fluid thereyp.

Control:

1. General measures: Identification and isolation of affected animals.
2. Movement of animals from infected area to clean area should be stopped.
3. Deep burial of dead animals.
4. Destroy contaminated fodder by burning.
5. Thorough disinfection of cattle shed by using 10% caustic Soda or formalin.
6. Never conduct postmortem of the annual suspected lo be died of Anthrax.
7. Anthrax spore vaccine 1 ml subcut every year before onset of monsoon in areas where anthrax outbreaks are common.

Rinder Pest – Animal Disease

Synonyms: Cattle Plague, Bovine Typhus, Bulkandi

It is an acute highly contagious viral disease of ruminants and pig. Crossbred and young cattle are more susceptible to this virus.

Etiology: It is caused by *paramyxovirus.*

Transmission:

1. It spreads primarily through inhalation.
2. It also spreads through ingestion of contaminated feed and water.

Symptoms:

1. Fever usually persists for 3 days.
2. Loss of appetite (off feed)
3. Drop in milk yield
4. Suspended rumination
5. Conjunctiva becomes dark red i.e. congested
6. Ladriation.
7. Nasal discharge
8. Necrotic ulcers or erosions on oral mucus membrane.
9. Salivation
10. Shooting diarrhoea.
11. Abdominal pain/colic
12. Dehydration
13. Death within 6-12 days

Diagnosis:

1. History of an outbreak and symptoms.
2. Postmortem findings - Zebra markings in intestine.
3. Isolation of virus from blood, spleen & lymphnodes.
4. Serological tests.

Treatment:

It is very little help in Rinderpest; however, the following treatment may prove beneficial in reducing the death rate among affected animals.

1. Antibiotics like penicillin, streptomycin, Oxytetracycline should be given to check secondary bacterial infection.
2. Astringents or antidiarrhoel drugs.
3. Use of anti-rinderpest serum.
4. Fluid and electrolyte therapy - Dextrose saline

Control

General measures:

1. Identification and isolation of sick animals.
2. Complete prohibition of import of domestic ruminants, pig, and animal products from affected area.
3. Restriction of animal movements.
4. Disposal of dead animals.
5. Disinfection of contaminated shed and premises.

Vaccination:

Tissue Culture Rinderpest Vaccine (TCRPV) 'I ml SC every a I termite year.

Foot and Mouth Disease

Foot and mouth disease is a highly communicable disease affecting cloven footed animals and is characterised by fever, formation of vesicles and blisters in the mouth, udders, and teats and on the skin between the toes and above the hooves. Animals recovered from the disease, present a characteristically rough coat and deformation of the hoof. In India, the disease is not serious for livestock and seldom progresses to a fatal issue, but it occurs practically all the year round and, being widespread, it assumes a position of importance in livestock industry. The annual economic loss on account of this disease is estimated to be about Rs. 2.5 crores. The disease affects mostly cattle and pigs of all breeds and ages. Imported cattle and cross-bred suffer more severely, with a mortality rate of 10 to 20 percent, against only 2 to 3 per cent in the local breeds. Although buffaloes, sheep and goats are also susceptible to the disease, they are seldom affected. Under experimental condition, goats have been found to be more susceptible than sheep.

The disease spreads very commonly by direct contact or, indirectly, through infected water, manure, hay and pastures. It is also conveyed by cattle attendants through their clothes or through their hands when the latter have been recently used in milking affected animals. It is known to spread through recovered animals, field rats, porcupines and birds, while improperly sterilised canned meat may also be a vehicle of the infection. Foot-and-mouth disease occurs in a relatively mild form in India, where the disease has been existing for years and where, in view of the frequent opportunities for natural infection, the bulk of the livestock acquire a greater degree of resistance to the disease. It occurs in a virulent form in U.S.A. and United Kingdom and other European countries, where new and susceptible animals are a I lacked a I each mil-break of the disease.

The Virus and Its Characters

The virus occurs in a high concentration in the lesions of the mouth, feet and udder. At the height of temperature the virus is present in the blood in a low concentration and becomes soon localised in vesicles in the parts of the body mentioned above.

Symptoms

The virus gains entry into the circulating blood of animal through injury in the lining membrane of the mouth, tongue, intestines, clefts of hooves and other similar parts. The incubation period in natural infection is about two to five days. In artificial infections, the temperature rises to 104 to 105°F. In about 24 to 48 hours and at this stage the virus occurs in the circulation, being eventually carried to distant parts of the body, where it causes the formation of vesicles.

Diagnosis: Its quick spread and the occurrence of lesions in the feet of affected animals are characteristics of the foot-and-mouth disease. It presents some similarity to Rinderpest from which, however, it is readily differentiated by the absence of diarrhoea and by the presence of foot lesions. Confirmation of the diagnosis may, where possible, be obtained by the intradermal inoculation of vesicular fluid or a suspension of vesicular epithelium into guinea pigs which, as a result of such inoculation, usually develop characteristic lesions of the disease.

Treatment

No scientific evidence is obtainable in support of claims that foot and mouth disease is curable by the use of therapeutic agents. The use of drugs by field workers is only resorted to as a measure of aiding in the natural process of recovery. Thus, the external application of antiseptics contributes lo the healing of the ulcers and wards off attacks by flies. A common and inexpensive dressing for the lesions in the feet is a mixture of coal tar and copper sulphate in the proportion of 5: 1.

Control and Prevention

Prevention is known to be the only dependable method of dealing with foot-and-mouth disease. In countries where the disease does, not exist or where its incidence is very low, legislatie action has been taken to make it obligatory to notify all suspected cases of foot-and-mouth disease. The usual measures adopted in these countries consist in the slaughter of all affected and in-contact animals, a thorough disinfection all utensils and clothes of attendants and a strict watch over animals in the neighbouring areas. The slaughtered animals are buried lo a depth to list five feel in the ground and covered with lime and earth. The affected premises are not used for at least 30 days, and are tested for infectivity at the end of this period by allowing small groups of animals into them to commence with.

Enterotoxaemia and Pulpy Kidney – Animal Disease

The first named condition affects adult sheep and the second young lambs, both being caused by *Clostridium welchii,* Type D. Both diseases run an acute course and are highly fatal.

The disease commonly occurs in England, Australia, New Zealand and certain parts of America. Lately, its occurrence has been reported from certain parts of Bombay and Madras. The term 'Pulpy Kidney' denotes a condition in which the kidney is so damaged that it decomposes soon after death, *Clostridium welchii,* Type D, infection in adult sheep usually occurs in those which are in very good condition and over resting is regarded to be a predisposing factor.

The specific toxins liberated by the organisms in the intestines are absorbed very rapidly and death occurs within three to four hours after the onset the disease.

Anti-toxin and whole culture toxoid-vaccine arc very effective for the control of the disease

Mastitis - Animal Disease

Synonyms: Mastitis, Dagadi

Mastitis-denotes an inflanation of the udder, this disease is responsible for heavy financial losses to dairyman due to discarding of abnormal milk, reduced milk production and butter fat, decreased market value of cow and cost of drugs and veterinary services.

In addition to this, the mastitic milk causes dreadly diseases like tuberculosis, brucellosis, sore throat, food poisoning etc. in human beings.

Etiology

Infectious agents:

1. Bacteria - Streptococcus, Staphylococcus, E. coli
2. Viral diseases - Cow pox, FMD
3. Fungus - Aspergillus, Candida, Cryptococcus
4. Mycoplasm

Predisposing factors

1. Trail mil or injury to teat and udder.

2. High milk yield.
3. Incomplete or irregular milking.
4. Improper milking techniques.
5. Pendulous udder and long cylindrical teats.
6. Rough flooring.
7. Unhygienic conditions.

Transmission: It spreads through infected water, contaminated bedding, utensils, milkers hands.

Symptoms

Acute form:

1. Fever
2. Loss of appetite.
3. Udder is swollen, hot and painful.
4. Milk may be yellowish or brownish,
5. Milk contains flakes or clots.

Chronic form:

1. No swelling of udder.
2. Udder becomes hard due to fibrosis.
3. Milk may show visible changes on careful examination.

Diagnosis

1. Physical examination of udder i.e. shape, size and consultancy
2. Strip cup test - A strip cup consists of a flat black enamelled plate partitioned into four areas. The milk form all four quarters is stripped directly into cup. The presence of clots or flakes will indicate abnormality of milk.
3. California Mastitis Test (CMT) - This test requires plastic paddle with four chambers. Milk is stripped directly into chambers. The CMP reagent is added in the equal quantity. The milk and reagent is rotated by movement of the paddle and the reaction is observed immediately. Formation of greenish blue precipitate or jelly like clot indicates positive test.
4. Isolation of the organism from milk.

Treatment:

1. Evacuate the Under
2. Intramammary antibiotic therapy/infusion with Vetclox plus or Pendistrin - SH or Tilox I tube twice daily for 3 days.

3. Milk should not be used for human consumption forecast 72 hours after last infusion.
4. Injections of antibiotics like penicillin, streptomycin, ampicillin, tetracycline or chloramphenicol IM.
5. Hot fomentation of udder with magnesium sulphate to relieve inflammation.

Control:

1. Isolation and treatment of affected animals.
2. Treatment of all teats of all cows at drying.
3. The healthy non infected cows should be milked first and known infected cow should be milked at last.
4. The udder of cow and hands of milker should be washed with antiseptic solution before and after milking.
5. The floor of the milking shed should be washed with running water.
6. Cows should be provided with soft bedding following parturition.
7. Unsterile objects should not be passed in teat.
8. Teat sores should not be neglected and treated at an earliest.
9. Regular testing of cow milk for mastitis.
10. Use of proper milking method i.e. full hand milking followed by stripping.
11. Protect teats and udder from injuries.
12. Maintain hygienic conditions in cattle shed.
13. The non-responsive quarter should be permanently dried up.
14. Culling of non-responsive cases.
15. Proper disposal of mastitis milk.

Raniket Disease (New-Castle Disease)

It is a widespread, highly contagious infection of the respiration and nervous systems of nervous system of poultry. Mortality due to the Raniket disease may be as high as 100 per cent in young flock. It may also affect the laying birds where mortality is not so high. It affects chickens mostly, but sometimes it also affects turkeys and other fowls. It can also affect man showing localised eye infection.

Casual Organism: Many strains of viruses producing this disease have been Isolated.

Transmission: Directly from bird to bird through nasal or mouth discharges, by air, or by contaminated feed and litter.

Symptoms: Respiratory difficulty with a pronounced gasping, coughing and rattling of the windpipes, the nervous sings usually appear 1 or 2 days after the respiratory signs occur. These may consist of partial or complete paralysis of one or both legs, tremor of head and in coordination of neck muscles. They follow a rather characteristic attitude- the head down between the legs or straight back between the shoulders.

On post-mortem examination there is hardly any lesion lo differentiate Raniket from other respiratory disease. However in most of the hemorrhages of proventriculus and hemorrhagic ulcers in intestine can be seen. Laboratory tests, along with certain signs are best diagnostic aids. When diseased bird posted thickening of the air sacks and mucus in the trachea or wind pipe is seen. In adult's flocks, egg production drops in two or throe days lo almost zero.

Control

There is no effective treatment or control of the disease. These days it has been seen that Raniket attacks mostly old laying flocks duo 16 decrease in tin - blood antibody levels. Therefore, laying flocks can be revaccinated with water soluble vaccines to boost up the antibody level without causing any stress.

Marek's Disease - Poultry Disease

Marek's disease (MD) till 1963-64 was considered under Avian leucosis complex. As in many other countries, in India also this disease has reached at a dangerous level resulting in yearly loss of over Rs. four crores through mortality. Considering economic loss duo lo morbidity in addition to morbidity it can be well visualised.

Transmission

It is not transmitted trough egg but it is highly contagious and spreads principally by way of air saliva, nasal washing, feather follicle and faeces from infected birds.

Symptoms

The disease affects the birds in the age group 6 to 10 weeks and may continue even in laying bird though less in .severity. II generally occurs in two forms: Acute forms-cause sudden death of the affected birds with present of visceral tumours inside the body.

Classical form

Characterised by bilateral or unilateral paralysis of legs, wings or neck due to enlargement of various nerves inside the body, besides these two typical forms, there are other manifestation of the disease such as blindness and skin tumours.

Prevention

Immunisation has been found to be effective. Recently Herpes Turkey Virus (HTV) vaccine manufacturers in India have been introduced for field trials. There are following Immunisation procedures:

1. Turkey's help virus.
2. Attenuated virulent MD virus strains.
3. Naturally occurring mild strains.
4. Chicken's blood containing mild MD agent but free from other agents. HTV vaccine is most effective and relatively free of problems

Control

Three approaches are being practiced to control Marek's disease

1. Breeding stock resistance to M.D.
2. Maintaining; birds under strict isolation,
3. Usa of preventive vaccines.

Chronic Respiratory Disease (CRD) - Poultry Disease

The disease has been reported in chickens and turkeys. CRD is specific disease caused by one of the group of organisms known is pleuro pneumonia like organism (PPLO), but more closely defined is Mycoplasma; the particular organism directly associated with CRD is *Alycoplasma gallisepticum* with or without any secondary complications. According to I he recommendation of FAQ committee meeting held in May 1969, the term "Avian Respiratory Mycoplasmosis" (ARM) be used in uncomplicated outbreaks involving only pathogenic avian PPLC (Mycoplasma) and the term CRD be used when PPLO infection is superimposed with other condition in I eel ion is superimposed with other condition.

The mortality entirely to CRD is negligible, but it is important because it predisposes the birds to infection for other disease producing organisms.

Transmission

M. gallisepticum is transmitted through eggs but organisms can also pass from bird to bird through nasal discharges and through droppings. It can also be transmitted by hands, feet and clothes of attendants of visitors. Symptoms: Uncomplicated CRD is frequently sub-clinical. When symptoms are present they are normally milk in nature and include coughing, sneezing, and a nasal discharge. In turkeys, sinuses are frequently swollen. On postmortem examination the trachea may be found inflamed and the air sacs thickened with pus. The condition affecting air sac is often referred as "air sac" disease but it is more pronounced when other factors including bacteria, complicate the original CRD infection.

The organism has long incubation period of 10 to 30 days. Therefore only few outbreaks-seen in birds under 4 weeks old

Treatment

The tetracycline group of drugs is useful in treatment, if given continuously for over a week, as soon as disease's seen in flock, at the rate of 100-400 g per ton of feed. It can also be given through water. Nitrofurans especially furazalidone is very effective. Streptomycin may be injected in sinuses after removal of mucous by spraying in turkeys are helpful.

Coccidiosis: Bird Disease

Coccidiosis is a disease caused by the invasion of the digestive tract by microscopic single celled protozoan parasites, called Coccidia. Coccidia are almost ubiquitous parasites and rearing birds away from them is practically impossible. A mild coccidiosis infection, kept under control, is not very harmful and is actually necessary for creating immunity in replacement flocks. However, a severe attack of coccidiosis can cause great loss to poultry fanners due to mortality and morbidity. There are hundreds of types of Coccidia, but only few (of genuses Eimeria) ore important to poultry farmers. These include Elmeria, Lenella, E. necatrix, E. maxima, E. burnelli.

Transmission

Coccidiosis spreads from bird to bird through eating or drinking contaminated food, water, litter or other material contaminated with Coccidia. Oocysts are carried mechanically by attendants, equipments, animals, wild birds or insects from place to place.

Symptoms

Most of the external symptoms like ruffled feathers, unthrift ness paleness, loss of appetite and blood in droppings are the result of destruction of inner lining of intestine including cecae which hinders in the absorption of feed materials from gut to blood.

Prevention and Control

It is very difficulty to avoid contact of bird with Coccidia, hence the sound management practices should be followed to allow the birds to build up immunity and yet keep the disease under control. Feeding of law level of a good coccidiostat though has been found quite effective.

Treatment: Several drugs are used in feed to treat coccidiosis may also be given in water as shown in table.

Drugs	Level	Mod of Administration
Sodium Sulphadimidine (Sulmet of Canamide)	0.2 % in drinking water	3-2-3 interrupted schedule (i.e. medicated water for 3 days, no drugs for 2 days and again medicated water for 3 days
Sodium Sulphaquinoxaline (Embazin of May and Baker)	0.05 % in drinking water	3-2-3 interrupted schedule for E. Tenella
Nitrofurazone soluble (Bifuran of Smith Kline and French)	0.011% in drinking water	3-2-3-2-3 interrupted schedule fro E. necatrix 7 days continuous
Amprosol (Merek)	30 g in 20 liter water	6 days continuous
Sulphadimethoxine (Agribon of Roche)	0.05 % in drinking water	7 days continuous

Infectious Bursal Disease (IBD-GUMBORO)

Gumboro is very important viral disease noted in almost all part of the world and was first reported in 1962 in U.S.A. Sudden onset in young chicks preferably broilers in acute form with high mortality is a characteristic symptom. Mortality reaches at peak quickly and returns to normal usually after a course of S to 10 days. The survivals show retarded growth and often unproductive. The affected chicks exhibit off feeding, huddling, depression, diarrhoea, ruffled feathers, trembling and staggering gait.

On postmortem severe inflammation of bursa of fabricious with enlargement and liquefaction is observed which a characteristic lesion is. Similarly, hemorrhages may be noted in buvsa and body muscles with swelling of kidneys showing poleness and urate deposition may not encounter high mortality but after effects arc severe. The retarded growth has already been discussed along with it profuse damage of bursa leads to disturbance to whole immune system is noted. This results in lowering down of resistance to other diseases also leading to mortality due to secondary invaders.

Prevention and Control

In our country in middle 1990's i.e. 1995-96, more virulent from of IBD has caused severe-up to 45-50 per cent mortality in broilers and cockerels also. The mortality-was very high in thickly populated areas of Andhra Pradesh. Control of IBD involves three important steps. First is to observe scrupulous sanitation and hygienic precautions. The virus is highly sustainable; hence it is quite possible it will not be completely destroyed by disinfection and cleaning. Therefore, sufficient rest to sheds plays important role in control measures. Secondly, protection by live virus vaccines by eye drops or through drinking water correctly is important Sometimes it may be needed to vaccinate birds 2-3 times also. Thirdly, care should be taken at breeder level by using inactivated or killed vaccines against Gumboro to pass on effective parental immunity to chicks to protect them for initial 3 to 4 weeks. If maternal immunity is broken very early due to more virulent form, the birds may have to be protected from day-old also.

Udder Structure and Physiology of Milk Secretion

Structure of udder: The udder is located outside the body wall and it attached to it by means of its skin and connective issue supports. The secretary portion of the udder consists of countless alveoli or chambers lined with individual cells. Each of these alveoli is drained by a small duct which leads to larger ducts. Clusters of alveoli resembling a bunch of grapes are drained by ducts of increasing size until some 10 to 20 ducts conduct milk into the gland cistern. The gland cisterns continue into the teat sinus or cistern. At i he tip of (he teal there is a sphincter tightly closing the outlet of the teal sinus.

Each alveolus is-supplied blood through tiny capillaries which lie outside the secretary cells. Small muscle fibres also surround each alveolus and are important in the removal of milk from the gland. The individual secretary cell is the primary factor in milk production. It extracts all of the components of milk from (he blood stream and either arranges them into new compounds or passes them through directly into the alveolus.

The Milk Leldown Mechanism

When milk secretion has continued for a considerable time after milking, the alveoli, ducts and gland and teat cisterns are filled with milk. Milk in the cisterns and larger ducts can be removed readily. Milk in the smaller duels and alveoli does not flow out easily. However, the cow and other mammals have developed a mechanism for releasing milk from the mammary gland. Stimulation of the central nervous system by something associated with the milking process is necessary to initiate the read ion. Stimulation of nerve endings in the teats that are sensitive to touch, pressure, or warmth is the usual mechanism. The suckling action of the calf is ideal for this.

However, massaging the udder or washing with warm water is also equally effective. Stimulation is carried by the nerves to the brain which is connected. With the pituitary gland located its base. Mechanisms are activated in the pituitary gland which causes the liberation of a hormone oxytocin from its posterior lobe. Oxytocin is carried by the blood stream lo the udder where it acts on the small muscle rolls surrounding the alveoli, causing them to contract. The pressure thus created forces the milk out of the alveoli and smaller ducts as fast .is it can be removed from the teat. The letting down process can be stimulated within half to one minute's time. The effective time of the hormone is limited and milking should be completed within seven minutes if all the milk is to be obtained.

Chapter 4

Poultry Farming

POULTRY FARMING

Commercial raising of chickens, turkeys, ducks, geese, and other birds for their meat and eggs. Since the 1930s and '40s, the poultry industry has become one of the most efficient producers of protein for human consumption. It expanded rapidly during World War II because of the shortage of beef and pork, which require a much longer time to develop; only seven weeks are required to produce a broiler and five months to produce a laying hen.

Fig. Poultry Farming.

Between 1980 and 1995, while average U.S. per capita consumption of beef and pork decreased by 11 percent and 6 percent, respectively, consumption of chicken increased by 49 percent and turkey by 74 percent. Concern about dietary cholesterol contributed to a per capita decline in India egg consumption of 14 percent during the same period. India poultry and egg production is federally monitored through the Food Safety and Inspection Service of the India. Department of Agriculture.

Poultry farming is the practice of raising poultry, such as chickens, turkeys, ducks geese, as a subcategory of animal husbandry, for the purpose of farming meat or eggs for food. The vast majority of poultry are farmed using factory farming techniques, 74 percent of the world's poultry meat, and 68 percent of eggs are produced this way.

The contrasting method of poultry farming is free range, and friction between these two main methods has led to long term issues of ethical consumerism. Opponents of factory farming argue that it harms the environment and creates health risks, as well as abusing the animals themselves. In 2002, the United Kingdom also investigated the state of its own poultry farming methods with aims to investigate "animal welfare standards."

The Vegetarian Economy and Green Agriculture (VEGA) research group also states that factory farming of poultry in South-East Asia is a key cause of Avian influenza. However the same has also been said of free-range farming. In return, proponents of factory farming highlight its increased productivity; stating that the animals are looked after in state-of-the-art confinement facilities and are happy; that it is needed to feed the growing global human population; and that it protects the environment.

Chickens

For hundreds of years, chickens were kept in small flocks for home consumption of eggs and meat, with any surplus sold or exchanged for other produce. Not until the 20th century did poultry farming become commercialized. The production of eggs came first; for years the production of broilers was merely an offshoot, the male chickens being raised until 10 to 16 weeks old and then sold for meat.

Today most of the laying hens are housed in wire cages containing from two to ten hens each. The cages may be in a single tier or in tiers of up to five cages. Most of these are automated to provide a constant supply of feed and water and to maintain control of the environment. By comparison with litter floors, where the birds were constantly in contact with one another and with feces, the wire cages increase production efficiency, reduce the incidence of disease, and help keep costs down.

A modern poultry farm may have several hundred thousand or even more than a million laying hens. The Indian. poultry industry comprises somewhat fewer than 300 million such hens, but with modern production techniques they are supplying the nation with more eggs than did a larger hen population some years ago. A dozen eggs can be produced with less than 1.8 kg (less than 4 lb) of feed. Whereas egg-producing hens once produced about 100 eggs each year, such hens can now produce an average of more than 250 eggs each year.

In the mid-1990s the worldwide population of chickens was estimated at 12.7 billion. The annual production of hen eggs exceeded 41.5 million metric tons; China produced about 30 percent of the total. The U.S. is also a leader of the worldwide poultry industry, supplying more than 10 percent of the total egg output. Within the U.S., California produced nearly 9 percent of the nation's 74.3 billion eggs, followed by Ohio, Pennsylvania, Indiana, Georgia, and Iowa.

The modern broiler industry started on a commercial scale on the Delmarva (Delaware-Maryland-Virginia) Peninsula and then spread farther south and southwest. By the mid-1990s the industry was producing more than 7 billion broilers a year, most of them in the southern U.S., with an efficiency such that one unit weight of broiler was being produced with fewer than two unit weights of feed. Nearly all broilers are now the offspring of white Plymouth Rock females and dominant white Cornish males. The leading broiler-producing states are Arkansas, Georgia, Alabama, and North Carolina.

Turkeys

The turkey industry began to develop on a larger scale in the late 1930s and early '40s and has since grown rapidly. At first the birds were grown on ranges, but disease problems forced farmers to raise them on slats or wire platforms. This proved costly and labour inefficient, so when controls were found for the diseases, turkey farms returned to the use of ranges or large houses. In the mid-1990s more than 300 million turkeys were annually produced in the U.S.; North Carolina, Minnesota, Arkansas, California, Virginia, and Missouri were the leading states.

Ducks

Commercially raised ducks numbered about 715 million in the mid-1990s, with China accounting for about 65 percent of the total. The highly specialized duck industry was once concentrated almost entirely in Suffolk Co. on Long Island, N.Y., where more than 10 million ducks were grown each year in the 1960s. Since then, the industry has spread to Indiana and other states. Ducks are often started at one end of their house and moved along progressively until they are ready for market at approximately seven weeks of age, when they weigh about 3.1 kg. Usually they are started in wire cages and progress to litter floors and outside runs at three to four weeks of age.

Geese

The most geese are produced in small farm flocks of up to a few hundred; few large operations exist. The birds are hardy and are usually grown on ranges, where they are good foragers and require little care after the first two or three weeks. Goose and goose livers remain specialty foods, but the demand for goose down has increased in recent decades. The birds themselves are sometimes used by farmers for weed control.

Free Range

Free range poultry farming consists of poultry permitted to roam freely instead of being contained in any manner. The principle is to allow the animals as much freedom as possible, to live out their instinctual behaviours in a reasonably natural way, regardless of whether or not they are eventually killed for meat. Unlike in the United States, this definition also applies to eggs. The European Union regulates marketing standards for egg farming which specifies a minimum condition for Free Range Eggs states that "hens have continuous daytime access to open-air runs, except in the case of temporary restrictions imposed by veterinary authorities".

Yarding

While often confused with free range farming, yarding is actually a separate method by which a hutch and fenced off area outside are combined when farming poultry. The distinction is that free-range poultry are either totally unfenced, or the fence is so distant that it has little influence on their freedom of movement.

This is common technique used by small farms in the Northeastern portion of the US. Daily releases out of hutches or coops allow for instinctuial nature for the chickens with protections from predators. The hens usually lay eggs either on the ground of the coop or in baskets if provided by the farmer.

This technique can be complicated if used with roosters though, mostly because of difficulty getting them into the coop and to clean the coop while it is inside. This territorial nature is apparent while outside in which they have a brood of hens and sometimes even informal land claims. This can endanger people unaware of the existence of the territories who are attacked by the larger birds.

Factory Farming

In factory (also known as battery) poultry farming, particularly for eggs, birds are kept in rows of cages, with their environment, ventilation; heating and lighting are dictated automatically. Extra lighting can be added beyond normal daylight hours to facilitate more egg production, and extra hormones and growth stimulants are added to the feed to encourage egg production or weight gain depending on whether the birds are being farmed for eggs or meat.

ADVANTAGES AND DISADVANTAGES

Free Range

Advantages

Free range poultry farming has the advantage of enabling the poultry to move around, foraging for their natural diet and living in cleaner conditions than in battery farming. In some farms, the manure from free range poultry can be used to benefit crops.

Disadvantages

The practical construction of a free range poultry farm can present more problems than the battery alternative. Finding suitable land with adequate drainage to minimise worms and coocidial oocysts, suitable protection from prevailing winds, good ventilation, access and protection from predators can be difficult. Excess heat, cold or damp can have a harmful effect on the animals and their productivity. Unlike battery farms, free range farmers have little control over the food their animals come across which can lead to unreliable productivity.

Free range farming in the UK, which accounts for 26 per cent of production, has come under similar criticism as battery farming in terms of animal welfare. This is due to the social abnormalities of having large numbers of birds in an outdoor space. Beak trimming due to cannibalism and infighting is common in this form of poultry farming as well as in batteries. Diseases are common and the animals are vulnerable to predators. In South-East Asia, a lack of disease control in free range farming has been associated with outbreaks of avian influenza.

Factory Farming

Advantages

The small cages restrict movement, and allow for more birds per unit area, and this allows for greater productivity and lower space and food costs, with more efforts put into egg laying. Battery farming is quicker, more economical and practical, and growth and output can be specifically controlled. The poultry are at less risk from predators and outdoor elements such as cold, heat, wind or damp, all of which can have significant impact on yield and health of the animals.

Disadvantages

The small environments reduce stimulation of the poultry, which often results in pecking each other or themselves whereas in the outdoors they would have other stimulation. A study by the Agricultural and Food Research Council in 1992 also found that 50 per cent of battery farmed poultry had bone disorders such as osteoporosisor breakages. Battery farms are also at greater risk of fire, due to the amount of electrical equipment and the likelihood of rodents chewing through the wiring.

Battery farming is also the subject of much criticism and the products are often less popular than free-range alternatives, and the mislabling of one as the other has led to outrage in some consumer groups. The use of gas to kill the birdsprior to harvesting was also criticized by Dr. Mohan Raj of United Poultry Concern who stated that current use of carbon dioxide fails to cleanly kill the birds, causing a "a painfully slow death of suffocation" VEGA states that "millions" of male chicks are killed in this way as they do not produce eggs. Debeaking is also heavily criticised due to the psychological effects and pain involved. The act of forced staravtion to reduce periods of off-lay is also unpopular.

Health concerns are not limited to the animals in battery farming, however.

The US Department of Health released a list of risks to humans working in poultry battery farms and those living nearby, which included respiratory illnesses and musculoskeletal injuries, infections, odors and flies and chemical and infectious compounds in the soil which included the mixtures of antibodies, pathogens, nutrients, pesticides, hormones and other chemicals that are found in or are administered to battery poultry.

Trace elements of copper or arsenic were also found. Outbreaks of Avian influenza have also been blamed on battery farming in South-East Asia. Battery farming is prohibited in a number of countries, including Switzerland and Sweden, with movements in favour of banning active in the United Kingdom, Australia and Denmark.

Chapter 5

Fish Farming

FISH FARMING

Fish farming is the principal form of aquaculture, while other methods may fall under mariculture. It involves raising fish commercially in tanks or enclosures, usually for food. A facility that releases juvenile fish into the wild for recreational fishing or to supplement a species' natural numbers is generally referred to as a fish hatchery. Fish species raised by fish farms include salmon, catfish, tilapia, cod, carp, trout and others.

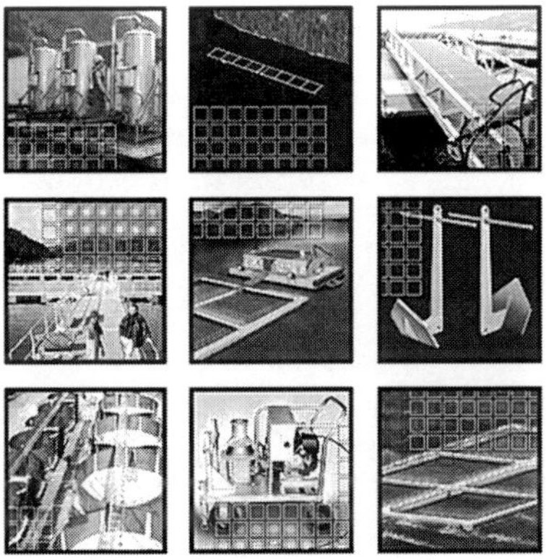

Fig. Fish Farming

Increasing demands on wild fisheries by commercial fishing operations have caused widespread overfishing. Fish farming offers an alternative solution to the increasing market demand for fish and fish protein.

MAJOR CATEGORIES OF FISH FARMS

There are two kinds of aquaculture: extensive aquaculture based on local photosynthetical production and intensive aquaculture, in which the fish are fed with external food supply. The management of these two kinds of aquaculture systems are completely different.

Extensive (pond) Aquaculture

Limiting for fish growth here is the available food supply by natural sources, commonly zooplankton feeding on pelagic algae or benthic animals, such as certain crustaceans and mollusks. Tilapia species filter feed directly on phytoplankton, which makes higher production possible. The photosynthetical production can be increased by fertilizing the pond water with artificial fertilizer mixtures, such as potash, phosphorus, nitrogen and microelements. Because most fish are carnivorous, they occupy a higher place in the trophic chain and therefore only a tiny fraction of primary photosynthetic production will be converted into harvestable fish.

As a result, without additional feeding the fish harvest will not exceed 200 kilograms of fish per hectare per year, equivalent to 1 per cent of the gross photosynthetic production.

A second point of concern is the risk of algal blooms. When temperatures, nutrient supply and available sunlight are optimal for algal growth, algae multiply their biomass at an exponential rate, eventually leading to an exhaustion of available nutrients and a subsequent die-off. The decaying algal biomass will deplete the oxygen in the pond water because it blocks out the sun and pollute it with organic and inorganic solvents (such as ammonium ions), which can (and frequently do) lead to massive loss of fish.

In order to tap all available food sources in the pond, the aquaculturist will choose fish species which occupy different places in the pond ecosystem, e.g., a filter algae feeder such as tilapia, a benthic feeder such as carp or catfish and a zooplankton feeder (various carps) or submerged weeds feeder such as grass carp.

Intensive (closed-circulation) Aquaculture

In these kinds of systems fish production per unit of surface can be increased at will, as long as sufficient oxygen, fresh water and food are provided. Because of the requirement of sufficient fresh water, a massive water purification system must be integrated in the fish farm. A clever way to achieve this is the combination of hydroponic horticulture and water treatment. The exception to this rule is cages which are placed in a river or sea, which supplements the fish crop with sufficient fresh water. Environmentalists object to this practice.

The cost of inputs per unit of fish weight is higher than in extensive farming, especially because of the high cost of fish food, which must contain a much higher level of protein (up to 60 per cent) than, e.g., cattle food and a balanced amino acid composition as well. This frequently is offset by the lower land costs and the higher productions which can be obtained due to the high level of input control.

Essential here is aeration of the water, as fish need a sufficient oxygen level for growth. This is achieved by bubbling, cascade flow or aqueous oxygen. Catfish, Clarias ssp. can breathe atmospheric air and can tolerate much higher levels of pollutants than, e.g., trout or salmon, which makes aeration and water purification less necessary and makes *Clarias* species especially suited for intensive fish production. In some *Clarias* farms about 10 per cent of the water volume can consist of fish biomass.

Especially when fish densities are high, the risk of infections by parasites like fish lice, fungi (Saprolegnia ssp.), intestinal worms (such as nematodes or trematodes), bacteria (e.g., Yersinia ssp, Pseudomonas ssp.), and protozoa (such as Dinoflagellates) is much higher than in animal husbandry because of the ease in which pathogens can invade the fish body (e.g. by the gills). The same holds for water pollution or depletion of oxygen in the water, which can ruin a fish crop within minutes. This means, intensive aquaculture requires tight monitoring and a high level of expertise of the fish farmer.

Intensive aquaculture was developed as a source for food fish. Raising ornamental cold water fish (goldfish or koi), although theoretically much more profitable due to the higher income per weight of fish produced, has never been successfully carried out until very recently. The increased incidences of dangerous viral diseases of koi Carp, together with the high value of the fish has led to initiatives in closed system koi breeding and growing in a number of countries. Today there are a few commercially successful intensive koi growing facilities in the UK, Germany and Israel.

Some producers have adapted their intensive systems and attempted to make them biosecure in an effort to provide consumers with fish that do not carry dormant forms of viruses and diseases.

SPECIFIC TYPES OF FISH FARMS

Within intensive and extensive aquaculture methods there are numerous specific types of fish farms, each has benefits and applications unique to its design.

Integrated Recycling Systems

One of the largest problems with freshwater aquaculture is that it can use a million gallons of water per acre (about 1 m^3 of water per m^2) each year. Extended water purification systems allow for the reuse (recycling) of local water.

The largest-scale pure fish farms use a system derived (admittedly much refined) from the New Alchemists in the 1970s. Basically, large plastic fish tanks are placed in a greenhouse. A hydroponic bed is placed near, above or between them. When tilapia are raised in the tanks, they are able to eat algae, which naturally grows in the tanks when the tanks are properly fertilized.

The tank water is slowly circulated to the hydroponic beds where the tilapia waste feeds a commercial plant crops. Carefully cultured microorganisms in the hydroponic bed convert ammonia to nitrates, and the plants are fertilized by the nitrates and phosphates. Other wastes are strained out by the hydroponic media, which doubles as an aerated pebble-bed filter.

This system, properly tuned, produces more edible protein per unit area than any other. A wide variety of plants can grow well in the hydroponic beds. Most growers concentrate on herbs (e.g. parsley and basil), which command premium prices in small quantities all year long. The most common customers are restaurant wholesalers.

Since the system lives in a greenhouse, it adapts to almost all temperate climates, and may also adapt to tropical climates.

The main environmental impact is discharge of water that must be salted to maintain the fishes' electrolyte balance. Current growers use a variety of proprietary tricks to keep fish healthy, reducing their expenses for salt and waste water discharge permits. Some veterinary authorities speculate that ultraviolet ozone disinfectant systems (widely used for ornamental fish) may play a prominent part in keeping the Tilapia healthy with recirculated water.

A number of large, well-capitalized ventures in this area have failed. Managing both the biology and markets is complicated.

Irrigation Ditch or Pond Systems

These use irrigation ditches or farm ponds to raise fish. The basic requirement is to have a ditch or pond that retains water, possibly with an above-ground irrigation system (many irrigation systems use buried pipes with headers. Using this method, one can store one's water allotment in ponds or ditches, usually lined with bentonite clay. In small systems the fish are often fed commercial fish food, and their waste products can help fertilize the fields. In larger ponds, the pond grows water plants and algae as fish food. Some of the most successful ponds grow introduced strains of plants, as well as introduced strains of fish.

Control of water quality is crucial. Fertilizing, clarifying and pH control of the water can increase yields substantially, as long as eutrophication is prevented and oxygen levels stay high.Yields can be low if the fish grow ill from electrolyte stress.

Cage System

Fish cages are placed in open water resources to contain and protect fish until they can be harvested. They can be constructed of a wide variety of components. Fishes are stocked in cages, artificially fed, and harvested when they reach market size. A few advantages of fish farming with cages are that many types of waters can be used (rivers, lakes, filled quarries, etc.), many types of fishes can be raised, and fish farming can co-exist with sport fishing and other water uses. Cage farming of fishes in open seas are also gaining popularity. Concerns of disease, poaching, poor water quality, etc., lead some to believe that in general, pond systems are easier to manage and simpler to start.

Also, past occurrances of cage-failures leading to escapes, have raised concern regarding the culture of non-native fish species in open-water cages. Even though the cage-industry has made numerous technological advances in cage construction in recent years, the concern for escapes remains valid.

Classic Fry Farming

Trout and other sport fish are often raised from eggs to fry or fingerlings and then trucked to streams and released. Normally, the fry are raised in long, shallow concrete tanks, fed with fresh stream water. The fry receive commercial fish food in pellets.

While not as efficient as the New Alchemists' method, it is also far simpler, and has been used for many years to stock streams with sport fish. European eel (Anguilla anguilla) aquaculturalists procure a limited supply of glass eels, juvenile stages of the European eel which swim north from the Sargasso Sea breeding grounds, for their farms.

The European eel is threatened with extinction because of the excessive catch of glass eels by Spanish fishermen and overfishing of adult eels in, e.g., the Dutch IJsselmeer, Netherlands. As per 2005, no one has managed to breed the European eel in captivity.

ENVIRONMENTALLY FRIENDLY METHODS

An alternative to open ocean cage aquaculture, one in which the risk of environmental damage is substantially eliminated is through the use of a recirculating aquaculture system (RAS). A RAS is a series of culture tanks and filters where water is continuously recycled. To prevent the deterioration of water quality, the water is treated mechanically through the removal of particulate matter and biologically through the conversion of harmful accumulated chemicals into nontoxic ones.

Other treatments such as UV sterilization, ozonation, and oxygen injection are also utilized to maintain optimal water quality. Through this system, many of the environmental drawbacks of aquaculture are minimized including escaped fish, water usage, and the introduction of harmful pollutants. The practices also increase efficiency of feed utilisation and growth by providing optimal water quality parameters.

One of the drawbacks to recirculating aquaculture systems is water exchange. However, the rate of water exchange can be reduced through aquaponics, such as the incorporation of hydroponically grown plants and denitrification. Both methods reduce the amount of nitrate in the water, and can potentially eliminate the need for water exchanges, closing the aquaculture system from the environment.

The amount of interaction between the aquaculture system and the environment can be measured through the cumulative feed burden (CFB kg/M3), which measures the amount of feed that goes into the RAS relative to the amount of water and waste discharged.

Because of its high capital and operating costs, RAS has generally been restricted to practices such as broodstock maturation, larval rearing, fingerling production, research animal production, SPF (specific pathogen free) animal production, and caviar and ornamental fish production. Although the use of RAS for other species is considered by many aquaculturalists to be impractical, there has been some limited successful implementation of this with high value product such as barramundi, sturgeon and live tilapia in the US.

AQUACULTURE FISH

Aquaculture is the cultivation of aquatic organisms. Unlike fishing, aquaculture, also known as aquafarming, implies the cultivation of aquatic populations under controlled conditions. Mariculture refers to aquaculture practiced in marine environments. Particular kinds of aquaculture include algaculture (the production of kelp/seaweed and other algae); fish farming; shrimp farming, shellfish farming, and the growing of cultured pearls.

Aquaculture has been used in China since circa 2500 BC. When the waters lowered after river floods, some fishes, namely carp, were held in artificial lakes. Their brood was later fed using nymphs and silkworm feces, while the fish themselves were eaten as a source of protein. By a fortunate genetic mutation, this early domestication of carp lead to the development of goldfish in the Tang Dynasty.

The Hawaiian people practiced aquaculture by constructing fish ponds. A remarkable example from ancient Hawaii is the construction of a fish pond, dating from at least 1,000 years ago, at Alekoko. According to legend, it was constructed by the mythical Menehune. The Japanese practiced cultivation of seaweed by providing bamboo poles and, later, nets and oyster shells to serve as anchoring surfaces for spores. The Romans often bred fish in ponds.

The practice of aquaculture gained prevalence in Europe during the middle Ages, since fish were scarce and thus expensive. However, improvements in transportation during the 19th century made fish easily available and inexpensive, even in inland areas, causing a decline in the practice.

The first North American fish hatchery was constructed on Dildo Island, Newfoundland Canada in 1889, it was the largest and most advanced in the world. Americans were rarely involved in aquaculture until the late 20th century, but California residents harvested wild kelp and made legal efforts to manage the supply starting circa 1900, later even producing it as a wartime resource.

In contrast to agriculture, the rise of aquaculture is a contemporary phenomenon. About 430 (97 per cent) of the aquatic species presently in culture have been domesticated since the start of the 20th century, and an estimated 106 aquatic species have been domesticated over the past decade. The domestication of an aquatic species typically involves about a decade of scientific research.

Current success in the domestication of aquatic species results from the 20th century rise of knowledge on the basic biology of aquatic species and the lessons learned from past success and failure. The stagnation in the world's fisheries and overexploitation of 20 to 30 per cent of marine fish species have provided additional impetus to domesticate marine species, just as overexploitation of land animals provided the impetus for the early domestication of land species

In the 1960s, the price of fish began to climb, as wild fish capture rates peaked and the human population continued to rise. Today, commercial aquaculture exists on an unprecedented, huge scale. In the 1980s, open-netcage salmon farming also expanded; this particular type of aquaculture technology remains a minor part of the production of farmed finfish worldwide, but possible negative impacts on wild stocks, which have come into question since the late 1990s, have caused it to become a major cause of controversy.

TYPES OF AQUACULTURE

Algaculture

Algaculture is a form of aquaculture involving the farming of species of algae. The majority of algae that are intentionally cultivated fall into the category of microalgae, also referred to as phytoplankton, microphytes, or planktonic algae.

Macroalgae, commonly know as seaweed, also have many commercial and industrial uses, but due to their size and the specific requirements of the environment in which they need to grow, they do not lend themselves as readily to cultivation on a large scale as microalgae and are most often harvested wild from the ocean.

Fish Farming

Fish farming is the principal form of aquaculture, while other methods may fall under mariculture. It involves raising fish commercially in tanks or enclosures, usually for food. A facility that releases juvenile fish into the wild for recreational fishing or to supplement a species' natural numbers is generally referred to as a fish hatchery.

Fish species raised by fish farms include salmon, catfish, tilapia, cod, carp, trout and others. Increasing demands on wild fisheries by commercial fishing operations have caused widespread overfishing. Fish farming offers an alternative solution to the increasing market demand for fish and fish protein.

Freshwater Prawn Farming

A freshwater prawn farm is an aquaculture business designed to raise and produce freshwater prawn or shrimp for human consumption. Freshwater prawn farming shares many characteristics with and many of the same problems as, marine shrimp farming.

Unique problems are introduced by the developmental life cycle of the main species. The global annual production of freshwater prawns (excluding crayfish and crabs) in 2003 was about 280,000 tons, of which China produced some 180,000 tons, followed by India and Thailand with some 35,000 tons each. Additionally, China produced about 370,000 tons of Chinese river crab.

Integrated Multi-trophic Aquaculture

Integrated Multi-Trophic Aquaculture (IMTA) is a practice in which the by-products (wastes) from one species are recycled to become inputs (fertilizers, food) for another. Fed aquaculture (e.g. fish, shrimp) is combined with inorganic extractive (e.g. seaweed) and organic extractive (e.g. shellfish) aquaculture to create balanced systems for environmental sustainability (biomitigation), economic stability (product diversification and risk reduction) and social acceptability (better management practices).

"Multi-Trophic" refers to the incorporation of species from different trophic or nutritional levels in the same system. This is one potential distinction from the age-old practice of aquatic polyculture, which could simply be the co-culture of different fish species from the same trophic level. In this case, these organisms may all share the same biological and chemical processes, with few synergistic benefits, which could potentially lead to significant shifts in the ecosystem.

Some traditional polyculture systems may, in fact, incorporate a greater diversity of species, occupying several niches, as extensive cultures (low intensity, low management) within the same pond. The "Integrated" in IMTA refers to the more intensive cultivation of the different species in proximity of each other, connected by nutrient and energy transfer through water, but not necessarily right at the same location.

Ideally, the biological and chemical processes in an IMTA system should balance. This is achieved through the appropriate selection and proportions of different species providing different ecosystem functions. The co-cultured species should be more than just biofilters; they should also be harvestable crops of commercial value. A working IMTA system should result in greater production for the overall system, based on mutual benefits to the co-cultured species and improved ecosystem health, even if the individual production of some of the species is lower compared to what could be reached in monoculture practices over a short term period.

Sometimes the more general term "Integrated Aquaculture" is used to describe the integration of monocultures through water transfer between organisms. For all intents and purposes however, the terms "IMTA" and "integrated aquaculture" differ primarily in their degree of descriptiveness. These terms are sometimes interchanged. Aquaponics, fractionated aquaculture, IAAS (integrated agriculture-aquaculture systems), IPUAS (integrated peri-urban-aquaculture systems), and IFAS (integrated fisheries-aquaculture systems) may also be considered variations of the IMTA concept.

Mariculture

Mariculture is a specialized branch of aquaculture involving the cultivation of marine organisms for food and other products in the open ocean, an enclosed section of the ocean, or in tanks, ponds or raceways which are filled with seawater. An example of the latter is the farming of marine fish, prawns, or oysters in saltwater ponds. Non-food products produced by mariculture include: fish meal, nutrient agar, jewelries (e.g. cultured pearls), and cosmetics.

Shrimp Farming

A shrimp farm is an aquaculture business for the cultivation of marine shrimp for human consumption. Commercial shrimp farming began in the 1970s, and production grew steeply, particularly to match the market demands of the U.S., Japan and Western Europe. The total global production of farmed shrimp reached more than 1.6 million tonnes in 2003, representing a value of nearly 9,000 million U.S. dollars.

About 75 per cent of farmed shrimp is produced in Asia, in particular in China and Thailand. The other 25 per cent is produced mainly in Latin America, where Brazil is the largest producer. The largest exporting nation is Thailand.

Shrimp farming has changed from traditional, small-scale businesses in Southeast Asia into a global industry. Technological advances have led to growing shrimp at ever higher densities, and broodstock is shipped world-wide. Virtually all farmed shrimp are penaeids (i.e., shrimp of the family *Penaeidae*), and just two species of shrimp—the *Penaeus vannamei* (Pacific white shrimp) and the *Penaeus monodon* (giant tiger prawn)—account for roughly 80 per cent of all farmed shrimp.

These industrial monocultures are very susceptible to diseases, which have caused several regional wipe-outs of farm shrimp populations. Increasing ecological problems, repeated disease outbreaks, and pressure and criticism from both NGOs and consumer countries led to changes in the industry in the late 1990s and generally stronger regulation by governments. In 1999, a programme aimed at developing and promoting more sustainable farming practices was initiated, including governmental bodies, industry representatives, and environmental organizations.

CRAYFISH CULTURE

Among the best known and most highly esteemed crustaceans are the lobsters *(Homarus* spp.), but they are rivalled as a delicacy by their smaller freshwater counterparts, the crayfishes or crawfishes. (Not to be confused with the marine spiny lobsters, family Palinuridae, sometimes marketed as crayfish or crawfish).

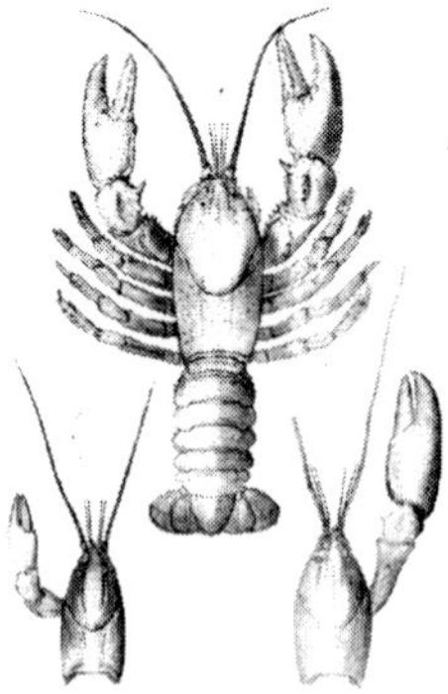

Fig. Cray fish

True crayfish comprise more than 300 species and are found on all the continents except Africa. Although crayfish are esteemed as a gourmet food in several European countries and are the primary source of protein for certain tribes in New Guinea, they are generally underutilized by man.

Crayfish have attained importance as a commercial food product in parts of Europe and the United States. These most enthusiastic consumers of crayfish are the French, and crayfish farms have been in operation in France since 1880. But the most important crayfish producing area is Louisiana, the only American state with a history of French culture. In a good year more than 800,000 kg of "wild" crayfish may be caught and marketed in Louisiana; during bad years the yield may be less than half that figure.

Fishery production is supplemented annually by 1.2 million kg produced on the 6000 to 7000 ha. of crayfish, farms in the state. Details are not available on techniques of crayfish culture in Europe; hence this report concentrates on practices in Louisiana.

NATURAL HISTORY OF THE PRINCIPAL CULTURED SPECIES

There are twenty-nine species of crayfish known to inhabit the waters of Louisiana, but only two are cultured. On most farms the dominant species is the red crayfish *(Procambarus clarkii)*, but a few areas produce chiefly white crayfish *(Procambarus blandingi)*. The natural history of the two species is similar.

Mating occurs in open water in the late spring, when the water level in the Louisiana swamps is high. At that time the male crayfish deposits sperm in an external receptacle on the female.

Shortly after the peak of the breeding season, female crayfish come out on shore and dig burrows near the water's edge. Since they are exposed to terrestrial predators at this time, areas well protected by emergent plants are preferred. Burrows are essentially vertical and usually 0.7 to 1.0 m deep, unless the water table is unusually high, in which case burrows half that depth may be found.

By the end of July, all adult females have constructed burrows, which are then usually occupied by a single male, along with the female. Each burrow is capped with a plug of dirt. Young crayfish and unpaired males also seek shelter in the mud or in naturally occurring holes during the summer, but they do not burrow. Some additional mating may occur in the burrows, but the crayfish are thought to be essentially inactive until September, when egg laying occurs.

Eggs and sperm are simultaneously released by the female and the fertilized eggs attached to the underside of her tail until hatching, which occurs in 14 to 21 days with red crayfish and 17 to 29 days with white crayfish. The adults die soon after hatching. An average hatch is about 400 red crayfish (maximum 700) and somewhat less for white crayfish.

Fertilization and egg laying often occur in the burrow, but growth and survival of the 25-mm, free-swimming young is greatly enhanced if open water is available. In years when the water is low in the fall, hatching may occur in the burrow, in which case the young suffer from overcrowding and lack of food. Or the female may crawl off overland in search of water and die of dehydration or be captured by a predator.

Young crayfish usually seek shelter in dense plant growth near shore, and then move out to deeper water as mature. Both red and white crayfish are annual animals, and maturity may be reached in less than 6 months after hatching.

Crabnasdyfish of all ages are omnivorous but prefer animal matter. Nevertheless, most crayfish, both in nature and in culture, must subsist on a predominantly vegetable diet.

Pond Culture in Louisiana

Crayfish culture is practiced in two types of water rice fields and artificial impoundments. The latter, though its large-scale use dates back little more than 20 years, now accounts for more than 80 per cent of the area devoted to crayfish farming.

Site Selection and Construction

As in most other forms of aquaculture, site selection is crucial in pond culture of crayfish. Due to the shallowness of crayfish ponds, it is essential that the land chosen be relatively flat. When the highest point in the pond bottom is covered by 0.3 m of water, depths of over 1 m should not occur in more than 25 per cent of the remaining area. It is not, however, of any particular value if the pond bottom is level. In fact, small elevations in the bottom have the favourable effect of increasing the area available for burrowing of early breeders.

Densely wooded areas are not favoured, since dense shrubbery and trees along pond banks hinder harvesting, shade out desirable aquatic plants, add leaves and debris which decay and reduce oxygen levels, and may keep temperature in the shallows below optimum. It was in such environments, however, that pond culture of crayfish had its start in Louisiana and 2400 ha. of densely wooded swampland are still in use in an area just west of the Atchafalaya Basin, where conventional pond construction would be extremely difficult. These leveed swamplands are also heavily used by waterfowl, which are extensively hunted in Louisiana.

Soil quality surely has some effect on crayfish production but, in Louisiana at least, the primary consideration is that the soil hold water.

Water supply is of course important, but crayfish are very tolerant of naturally occurring physical and chemical conditions. Aspects of water quality which are of particular importance to the crayfish farmer are temperature and hardness. Optimum temperatures for red crayfish are thought to be 21 to 29°C, but growth is not drastically reduced until the temperature falls below 13°C.

Above 32°C, red crayfish burrow into the mud and become inactive. White crayfish do better at slightly lower temperatures and begin to burrow at temperature as low as 27°C. Growth is the primary reason for the culturist to be concerned with water temperature, since neither species is likely to suffer significant thermally induced mortality at temperatures common in Louisiana. For the same reason, dissolved oxygen concentration, though unlikely to be a cause of mortality, should be kept as high as possible.

Cultured crayfish have been observed to do well at pH levels as low as 5.8 and as high as 8.2. Crayfish in acid waters tend to have thinner shells. Soft water also results in thin, soft shells as well as poor growth and survival. It appears that the water in crayfish ponds should have a total hardness of at least 50 ppm, and that up to 200 ppm is desirable.

In recent years interest in crayfish farming in the coastal swamps of southern Louisiana has increased, and some attention has been paid to the effect of salinity on crayfish. Preliminary experiments indicate that crayfish will reproduce and grow fairly well at salinities of 6 to 10 per cent.

Tolerant as crayfish are to natural conditions, they are extremely sensitive to synthetic chemicals and other substances which may find their way into agricultural water supplies. Such commonly used compounds as Pyrethrum, creosote, orthodichlorobenzene, sodium cyanide, turpentine, orthocresole, cresylic acid, pine oil, nicotine, carbon bisulfide, phenothiazine, calcium cyanamid, and chlorinated hydrocarbon pesticides have all been shown to be toxic to crayfish.

The last-named group presents particular problems because of the possible danger to human health from dosages sublethal for crayfish and because the crayfish farmer may find it difficult to prevent contamination of his water supply by pesticides used on nearby agricultural land. It is recommended that crayfish culturists located in the vicinity of intensive terrestrial farming operations alert neighbouring farmers and crop-dusting pilots of the location of their crayfish ponds and attempt to secure their cooperation in averting contamination. When spraying is going on nearby, pumping of water from streams and ditches into crayfish ponds should be suspended.

The danger of contamination by pesticides and other pollutants is greatly reduced if the water source is a deep well, but many farmers, for reasons of necessity or economy, use surface water. Whichever type of water is used, it is best if each unit of the farm is provided with its own pump. Units need not be discrete but may be portions of larger ponds separated by inside levees. The smaller the units, the greater the ease of water quality control and general management. On the other hand, the more small units are built, the greater the construction cost per hectare of water surface. A large farm might consist of one or two 100-to 300-ha ponds broken up into 10 or so units. One-family farms as small as 8 ha exist but do not provide a full family income.

Detailed advice on levee construction may be obtained from the Soil Conservation Service, county agricultural agents, or commercial contractors. In general, levees should be high enough to keep out flood waters and wide enough to permit access to vehicles.

Water circulation has been found to be a deciding factor in the success or failure of many crayfish farms. To facilitate circulation it is necessary to provide not only an adequate inflow of water but good drainage as well. Drain pipes, which must be screened with 12-mm or smaller wire mesh, should be located as far away from pipes as possible to permit thorough mixing of water. Drains should be large enough to permit complete draining in 30 days.

Stocking

Although some ponds contain natural populations of crayfish, stocking is nevertheless necessary the first year, after which the population should be self-sustaining. The usual procedure is to stock ponds with adults in May to July, at which time crayfish are "tough" and prices low. The pond should be flooded for at least 2 weeks before stocking and arrangements made to purchase freshly caught crayfish. Stock held in captivity for even so short a period as overnight should not be accepted. Large specimens, about 30 to 45/kg. are preferable. Suggested stocking rates for red crayfish vary according to the amount of cover in the pond.

At least 80 per cent of most lots of crayfish purchased for stocking in most parts of Louisiana will be red crayfish. If as occasionally happens, a stock of predominantly white crayfish is obtained.

Crayfish of either species should be placed in the pond as soon as possible and kept cool and damp until that time. Predation on newly stocked crayfish will be reduced if they are released in densely vegetated areas or, if the pond is sparsely vegetated, in deep water far from shore.

The most important management techniques in crayfish culture involve manipulation of water level and quality. Each year ponds are drained in late June or early July, when the females have started burrowing. Slow draining is preferable, for fast draining will strand some crayfish which are not ready to burrow and expose them to predators. Similarly, slow draining allows young crayfish to seek hiding places for the summer.

Ponds are reflooded in September to ensure that the newly hatched young will have ample water. If growth rates are normal, they should be ready for harvest starting in late November or early December. The culturist should keep on an eye rainfall, which is the principal controlling factor on wild crayfish harvests, and time reflooding so that he can begin harvesting before the wild crop comes in. Early crayfish bring the best prices and may spell the difference between economic success and failure.

Ordinarily, harvesting lasts until the pond is drained the following summer. Between reflooding and the onset of the harvest season in ponds having heavy cover, water levels 50 cm or so lower than those recommended above can be maintained to furnish more shallow water for young crayfish.

During the harvesting season the water level should be kept fairly stable. This requires frequent pumping to replace water lost by evaporation. Pumping must also be resorted to replace deoxygenated water. Any abrupt reduction in harvest is usually a sign of deoxygenation or some such condition and calls for partial replacement of water.

Good Supply

Any animal food that cultured crayfish get is the result of natural production and their own foraging, but successful culturists encourage suitable food plants and discourage large, tough plants which interfere with harvesting, shade out smaller, more desirable plants, and are inedible by crayfish. Crayfish from ponds that do not contain adequate amounts of edible plants often have brown or black "fat" or livers, and tails which are not filled out, and are considered to be of inferior quality to well nourished crayfish with full tails and yellow livers.

Plants used as food and/ or cover in crayfish ponds must be capable of survival both while the pond is flooded and when it is dry. The most desired food and cover plant in crayfish ponds is alligator grass *(Alternanthera phylloxeroides).* It can be seeded into a pond by raking it out of ditches and scattering it in the pond during drawdown in June and July. Alligator grass may, on occasion, grow too thick and hinder harvesting. If harvesting is done by boat, boat trails may be disked or raked on the bottom during the summer. Although cattle should generally be kept out of crayfish culture areas, grazing them on the dry pond bottom may help retard alligator grass.

Water primrose *(Jussiaea* spp.) is now considered as good as or better than alligator grass and may be planted together with it. Water primrose has the advantages of not growing as thick as alligator grass and being more tolerant of cold weather. A number of other plants which occur naturally in crayfish ponds, including pondweeds *(Potamogeton* spp.), *Elodea,* and duckweed *(Lemna),* are fair food and/or cover plants and should not ordinarily be discouraged. It is certain that fertilization of dry ponds would benefit all of these and other plants, but techniques to encourage desired species have yet to be worked out.

Crayfish will also eat almost any soft terrestrial plant. Some farmers have planted sorghum or millet as feed for crayfish and claim increased yields.

It is likely that supplemental feeding with animal matter would increase production, but it is doubtful whether it would be economically feasible. Experiments with feeding young red crayfish at Auburn University showed that growth was better on a diet of *Elodea* and ground *Tilapia* than on either component alone. Research is currently being carried out at Louisiana State University with the aim of developing an economical, high-protein artificial feed for crayfish.

Problems

The most common pest plants in crayfish ponds are cattails *(Typha* spp.) They can usually be controlled only if caught early, at which time individual plants can be pulled out manually. If dense growths occur, disking and raking the pond immediately on drying may be helpful. Otherwise, it is necessary to call on state or federal agencies for assistance. Outside help is also usually necessary to control water hyacinth *(Eichornia crassipes)* which, unchecked, may completely cover the surface of a pond. A number of emergent plants other than cattails are usually present but seldom reach problematical densities in ponds which are drained and dried annually.

Filamentous green algae, which occur principally during the winter, also may hinder harvesting operations. They are prone to die off suddenly in warm weather, creating a pollution problem. Partial removal of floating algal mats may be effected by vigourous circulation of the water.

Man is by no means the only animal which is fond is crayfish, and predation by fish, birds, raccoons, bullfrogs, snakes, turtles, salamanders, large water beetles, and others, is a problem confronting every crayfish culturist. The best protection against most of these predators is abundant cover in the pond, but fish, the most serious predators, may require additional measures.

Annual draining and drying of course substantially reduce fish populations, but some of the worst predators, notably green sunfish *(Lepomis cyanellus),* bowfin

(Amia calva), and bullheads *(Ictalurus* spp.), may survive in potholes until reflooding time. Rotenone at 2 to 3 ppm will destroy such fish. Great care should be exercised in its use, however, and a biologist consulted if possible, since 5 ppm of rotenone will kill some young crayfish.

It is standard practice to screen pond outlets to prevent fish from entering, but opinions differ as to the feasibility of screening inflow pipes. Many successful operators reason that most large fish are killed by the pump impellers and do not screen inflow pipes. In any event, the large 0.3-to 0.7-m pumps employed on most ponds move great volumes of water and make screening difficult.

It is recommended that, on new ponds supplied by surface waters, a temporary screen be installed on the inflow pipe and checked frequently during the first few days. If considerable numbers of large predatory fish are captured, a permanent screen should be employed. A suitable design consists of a cylinder of 25-cm weldwire about 1 m in diameter and 4 m long. Such a screen will allow young of predatory fish to enter the pond, but finer screens clog up very rapidly and require constant cleaning.

Harvesting

The most frequently used harvesting device is an 0.8 to 1.0 m long funnel shaped trap made of 21-cm mesh chicken wire and so constructed that it folds flat for hauling. Shorter traps are fully as effective for capturing crayfish, but dissolved oxygen concentrations may become very low in crowded, submerged traps, causing mortality.

Long traps, however, may be propped up at an angle so that a small portion is above the surface of the water, and trapped crayfish can obtain air. Traps are commonly baited with fish heads or chunks of gizzard shad *(Dorosoma cepedianum)*, which, is considered more effective than any other fish. Fresh fish may be scarce during the winter, and soybean cake, perforated cans of dog food, or almost any high-protein substance may be substituted. About 25 traps/ha are set out.

Most of the harvesting is done by professional fishermen hired by the culturist. This compounds the culturist's harvesting problems, since he is seldom able to maintain a crew of fishermen throughout a harvest season. But to realise maximum yields and fulfil contracts to buyers it is essential that harvesting be intensive throughout the season.

The problem is particularly acute during cold weather, when fishermen may be reluctant to run their traps frequently, and during the height of the wild crayfish season, when they may be able to make more money harvesting wild stocks on their own. The demand for labour is particularly great at the start of the season, in late November and early December, when many culturists prefer to harvest as heavily as possible to beat the peak of the wild crop, to utilize adults which have spawned and will die shortly and reduce the danger of crowding of the young crayfish.

Crayfish have long been harvested as an incidental crop from rice fields in Louisiana, but it is only in the last 15 years that intensive cultivation has become common. Today, nearly 1000 ha. of rice fields are operated in 2-year rotation as crayfish ponds and pastures.

The approximate schedule for this sort of rotation is given. There are usually enough crayfish present in a Louisiana rice field to serve as brood stock. If not, adults may be stocked at 6 to 12 kg/ha during May. Some crayfish leave the drained fields in July and August, but most of them burrow into the moist soil.

Rice stubble resprouts about a week after harvest, at which time the fields are reflooded to a depth of 15 to 45 cm. Crayfish in rice fields feed mainly on rice stubble and various aquatic plants which find their way into the fields. Rice-crayfish farmers should not use rice seed treated with aldrin, which may be toxic to crayfish.

Harvesting crayfish from rice fields, although tedious, is easier and cheaper than in ponds. Due to the more regular bottom, nets may be employed. The usual type, called a drop net or umbrella net, consists of a rectangular piece of netting, each corner of which is connected by a wire or rod to a ring located over the center of the net.

A pole or other lifting device is inserted in this ring and the net laid flat on the bottom. Crayfish are baited into it with beef pancreas or other offal and captured by lifting the pole. Ordinary farm labourers rather than professional fishermen may be hired to do this chore.

Growth to the minimum marketable size of 10 to 15 9 is rapid in either type of culture, requiring little more than 6 months. Larger 40-to 45-g crayfish, which bring the best prices, are harvested principally in the early part of the season and may be 8 to 14 months old. Well-managed ponds and rice fields commonly produce 400 to 700 kg/ha of crayfish, and yields of better than 1100 kg/ha have been achieved.

Marketing is by no means organized. Crayfish may be sold live, boiled; or as peeled tails to wholesale dealers, restaurants, or individuals. Production or peeled tails may be increased if a mechanical crayfish peeler, currently being developed at Louisiana State University, is perfected.

INDIAN CARPS

It has become a cliche that the people of India need protein. Even the most socially unaware persons have some grasp of the magnitude of India's problem.

One can cite statistics *ad infinitum* to demonstrate that India is in a steadily worsening state of nutritional crisis, but however one defines the problem, it is clear that the solution, if there is ever to be one, will not come as any single panacea, but from effective population control coupled with increased and more efficient protein production by many means, including fish culture.

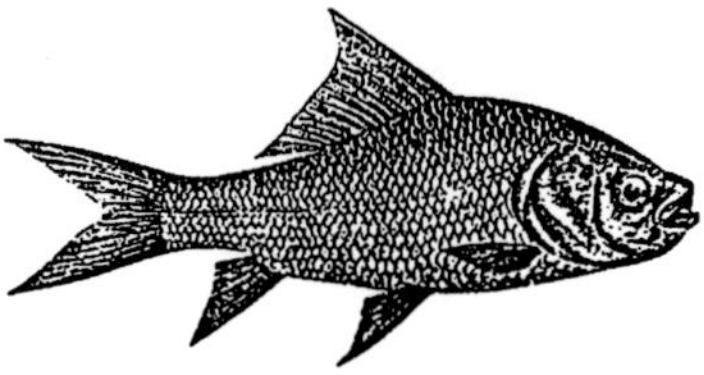

Fig. Indian crap

Fish culture shows promise in India, for there is a considerable demand for fish (total landings of fish in 2003 amounted to 7331 thousand metric tons), a number of native fish well suited to culture; a tradition of fish culture, and a great abundance of cultivable waters (an estimated 7,307,642 ha of fresh and brackish water).

As elsewhere in Asia, the most commonly cultured fish in India and Pakistan are members of the carp family (Cyprinidae). Indian cyprinids used in fish culture are popularly separated into two groups the most desirable species are referred to as major carps; the smallest less desirable species are called minor carps. The minor carps persist in Indian fish culture largely because as fry they are extremely difficult to distinguish from the major carps, and are thus unintentionally stocked. Minor carps may also be deliberately stocked when stocks of major carps are scarce. In the south of India, in the states of Madras and Mysore, a third group, the Cauvery carps, largely supplant the major carps.

Indian carps have not yet become as popular for introduction and culture outside their native habitat as the common carp *(Cyprinus carpio)* or the Chinese carps, but the catla *(Catla catla)* has been introduced to Ceylon, experimentally cultured in Israel and the United States, and commercially raised in Malaysia. All the Indian major carps have been recommended for use in the Philippines.

The major carps comprise the catla, the rohu *(Labeo rohita),* and the mrigal *(Cirrhinus mrigala)*. Some authorities also include the calbasu *(Labeo calbasu).* These three or four species are often grown in polyculture, though their ecological niches are by no means as distinct and well defined as those of the Chinese carps, nor is Indian polyculture nearly as sophisticated as the ancient Chinese practice.

In general, the catla feeds on plankton and decayed macro vegetation on the surface and throughout the water column, the rohu is a column feeder on decayed vegetation with a taste for higher plants, the mrigal a bottom-feeding herbivore, and the calbasu a benthic omnivore. Certain of the Chinese carps have been experimentally included in Indian carp polyculture systems and in the future further combinations of Indian carps, Chinese carps, and other fish may be expected in both experimental and practical culture.

The niches of the Cauvery carps overlap; thus polyculture of these three species could probably be enhanced by introduction of other species. The species association for fish culture in southern India has already been diversified by the introduction of catla. The catla joins the fringe-lipped carp *(Labeo fimbriatus),* which consumes mostly filamentous algae and some zooplankton; the white carp *(Cirrhinus cirrhosa),* a plankton feeder with a preference for zooplankton, and the Cauvery carp *(Labeo kontius),* which competes with the fringe-lipped carp for filamentous algae, but also eats pieces of plants and detritus.

Minor carps present in fish ponds vary from region to region. Among those commonly found in one or another part of India are the reba *(Cirrhinus reba),* which feeds largely on phytoplankton and decayed plants; the nagendram fish *(Osteochilus thomassi),* a benthic and marginal feeder on filamentous algae and diatoms; and the sandkhol carp *(Thynnichthys sandkhol),* which consumes mostly phyto-plankton plus some zooplankton; also the bata *(Labeo bata),* the carnatic carp *(Barbus carnaticus), Barbus chola, Labeo boga, Labeo dyoechilus, Labeo gonius, Labeo nandina,* and *Barbus sarana.*

One more Indian cyprinid should be mentioned: the omnivorous copper mahseer *(Barbus hexagonolepis).* Not exactly a "minor" carp, the copper mahseer attains a maximum length of 90 cm. It is cultured in some parts of India but is not included in the traditional Indian polycultural scheme.

For many years a major obstacle to the development of culture of the Indian carps has been the inability of culturists to consistently breed them in captivity. All species spawn naturally in rivers and will not reproduce in standing water, although the major carps may be spawned in specially constructed reservoirs, or bunds, where there is enough current to approximate river conditions. The copper mahseer will also spawn in running water ponds provided the temperature is about 20°C, or ripe fish may be hand stripped and the eggs fertilized artificially. Little or no effort has been expended on hand stripping or reservoir spawning of the Cauvery carps or minor carps.

The technique of bund spawning can be applied only where the drainage from an extensive catchment area can be accumulated in a natural depression. The low end of such a depression is blocked off by a strong embankment, so that during the rainy season intermittent streams will inundate the depression. Or a dam may be built in the uplands to concentrate runoff in one place, from which it is channelled into the bund.

During the dry season a minimum of 1.5 m of water is maintained in a pool perhaps 3000 m^2 in area, which is stocked with catla, rohu, mrigal, and calbasu in a 4 : 2 : 1 : 1 ratio at a sex ratio of 2 males per female; males may be distinguished by the rough dorsal surface of the pectoral fin. The exact number of fish stocked depends on the extent of the spawning area; about 1 fish per 15 m^2 is appropriate. The pool is usually fished just before the start of the monsoon, and the numbers of each species and sex estimated, so that losses can be rectified by stocking.

The spawning area is a flat piece of land on which grass is grown during the dry season so that the water will not be easily muddied when it is flooded. It may comprise the entire bund other than the permanent pool, or it may be just one corner of the bund.

When the rains come and flood the spawning ground an outlet channel in the embankment is opened up so that water circulates through the bund. The breeders then move out of the pool and begin chasing in the shallow areas. Spawning usually occurs at night during the full moon or new moon.

When spawning is completed, the eggs are collected by dragging seines, about 4 m long x 1.5 m deep, made of mosquito netting, over the spawning ground. Unfortunately a large percentage of the eggs is often destroyed by being trampled by the fishermen. The eggs are placed in spawning pits dug as near as possible to the bund and supplied with bund water. These pits may be 1 to 1.3 m long, 0.6 m wide and 0.3 m deep and accommodate from 100,000 to 300,000 eggs. When the inlet to the pit is closed, the water temperature rises rapidly, accelerating hatching time to 12 to 18 hours, instead of the 36 hours that might be required at lower temperatures.

The rate of hatching in these pits is low due to bacterial decay and lack of aeration in the stagnant water. Some improvement may be effected by suspending a hatching net or "hapa" in a hatching pit. The hapa is rectangular in shape and constructed as a net within a net. The eggs are placed in the inner net, which is made of material just fine enough to hold them. The newly hatched larvae pass through into the outer net of fine cloth and are nursed there until they are 4 to 5 days old, by which time they have become fry.

The technique of bund spawning may be used only in areas where the topography permits. Induced spawning with the aid of pituitary injections is more generally applicable. The first attempts to apply this technique to the Indian carps were made in 1956, but it is only in the last five or six years that consistent success has been achieved. Today all four major carps and a number of other Indian cyprinids are bred in this manner. Success has been found to hinge on the quality of pituitary glands used and the correct dosage. Pituitaries used in induction should be taken from fully mature, ripe, or freshly spawned fish of the same species as the fish being spawned, or a very closely related species. Dosage is variable, depending on the stage of maturity of the breeders. Since best results are obtained only with fully mature fish, only dosages for such fish will be described.

Breeders are usually selected from 1.5-to 5.0-kg, 2-to 4 year-old fish stocked in spawning ponds a few months prior to the breeding season, which usually coincides with the southwest monsoon; then segregated at maturity. Maturity of males is easily determined; fully mature specimens ooze milt when the abdomen is gently pressed. Selection of females is more difficult, but fish with soft, rounded, bulging abdomens and swollen, reddish vents are preferred. A catheter may also be used to assess ripeness.

Intramuscular injections are made on the caudal peduncle or near the shoulder region Females are injected two or three times, while males receive only one injection. The first injection, of females only, consists of 2 to 3 mg of pituitary extract/kg of body weight, after which the sexes remain separated for 6 more hours. Then males are given a dose equal to the first injection administered to females, while the females receive a second dose of 5 to 8 mg/kg.

Following this injection, the fish are placed together in groups of three (two males and one female) in covered breeding hapas, 1.6 to 6.5 m2 in surface area and 0.9 m deep fixed on bamboo poles in the marginal waters of ponds. Spawning ordinarily takes place within 3 to 6 hours, but if after 10 to 12 hours no spawning occurs, females only are given a third, slightly higher dosage of pituitary extract.

If the water temperature is near optimum (about 27°C for most species), 60 to 100 per cent success may be expected by this method. Once the eggs have hardened, 8 to 10 hours after spawning, they are transferred, in batches of 75,000 to 1,000,000, to 1.6-m2, 0.9-m deep hatching hapas set in marginal waters of ponds, where they hatch in 15 to 18 hours at 27 to 31°C. Spawners may be sacrificed to obtain their pituitary glands.

As induced spawning of cyprinids becomes more prevalent in India, selective breeding and hybridization of Indian carps can assume greater importance. Experimental hybridization of Indian carps with each other and with Chinese carps has already been done, but the resulting offspring have for the most part been unpromising if not incapable of survival.

One exception is the hybrid catla x -rohu, which combines the wide body of the catla with the small head of the rohu. These traits would give it an advantage at the market wherever consumers do not eat the head of the fish, while at the same time effectively giving the consumer more nourishment for his money. The catla x rohu hybrid is fertile and has produced a healthy F2 generation.

Despite recent improvements in induced spawning methods, the main source of stock for culture in India and Pakistan continues to be collections of eggs, larvae, fry, and fingerlings taken from rivers.

COLLECTION AND HATCHING OF EGGS

Eggs are collected only from the Halda River in the Chittagong area of Bangladesh. Drifting fertilized eggs are captured 12 to 14 hours after spawning, which generally takes place within 3 weeks before or after each full moon from April through July. The precise time of peak spawning is determined by test collections at the start of the season. The number of eggs caught in these collections enables the collectors to forecast the peak of spawning so that they can fish about that time or shortly after, when the maximum number of eggs is available.

The net used in egg collecting is simple, consisting of no more than a rectangular piece of mosquito netting 11 to 12 m long and 2.7 m wide with a bamboo pole attached at each end. Such nets are usually operated by two men in a boat stationed at right angles to the current, but they may also be moored in the river or used by men wading.

Captured eggs may be placed in a compartment of the collecting boat for some time, even up to hatching, but these results in high mortality due to congestion and inadequate aeration. Better methods of holding and hatching eggs involve nets suspended from a bamboo framework, bamboo baskets lined with fine cloth and suspended in the river, or hatching pits dug in the river bank and supplied with water through a system of pipes.

Suspended nets are more often used as a temporary device to accommodate the eggs immediately upon collection, after which the eggs are transferred to pits or baskets, which are believed to produce healthier larvae. A typical hatching pit was 448 cm long x 244 cm wide x 46 cm deep and could accommodate 120 to 300 kg of eggs (900,000 to 2,200,000 eggs).

The hatching rate in all these traditional devices is usually 25 to 50 per cent. Somewhat better results may be obtained using hatching pits in conjunction with the double net device already described in connection with bund spawning.

NURSERY PONDS

Perennial ponds have the serious disadvantage of harbouring a host of predators, parasites, and competitors of carp fry, which seldom can be entirely eliminated. For this reason, in stocking perennial ponds it is best to scatter the fish, rather than dumping them all in at once. Stocking at night is also advisable, since most fry predators feed visually and the fry are especially vulnerable to predation during the period of acclimatization to a new environment. Captured and conditioned fingerlings may be placed directly into growing ponds to fatten them for consumption or stocked in rearing ponds for further intensive care.

Fry, however, must be nursed for 12 to 15 days to insure their health and satisfactory growth. Both seasonal and perennial ponds, ranging from 7 m2 to 0.5 ha in area and 0.9 to 3.6 m deep, are used as nurseries. Sample stocking rates for nursing ponds. Temporary ponds are somewhat better, but the ideal is a pond which can be drained at the discretion of the culturist.

In the relatively few modernized nursery units in India, the ponds are drained and sun-dried before use, the bottom is plowed, and a short-season crop of legu-minous plants is grown as a source of nitrogen for the soil. After harvesting the legume crop, the plants are plowed under and the bottom is leveled.

Fertilization may be carried out using various kinds of manure or refuse, mixed with oil cake, applied at 200 to 325 kg/ha before the pond is filled. Vegetable manures are usually applied in heaps, weighted down with stones rather than scattered about the pond, so as to reduce the danger of widespread deoxygenation.

Animal manure is placed in bags or baskets for the same reason. Dilute sewage is used as a fertilizer in some areas, notably in the Bidyadhuri Spill in Calcutta. In using sewage, care should be taken that the dissolved oxygen concentration in the pond does not drop below 3 ppm. Inorganic fertilizers, though too expensive for use by many culturists, have been used on an experimental basis.

They would appear to be especially promising for use in arid areas, where organic manures are relatively scarce and more appropriately used as a source of humus for the soil. Unfortunately, most of the research on inorganic pond fertilization in India has involved use of the N-P-K mixtures, with little testing of the individual elements.

Use of N-P-K mixtures may be wasteful, as limnological data from many parts of India show an abundance of potassium. The nitrogen-fixing blue-green algae so prevalent in Indian fish ponds, along with the occasional practice of growing legumes in dry ponds, may make the addition of nitrogen superfluous as well.

There is some experimental evidence that phosphates alone are as effective as or better than N-P-K mixtures in many situations, but the lack of adequate controls in this research leaves room for doubt. In parts of Bangladesh a 3: 1 mixture of cow dung and superphosphate is applied to ponds at 555 kg/(ha) (year). Clearly, pond fertilization practices in India and Pakistan can be improved, through research and by greater appreciation of the fact that the waters of the region vary widely in chemical characteristics, so that each body should be treated individually rather than according to some custom or general formula.

If the soil is acid, it may also be necessary before filling to treat the pond with lime until a *pH* of 8 or 9 is reached. Large perennial ponds are generally acid, but 300 to 500 kg/ha of lime are usually sufficient to correct this situation.

In ponds which cannot be drained and dried, pest control is a major preoccupation of the culturist. Predators include fish such as the snakeheads *(Ophicephalus* spp.), frogs, and several va-rieties of insect and aquatic birds. Competitors of the carp fry include many species of small, commercially undesirable fish as well as tadpoles. Fishing is usually inadequate to control predator and competitor fish, and poisoning must often be relied on. A number of pesticides of plant origin are used, but the most common is derris root powder. Applied at 4 to 6 ppm, it eliminates virtually all fish as well as killing some aquatic insects and tadpoles.

Larger doses may be more effective, but the prescribed dosage is preferred since it initially only stuns the fish, and edible predators can be salvaged by quickly transferring them to clear water. Control of insects can be achieved by applying an emulsion of 56 kg of mustard or coconut oil and 18 kg of washing soap per hectare. These poisons lose their effectiveness within 2 to 12 days of application, at which time manuring or stocking may be initiated. Ducks and geese must be fenced out of nursery ponds.

Weeds may also cause a problem by competing for nutrients with plankton and by providing hiding places for predators. Manual or mechanical removal is preferable to chemical control, but the possibility of ecological control using shading or herbivorous fishes, should be considered. A lengthier treatment of weed control methods follows in the discussion of growing ponds.

PROBLEMS OF INDIAN CARP CULTURE

Depending on the plant species to be dealt with, a diversity of methods, including poisoning, is used in weed control. Many of the most effective poisons are chlorinated hydrocarbons such as 2,4–, which are scarcely to be recommended for introduction into ecosystems or human food supplies. Other poisons, such as copper sulfate, sodium arsenite, and anhydrous ammonia gas, lack the long-term cumulative effects and the dangers to man presented by the chlorinated hydrocarbons, but they may be toxic to fish. In all but the most desperate cases therefore, it is safer (and usually cheaper) to use mechanical or ecological methods of plant control.

For floating weeds, outright manual removal is the best treatment. Emergent plants may be controlled by cutting of leaves at weekly intervals for about 6 to 8 weeks before fruiting. Marginal weeds may be controlled by many methods, including plowing under, grazing by livestock, burning during the dry season, or deepening the margin of the pond. Rooted sub-merged weeds may be removed, albeit with considerable labour, by netting with strong nets, by dragging chains, or with the aid of various types of fork and rake.

The commonest agents of ecological weed control are herbivorous fish. The most commonly used species for this purpose is the grass carp, which in addition to destroying or reducing most submerged and emergent plants and adding to pond fish production, contributes to the nour-ishment of other fish by dropping partially digested plant remains in its feces. All four of the major carps and a number of the minor carps, although unable to utilize fresh macrophytes as food, consume the partially decayed plant material in grass carp feces. However, grass carp are not a panacea for weed problems, since there are some plants, such as Eichornia and Salvinia, which they eat only with reluctance if at all.

There is also the possibility that if grass carp find their way into natural waterways, they may be destructive of the native flora. Another herbivore, already intro-duced to Ceylon for use in weed control, is the tawes (Barbus gonionotus). A number of species of tilapia, including Tilapia melanopleura, Tilapia mossambica, Tilapia nilotica, and Tilapia zillii, may effectively control certain types of weed.

However, T. mossambica has on at least one occasion been found to depress total yield in polyculture involving catla.

Another ecological method of weed control is shading. Trees around the border of a pond may provide sufficient shade to discourage marginal weeds, but to control offshore weeds in most ponds the culturist must rely either on floating plants such as duckweed (Lemna), individuals of which are small enough not to interfere with netting and routine management operations, or on creation of an algal bloom. A heavy bloom can be induced by repeated application of N-P-K fertilizers, but this may be prohibitively expensive.

An unusual combination of effects results from application of superphosphate or urea at 50 ppm or more. These substances at that concentration are toxic to most submerged plants, but they act as fertilizers and produce an algal bloom as well. The desirability of an algal bloom must of course be evaluated in terms of the characteristics of the individual pond and the feeding habits of the fish present.

Other pond management practices used in India and Pakistan include the treatment of foul water by doses of 1.5 ppm or less of potassium permanganate, raking the pond bottom to release accumulated gases, and addition of minute amounts of alum to settle suspended or colloidal matter and reduce turbidity.

Chapter 6

Sheep Farming

Domestic sheep are quadrupedal, cloven-hoofed mammals kept as livestock. Though technically the term "sheep" applies to any species in the genus *Ovis*, in everyday use it almost always refers to domestic sheep. Domestic sheep are the most numerous of their genus, and are most likely descended from the wild mouflon. Sheep were one of the earliest animals to be domesticated for agricultural purposes, and are primarily valued for their fleece and meat.

A sheep's wool is the most widely used of any animal, and is typically harvested by shearing. Ovine meat is called lamb when from younger animals and mutton when from older ones. They continue to be important for wool and meat today, and are also occasionally raised for pelts, as dairy animals, or as model organisms for science. Sheep husbandry is practised throughout the inhabited world, and has played a pivotal role in many civilizations. In the modern era, Australia, New Zealand, Patagonian nations, and the United Kingdom are most closely associated with sheep production. Sheep-raising has a large lexicon of unique terms which vary considerably by region and dialect.

Use of the word "sheep" began in Middle English as a derivation of the Old English word *scçap*; it is both the singular and plural name for the animal. A group of sheep is called a flock, herd or mob. Adult female sheep are referred to as ewes, intact males as rams, castrated males as wethers, and younger sheep as lambs. Many other specific terms for the various life stages of sheep exist, generally related to lambing, shearing, and age.

Being a key animal in the history of farming, sheep have a deeply entrenched place in human culture, and finds representation in much modern language and symbology. As livestock, sheep are most-often linked to pastoral. Sheep figure in many mythologies—such as the Golden Fleece—and major religions, especially the Abrahamic traditions. In both ancient and modern religious ritual, sheep are used as sacrificial animals. In contemporary English language usage, people who are timid, easily led, or stupid are often compared to sheep.

DESCRIPTION

Domestic sheep are ruminating bovids, typically with horns forming a lateral spiral and crimped hair called wool. Domestic sheep differ from their wild relatives and ancestors in several respects. Wild sheep have uncrimped hair and short tails. Some primitive breeds of domestic sheep have such tails, but a long tail seems to have been an early result of domestication.

Depending on breed, domestic sheep may have no horns at all (polled), or horns in both sexes (as in wild sheep), or in males only. Most horned breeds have a single pair, but some may have several more. Another trait which is unique to *Ovis aries* is its wide variation in colour. Wild sheep breeds are largely variations of solid agouti or brown hues. Colours present in domestic sheep range from pure white to dark chocolate brown and even spotted or piebald. In contemporary culture, the "fluffy white sheep" is an ubiquitous image.

Selection for more easily dyeable white fleeces began early in the history of sheep domestication, and white wool being a dominant trait in sheep it spread quickly. However, coloured sheep do appear in many modern breeds, and may even appear recessively in entirely white flocks. While white fleeces are more sought after for large commercial markets, there is an entrenched niche market for coloured fleeces, mostly for handspinning.

Sheep have a rather wide range of height and weight, largely depending on breed. The rate of a sheep's growth and their eventual mature weight is a highly heritable trait that is often a point of focus for selective breeding. Ewes typically weigh between 100 and 225 pounds (45–100 kg), and rams (being generally larger than ewes) between 100 and 350 pounds (45–160 kg). Mature sheep have 32 teeth.

There are six molars and six premolars, all paired in the upper and lower jaws, together forming broad grinding surfaces at the back of the mouth. The eight incisors (as in other ruminants), are all in the lower jaw, biting against a hard, toothless pad in the upper jaw; together these are used to pick off vegetation. There are no canines, but there is a large gap where they would be, between the incisors and the premolars.

Until the age of four (when all the adult teeth have erupted), it is possible to distinguish the age of sheep from their front teeth: a pair of incisors erupts each year. The front teeth are gradually lost as sheep begin to age, making it progressively harder for them to feed and thus hindering the health and productivity of the animal. For this reason, domestic sheep on normal pasture begin to decline slowly from four years on, and the average life expectancy of a sheep is 10 to 12 years—though some sheep may live as long as 20 years. Sheep have good hearing, and are sensitive to noise when being handled. Sheep have horizontal slit-shaped pupils, and possess a wide peripheral field of vision with some ability to distinguish colour.

With what is estimated to be approximately 270° to 320° of wide-angle vision, sheep can see behind themselves without turning their heads (though this ability may be impaired slightly by any wool present around the eyes). However, sheep have poor depth perception; shadows and dips in the ground may cause sheep to balk. In general, sheep have a tendency to want to move out of darkness and in to well-lit areas. Sheep have an excellent sense of smell, and—like all species of their genus—have scent glands located on their face just in front of the eyes, and interdigitally on the feet. The purpose of these glands is not known for certain, but those on the face are likely to be related to breeding behaviour. The interdigital glands may also be related to sexual selection, but alternative reasons, such as secretion of a waste product or a scent marker to help lost sheep find their flock, have also been posited.

Sheep and goats are closely related (both are in the subfamily Caprinae), and it can sometimes be difficult to differentiate them by appearance alone. However, the genes of sheep and goats differ so greatly that cross-species hybrids rarely occur, and are always infertile. A hybrid of a ewe and a buck (a male goat) is called a sheep-goat hybrid, and is not to be confused with the genetic chimera called a geep.

Visual clues to differentiating sheep and goats include the beard and divided upper lip of goats, which sheep do not have. Sheep tails also hang down, even when short or docked, while the tails of goats are held upwards. Sheep breeds are also often naturally polled (either in both sexes or just in the female), while naturally polled goats are rare (though many are polled artificially). Males of the two species differ especially in that buck goats acquire a unique and very strong odor during the rut, whereas rams do not.

Behaviour

Sheep are prey animals with a strong gregarious instinct, and a majority of sheep behaviours can be defined in these terms. When sheep gather in larger social groups, it provides a mode of defence for a species without another means of doing so. All sheep exhibit some degree of natural flocking behaviour, varying with breed. The dominance hierarchy of wild *Ovis aries* and its natural inclination to follow a leader to new pastures were the pivotal factors in it being one of the first domesticated livestock species.

Farmers exploit these behaviours to keep sheep together on open pastures and to move them more easily. Shepherds may also use sheepdogs in this effort, whose highly bred herding ability can assist in moving flocks. In regions such as Iceland, where sheep have no natural predators, none of the native breeds of sheep exhibit a strong flocking behaviour. Sheep without a flocking instinct tend to scatter rather than stay together when threatened, in a similar manner to goats. It is virtually impossible to use herding dogs with such breeds. Sheep can also become hefted to one particular local pasture (heft) so they do not roam freely in unfenced landscapes. Hefting is an instinct most common in British upland breeds. Ewes teach the heft to their lambs, and if whole flocks are culled it must be retaught to the replacement animals.

Flock dynamics in sheep are as a rule only exhibited in a group of four or more sheep. Fewer sheep may not react as normally expected when alone or with very few other sheep. This is one reason why three is the minimum number of sheep in a sheepdog trial; it places the greatest pressure on a dog's herding abilities. For sheep, the primary defence mechanism is simply to flee from danger when their flight zone is crossed. Secondarily, cornered sheep may attempt to leap at and ram threats in order to escape.

This is particularly true for ewes with newborn lambs and rams (hence the verb form of the word ram). In displaying flocking, sheep have a strong lead-follow tendency, and a leader often as not is simply the first sheep to move. However, sheep do establish a pecking order through physical displays of dominance. Dominant animals are inclined to be more aggressive with other sheep, and usually feed first at troughs. Relationships in flocks tend to be closest among related sheep: in mixed-breed flocks same-breed subgroups tend to form, and a ewe and her direct descendants often move as a unit within very large flocks.

Sheep are frequently thought of as extremely stupid animals. A sheep's herd mentality and quickness to flee and panic in the face of stress often make shepherding a difficult endeavor for the uninitiated. Despite these perceptions, a University of Illinois monograph on sheep found them to be just below pigs and on par with cattle in IQ, and some sheep have shown problem-solving abilities; a flock in Yorkshire, England found a way to get over cattle grids by rolling on their backs. If worked with patiently sheep may learn their names, and many sheep are trained to be led by halter for showing and other purposes. Very rarely, sheep are used as pack animals. Tibetan nomads distribute baggage equally throughout a flock as it is herded between living sites.

Reproduction

Sheep follow a similar reproductive strategy to other herd animals. A flock of ewes is generally mated by a single ram, who has either been chosen by a farmer or has established its dominance through physical contest with other rams (in feral populations). Most sheep are seasonal breeders, though some are able to breed (also called tupping) year-round. Ewes generally reach sexual maturity at six to eight months of age, and rams generally at four to six (ram lambs have occasionally been known to impregnate their mothers at two months).

Ewes enter in to estrus cycles about every 17 days, lasting for approximately 30 hours. In addition to emitting a scent, they indicate their readiness through physical displays towards rams. Sheep may alternatively display a preference for homosexuality, and the behaviour occurs in about eight percent of rams on average. Its occurrence does not seem to be related to flock hierarchy (as some homosexual behaviour is in mammals), rather the ram's typical motor pattern for intercourse is merely directed at rams instead of ewes.

The phenomenon of the freemartin, a female bovine that is behaviourally masculine and lacks functioning ovaries, is most commonly associated with cattle, but does occur to a less extent in sheep. The instance of freemartins in sheep may be increasing in concert with the rise in twinning (freemartins are the result of male-female twin combinations).

Without human intervention, rams fight during the rut to determine which individuals may mate with ewes. Rams, especially unfamiliar ones, will also fight outside the breeding period to establish dominance; rams can kill one another if allowed to mix freely. During the rut, even normally friendly rams may become dangerous to humans due to increased hormone levels. Historically, especially aggressive rams were sometimes blindfolded or hobbled when interaction with people was necessary. Today, those who keep rams typically prefer softer preventative measures, such as moving within a clear line to an exit, never turning their back on a ram, and possibly using dousing with water or a diluted solution of bleach or vinegar to dissuade charges.

Without ultrasound or other special tools, ascertaining whether sheep are in fact pregnant is initially difficult. Ewes only begin to visibly show a pregnancy about six weeks before the birth, so shepherds sometimes merely rely on the assumption that a ram has been given enough time to impregnate all the ewes. However, a very commonly used piece of equipment for discerning which ewes have been mated with is a marking harness.

By fitting a ram with a chest harness that holds a special crayon (or *raddle*), ewes that have been mounted are marked with its colour. Dye may also be directly applied to the ram's brisket. After mating, sheep have a gestation period of around five months. Within a few days of the impending birth, ewes begin to behave differently.

They may lay down and stand erractically, paw the ground, or otherwise act out of sync with normal flock patterns. A ewe's udder will quickly fill out, and her vulva will swell. Vaginal, uterine or anal prolapse may also occur in problem cases, in which case either stitching or a physical retainer is used to hold the orifice in.

When birth is imminent, contractions begin to take place, and the fitful behaviour of the ewe may increase. A normal labour may take one to several hours: depending on how many lambs are present, the age of the ewe, and her physical and nutritional condition prior to the birth. Though some breeds may regularly throw larger litters of lambs, most produce either single or twin lambs.

At some point, usually either at the beginning of labour or soon after the births have occurred, ewes and lambs may be confined to small lambing jugs. These pens, which are generally two to eight feet in length and width, are designed to facilitate both careful observation of ewes and to cement the bond between them and their lambs.

Ovine obstetrics is sometimes a problematic phenomenon. However, it is a myth that sheep cannot lamb without human assistance: many ewes give birth directly in pasture without aid. While the majority of births are relatively normal and do not require intervention, there are still a number of possible complications that may arise. A lamb may present in the normal fashion (with both legs and head forward), but may simply be too large to slide out of the birth canal.

This often happens when large rams are crossed with diminutive ewes (this is related to breed, rams are naturally larger than ewes by comparison). Lambs may also present themselves with one shoulder to the side, completely backward, or with only some of their limbs protruding. Lambs may also be aborted or stillborn. Some types of abortion in sheep are preventable through a vaccination administered before conception.

In the case of any such problems, those present at lambing (who may or may not include a veterinarian, most shepherds become accomplished at lambing to some degree) may assist the ewe in extracting or repositioning lambs. After the birth, ewes ideally break the amniotic sac (if it is not broken during labour), and begin licking clean the lamb. The licking both clears the nose and mouth, dries the lamb, and stimulates it. Lambs that are breathing and healthy at this point begin trying to stand, and ideally do so between an half and full hour, with help from the mother.

Generally after lambs stand, the umbilical cord is trimmed to about an inch (2.54 centimeters). Once trimmed, a small container (such as a film canister) of iodine is held against the lamb's belly over the remainder of the cord to prevent infection.

In normal situations, lambs nurse after standing, receiving vital colostrum milk. Lambs that either fail to nurse or are prevented from doing so by the ewe require aid in order to live. If coaxing the pair to accept nursing does not work, one of several steps may then be taken. Ewes may be held or tied to force them to accept a nursing lamb. If a lamb is not eating, a stomach tube may also be used to force feed the lamb in order to save its life. In the case of a permanently rejected lamb, a shepherd may then attempt to foster an orphaned lamb onto another ewe.

Lambs are also sometimes fostered after the death of their mother, either from the birth or other event. Scent plays a large factor in ewes recognizing their lambs, so disrupting the scent of a newborn lamb with washing or over-handling may cause a ewe to reject theirs. Conversely, various methods of imparting the scent of a ewe's own lamb to an orphaned one may be useful in fostering. If an orphaned lamb cannot be fostered, then it usually becomes what is known as a bottle lamb—a lamb raised by people and fed via bottle.

After lambs are stabilized, lamb marking—the process of ear tagging, docking, and castrating—is carried out. Vaccinations are usually carried out at this point as well. Ear tags with numbers are the primary mode of identification when sheep are not named; it is also the legal manner of animal identification in the European Union. When performed at an early age, ear tagging seems to cause little or no discomfort to lambs. However, using tags improperly or using tags not designed for sheep may cause discomfort, largely due to excess weight of tags for other animals.

Castration is performed on ram lambs not intended for breeding, though some shepherds choose to avoid the procedure for ethical, economic or practical reasons. Ram lambs that will either be slaughtered or separated from ewes before sexual maturity are not usually castrated. Docking, which is a shortening—not a complete removal—of sheep's tails is practiced for health reasons. The tail is removed just below the lamb's caudal tail flaps.

Though docking is often considered cruel and unnatural by animal rights activists, it is considered by sheep producers large and small alike to be a critical step in maintaining the health of sheep. Long, wooly tails make shearing more difficult, interfere with mating, and make sheep extremely susceptible to parasites, especially those that cause flystrike. In Chuck Wooster's *Living with Sheep*, the author anecdotally relates his shearer's response when told of his opposition to docking: "There's nothing natural about a sheep walking around with a dozen pounds of wool on it, and nothing natural about a sheep with a wooly tail.

Natural's got nothing to do with it. If lambs are seen walking around with tails covered by maggots and flies, cut the tails off. Both castrating and docking can be performed with several different instruments. An elastrator places a tight band of rubber around an area, causing it to atrophy and fall off in a number of weeks. This process is bloodless and does not seem to cause extended suffering to lambs, who tend to ignore it after several hours. In addition to the elastrator, a Burdizzo, emasculator, heated chisel or knife are sometimes used. After one to three days in the lambing jugs, ewes and lambs are usually sufficiently stabilized to allow reintroduction to the rest of the flock.

Health

Sheep may fall victim to chemical, pathogenic and physical means of sickness and injury. As a prey species, a sheep's system is designed to hide the obvious signs of illness as much as possible, in order to prevent being targeted by predators. However, there are some signs of ill health that can be ascertained without any special testing. Sick sheep may be unwilling to eat, vocalize excessively, and be generally listless. Throughout history, much of the money and labour of sheep husbandry has gone in to dealing with sheep ailments in order to avoid the heavy losses sustained from them.

Shepherds in history often created remedies through experimentation on the farm. In some countries, sheep do not have the economic impact to necessitate often expensive clinical studies designed to approve drugs specifically for usage with sheep. In such instance, many shepherds resort to extra–label usage of drugs approved for other animals.

In the 20th and 21st centuries, a minority of sheep owners have turned to alternative treatments such as homeopathy, herbalism and even traditional Chinese medicine to treat sheep veterinary problems. Despite some favourable anecdotal evidence from sheep producers, the effectiveness of alternative veterinary medicine has been met with skepticism in scientific journals. The need for traditional anti–parasite drugs and antibiotics is widespread, and is a primary impediment to certified organic farming with sheep.

Many breeders take a variety of preventative measures to ward off problems before they arrive. The first is to ensure that all sheep purchased for the initial flock and replacement animals are healthy to begin with. Many buyers avoid outlets which are known to be clearing houses for animals culled from healthy flocks as either sick or simply inferior. This can also mean maintaining a closed flock, and quarantining new sheep for a month. Two fundamental preventative programmes are maintaining good nutrition and stressing sheep as little as possible.

Handling sheep in loud, erratic ways causes them to emit cortisol, a stress hormone. Elevated amounts of cortisol can lead to a weakened immune system, thus making sheep far more vulnerable to disease. Signs of stress in sheep include: excessive panting, teeth grinding, restless movement, wool eating, and wood chewing. Preventing the presence of harmful chemical agents is also an important part of a sheep owner's work. Common culprits of poisoning include pesticide sprays, inorganic fertilizer, motor oil, as well as radiator coolant (the ethylene glycol antifreeze in this is sweet-tasting).

A common form of preventative medication for sheep are vaccinations and treatments for parasites. Both external and internal parasites are the most prevalent malady in sheep, and impede the productivity of flocks even if they are not fatal. Various worms comprise most of the internal parasites, which are ingested during grazing, incubate within the sheep, and are expelled through the digestive system (beginning the cycle again).

Oral parasite medicines known as drenches are given to a flock to treat worms, sometimes after a count of eggs in the sheep's feces has been taken to assess infestation levels. Afterwards, sheep may be moved to a new pasture to prevent ingesting the same parasites. External sheep parasites include: lice, sheep keds, nose bots, sheep itch mite, and maggots. Keds are blood-sucking parasites that can cause general malnutrition and decreased productivity, but are not fatal. Maggots are those of the bot fly and the blowfly.

Fly maggots cause the extremely destructive condition of flystrike. Flies lay their eggs in wounds or wet, manure-soiled wool, and when the maggots hatch they burrow in to a sheep's living flesh, eventually resulting in death if unchecked. In addition to other treatments, crutching (shearing wool from a sheep's rump) is a common preventative method. Nose bots are flies that inhabit a sheep's sinuses, causing breathing difficulties and discomfort. Common signs are a discharge from the nasal passage, sneezing, and frantic movement such as head shaking. External parasites may be controlled through the use of backliners, sprays or immersive treatments (sheep dips).

A wide array of diseases caused by bacteria affect sheep, but a few are especially prevalent and some may even be transmittable to humans. Diseases of the hoof, such as foot rot and foot scald may occur, and are treated with footbaths and other remedies. These painful conditions cause lameness and retard a sheep's ability to feed. Ovine Johne's Disease is a wasting disease that affects young sheep. Blue tongue disease is an insect-borne illness causing fever and inflammation of the mucous membranes.

Soremouth (also known as scabby mouth, contagious ecthyma or orf) is a skin disease leaving lesions that can be transmitted to persons handling infected flocks. More seriously, the organisms that can cause spontaneous enzootic abortion in sheep are easily transmitted to pregnant women. Also of concern are scrapie and foot and mouth disease, as both can decimate entire flocks. The latter poses a significant risk to humans. During the 2001 outbreak of foot and mouth disease, hundreds of sheep in the U.K. were culled, and some rare British breeds were at risk for extinction from the pandemic.

Predation

Other than parasites and disease, predation is a threat to sheep health and thereby the profitability of sheep raising. Sheep have very little ability to defend themselves, even when compared with other prey species kept as livestock. Even if sheep are not directly bitten or survive an attack, they may die from panic or from injuries sustained. However, the impact of predation varies dramatically with region.

In Africa, Australia, the Americas, and parts of Europe and Asia predators can be a serious problem. In contrast, some nations are virtually devoid of sheep predators. Many islands that are known for extensive sheep husbandry are suitable largely because of their predator-free status. Worldwide, canids—including the domestic dog—are responsible for the majority of sheep deaths.

224,200 sheep were killed by predators in 2004, comprising approximately 37 per cent of all ovine deaths for that year. The sheep lost in that year represented a sum total of 18.3 million dollars for sheep producers. Coyotes were responsible for 60.5 per cent of all deaths, with the next largest being domestic dogs at 13.3 per cent. Other North American predators of sheep included cougars (5.7 per cent), bobcats (4.9 per cent), eagles (2.8 per cent), bears (3.8 per cent), and foxes (1.9 per cent). Wolves, ravens, vultures, and other animals together made up the remaining 7.1 per cent of deaths.

As all NASS statistics on sheep only take into account sheep after docking, the American Sheep Industry Association estimates that an additional 50-60,000 lambs were killed (before docking) that were not a part of the count. The number of sheep lost to predators may also be higher when considering that reports are generally only made when there is a reasonable expectation that a producer will be financially reimbursed for the loss.

The only widespread potential predators of sheep are cougars and jaguars, both of which are known to prey on livestock regularly. South American canids such as the Maned wolf and foxes of the genus *Pseudalopex* are also blamed for sheep deaths, but no evidence for a statistically significant amount of predation by these species has ever been presented. Though large, the South African sheep industry is significantly hindered by the innumerable predators present in the country. Other African nations that rely on sheep face a similar problem.

The main Australian predator of sheep is the dingo, which is a large-enough danger to sheep to precipitate the construction of the world's largest fence: the Dingo Fence. In contrast, New Zealand has no large carnivores whatsoever. The sole animal known to attack sheep in New Zealand is the rare, unusual kea parrot endemic to the country's South Island. The U.K. and Ireland once both had wolves and bears, but today only the Red fox and birds of prey remain a tangible threat to sheep in the British Isles.

Sheep producers have used a wide variety of measures to try and combat predation throughout history. Pre-modern shepherds had only the most basic of tools: their own presence and livestock guardian dogs. Whereas sheepdogs herd sheep, guardian dogs are trained to integrate in to flocks and protect them from predators. The ability of these dogs to do so is a transference of the canine pack social structure on to a flock. Following their invention, the focus in dealing with predators shifted to the nearly exclusive use of guns, traps, and poisons to kill predators both defensively and preemptively.

The population of predator species plummeted worldwide, pushing some to extinction or significantly reducing their original ranges. With the appearance of the environmental and conservation movements, and subsequent state, provincial, national and international legislation, simply exterminating predator species failed to be a viable option for protecting flocks.

While killing predators caught directly in the act of attacking sheep may be legal, hunting predators is usually not. Poisons, such as compound 1080 and sodium cyanide, that were previously either placed in bait or in special sheep collars are now banned or restricted in most countries.The 1970s saw an ensuing resurgence in the use of livestock guardian dogs and the development of new methods of predator control, many of them non–lethal. Donkeys and llamas have been used since the 1980's in sheep operations, using the same basic principle as livestock guardian dogs.

Donkeys and llamas—which have a natural dislike of all canines—need no special training to deter predators. However, intact males may kill ewes by attempting to breed them, and must be kept without others of their kind in order to bond with the sheep. Dogs, even those from specialized breeds, need some training to be effective and can be used in concert with other dogs. Dogs are the only guardian animal known to be effective with bears and cougars; donkeys and llamas are usually ineffective as they are themselves vulnerable to predation by bears and cougars.

However, dogs have been killed by wolves and may even attract wolf packs. Whatever species is used for guarding, individual animals may be temperamentally ill–suited to working with sheep. In addition to animal guardians, contemporary sheep operations may use non–lethal predator deterrents such as motion–activated lights and noisy alarms. While these devices have been shown to be successful, predators can become habituated to them.

Sheep were among the first animals to be domesticated by mankind, with sources providing a domestication date between nine and eleven thousand years ago in Mesopotamia. The species has several characteristics—such as a relative lack of aggression, a manageable size, early sexual maturity, a social nature, and high reproduction rates—that made it particularly amenable to taming.

Today, *Ovis aries* is an entirely domesticated animal that is largely dependent on man for its health and survival. Small feral populations of sheep exist, but exclusively in areas that are devoid of predators (usually islands). No feral sheep population has ever reached the scale of feral horses, goats, pigs, or dogs.

Determining the exact genetic relation of domestic sheep to its wild ancestors is a complex problem, and no particular lineage has received complete acceptance in the scientific community. The most common theory currently supported by DNA analysis indicates that *Ovis aries* is jointly descended from both the European (*O. musimon*) and Asiatic (*O. orientalis*) species of mouflon. It has also been proposed that the European mouflon is an ancient breed of domestic sheep turned feral rather than an ancestor, the lack of a fossil record for the species may support this hypothesis. The urial (*O. vignei*) was once often thought to have been a forebear of domestic sheep; they occasionally interbreed with mouflon in the Iranian part of their range.

However, both the urial, argali, and snow sheep possess a different number of chromosomes than other Ovis species, making any direct influence highly implausible. Contemporary evaluations of sheep DNA show no evidence of urial ancestry. DNA analysis comparing European and Asian breeds of sheep shows a significant percentage of genetic variance between the two. Two explanations for this phenomenon have been posited.

The first is that there is a currently unknown species or subspecies of wild sheep that contributed to the formation of domestic sheep. A second theory suggests that this variation is the result of multiple waves of capture from wild mouflon, similar to the known development of other livestock.

Initially, sheep were kept solely for meat, milk and skins. Archaeological evidence from statuary found at sites in Iran suggests that selection for wooly sheep may have began circa 6000 BC, but the earliest woven wool garments have only been dated to two to three thousand years later. By that span of the Bronze Age, sheep with all the major features of modern breeds were widespread throughout Western Asia. However, one chief difference between ancient sheep and most modern breeds is the technique by which wool could be collected. Primitive sheep cannot be shorn, and must have their wool plucked out by hand in a process called "rooing".

This is due to the fact that their kemps are still longer than the soft fleece. The fleece may also be collected from the field after it falls out. This trait survives today in unrefined breeds such as the Soay. The Soay, along with other Northern European breeds with short tails, unshearable fleece, diminutive size, and horns in both sexes, are more closely related to ancient sheep than most breeds found today. Originally, weaving and spinning wool was a handicraft practiced at home, rather than an industry.

Egyptians, Babylonians, Sumerians, and Persians all depended on sheep; and though linen was the first fabric to be fashioned in to clothing, wool was a prized product. The raising of flocks for their fleece was one of the earliest industries, and flocks were a medium of exchange in barter economies.

From Southwest Asia, sheep husbandry spread quickly in to Europe. Practically from its inception, ancient Greek civilization relied on sheep as primary livestock, and were even said to name individual animals. Scandanavian sheep of a type seen today—with short tails and multi-coloured fleece—were also present early on. Later, the Roman Empire kept sheep on a wide scale, and the Romans were an important agent in the spread of sheep raising throughout the continent.

Pliny the Elder, in his Natural History (*Naturalis Historia*), speaks at length about sheep and wool. Declaring "Many thanks, too, do we owe to the sheep, both for appeasing the gods, and for giving us the use of its fleece.", he goes on to detail the breeds of ancient sheep and the many colours, lengths and qualities of wool. Romans also pioneered the practice of blanketing sheep, in which a fitted coat (today usually of nylon) is placed over the sheep to improve the cleanliness and luster of its wool.

During the Roman occupation of the British Isles, a large wool processing factory was established in Winchester, England circa 50 AD. By 1000 AD, England and Spain were recognized as the epicenters of sheep production in the Western world. As the original breeders of the fine-wooled merino sheep that have historically dominated the wool trade, the Spanish gained great wealth. Wool money largely financed Spanish rulers and thus the voyages to the New World by conquistadors.

The powerful *Mesta* (its full title was *Honrado Concejo de la Mesta*, the Honourable Council of the Mesta) was a corporation of sheep owners mostly drawn from Spain's wealthy merchants, Catholic clergy and nobility that controlled the merino flocks. By the Seventeenth century, the *Mesta* held in upwards of two million head of merino sheep.

These flocks followed a seasonal pattern of transhumance across Spain. In the spring, they left the winter pastures (*invernaderos*) in Extremadura and Andalusia to graze on their summer pastures (*agostaderos*) in Castile, returning back again in the autumn. Spanish rulers eager to increase wool profits gave extensive legal rights to the *Mesta*, often to the detriment of local peasantry. The huge merino flocks had a lawful right of way for their migratory routes (*cañadas*). Towns and villages were obliged by law to let the flocks graze on their common land, and the Mesta had its own sheriffs which could summon offending individuals to its own tribunals.

Exportation of merinos was also a punishable offense that required royal permission, thus ensuring a near-absolute monopoly on the breed until Napoleon's invasion of that country in the mid-18th century. After the breaking of the export ban, fine wool sheep began to be distributed worldwide. The export to Rambouillet by Louis XVI in 1786 formed the basis for the modern Rambouillet breed. After the Napoleonic Wars and the global distribution of the once-exclusive Spanish stocks of Merinos, sheep raising in Spain reverted to hardy coarse-wooled breeds such as the Churra, and was no longer of international economic significance.

The sheep industry in Spain was an instance of migratory flock management, with large homogenous flocks ranging over the entire nation. Comparatively, the ovine model used in England was quite different but had a similar importance to economy of the British Empire. Up until the early 20th century, owling (the smuggling of sheep or wool out of the country) was a punishable offense, and to this day the Lord Speaker of the House of Lords sits on a bench known as the Woolsack.

The high concentration and more sedentary nature of shepherding in the U.K. allowed sheep especially adapted to their particular purpose and region to be raised, thereby giving rise to an exceptional variety of breeds in relation to the land mass of the country. This greater variety of breeds also produced a valuable variety of products to compete with the superfine wool of Spanish sheep.

The growth of the sheep industry in Britain quickened in the 15th and 16th centuries due to booming wool prices and the greater pasture available due to a diminished population (the result of the Black Death). More landholders were willing and able to turn their lands over to pasture for sheep, and an influx of Flemish immigrants skilled in cloth making and dyeing during the reign of Edward III helped to cement the wool trade. By this time, Britain began moving from an open field system to one of enclosure. The unilateral closing of commons by landed gentry had enormously detrimental effects on local communities—entire villages were sometimes depopulated to make way for pasture—and was widely protested. By the time of Elizabeth I's rule, sheep and wool trade was the primary source of tax revenue to the Crown of England.

An important event not only in the history of domestic sheep, but of all livestock, was the work of Robert Bakewell in the 1700s. Before his time, breeding for desirable traits was often based on chance, with no scientific process for selection of breeding stock. Bakewell established the principles of selective breeding—especially line breeding—in his work with sheep, horses and cattle, and his theories were an influence on the subsequent work of Gregor Mendel and Charles Darwin. His most important contribution to sheep was the development of the Leicester Longwool, a quick-maturing breed of blocky conformation that formed the basis for many vital modern breeds.

Today, the sheep industry in the U.K. has diminished significantly. Even the British taste for mutton (lamb is still popular) has declined, which prompted the creation of the Mutton Renaissance Campaign by the Prince of Wales.

No ovine species native to the Americas has ever been domesticated, despite being closer genetically to domestic sheep than many Asian and European species, having the same number of chromosomes. The first domestic sheep—most likely of the Churra breed—arrived with Christopher Columbus' second voyage in 1493. The next Transatlantic shipment to arrive was with Hernán Cortés in 1519, landing in Mexico. No export of wool or animals is known to have occurred from these populations.

However, Churras were introduced to the Navajo tribe of Native Americans, and became a key part of their livelihood and culture. The modern presence of the Navajo-Churro breed is a result of this heritage. The next transport of sheep to North America was not until 1607 with the voyage of the *HMS Susan Conant* to Virginia. However, the sheep that arrived in that year were all slaughtered because of a famine, and a permanent flock was not to reach the colony until two years later in 1609. Two decades later, the colonists had grown their flock to a total of 400. Sheep were also eventually purchased from the Dutch colonizers of Manhattan.

In 1662, a woolen mill was built in Watertown, Massachusetts, and by the 1640s there were approximately 100,000 head of sheep in the 13 colonies. Early on, the British government banned further export of sheep to the Americas, or wool from it, in an attempt to stifle any threat to the wool trade in the British Isles. One of many restrictive trade measures that precipitated the American Revolution, the sheep industry in the Northeast grew despite the bans.

Gradually throughout the 1900s, sheep production moved westward, and today the vast majority of flocks reside on Western range lands. During this westward migration of the industry, competition between sheep and cattle operations grew more heated, eventually erupting in to range wars. Other than simple competition for grazing and water rights, cattlemen believed that the secretions of the foot glands of sheep made cattle unwilling to graze on places where sheep had stepped.

Another effect of the westward movement of sheep flocks in North America was the decline of wild species such as Bighorn sheep. Most diseases of domestic sheep are transmittable to wild ovines, and such diseases, along with overgrazing and habitat loss, are named as primary factors in the plummeting numbers of wild sheep. Sheep production peaked in the United States during 1940s and 50s at more than 55 million head. Henceforth and continuing today, the number of sheep in North America has steadily declined with wool prices and the lessening American demand for sheep meat.

In South America, especially in Argentina, Chile, Brazil, Uruguay, and Peru, there is an active modern sheep industry. Sheep keeping was largely introduced through immigration to the continent by Spanish and British peoples, for whom sheep were a major industry during the period. South America today has a large number of sheep, but the highest-producing nation kept only just over 15 million head in 2004, far less than most centers of sheep husbandry.

Brazil is, however, not an export nation of any consequence in the sheep industry and sheep operations often find themselves in stiff competition from the immense cattle industry in the country. The most influential region internationally is that of Patagonia, and Patagonian shepherds are often employed by U.S. sheep producers. With few predators and almost no grazing competition, the region is prime land for sheep raising. The most exceptional area of production is surrounding the La Plata river in the Pampas region.

Sheep production in Patagonia peaked in 1952 at more than 21 million head, but has steadily fallen to less then ten today. Most operations focus on wool production for export from Merino and Corriedale sheep; the economic sustainability of wool flocks has fallen with the drop in prices, while the cattle industry continues to grow.

Australia and New Zealand are crucial players in the contemporary sheep industry, and sheep are an iconic part of both countries' culture and economy. New Zealand has the highest density of sheep per capita (sheep outnumber the human population 12–1), and Australia is the world's indisputably largest exporter of sheep and cattle. In 2007, New Zealand even declared February 15 their National Lamb Day, an official holiday celebrating the country's history of sheep production.

The First Fleet brought the initial population of 70 sheep from the Cape of Good Hope to Australia in 1788.

The next shipment was of 30 sheep from Calcutta and Ireland in 1793. All of the early sheep brought to Australia were exclusively used for the dietary needs of the penal colonies. The beginnings of the Australian wool industry were due to the vision and efforts of Captain John Macarthur. At Macarthur's urging 16 Spanish merinos were imported in 1797, effectively beginning the Australian sheep industry. By 1801 Macarthur had 1,000 head of sheep, and in 1803 he exported 245 lbs (111 kg) of wool to England. Today, Macarthur is generally thought of as the father of the Australian sheep industry.

The growth of the sheep industry in Australia was explosive. In 1820, the continent held 100,000 sheep, a decade later it had one million. By 1840, New South Wales alone kept 4 million sheep; flock numbers grew to 13 million in a decade. While much of the growth in both nations was due to the active support of Britain in its desire for wool, both worked independently to develop many new high-production breeds: the Corriedale, Coolalee, Coopworth, Perendale, Polwarth, Booroola Merino, Peppin Merino, and Poll Merino were all created in New Zealand or Australia.

Wool production was a fitting industry for colonies far from their home nations. Before the advent of fast air and maritime shipping, wool was one of the few viable products that was not subject to spoiling on the long passage back to British ports. The abundant new land and milder winter weather of the region also aided the growth of the Australian and New Zealand sheep industries.

Flocks in Australia have always been largely range bands on fenced land, and are aimed at production of superfine wool for clothing and other products as well as meat. New Zealand flocks are kept in a fashion similar to English ones, in fenced holdings without herders. Though wool was once the primary income source for New Zealand sheep owners, today it has shifted to meat production.

The Australian sheep industry is the only sector of the industry to receive strident international criticism for its practices. The practice of mulesing, in which skin is cut away from an animal's perineal area without anesthesia to prevent cases of flystrike, has been condemned widely as painful and unnecessary. In response, a programme of phasing out mulesing is currently being implemented.

Most of the sheep meat exported from Australia are either frozen carcasses to the U.K. or live animals to the Middle East. Shipped on converted oil tankers in what has been called crowded, unsafe conditions by critics, live sheep are desired by Middle Eastern nations to meet the requirements ritual halal slaughter. Opponents of the export—such as PETA—say that sheep exported to countries outside the jurisdiction of Australia's animal cruelty laws are treated with horrendous brutality and that halal facilities exist within Australia to make export of live animals redundant. A few celebrities and companies have pledged to boycott all Australian sheep products in protest.

Economic Importance

Domestic sheep have been important to many economies, given that sheep provide a wide array of raw materials. Wool continues to be a vital textile, although in the late 20th century wool prices began to fall dramatically as the result of the popularity and cheap prices for synthetic fabrics. For many shepherds, the cost of shearing is greater than the possible profit from the fleece, making subsisting on wool production alone practically impossible without farm subsidies. Fleeces are used as material in making alternative products such as Wool insulation. In the 21st century, the sale of meat is the most profitable enterprise in the sheep industry.

Sheepskin is likewise used for making clothes, footwear, rugs, and other products. Byproducts from the slaughter of sheep are also of value: sheep tallow was once used in candlemaking, sheep bone and cartilage has been used to furnish carved items such as dice and buttons as well as rendered glue and gelatin. Sheep intestine can be formed into sausage casings, and lamb intestine has especially been formed into surgical sutures, as well as strings for musical instruments and tennis rackets. Sheep droppings have even been sterilized and mixed with traditional pulp materials to make paper. Of all sheep byproducts, perhaps the most valuable is lanolin: the water-proof, fatty substance found naturally in sheep's wool and used as a base for innumerable cosmetics and other products.

In the modern era, sheep retain considerable importance in the economies of several countries. Countries such as China, India, Iran and Sudan have extremely large flocks that are generally of national and regional importance. Australia, New Zealand and other countries focus on global exports. Sheep play a major role in the economies of several smaller countries, where the number of sheep may not be great and impact on the global economy is negligible, but is still important locally. Such flocks may be a part of subsistence agriculture rather than a system of trade.

As Food

Sheep meat and milk were one of the earliest staple proteins consumed by human civilization after the transition from hunting and gathering to agriculture. Sheep meat prepared for food is known as either mutton or lamb. "Mutton" is derived from the Old French "*moton*", which was the word for sheep used by the Anglo-Norman rulers of much of the British Isles in the Middle Ages.

This became the name for sheep meat in English, while the Old English word *sceap* was kept for the live animal (eventually forming the word English speakers use today). More recently, "mutton" has been limited to the meat of older sheep; "lamb" is used for that of younger ones, usually those under a year old.

In the 21st century, the nations with the highest consumption of sheep meat are the Persian Gulf states, New Zealand, Australia, Greece, Uruguay, the United Kingdom and Ireland. These countries eat between 14 and 39 lbs. (approximately 3 to 18 kg) of sheep meat per capita, per annum. By comparison, countries such as the U.S. consume only a pound or less (under 0.5 kg). In addition, such countries rarely eat mutton, and may even restrict their habits to the more expensive cuts of lamb: mostly the chop and the leg.

In those that do favour sheep meat, it is often the product of a past history of sheep production, even if they produce little or no sheep today. In such countries in particular, dishes comprising alternative cuts and offal may be popular or traditional. Sheep testicles—called animelles or lamb fries in culinary terminology—are considered a delicacy in many parts of the world. Perhaps the most infamous dish of sheep meat is the Scottish haggis, composed of a sheep's heart, liver and lungs cooked within its stomach.

Though it may have been in antiquity, sheep's milk is no longer drunk directly on any appreciable level. Sheep's milk is, however, valuable in the creation of some popular varieties of cheese and yogurts. Containing 6 per cent fat and double the solids of cow's milk, it can be crafted in to such dairy products with relative ease. Well-known sheep milk cheeses include the Roquefort of France, the Brocciu of Corsica, Manchego from Spain, the Pecorino Romano of Italy and Feta of Greece. Sheep milk does contain 4.8 per cent lactose, which may affect those who are intolerant.

Though not common model organisms, sheep have had played a small, yet influential role in scientific experimentation. Sheep are generally too large and dissimilar to humans to make ideal research subjects, but the few contemporary instances of sheep experimentation has caused a significant impact on science and culture at large. In particular, the Roslin Institute of Edinburgh, Scotland used sheep for genetics research that produced groundbreaking results. In 1995, two ewes named Megan and Morag were the first mammals cloned from differentiated cells.

A year later, a Finnish Dorset sheep named Dolly was the first mammal ever to be cloned from an adult somatic cell. Following this, Polly and Molly were the first mammals to be simultaneously cloned and transgenic.

In the 21st century, controversy raged over a scientific study at the Oregon Health and Science University, which investigated the biological mechanisms producing homosexuality in rams. Organizations such as PETA actively campaigned against the study, accusing scientists of trying to cure homosexuality in the sheep. OHSU and the involved scientists vehemently denied such accusations.

Sheep have had a strong presence within many cultures, especially in areas where they form the most common type of livestock. A wide symbology relates to sheep in art, religion and language. The raising of sheep for wool and meat became a major industry in the U.K. Australia and New Zealand and remains significant. As a result, sheep and sheep shearing have become an important part of the cultural traditions of these countries in particular.

Sheep have become an integral part of many linguistic traditions. In the English language, to call someone a sheep or ovine may allude that they are timid and easily led, if not outright stupid. Male sheep are often used as symbols of virility and power, such as for the St. Louis Rams and the Dodge Ram. Sheep are key symbols in fables and nursery rhymes like *The Wolf in Sheep's Clothing, Little Bo Peep, Baa Baa Black Sheep*, and *Mary Had a Little Lamb*. Novels such as George Orwell's *Animal Farm*, Philip K. Dick's *Do Androids Dream of Electric Sheep?* and Thomas Hardy's *Far From the Madding Crowd* utilize sheep, as either characters or symbols.

The light-hearted detective novel *Three Bags Full* focuses on a flock of anthropomorphic sheep out to solve the murder of their shepherd. Poems like William Blake's "The Lamb", and songs such as Pink Floyd's "Sheep" use sheep for metaphorical purposes. In more modern popular culture, Exploding sheep are a video gaming phenomenon.

The 2007 film *Black Sheep* exploits sheep for horror and comedic effect, ironically turning sheep into blood-thirsty killers. The Academy Award-winning film *Babe*, adapted from Dick King-Smith's *The Sheep Pig*, revolves around sheep husbandry and utilizes sheep as central characters.

Counting sheep is popularly said to be an aid to sleep, and some ancient systems of counting sheep persist today. Sheep also enter in colloquial sayings and idiom frequently with such phrases as "black sheep".

To call an individual a black sheep implies that they are an odd or disreputable member of a group. This usage derives from the recessive trait which causes an occasional black lamb to be born in to an entirely white flock.

These black sheep were considered undesirable by shepherds, as black wool is not as commercially viable as white wool. Stereotypically, sheep are proverbial for their willingness to follow others of their kind. Citizens who accept overbearing governments have been referred to by the portmanteau neologism of sheeple. Somewhat differently, the adjective "sheepish" is also used to describe embarrassment.

Chapter 7

Buffalow

The world's buffaloes are classified into two groups – the Asian and the African. The Asian buffalo is called Bubalus and consists of three species – the anoa of Celebes, the tamaro of Mindori and the arni or Indian wild buffalo. Bubalus bubalis is the name of the domesticated wild Indian buffalo, previously called B. arnee. There are two general types of the domesticated buffalo, B. bubalis, - the river buffalo and the swamp buffalo.

The river buffalo has 50 chromosomes and the swamp type has 48, the amount of genetic material is the same in both. They interbreed and produce fertile progeny with 49 chromosomes. The African buffalo is named Syncerus with a single species S. caffer, with a small number of sub-species. The B. Bubalis is widely distributed in Asia, but it has also been introduced to Europe, Near East, China, South America, the former Soviet Union and the Caribbean.

The world population of buffaloes is 149 million, of these, 144 million live in Asia. Over half the worlds buffalo population is in India – more than 75 million animals in northern India and Pakistan, buffaloes for milk production have been selected to a large extent.

SWAMP BUFFALOES

The swamp type is most common in Southeast Asia where it is mostly employed as a draught animal. It has derived its name from the natural habitat which is swamp or marshland. Swamp buffaloes resemble the wild arni in morphological characteristics. Recently, its potential as a meat producer has been discovered. Some strains of the swamp type are larger than others, but there are no distinct breeds.

Swamp buffaloes have a very low milk yield and are not used as milk producers. However, crossings between river and swamp buffaloes have been attempted in

Thailand, Philippines, Vietnam, and China on a large scale. These crossbred buffaloes are powerful work animals, and produce good quality meat and more milk than the indigenous buffaloes.

RIVER BUFFALOES

The river buffalo is the most common type in India, Pakistan, Bulgaria, Hungary, Turkey, Italy and Egypt. They are also found in Brazil and Caucasia. The river buffalo prefers to wallow in clean water and rivers, thereby the name. River buffaloes have been selected for milk production to a larger extent and some river breeds. E.g. Murrah, Nili-Ravi and others are solely used for milk production. India, Pakistan, Italy and Egypt have a widespread culture of consuming buffalo milk. These countries are the most prominent in research on buffaloes.

CURRENT PRACTICE SYSTEMS

Buffaloes are managed under very different conditions over the world. These depend both on the geographic situations and for what purpose the buffaloes are used. Any system from multi-purpose animals kept in backyards to high yielding milk producers in advanced farms exists. Ninety-nine percent of the milk producing buffaloes are owned by small to medium land holding farmers and are merely a source of a small extra income. One or two buffaloes are a fairly common herd size.

The buffaloes are managed under a so called backyard system. They are fed crop resides like wheat straw, paddy straw, sovers, etc. This diet is sometimes supplemented with grazing and/or fodder by the cut-and-carry-system and concentrates. The buffaloes are used as multi-purpose animals and under these conditions; they do not yield large quantities of milk.

In Punjab, northern India, the highest milk consumption in India is noted, approximately 800 grams per capita and day. Here, a well developed milk collection system is in operation through dairy cooperatives. The farms of this area are somewhat bigger than the national average, 10 to 15 buffaloes are common in a family farm. Although cows (cross breeds) are more common, almost all farmers keep a few buffaloes for house hold needs. Mixed farms are also common, where milk from both buffaloes and cattle are produced and sold commercially. At these bigger farms, all green fodder is produced at the farm and the buffaloes are fed a fairly balanced ration of green feed, concentrate and straw.

When a new buffalo is required at the farm, it is usually bought from the market. The buffaloes are often bought in their 2nd or 3rd lactation and sold when they dry off, because they are seen as unproductive animals during this time. There is a very limited system of self recruiting. Calves are neglected and often only used to secure milk let down. Female calves may get more attention but the reality is that male buffalo calves often starve to death. The calf mortality in

India and Pakistan is 30-40 per cent. Milking is predominantly done twice a day by hand.

Very few buffalo farmers have so far commenced machine milking, although the number is increasing. Larger farms, such as university and governmental farms contribute little to the total milk production of India and Pakistan. However, the yield per buffalo is higher than in other production systems. Some reasons for this are the better care and feed as well as a larger capital to invest in high yielding buffaloes.

In Caucasia, in the countries of Azerbaijan, Georgia and Armenia, buffaloes are used as multi-purpose animals. In the past, the animals were used for draught mostly. With the mechanization of the agriculture, these animals have lost some of their importance. In Italy and Bulgaria, the buffaloes have been selected for milk and meat production and almost exclusively used as such. The total population of buffaloes in Italy is 161,000, 100,000 of these are breed able females.

In Italy, the majority of buffaloes are kept in herds of up to 50 animals. Machine milking was introduced in the 1960's and is widely used. Twice or even three times milking per day is common practice. Tandem or herring bone parlors in various sizes are common.

The Romanian buffalo is considered to be a breed of its own. It is a Mediterranean type and is sometimes crossed with the Murrah breed. The population is 210,000 animals including 97,000 breed able females. The lactation yield is 900 to 1400 kg and the length is 252-285 days. Twice a day hand milking is practiced at private farms while research and industrial farms using machine milking. Bulgarian farms are often run as cooperatives with 250-500 buffaloes in one farm. They are equipped with machine milking and other technology.

The buffalo population of Turkey is 316,000 animals; approximately half of the population consists of milked females. The production is 600-1000 kg of milk per animal and lactation. The animals are mainly kept in herds of 1 to 15 animals at private farms. Hand milking once or twice a day is the common practice. The buffaloes of Egypt are of a relatively small size and kept for dual purpose such as milk and meat. There are nearly 4 million buffaloes in Egypt and over 95 per cent are kept in small holding farms with one to three buffaloes in a herd. The contribution of buffalo milk to the total milk production in Egypt is 65 per cent.

BEHAVIOUR OF BUFFALOES

The natural behaviour of buffaloes has been studied amongst the feral buffaloes (Swamp type) of the Northern Territory in Australia. By knowing the natural behaviour of buffaloes, much can be gained when it comes to managing and feeding the animal in the commercial system. Different types of group formations can be seen among feral buffaloes. The strongest is that within a clan. A clan consists of mothers and their calves; it can also consist of generations of buffaloes. In a clan, all buffaloes are well known to each other.

A group consists of a number of clans. In a group, depending on the size, buffaloes may not know each other as well as in a clan. A herd consists of several groups. The clan, group and herd only consist of female buffaloes and male calves up to two or three years of age. At this age, the bulls are driven from the clan and from their own groups. These groups are loose and of different size. Single bulls as well as large bull groups can be seen.

A group of buffaloes share a camp, where they spend the nights. Nearby, but never within a camp is a dung heap. This is the area where buffaloes defecate. At the hottest time of day the buffaloes got to wallow. This is either a mud hole with only little water in it or a larger lagoon or river with deep and clean water. The wallow can be shared by a group or even by a herd, depending on the size of the wallow. In the dry season, females and calves are separate from the bulls. The females and calves gather where there is abundance of water, green feed and shade. Bulls gather in the open plains where the feed is dry. In the beginning of the wet season, the bulls and females merge for breeding.

Buffaloes are considered to be docile and friendly animals. Aggressive behaviour seldom occurs. A new group of buffaloes is allowed to enter another groups' wallow or to drink from their water hole. Buffaloes are a bit dull and slow learners. It takes them a long time to get used to new situations and routines. However, they are easily stressed and may become very nervous if confronted with new situations.

FEEDING BEHAVIOUR

Buffaloes are strict grazers and only browse when feed is utterly scarce. Normally, buffaloes graze during the day. In case of extremely high ambient temperatures, grazing takes place in the morning and afternoon and sometimes during night time. Buffaloes graze more and better than cattle. Thereby they consume more feed and nutrients per kg of body weight than cattle do.

Newborn calves suckle their mothers within two hours of birth. Normal suckling frequency is approximately 6 to 8 times per day. The calves start to nibble grass at 3 to 4 weeks of age, although they are not actually grazing until after a few weeks more. When the calves have reached two months of age, forage starts to become more important than previously and soon most of the nutrient intake comes from forage rather than milk. Natural weaning of calves is usually within a year or before its mother's next parturition.

WALLOWING BEHAVIOUR

Wallowing has two purposes; the most obvious is that of cooling, the other is protection from insects. Wallowing during daytime is done during the hottest hours. Wallowing during nighttime is instead a way for the animal to protect itself from insects. The buffalo has few sweat glands and a dark skin which makes it difficult for them to maintain their body temperature in hot and humid environments. Wallowing is a very important way for the buffaloes to maintain heir body temperature.

When buffaloes enter the water, they defecate and/or urinate. This seems to be a way to mark their wallow. Wallowing behaviour is a learnt behaviour. An animal that has not wallowed from birth with other animals will not do so on its own. Teaching such an animal to wallow is almost impossible for humans. The buffalo has to learn it from other buffaloes, even so, the adult buffalo will be very suspicious and may not wallow by its own choice. If no water or mud hole is available, the buffaloes behave more like cattle. They will seek shade and graze more during the cool hours and less during the hot hours.

The most important way among buffaloes to communicate is by smell. The buffaloes recognize each other by smelling each other. Smell is used when marking a territory. Buffaloes will rub themselves against trees to leave scent and they defecate to mark their territory. Vocal communication is important especially from calves. There are both friendly and hostile vocal communications. Posture is important when deciding rank and dominance order. A threatening animal will lower and shake its head.

BREEDING BEHAVIOUR

Males and females live in separate groups. They will merge in the beginning of the wet season for mating. The bulls can detect females in heat by their scent and find their camp. There is a period of foreplay before the actual mating takes place. This period is 1 to 3 days and allows the animals to get to know each other. The bull will not leave a female in estrus and he will not allow another bull to come near her. Only the most dominant bulls will mate.

There are very strong bonds between the mother and her calf. If the calf is a male, the bond holds for approximately 2 to 3 years. Thereafter the calf is driven from the clan. In the case of a female calf, the bond exists for life. Shortly before parturition the mother moves away to give birth alone. Within 30 minutes after the calf is born all members of the clan has "inspected" the newborn and touched it with their noses. Nearly all members of the group have come from this inspection. This inspection seems to serve as an introduction of the newly born. It also facilitates adoption of the calf if the mother should die. Adoptions always occur among buffalos whereas it is hardly seen in other species.

The calf walks with its mother as soon as it can stand. This behaviour is different from cattle where the cow leaves its calf to go grazing. Nursing of the calves is common among buffaloes. The calves are left with a "care-taking-animal" who is often a female, but seldom a young bull. The other females go away to graze and leave their calves. Should there be a threat to the calves, they will simply call and their mothers will come running to their aid.

REPRODUCTION AND BREEDING

Buffaloes are said to be seasonal breeders. However, this is a simplification of the truth. Buffaloes are polyestral animals and may breed all year round. Both males and females are sensitive to heat stress and to changes in nutrition. These factors contribute to a lesser frequency of breeding and conception rate in the summer time.

The domesticated river buffalo is divided into several breeds. The most important in milk production in India is the Murrah breed. The Murrah originates from the area around Delhi. From that area it has been spread to other parts of India. The breeds Surti and Nili-Ravi are believed to have developed from the Murrah through geographical isolation. The Nili-Ravi buffaloes were two different breeds (Nili and Ravi) but are now considered to be a single breed. The Kundi breed is also of importance in the milk production.

Traditionally the breeds of Europe have been of the local Mediterranean type and the breeds of Caucasia, the Caucasian type. The most important breed of Bulgaria is the Bulgarian Murrah, which is the result of the cross breeding between the local Mediterranean buffaloes and the Indian Murrah followed by upgrading with Indian Murrah. Cross breeding the local buffaloes with high yielding elite buffaloes has not started in several countries.

Bulls reach sexual maturity at 2 to 3 years of age. Semen is produced all year round but it is highly affected by heat stress and low quality feed. The buffalo bull seems to be most fertile in spring when the volume of ejaculate and the sperm concentration is the highest. The vitality of the sperms are also much higher in spring than other times of the year. Corresponding values are lowest in summer time. Heat stress may have a negative effect on libido.

Wild or feral female buffaloes reach sexual maturity at 2 to 3 years of age. Domesticated buffaloes that are cared for and fed properly may reach puberty earlier. Puberty is highly affected by management factors. Size is more important than age and a Murrah heifer should weigh around 325 kg at insemination or mating and 500 kg at her first calving. The estrus cycle varies between 21 and 29 days depending on breed. The total duration of estrus is usually 24 hours but varies between 12-72 hours. The most reliable sign of estrus is frequent urination. The signs are much less pronounced than in cattle. Many buffaloes show estrus only at night time, and then it is difficult to detect. A lactating animal may have a slight decrease in milk yield when in heat, although it is seldom as pronounced as in cattle. The buffalo may be more restless and be difficult to milk.

Buffaloes, generally, have more difficulty conceiving when using artificial insemination than cattle do. Reports from NDRI, Karnal, India, shows that the conception rate for first insemination is around 40 per cent and the conception rate for third insemination is around 77 per cent. The gestation period for buffaloes averages 308 to 318 days. The age of the heifer at her first calving is usually around 37-40 months (3 to 3.5 years). The first post partum heat varies greatly with season, breed and individual. It has been reported to appear within less than 60 days in some cases and over 230 in others. Average post partum estrus in the Murrah breed of India has been reported to be 100 days. The first post partum estrus is not always fertile, especially if it comes very near partus.

Breeding

In order to achieve a high lifetime milk production, regularity in conception and a short calving interval are the most important factors. The female must be serviced soon after the calving in order to conceive. Having a breeding bull with the dams all the time enhances the chances of fertile mating. This bull seldom misses a female in heat. However, to be able to calculate the time of calving it is advisable to keep some sort of record of expected heat. The observant farmer will soon learn how his buffaloes behave when in heat and when to expect conception and calving. The females can be teased with a bull twice a day around expected estrus.

A breeding bull can be put into service from 3 years of age. In Italy, it is recommended that a breeding bull on a large farm should be exchanged after a maximum of 5 years. One bull, if managed correctly, can serve 20 to 25 females. In a smaller farm, the bull should be exchanged more often to avoid interbreeding. If the bull shows signs of loss of interest in the females or is otherwise ill, he should be taken out of service immediately. In order to perform best, the bulls must be fed high quality feed and be protected from heat and cold stress in the same ways as the rest of the herd. Bulls should not be used for service more than twice a week.

Calving interval is highly dependable on season of breeding, farm and year and can therefore be shorter in some farms while longer in others. In order to shorten the calving interval the female should be serviced again as soon as possible after calving.

Weaning of calves at birth has shown to decrease the service period compared to unweaned buffaloes. A shorter service period will lead to a shorter calving interval a calving interval of less than 410 days is recommended.

Although intensive research is going on at various universities and institutions around the world, breeding programmes for buffaloes are not readily available for the common farmer. In the state of Gujarat in India, the National Dairy Development Board has a breed improvement programme called Dairy Herd Improvement Programme Actions (DIPA). The genetic gain of the buffaloes are being increased through selection of sires to breed sires and dams to breed sires. A progeny testing programme is being followed producing 100 completed first lactation records of progeny per bull. 20 bulls are put to test every year, 2000 doses of frozen semen from each bull is being distributed to the selected villages and 5000 doses are stored until the test results are available.

By replacing good milking buffaloes with their own daughters instead of purchasing new buffaloes from the market some advantages are gained. Firstly, spreading of diseases is limited compared to selling and purchasing on the market. Secondly, the farmer has full control over his herd. He knows the heritage of each buffalo and can make more accurate decisions concerning the future. He will know whether the buffalo has had any diseases or problems with fertility. The buffaloes will get to know the farmer and are therefore easier to handle, which is most important when it comes to machine milking.

High milk yield, ease to milk, short let down time, high conception rate and temperament are some of the selection criteria which are desirable in a good breeding buffalo. When creating a breeding programme it is important to keep records of the buffaloes. Heritage, milk yield of mother, peak yield, lactation length, services per conception are parameters that are important to keep track of.

When breeding for a higher milk yield it is especially important to register the milk production correctly at regular intervals. The International Committee for Animal Recording (ICAR) has put up some basic rules for milk recording which are similar in all countries:

MANAGEMENT OF THE BUFFALO

Buffaloes should be cared for as the valuable live capital they are. By proper management buffalo farming is indeed profitable. By deciding at birth whether a calf should be a milk producer or not, proper care of the calves is easier and less costly.

The farmer can then focus on the future milk producers and cull the others. No matter how good the genetic potential, no animal will perform satisfactory if it is not cared for and fed properly. Bull calves after high yielding dams can be bred at the farm for future breeding of the females. They can be sold to breeding stations for progeny-testing.

Housing

Housing for water buffaloes should give protection against thermal stress - particularly direct exposure to sun, heavy rains and cold weather. It must allow good ventilation. Housing may therefore be different in different areas of the world, due to differences in climate. Below are some considerations and solutions when planning housing in hot and cold climates respectively.

Common for all housing is that enough space should be allowed for each buffalo. The outdoor yard should preferably be covered with grass or maybe concrete, in order to prevent it from becoming an unhygienic mud hole in rainy periods.

Hot Climate

Buffaloes may appear to be misplaced in a hot and humid environment. They have a dark skin and few sweat glands and are more or less dependent on water for their cooling. This is not entirely true, buffaloes protected from direct sunlight do very well even during hot and humid days, partly because their ability to loose heat through the respiratory tract.

High milk production requires a high feed intake which leads to higher metabolic heat production. High yielding buffaloes thus have a disadvantage over lower yielding animals, and need more cooling facilities. The following points are guidelines to have in mind when giving advice on management.

1. The feeding, watering and milking place should always give shade and protection from heavy rains, either by trees or by a roof.
2. Cool water either from a clean river or served in an earthen pit, helps the animals to maintain temperature. Water trough should always be placed in the shade.
3. A paddock with trees gives a very cheap and effective protection from sun. However, the trees may need to be protected from the buffaloes also.
4. A shelter of a simple construction with only a roof. In hot humid climates it is better not to have walls. Walls may lead to inadequate ventilation and thereby favouring bacteria and mold growth, thus making the stable unhygienic. To protect the inside from sunshine (or heavy rain), curtains made from straw, textile or other suitable material, can be used.
5. Providing the animals with a wallow. However, the wallow should be one with clean water and not far from the farm. Spending time walking in the sun to and from the wallowing costs more than it saves.
6. Showering of the buffaloes with cool water for 3 minutes twice a day has proven to be an efficient way for them to get rid of excess heat.

Cold Climate

1. A shelter should protect the animals from rain, snow and strong wind. It may be a simple construction with a roof and three walls. This system will allow the buffaloes to go outside to graze when the weather allows it. There should be a feeding area inside the shelter in case of several days with bad weather. A separate heated milking area is advisable in this case.
2. A dry and clean bedding is important in cold weathers to maintain animal health.
3. In case of extremely cold climate, (Caucasia and Balkan) with several months with a temperature below 0^0C, a heated barn may be necessary.

Pens for Calves

Calves should be kept in individual pens for the first month. The pens should be easy to keep clean, with shelter from direct sunlight, rain, snow and draught. By keeping the calves individually it is easier to check that they eat and grow properly and to detect illnesses. Also, naval suckling is avoided and spread of diseases is more difficult.

The calves should have access to fresh and clean water at all times. Preferably, the buckets for milk and water should be outside the pen, in a steady holder within easy reach for the calf. Hereby, the calves can not splash it on the bedding. A humid bedding will facilitate growth of germs and parasites. The pen should contain a holder for hay and concentrate. These holders should be placed above the ground so that the calf cannot step or defecate in them.

HEALTH CONTROL

The buffaloes should be checked daily for injuries and illnesses. Wounds and open sores are a perfect growing place for all kinds of bacteria! It is easy to keep control over milking buffaloes since they are closely studied twice a day. But apart from looking at the udder at milking the farmer or milker should observe the whole animal. Not only milking animals need to be checked on, but also heifers, calves and bulls.

Lameness and large injuries are easier to detect than small scratches. Lameness can be caused by injuries in the hooves and legs as well as back pains. By touching the animal all over the body, the location of the injury can be located.

Large as well as small injuries must be taken care of. Bleeding sores may require veterinary attention although this is quite rare. Wounds shall be carefully cleaned. The best is to use clean water and mild soap. Cleaning should be done with clean hands, cloths and very gently. Chemicals, such as ethanol and iodine might hurt. Never attend to wounds during milking! It is best to take the animal to a sick box or undisturbed area and attend the wounds.

Looking at the feces is an easy way to detect internal defects. This is easy in the milking place when one pale of feces can be related to one buffalo. If the feces looks different than usual, the milker / farmer should be observant. If the buffalo is not eating properly or otherwise seems dull and "unfit" it might be a sign of some kind of illness.

If an animal has some or all of the above mentioned symptoms. It is advisable to measure the rectal temperature. Normal rectal temperature is 38^0C to 39^0C. If it is above that, the animal may have some sort of infection and a veterinarian should be called.

The quicker a wound or an infection is taken care of, the smaller the risk of more buffaloes becoming ill.

Parasites

In the tropics and subtropics, parasites, ticks and mosquitoes can be a big problem. Internal parasites may cause malfunction of the digestive tract and thereby decrease feed utilization. Ticks and mosquitoes cause discomfort and damage to the skin which in turn can lead to inflammatory processes.

Chemicals and drugs to fight parasites should be used both as a profylax and in case it is needed. A disadvantage with chemicals and drugs is that they often leave traces in the milk. Some may be harmless and undetectable, yet others may influence processing of the milk and/or leave traces dangerous for human consumption.

Chemicals against parasites should be sprayed on the animals. Care must be taken not to spray in the eyes or genital area. In the face and around the genitals, a sponge with the chemical should be used. Dip baths, which are widely used for cattle are most unsuitable for buffaloes. The buffaloes will see the dip baths as wallows and this has at least two disadvantages. 1) They may enjoy wallowing in the dip, thus being difficult to get out. This may cause harm to the skin. 2) Buffaloes natural behaviour is to defecate in their wallow, thus making the dip bath extremely unhygienic.

VACCINATION PROGRAMMES

There are a number of vaccines available for common diseases. Most vaccination programmes are more efficient if applied to the young calf and thereafter given as a booster with regular intervals. This is further evidence of the advantage of recruiting calves at the farm. Buffaloes are sensitive to the same diseases as cattle. The disease strikes harder on animals in poor condition. In order to protect the animals, they should be properly vaccinated and de-wormed at regular intervals.

It is important to include all animals at the farm in a veterinary control programme in order to minimize risks of disease out breaks. In Italy, all controlled animals are checked with six months interval for tuberculosis, brucellosis and leukosis. Infected animals are immediately taken out of producition and culled.

FEEDING

Buffaloes are, like cattle, ruminants. This means that they utilize micro-organisms in the rumen to digest the feed. The feed eaten by ruminants are mainly of vegetable origin. The ruminant is an expert in converting cellulose and other fibrous materials into high quality milk and meat. Their digestive capacity is greater than the non-ruminant. Ruminants "chew the cud" e.g. regurgitate the food to the mouth and chew it several times, thus helping the breakdown.

The feed will enter the rumen compartment when swallowed by the animal. The rumen is an anaerobe environment, e.g. no oxygen is present. The feed is exposed to microbes such as bacteria, protozoa and fungi. These microbes attack the feed particles and by enzymatic action the components are broken down and used for their own metabolism, growth and propagation. The feed is masticated, regurgitated and exposed to microbes in the rumen.

Large particles will become smaller and eventually be transported to the reticulum and further on. How long time a specific feed particle will stay in the rumen depends on size, palatability and fibre content of the feed. The buffalo has slower rumen movement than cattle, which leads to a slower rate of ingesta outflow. The pH of the rumen content is similar to that of cattle, and it is affected in the same manner. Normal pH is between 6 and 7 depending on feed and time of feeding.

The waste end products of the microbial attack are methane and carbon dioxide which are eructated. Volatile fatty acids (VFA) of which acetic, propionic and butyric acids are the predominant ones, are together with ammonia absorbed by the animal through the rumen wall, and transported via the blood to, e.g. the liver and udder where they serve as building material for chemical compounds such as glucose, protein and fat. Ammonia can be utilised directly by the rumen microbes to synthesize proteins.

To be correct, one is actually not feeding the buffalo, but its' microbes. Ruminants are entirely dependent on the function of the rumen microbes. Therefore, it is important to keep the rumen environment healthy. The easiest and best way is to feed a high amount of good quality roughage and a smaller amount of good quality concentrate.

Almost all protein is attacked by the microbes and utilized in their metabolism and incorporated in the microbial mass. Microbial protein is of high quality and is absorbed as amino acids after being digested by gastric enzymes in the abomasum. Ammonia which is absorbed by the rumen wall and transported by the blood to the liver, is converted to urea. In case of protein deficiency, urea can be utilized by the rumen microbes as a non-protein nitrogen source to build protein.

In this way nitrogen is circulated and efficiently used by the animal. Protein can be protected to withstand microbial attack. It is then called "by-pass protein". By-pass protein is only degraded in the abomasum and small intestine where it undergoes enzymatic attack similar to that of mono-gastric animals. By-pass-protein is commercially available in some ready made concentrates and is usually given to high producers.

Carbohydrates are the predominant sources of energy for ruminants. Carbohydrates, or sugars, are the components of starch and fibres. Fibre is a common name for cell-wall components such as cellulose, hemi-cellulose and lignin. Starch can be degraded by animal gastric enzymes, whereas fibres cannot. Ruminants can utilize fibres to a larger extent than mono-gastric animals because of the ruminal microbes. However, lignin (wood-fibre) is not utilized. It is generally believed that buffaloes utilize fibre more efficiently than cattle do. The coefficient of digestion being 5-8 per cent higher in buffaloes than in cattle.

Fat is not as such required in other than very small amounts for the ruminant. However, what ever fat is present in the feed undergoes microbial attack and degradation. Unsaturated fatty acids are hydrolyzed and thus saturated. This is one of the reasons for the milk and body fat of the ruminant to be of equal composition, largely independent of the type of feed given.

If the fat can in some form be protected from ruminal degradation, and instead be utilized in the lower intestinal tract, it may be used as an additional energy source. However, it may then alter the milk fat composition unfavourably. Too much unprotected fat in the diet depresses the ability of the microbes to ferment fibres, thus influencing the energy utilisation negatively.

NUTRIENT REQUIREMENTS

In order to utilize the animal, feed and economical resources as efficiently as possible, one must know the nutrient requirements of the animals. If an animal is wrongly fed this may lead to diseases, loss of production and thereby economical losses. By knowing what a specific animal needs, proper advice concerning purchase, cultivation and feeding systems can be given.

Requirements for buffaloes are more or less the same as for cattle, therefore, nutrient requirement tables for dairy cattle may be used as a guidance, the farmer must observe the animals and change feeding system with the guidance of an extension officer if it seems unsuitable.

Sources of energy are predominantly carbohydrates like fibre and starch and fat to a lesser extent. For buffaloes, fibre in the form of roughage is the most important and cheapest energy source. When calculating feed ratios for buffaloes the term metabolizable energy (ME) is used. This means the amount of energy that can be used by the animal for maintenance, growth, lactation etc. The gross energy (GE) of the feed is the amount present in the feed, when entering the animal, much of the energy is converted into heat which is lost through the thermal regulation.

Energy is also lost in the feces and urine as well as in the methane and carbon dioxide gases. Energy is measured in calories (cal) and joules (J) (1 cal equals 4.18 J). The most common is to use the term Mega calories (Mcal) or Mega joules (MJ) which means a million cal or J. Another measurement is Total Digestible Nutrients (TDN) which is the sum of carbohydrates and fat in the diet. The unit for TDN is kg or gram.

The energy ratio in the feed may be increased by adding fat in protected form, thus transferring the digestion from rumen to the intestinal tract. Feeding of protected fat (1 kg safflower oil) has proven to increase nutrient utilization. Feeding of unprotected fat in similar amounts has shown to adversely affect nutrient utilization.

Protein is required for growth, tissue repair and milk production among other things. Good sources of protein are leguminous forage, grain and oil-seed-cakes. The protein requirements are measured in Crude protein (CP) in kg or gram.

Minerals are essential for many body functions. The macro-minerals calcium and phosphorus are especially important in milk production. They are also vital for the skeleton and the function of nerve-impulses. Phosphorus is the mineral included in the body's energy metabolism, ATP. When considering the Ca and P requirements for the animal it is equally important to consider the ratio in which it is given. The Ca:P ration should be 2:1 since there exists and antagonist relationship between the two minerals concerning uptake from the small intestine.

Salt, e.g. sodium and potassium together with chloride are the more important micro-minerals. Minerals are present in various amounts in feed and water. Vitamins are essential for total body function. Most vitamins are synthesized by the animal or it's rumen microbes. Such vitamins, B, C and K (and to some extent D) does not need to be fed. Vitamin B is synthesized by ruminal microbes, vitamin K by intestinal microbes and vitamin C in the tissues.

Vitamin D is formed when the precursor, found on the skin on animals and on grass, is exposed to UV-rays, in tropical countries deficiency of vitamin D is rare. Vitamins A and E are not synthesized in the animal but must be supplied. Vitamin A is found in silage, fresh grass, dark green leaves, peas and carrots. Cereals are a source of vitamin E.

Mineral and/or vitamin mixture should always be supplied in order to fully meet the requirements. Animals which do not receive a ready made concentrate mixture with mineral and vitamin supplement, must be fed supplement in the form of "lick stones" of which the animals have free access to or as "powder" fed once or twice a day individually. Vitamins may be included in the mineral feed, but vitamins are more sensitive and may be destroyed if kept in sunlight. Care must therefore be taken to store vitamin supplements correctly.

WATER

Water is essential for most body functions, such as body temperature control, milk production and maintaining blood plasma volume. Thermal regulation of the animal is the most water consuming process. The animal receives water in three different ways

- Drinking water
- Water in feed
- Metabolic water = water made from feed degradation

Drinking water is the most important water source and should be of good hygienic quality. The water available in feed is highly dependent on the dry matter in feed. Straw, hay and cereals include little water, whereas silage and fresh grass may contain as much as 70 percent.

The water requirements of the buffalo depends on;

- The diet (dry matter)
- The environment (humidity, temperature)
- Physiological function (growth, pregnancy, lactation etc.)

Generally, buffaloes require more water than cattle under the same circumstances and should have access to clean cool water ad libitum. A restricted water intake leads to a decrease in dry matter intake and thus affects milk production and growth negatively. Salinity of water is seldom a problem in dairy buffalo feeding. A salt content of up to 5 g/liter of water can be used for buffaloes. However, temporary diarrhea may be caused by water approaching the higher levels.

The main diet for the buffalo is roughage such as grass, legumes and straw. The roughage can be fed either fresh as pasture or in a cut-and-carry-system, or conserved as hay or silage. The roughage is often complemented with grains, concentrate and agro-industrial by-products such as oil-seed cakes, sugar cane tops etc. The roughage should form the base of the feed ration and contribute to meet (at least) the total maintenance requirements.

Grains and concentrate should be fed only to meet additional requirements such as growth, pregnancy and milk production. Too much non-fibrous feed will alter the rumen environment. In the long run this could lead to serious problems in feed digestion causing loss of appetite, weight loss and a drop in milk yield. This is especially important for animals under stress, such as high growth rate and high milk yield. The roughage should be of good quality, both nutritional and hygienic quality, this cannot be emphasized enough.

Types of Roughage

The most common roughage is grass of a number of species. Lucerne, berseem and clover are herbaceous legumes and have an advantage over grass as they are nitrogen fixing. This means that the plants will (with the help of bacteria) fix air-nitrogen and thus they are less dependent on the nitrogen content of the soil. These plants contain more protein than grass under the same circumstances. Lucerne (or Alfalfa) has several advantages. It contains an elevated amount of calcium, vitamin E and caroteen which are of major importance for milk production.

There are also tree legumes which can be used as high quality feed, e.g. Leucaena leucocephala, Gliricida spp., Sesbania and others. As many of the tree legumes contain anti-nutritional compounds which may depress digestibility as well as decrease feed intake, they should not be fed as the sole source of roughage. A maximum ratio of 50 per cent tree legumes in the total diet can be considered as a safe level. Since buffaloes are strict grazers, the trees should be pruned and the branches or leaves given to the buffaloes.

Pruning with regular interval of 6 to 10 weeks increases re-growth of the leaves. Roughage of lesser quality are straws. Straw from rice, barley, wheat, sorghum etc. are widely used in feeding ruminants. Their protein content is zero and their energy content low because of their largely lignified cell-walls. Rice or paddy straw has a high silica content in the cell walls which makes it difficult to digest.

Harvesting Roughage

In the beginning of the growth season, the protein and sugar (energy) content of the grass is high and the lignin content low. Thus, the grass is of high quality. With maturity the protein and sugar content decreases and the cell walls become lignified. The growth pattern is the same for legumes although it is a little slower. It is therefore important to harvest the roughage in the optimal period and to conserve it for use under dry seasons.

Pastures should not be over or under grazed. Over grazing leads to insufficient forage in the later season and the soil will be more vulnerable to erosion and permanent damage. In the case of under grazing, the pasture is not utilized efficiently. The grass will grow quicker than the animals can eat. Thus the nutrient composition will change unfavourably to high lignin and low protein content. In many areas, grass is not harvested even if not grazed and is left as "standing hay". However, the standing hay has a very low nutritive quality, close to that of straw.

Chaffing, grinding and pelleting are ways to improve nutritive quality of straws to some extent by making the nutrients available to the rumen microbes. Chemical treatment with alkali or ammonia are effective ways of improving quality. Ammonia treated, chaffed straw may even substitute green forage for low milk producing buffaloes to some extent.

The term concentrate means that a high amount of nutrients are concentrated in a small amount of dry feed. The most typical concentrates for tropical countries are oilseed cakes of different types. Oilseed cakes are the common name for products that are derived of the oil for human use and the remainder is pressed together to form a cake. The cakes have a relatively high energy content but are mostly used because of their very high protein content.

Other types of feed which can be classified as concentrate are molasses and urea. Urea can be used by the microbes as a source of nitrogen. The use of urea also requires an easily fermented energy source for the micro-organisms e.g. molasses. The micro-organisms must always have a good balance between protein and energy in the rumen to be able to do their qualified job. There are a number of ready made concentrates on the market manufactured by various companies. Care should be taken to ensure that the quality of the concentrate is up to standard.

Barley, wheat, oat, rye, maize and sorghum grains are excellent feed for ruminants, given in balanced amounts. However, since they are used for human consumption their use as animal feed is limited.

VOLUNTARY INTAKE

The definition of voluntary intake is the amount of feed an animal can eat per day. It is commonly expressed in kg of dry matter or in percent of live weight.

After having considered the nutrient requirements of the animal and the feed stuff to be used the proper feeding regime can be calculated. However, one must take into consideration how much the animal can eat.

A high producing lactating cow can eat more than a low producing. Similarly a growing heifer may eat more than a dry cow. As pointed out before, feed intake decreases with high environmental temperature and humidity. Individual feeding usually results in higher feed intake due to less competition for feed and a more relaxed atmosphere.

A rough estimation of voluntary intake for a buffalo heifer is 2.2 to 2.5 per cent of its' live weight per day, if provided with a small portion of straw, a large portion of green feed and some concentrate. A milk producing buffalo should be able to consume good quality feed up to 3 per cent of its' live weight. A too high ratio of straw in the diet reduces voluntary intake. A protein content of less than 6 per cent also reduces intake of that feed.

PRACTICAL FEEDING OF THE LACTATING BUFFALOW

Lactating buffaloes should be given the best feed the farm can offer. Producing milk is one of the most energy demanding biological processes. Weight loss is common in high producing animals during the first month of lactation because they can not consume a sufficient amount of energy. A popular term is that the animals are milking off the fat. It is therefore important that the buffalo is in good health status at partus.

Traditional feeding patterns for buffaloes all over the world is subjected to forages and crop production of the season which affects the level of milk production. Forage is insufficient during the dry season and abundant during the rainy season. Shortages are overcome by conserving forages as hay or silage.

Formulating feed ratios for milk producing buffaloes starts with theoretical calculating of the requirements. As there are no standardized international tables for dairy buffaloes' requirements, the calculations here are based on NCR's tables for dairy cattle. It is important to know the buffaloes live weight, this is most accurately done by weighing the animals three times in a week and calculating the average. However, this requires an animal scale and is further very time consuming. Weighing the animals once is good as a guidance. The milk yield should be known as well as the fat percentage. Recommendations are at least 3 days of milk recording to calculate the average yield and fat percentage. For simplicity, the yield is then calculated to 4 per cent fat corrected milk. The total requirements is gained by summing requirements for maintenance and for milk production.

If the animal seems to be too fat at the time of weighing, the maintenance requirements may be reduced by 10 per cent. Similarly, if the animal is too skinny,

10 per cent may be added to the maintenance requirements. The feeding regime of the buffaloes can then be decided. Primarily, crops grown on the farm should be included in the diet. For the optimal economic feeding regimes the feed should be analysed at a laboratory for dry matter content, energy and crude protein and for calcium and phosphorus.

It is important to note that silage should not form the sole source of roughage because its' high amount of easily fermentable carbohydrates and the physical structure which does not realy stimulate rumen contraction. As a rule of thumb, the amount of silage in a diet should not exceed 30 per cent of the total dry matter intake if concentrate is also given. If the diet is solely made from roughage the silage ration may be increased to 60 per cent. On the other hand, alfalfa hay contains much too much protein and therefore it is important to give a mixture of silage, hay and perhaps straw.

In this example the maintenace requirements can be met by giving 5 kg wheat straw and 5 kg maize silage on a dry matter basis. Alfalfa hay of 2 kg and 8 kg of wheat straw also gives the requirements, however, it is not likely that the buffalo will eat it, because of its texture. We need to provide another 12.85 Mcal for the milk production. This can be provided by increasing the amount of forage if it is of good quality or it may be provided by concentrate.

However, the costs for different fodder's should be taken into account, if the farm can produce sufficient forage of good quality it is probably more wise to increase the amount of home grown forage in the diet than by purchasing expensive concentrate.

Only phosphorus needs to be added. The Ca:P ratio should be approximately 2:1 therefore, 22 g P needs to be provided in this diet. It is also clear that the buffalo should be able to produce milk without any concentrate in this example. The total amount of dry matter comes to 14 kg in this example and we had calculated with 16.5 kg. Because of the relatively rough texture of this diet 14 kg DM is probably as much as the buffalo can eat.

Including urea in the diet may be a cheap and good way to "help up" a low protein diet. One must remember, however, that a source of highly soluble carbohydrates such as molasses must be included in a urea diet. The maximum level of urea is 25 per cent in the total diet. An alternative is to feed ready made urea-molasses blocks.

Controlling the animals' intake of feed is a good practice. Low yielders tend to eat more than they require and at the same time it is difficult for the high yielders to eat enough. It is therefore vital that the feed is analysed and the milk yield known, to provide the requirement of each animal.

FEEDING OF THE CALF

Calf mortality is very high, in India it is often 30-40 per cent before 3 months of age, and in Italy the figures may be higher. This is caused by malpractice such as negligence, limited milk feeding, injuries and diseases. By increasing the amount of feed to the calf's requirements and by practicing the following instructions the mortality can be decreased.

Colostrum is the most important and most suitable feed for the newborn calf. It contains all the nutrients needed along with the vital antibodies. It is crucial for the survival of the calf that it receives colostrum during the first 12 hours of its life, the earlier the better. The calves should be given colostrum as long as the mother provides it e.g. 3 to 4 days. Any surplus colostrum can be frozen and then thawed and carefully heated to 39?C. If no freezing facilities are available colostrum can stay fresh for a couple of days if it is cooled in a hygienic container. Colostrum can be fermented with living lactic acid culture. Fermented colostrum can be kept for at least a week and up to two weeks if cooling facilities are available.

If the calf is not allowed to suckle its mother it should be provided with colostrum as soon as possible after birth. If it is not possible to feed the calf directly after milking the buffalo, colostrum should be cooled in order to maintain hygienic quality. Colostrum must never be boiled. By boiling the milk the antibodies are destroyed and hence, cannot be utilized as such by the calf. The natural eating behaviour of the calf is to suckle its mother often and to consume a small amount of milk at each suckling period. It is best for the calves reared under artificial conditions if their eating behaviour is as "natural" as possible. Colostrum should be fed to the calf at least twice daily with equal intervals.

The calf should be trained to drink from a bucket. The easiest way to do this is to dip clean fingers into the milk and then allow the calf to lick and suck the fingers. The hand is then gradually drawn into the milk in the bucket while the calf is still suckling. Once the calf has learnt to drink it is easy to feed. The calf may need assistance for 5 days. There are special nipples which can be put in the bucket. The calf will suckle these, hence it will need less assistance from the After the colostrum period, whole milk should be provided to the calf until 15 days of age @ a level of 1/8th to 1/10th of the calf's body weight.

Milk replacer can be fed along with the whole milk provided that it has a certain composition of nutrients. It is not advisable to completely substitute whole milk with milk replacer. Milk and/or replacer should be offered to the calf on at least two occasions per day. The milk and/or replacer should be served at body temperature. At two weeks of age, the calf should be introduced to good quality green feed and concentrates, as a calf starter. This stimulates the rumen to grow and function properly.

An alternative method is to rear calves with foster mothers. In Italy, 40 per cent of the buffalo calves are reared by suckling an old and less productive buffalo or even a cow. This has several advantages, e.g. little labour is required concerning feeding of the calf and the calf will secure it's nutrient intake itself.

Buffalo calves fed with stovers of maize, bajra and oat cannot meet their nutrient requirements and are often in negative energy and protein balance. However, feeding the calves with treated stovers with a urea-molasses-salt complex both enhances the palatability of the stovers as well as the digestibility and nutrient value. Buffalo male calves weighing 150-200 kg has proven to increase the intake of treated stovers verses untreated ones and thereby increasing weight gain, nitrogen balance and health.

FEEDING OF THE HEIFER

The heifer is the future milk producer and she has to be given a fair chance to produce well. She must have an average daily gain of at least 500 grams per day in order to reach the optimum size for calving within reasonable time. Unfortunately, many farmers consider heifers to be unproductive and hence they are not properly fed. Lack of feed is often a reality, it is therefore not possible to feed all animals in the herd with high quality feed.

The following advice could be considered as a rule of thumb, bearing in mind that the quantity and quality of feed varies with the season. The condition and growth rate of the heifer should be checked regularly to see that she has the approximate growth rate and if not, adjust her feeding schedule accordingly.

The heifers should be fed green feed of the season of about 4-7 kg DM together with some straw and concentrate or grain per day. If the green feed is leguminous the ration of green feed and concentrate or grain can be reduced and the amount of straw increased. However, it is positive to feed the heifers a small amount of grain or concentrate for making both them and their rumen accustomed to this type of feed, especially partus.

If available, ammonia treated straw could be given along with low quality green feed and concentrate. Silage could be given to heifers, but it is often a very valuable feed saved for milk producing animals. However, a few months before partus the heifer should slowly be introduced to the feed she will have as a milk producing buffalo.

Maximum voluntary intake of the heifer is obtained @ approximately 1 to 1.5 kg dry matter of straw together with 3 kg (DM) of green feed and 1 kg concentrate. Straw fed to appetite is not enough to keep or increase body weight of growing buffaloes. Straw fed to growing stock should preferably be ammoniated and further supplemented with green feed or hay and some kind of concentrate to give the best result.

Feeding of the Dry Buffalow

Feeding the dry buffalo concerns preparing for partum and a high milk production. In the last two months of gestation the buffalo has increased requirements for nutrients for fetal growth. Experiments with Murrah buffaloes has shown that the best economical way of feeding dry buffaloes 2 months before calving is at 125 per cent of the recommended level for cattle. By giving the dry buffalo a little more than she needs, her chance to build up the body reserves and to be in good physical condition is improved. After calving the buffalo can be fed at 100 per cent of recommended level for cattle.

MILK PRODUCTION OF THE BUFFALO

The world's milk production from buffaloes was according to FAO 48 million tons, most of which was produced in Asia (46.5 million tons) by many low producing animals. A great part of the milk production goes unrecorded as the buffalo milk is largely handled by the unorganized sector. For comparison, the world's production of milk from cattle was 459 million tons. In India, Pakistan and Egypt, 65 per cent of the milk produced is from buffaloes.

Lactation and Milk Yield

The onset of lactation is with the birth of the calf. The initial yield is a reliable indicator of the animal's genetic potential. The highest yield is reached after five to six weeks of lactation and maintained for some weeks. Thereafter the yield decreases until the end of lactation. The lactation ends as the dry period starts.

In buffaloes, the highest milk yield is seen in the fourth lactation whereafter it declines. The shape of the lactation curve depends on factors such as feed, management, milking frequency, diseases among others. The optimum lactation length in the Murrah has been reported to be 262 to 295 days.In Italy it is recommended to keep a lactation length of 270 days in controlled herds. ICAR recommends a lactation length of 305 days as for controlled cattle.

Factors Affecting Lactation and Milk Yield

Lactation and milk yield depend on both genetic and non-genetic factors. The genetic influence is due to species, breed, and individual. It is affected by ability to reproduce, e.g. fertility and thereby calving interval. Improvement on these may be the result of breeding and selection.

The non-genetic factors are management, amount and quality of feed and skill of the farmer to detect heat and illnesses. Factors which are outside the farmer's control such as climate, temperature, humidity etc. also influence lactation and milk yield. Feeding is the most important factor for increasing and sustaining the milk yield. Sufficient amount of energy, protein, minerals and water must be provided in order to achieve maximum yield.

Calving interval is closely related to lactation length and milk yield. The longer the calving interval, the longer the lactation and the higher the lactation yield. However, total life time yield will be substantially less comparing with a buffalo with short calving intervals. Milking frequency affects both total milk and fat yield. A study using Murrah buffaloes showed that 31 per cent more milk and 26 per cent more butter fat resulted from milking three times per day as compared to twice a day.

Weight of the heifer seems to affect milk yield. Studies on Murrah indicates that the heifers should weigh at least 500 kg at the time of calving in order to reach a maximum milk yield.

Dry Period

The buffalo should be dried off approximately 2 to 3 months before expected calving. The dry period is valuable to the buffalo, she may rest and the udder tissue is repaired.

In a high yielding herd (above 10 kg per day) the buffalo should be dried off when the daily yield falls below 2.5 kg, even if it is still more than 3 months to expected calving. This goes especially for machine milked herds. An alternative to drying off is to use the buffalo as a foster mother to newly born calves. One buffalo may serve one newborn calf or two older calves which receive additional feed. Care should be taken to dry her off completely no later than 2 months before calving. In herds which are hand milked and where the yield is low, it is difficult to set a lower limit in kg. Instead, the 2 months limit is recommended.

Composition of Colostrums

During approximately the first three days of lactation the buffalo secretes colostrum. Colostrum is vital for the newborn calf and its composition reflects the calf's need. Colostrum contains the important proteins; the immuno globulins, which are the newborn calf's source of antibodies. The content of iron and copper is markedly higher in the colostrum as compared to normal milk

Alterations of Milk Composition

Milk composition can be altered both before and after the milking. If the change occurs inside the udder it is mostly due to a disease or treatment of the disease by antibiotics or other type of medication. Feeding can alter the normal composition, however, these changes are seldom extreme, but within normal intervals. Season can effect the normal milk composition, although these changes are mostly due to differences in feeding during different seasons.

The fat percentage varies with stage of lactation and with milk yield. A study on Nili-Ravi buffaloes in Pakistan showed that the fat percentage increased steadily from 5.5 per cent in the first month of lactation to 7.5 per cent in the 10th month of lactation.There is a negative correlation between lactation yield and percentage of total solids, fat and protein. However, the total amount of solids, fat and protein is higher in a high yielding buffalo than in a low yielding one.

Feedstuff

A rule of thumb is that roughage increases fat content in milk, whereas concentrate depresses it. This depends on the differences in VFA production in the rumen from the different carbohydrate sources. Digestion of fibre results in a higher proportion of acetic acid and thereby more milkfat. Digestion of concentrate on the other hand, results in a higher proportion of propionic acid which is unfavourable for milkfat synthesis. If too much concentrate is given, fat depression might occur.

Higher energy diets seem to give better coagulation properties of the milk. Long-chain fatty acids increases when the energy concentration in feed is low. Glucosinolates in Brassica spp. are hydrolyzed by the ruminal microbes into thiocyanates, iso- thiocyanates and some other products. Thiocyanate is then excreted in the milk. High feeding levels with Brassica spp. may therefore lead to unsatisfactory levels of thiocyanate in the milk. Thiocyanate may cause thyroid enlargement in animals as well as humans ingesting it. A common feed stuff of Brassica spp. is mustard fodder and mustard oil cake. Even 15 days after withdrawal of mustard feed, circulatory high levels of thiocyanate exists and is secreted in milk.

Disease and Medication

Mastitis changes the milk composition dramatically. The alterations can sometimes be used as detection of the disease. If antibiotics are used in order to cure for example mastitis, these will be excreted in the milk. Controlling of external parasites with e.g. diazinon affects milk yield as well as composition. The chemical is detected in the milk upto 48 hours after dermal application.

MILKING THE BUFFALO

Buffaloes have been used for milk production for centuries. They have not been subjected to the same upgrading and breeding like cattle of the western world. However, the buffalo is an excellent milk producer, given the correct circumstances. Milking the buffalo is not a difficult task. One should, however, take care not to implement cattle milking techniques directly on the buffalo cow. The anatomy and physiology of the buffalo udder differs slightly from the bovine one.

The buffalo has an udder similar to the cattle in the gross anatomy. The buffalo has four teats. Extra teats can be found in the similar way as in cattle. The teats vary in shape and size. Generally, they are larger than cattle teats. Cylindrical forms of the teats are most common in the Murrah breed. The front teats are, on average, 5.8 cm to 6.4 cm long and their diameter is approximately 2.5 cm to 2.6 cm. Respective figures for the hind teats are 6.9 cm to 7.8 cm and 2.6 to 2.8 cm.

The hind quarters of the udder are slightly larger than the front ones and contain more milk. The approximate ratio is 60:40 (hind:front), as for cattle. It takes a longer time to milk the hind quarters. The anatomy of buffalo teats is slightly different from cattle teats. The epithelium of the streak canal is thicker and more compact in buffaloes than in cattle. The sphincter muscle around the streak canal is thicker in buffaloes than in cattle. More force is therefore required to open the streak canal. The teat sphincter tonus has been reported to be at least 400 mmHg negative pressure in buffaloes (the tension falls some what after calf suckling and hand milking). This is the cause of buffaloes being "hard milkers".

In cattle, the milk is synthesized in the alveoli and is periodically transferred to the large ducts and cisterns of the mammary gland and the teat. This is not the case in the buffalo, instead, the milk is held in the upper, glandular part of the udder, in the alveoli and small ducts. Between two milkings there is no milk stored in the cistern. Hence, buffaloes have no cisternal milk fraction.

The milk is expelled to the cistern only during actual milk ejection. The same phenomenon is seen in Chinese Yellow cows and Yaks. Because of the absence of cisternal milk between milking, in the teat cisterns, the teats are collapsed and soft before let down. This is contradictory to the bovine cow, where the teats can be very hard and firm due to the presence of milk in the teat cistern.

PHYSIOLOGY OF MILKING

Buffaloes are said to be slow and hard milkers because of their slow milk ejection reflex and their hard teat muscle sphincter. The milk ejection reflex appears to be inherited to some extent but it is also a product of the environment. In buffaloes, the let down time averages 2 minutes but may be as long as 10 minutes. The reasons for this are not fully understood.

One reason for the longer let down time of milk for buffaloes is probably the different anatomy of the udder as compared to the dairy cow. In the buffalo, the udder cistern is absent or has a very small volume and therefore there is little or no cisternal milk available. This furthermore leads to no intramammary pressure in the cistern which would otherwise help the milk flow. In cattle, the milk is already stored in the large cistern, and milk is available for extraction immediately after preparation. The high intramammary pressure contributes in pressing out the milk.

The intramammary pressure increases at the onset of milking. It is highest during the peak flow and decreases there after to zero at the end of milking. The pressure is higher in buffaloes during milking than in cattle. The intramammary pressure varies between individuals and milkings. Its' level is not always indicative of a high milk production. Let down time seems to be negatively correlated to milk yield. Let down time is shorter in early and middle stage of lactation as compared to in late lactation. A faster flow of milk is observed when the yield is higher.If buffaloes are carefully selected for yield and ease to milk, improvement in these characteristics is possible.

INDUCTION OF MILK LET DOWN

Physical stimulation of the teats, either by the calf's suckling or the milkers hands, excite receptors from which nerve impulses are send to the posterior pituitary gland causing secretion of the hormone oxytocin. The hormone is transported via the blood to the mammary gland. Because both hormones and nerve impulses are involved in the milk ejection reflex, it is called a neurohormonal reflex. Oxytocin stimulates the contraction of the alveoli and small ducts thereby emptying the milk into the larger ducts and the cistern. Hereafter the milk can be evacuated from the udder.

The contraction of the alveoli may, to some extent, be enhanced by tactile stimuli of the udder (massaging, squeezing) the so called tap reflex. When calves suckle, they butt at the udder in order increase milk secretion. Manual massage of the udder during milking imitates this reflex. Like cattle, buffaloes can get used to different stimuli. It is clear that also in buffaloes, oxytocin release is triggered by visual or audible stimuli, such as the sight of the milker, the noise of the vacuum pump or when entering the milking parlour.

The animal becomes conditioned to let-down milk and has thus developed a conditioned reflex. (An unconditioned reflex is the suckling of the calf.) By letting the animals get accostumed to a strict routine, time of let-down is shortened. In cattle, it has been demonstrated that feeding concentrate during milking improve time of let-down. It has yet to be shown in buffaloes.

Buffaloes are sensitive to changes in the environment. They may withhold the milk if they are uncomfortable with the situation. If the animals are stressed, scared or in pain, the hormone adrenaline is secreted. This hormone causes constriction of the blood vessels, thereby hindering the supply of sufficient amount of oxytocin to the udder. Adrenaline also directly acts on the myoepithelial cells in the alveoli by blocking the oxytocin receptors.

The inhibition if milk let-down will result in the leaving of milk in the secretory parts of the udder. Continuos exposure of stress to the buffaloes will affect the milk production negatively. Change of milker or milking routine, application of wrong milking technique or milking machines in bad conditions are some reasons for the buffaloes to with hold the milk.

The actual milking can begin after the let down reflex has been elicited. Whether this is done by hand or machine it is important to use proper routines. The milking should be done as fast as possible without causing stress or pain. The milking should be as complete as possible without excessive stripping. Elevated residual milk in the secretory part of the udder decreases milk secretion and thereby influences the milk yield negatively.

Keeping Good Hygiene

Simple guidelines for keeping good hygiene in the barn or milking parlor:

Dung should be removed both prior to and during milking in order to minimize exposure of the milking equipment to dirt. If the equipment for some reason becomes dirty, it must be cleaned properly before using it again.

- Hands should be clean when milking or handling the milk. Clothes should be clean.
- Use one udder-towel per buffalo, discharge towels in a separate bucket after usage.
- Post-dipping of teats should always be done.
- All containers with milk should have a lid on at all times.
- Milk should not be stored near the dung or feeding place. There are several reasons for this; 1) milk is sensitive to odors and may "pickup" dung or feed odors. 2) Bacteria from dung or feed are more easily transferred to the milk if it is stored nearby. 3) Particles from the dung heap or the feed may contaminate the milk.
- It should not be possible for animals such as dogs, cats and rats to approach the containers.

Pre-milking

Pre-milking is defined as actions to induce milk let-down by cleaning the udder and pre-milk in a strip cup. Cleaning the udder should be done with a lubricated towel. Separate towels should be used for each buffalo. The udder should never be splashed with water.

Pre-milking is necessary for various reasons; the most important being preparing the buffalo for actual milking and checking for mastitis or other infections. Pre-milking must be done in a strip cup, never on the floor! The purpose of using a strip cup is to be able to easily observe changes in the milk. The spreading of pathogenic bacteria is limited. Pre-milking is done with dry hands and the fullhand method. The hands should be cleaned between buffaloes during the milking, if necessary.

After Milking

After milking the teats should be disinfected. This reduces, if not completely inhibits, bacterial growth on the teats. The teat canal stays open for a while after milking is completed, thus eliminating the important protection against entry of bacteria. The dip solution will both act as a physical hindrance for bacteria and as a disinfectant. Preferably the teat-dipping-solution should contain some lubricant in order to maintain teat condition and to prevent chapping and sores.

Because the teat canal is open after milking, sometimes for as long as half an hour, the buffaloes should be prevented from lying down. This can be done by giving enough feed to last for a long time after milking.

Special detergents for cleaning of the milking equipment is available and should be used correctly. All buckets, containers and machines used for milking must be cleaned both outwards and inwards immediately after usage. The towels used for cleaning and drying of the udder should be cleaned properly after each milking. They can be stored in a bucket with a lid and clean water containing chloride until the next milking.

Milking Routine

An appropriate milking routine is important for hygienic and production reasons as well as for creating a comfortable and smooth environment for animals and milkers. It is easier to maintain a good hygiene and to facilitate the adoption by the buffaloes to relief milkers if a consistent milking routine is applied. In dairy cows it has been demonstrated that the practicing of a strict milking routine results in increased milk production.

The routine mentioned below can be followed by both hand and machine milkers in tie-stall barns or where milkings are carried out in flat barns. In the case of hand milking in such barns, points 6 to 9 are omitted. Routine check of the milking machine should be done before each milking session according to the manufacturers recommendation.

1. Start by tying (if not already tied) and feeding the buffaloes.
2. Remove dung from the floor.
3. Wash hands with soap and dry them.
4. Clean the teats with special towels and massage them thoroughly.
5. Foremilk the buffalo by hand in a strip cup, checking the appearance of the milk.
6. Apply the cluster gently. Check tube alignment.
7. Check the buffalo every now and then to make sure that she is comfortable with the machine.
8. Palpate the udder to check that it feels empty.
9. Remove the cluster gently.
10. Dip the teats in a suitable disinfectant solution.
11. Clean all the equipment in the milking room.

When machine milking, it is important that the milking machine is nearby and ready to be applied to the udder at the right time (after pre-milking). Thus, each buffalo must be cleaned, massaged and pre-milked and then have the machine applied directly. It must be emphasized that it is not possible to clean all the buffaloes first and then apply the machines to the first buffaloes. The oxytocin release has a short duration (a few minutes). If the machine does not start milking after this time, a whole new procedure must start after half an hour.

Hand Milking

Pre-milking routines are as important when milking buffaloes as when milking cows. It is important to use a smooth and comfortable milking technique. The "knuckling" or "stripping" method is used in the wrong belief that it is necessary in order to overcome the resistance in the teat sphincter. These milking methods might cause elongation and damage to the teats. A much more comfortable and appropriate method is the "fullhand" technique. This technique imitates the calf's suckling and is therefore a better stimuli.

Machines for Milking Buffaloes

Since the udder and teats in buffaloes are different compared to cattle, milking machines for cattle have to be modified in order to fit buffaloes. In general, a heavier cluster, a higher operation vacuum and a faster pulsation rate is required. Results from recent studies in India indicate that it might be possible to reduce the cluster weight and the frequency of liner slip by applying an appropriate combination of liner design and cluster weight.

It is not only the total weight of the cluster that is important, but also the distribution of its weight on the udder. Unequal weight distribution can cause uneven milk output. The long milk and vacuum tubes should be aligned and stretched to ensure equal weight distribution of the cluster on the udder. Milking characteristics depend upon vacuum levels and pulsation rates among others. Studies on Egyptian buffaloes revealed that a vacuum of 51 kPa and a pulsation rate of 55 cycles/min led to much longer milking times than a vacuum of 60 kPa and a pulsation rate of 65 cycles/min.

The higher vacuum level, however, caused a significant increase in the somatic cell counts. Highest milk yield within an acceptable time were found when using 56 kPa and 65 cycles/min. In all trials a pulsation ratio of 50:50 was used. Studies in Pakistan indicated that the pulsation rate and ration should be 70 cycles/min and 65:35 respectively for Nili-Ravi buffaloes.

In Italy, the majority of farms use the same machines for both buffaloes and cattle. It is a simple "cattle machine" with one vacuum level operating at approximately 40 cm Hg. In India, recent trials have been made with milking with Duovac TM from Alfa Laval Agri. Successful milking was done with a vacuum level of 55 kPa, 70 cycles/min pulsation rate and pulsation ratio of 65:35 for milk flows above 0.2 kg/min. For milk flows under 0.2 kg/min the respective data where 38 kPa, 48 cycles/min and the same pulsation ratio.

The DuovacTM is physiologically correct for the animal since it helps in gently stimulating let-down and is also more gentle to the teats after the peak flow.

In order to obtain all the advantages with machine milking the correct technique must be used. The milkers and buffaloes must be familiar with the machines. If the buffaloes are scared or feel uncomfortable they will withhold the milk and thereby yield less. This in turn will lead to economic loss for the farmer and eventually he will loose his faith in machine milking.

The concept of machine milking should be introduced slowly and by persons who the buffaloes are used to and feel comfortable with under the supervision of an expert from Alfa Laval Algri. The procedure of introducing buffaloes to machine milking presented below an recommended by Alfa Laval Agri is applicable for a whole herd where neither animals nor humans are familiar with machine milking. By carefully following the mentioned steps, a successful introduction should be possible.

- *Training of personnel:* Training of milkers should be done by a person from the milking machine company. This person has good knowledge about biology of milking, machine milking as well as with the design, function and maintenance of the milking equipment. The training should include introduction procedures, milking routine, handling of the machine, cleaning and maintenance as well as certain aspects of the day-to-day service of the machine.
- Installation of the milking machine in the barn and any other modification in the barn should be made well in advance of the changing to machine milking.
- It is most appropriate to start with heifers since it is easier to habituate heifers than older buffaloes to machine milking. Older buffaloes may have been hand milked by a certain routine for several lactations and may respond negatively to a change in routine. Heifers on the other hand are not accustomed to any specific routine and are more likely to accept machine milking as well as hand milking. Their udders and teats are more uniform and not damaged by previous milking. Liner slip and other negative effects of machine milking is therefore less pronounced in heifers. Note that heifers should not be hand milked but directly introduced to the machine. They may get accustomed to the noise of the vacuum pump etc. by participating in the milking routines prior to partus.
- Calm animals that are comfortable with hand milking should be selected. The udders and teats of the animals should be uniform with respect to conformation and size. Buffaloes in heat or unhealthy animals or animals with previous let-down-problems should not be selected.
- Milk the old and selected animals as usual by hand but let the vacuum pump run during milking. This will make the animals accustomed to the noise. Put the pump on before actual milking, but after the buffaloes have been tied up, otherwise the animals may be startled by the sudden noise. Repeat the procedure (usually 2 to 4 times) until all buffaloes are accustomed

to the noise. It is better to repeat this procedure once or twice more until all buffaloes are comfortable, than rushing into the next step.

- Bring the milking machines into the barn. Connect them to the airline and place them at each buffalo's place at the same time as hand milking is carried out. This will allow the buffaloes to get used to the "ticking" sound of the pulsator. It will give them a chance to look at the machines and smell them and may be even taste them. Make sure though, that they do not chew on them! Move the machines to the next buffalo in order to milked. This makes the buffaloes used to machines being moved around. The procedure should be repeated (usually 2 to 4 times) until all the animals have accepted the presence of the machines.

At this stage, presumably all buffaloes will be well accustomed to the new routine. If some buffaloes are still showing signs of nervousness or stress. Buffaloes that after this procedure have not accepted being milked by machines should be returned to hand milking. One or two frightened or uncomfortable buffaloes might cause major disturbances in the whole herd.

Consistency with respect to milking routine including pre-milking preparation should be applied from the beginning of the introduction period. The regular milker should carry out the machine milking during the introduction period. When the cluster is firmly attached to the udder, the milker should stay with the buffalo to see that she is comfortable. Soft talking and brushing and scratching are the best ways to calm an animal. These first sessions of machine milkings usually require longer time than the following. However, this time is well worth spending to assure forward calm and easy-milking buffaloes.

MASTITIS

Mastitis, inflammation of the mammary gland, is a common disease in dairy animals. The disease causes great economic losses both for farmers and for dairies. A recent study in India revealed that sub clinical mastitis causes an annual loss of 604.000 rupees in cows and 483.000 in buffaloes. Respective figures for clinical mastitis is 285.000 and 235.000 rupees. Total loss caused by mastitis in buffaloes is calculated to 717.000 rupees in buffaloes. Mastitis may be caused by several factors. Most important and most common is bacterial infection.

Good hygiene practice is the most efficient way of preventing the disease from developing and spreading. Mastitis may also be caused by trauma such as injuries on the udder or the teat. Sores are a perfect way of entry for bacteria.

The most common bacteria causing mastitis in buffaloes are Staphylococcus (Staph. epidermis and Staph. Aureus), Streptococcus (Str. dysgalactia and agalactia) and Coryonebacterium spp. This is not very different from the incidence of respective bacteria in cattle mastitis. There is, however, a difference in bacteriology of the mastitis due to the kind or farm the buffaloes come from. On rational, modern farms, the most common bacteria causing mastitis is often Staph. aureus. On traditional farms, Streptococcus faecalis, Escherichia coli and Clostridium perfringens are the most prevalent.

An Italian study reported that mastitis was more frequent on modern farms and that this was caused by high production, causing heavy stress on the udder, and trauma to the teats caused by milking machine. The bacteria were a mere secondary infection. On the other hand, on traditional farms, mastitis was less frequent but was caused by lack of even the most simple hygienic routines. This is shown by the bacteria causing mastitis in traditional farms, they are purely fecal and soil bacteria.

This is confirmed by a recent study in Italy where buffaloes where randomly tested for somatic cell count and total bacteria count together with CMT. 66 per cent of the buffaloes showed an abnormal high number of SCC in the milk. These buffaloes where kept in a traditional Italian loose house system, which indicates that the hygieneic standards could be improved. Mastitis seems to be more frequent in animals with high milk yield, both regarding individuals, herds, breeds and species.

This may have to do with the higher stress that the udder is exposed to when yielding more milk. It is quite clear however, that buffaloes are less susceptible to mastitis than cattle. There might be both anatomical and physiological reasons for this. A recent Indian study has compiled data on incidence of mastitis in cows as well as in buffaloes,

Mastitis can be clinical and sub-clinical. There is an important difference between these two. Sub-clinical mastitis may not even show. The observant milker may see slight changes in the milk like the appearance of flakes, when fore milking in the strip cup. Sub-clinical mastitis shows in the CMT. Acute mastitis is detected very easily. The udder is sore, swollen, hot and red. The buffalo is in pain when the inflamed quarter is touched. An inflamed quarter should be milked by hand very carefully, not forcing the milk out.

This may be quite difficult, since the milk is thick (more like jelly) and may contain blood. The milk should not come into contact with any containers used for milking, nor animals or the floor. It should be wasted. The milker should carefully wash his hands before touching any other quarter, animal or equipment. These rules can not be over emphasized. Never milk an inflamed quarter with a machine!

Buffaloes have a powerful defence against mastitis due to the anatomy of the teat. Starting with the teat skin, the buffalo teat skin is less sensitive than cow teats to chapping and sores. Inside the streak canal, the epithelium is thicker and more compact than in cattle. This gives extra resistance against penetration of bacteria through the epithelium. The keratin layer of the streak canal is thicker.

The importance of the keratin layer is that it contains bactericidal and bacteristatic lipids and cationic proteins.

The cationic proteins are inhibitory to the growth of Streptococcus agalactica and Staphylococcus aureus. The sphincter of the streak canal is, tighter than in cattle. It is also supplied with more nerve fibres and a richer blood vessel system, than in cattle. This will help maintaining a tight closure of the duct thus limiting entry of bacteria in to the mammary gland.

When the udder gets infected or inflamed, the natural defence system goes into action to eliminate the infection or inflammation. Blood leukocytes, especially the phagocytes, migrate through the alveolar epithelium to the milk in order to remove the invading pathogens. Neutrophils are the most active leukocytes in this process. Lymphocytes and macrophages are also important in the udder defence. Neutrophils, lymphocytes and macrophages together with epithelial cells exists in normal milk. In buffalo milk, several studies have revealed that the amount of neutrophils in total somatic cells (SCC) are as much as 22-88 per cent with an average of 56 per cent. Lymphocytes are in the order of 10-54 per cent (mean 28 per cent). The occurrence of macrophages in buffalo milk is less than in cattle milk (8 per cent vs. 30 per cent). This massive attack by neutrophils is a powerful defence by the udder against invading pathogens.

Cell counts in milk from healthy buffaloes varies between 50.000 and 375.000 per ml. This is comparable to cattle milk and the difference therefore lies in the differential cell count. Studies indicate that the concentration and functional efficiency of phagocytes are superior in buffaloes compared to cattle.

The disease is cured with antibiotics. Treating buffaloes in the dry period with antibiotics in order to prevent the disease has shown to be very effective. However, this can not be advisable since bacteria are known to develop resistance. Instead good methods for preventing the disease should be practiced. With training to detect mastitis during the early phase, spread of the disease can be prevented.

Mastitic Milk

Acute mastitis is easily detected by looking at the milk or at the udder. The milk is more or less jelly-like and contains flakes. This change in appearance is mostly due to an increase in cell count and bacterial count. Very often there is blood in the milk. Somatic cell count is drastically increased in mastitic milk. The salt (NaCl) concentration is higher (as much as 33 per cent) and potassium concentration is lower in mastitic milk. Increases in magnesium and calcium are also detectable.

The lactose content is much lower than in normal milk, it can be reduced by 16 per cent. The fat concentration can be reduced by 45 per cent in some cases. Mastitic milk should always be discarded, never delivered to the dairies and not given to the calves!

Machine milking has both been praised as the solution to mastitis problems and been cursed as the cause of mastitis. None of these extremes are completely true but in some cases milking with machines can aid in developing mastitis or facilitating its spreading. Incorrect use of milking machines or milking with machines in poor condition may cause trauma to the teats. This in turn may lead to injuries like sores or chapping.

The sores are readily invaded by pathogenic organisms and the disease is a fact. If a buffalo already has got an infected quarter, machines may aid in transmitting pathogens to the other quarters or to another buffalo. A fluctuating vacuum may cause milk to be pressed into the teat again, thus invading the teat with pathogens.

The machines themselves may also be a source for pathogens. Old liners and rubbers are easily cracked, in these cracks micro-organisms are less susceptible to washing and detergents and may survive the cleaning. All these factors may easily be eliminated by a good hygienic practice and by keeping the equipment in good condition.

A good hygiene and quality can only be maintained if care is taken when handling the milk. Milk should be stored in containers solely used for this purpose. A lid which fits tightly prevents dirt as well as insects to enter the container. The containers must be thoroughly cleansed after usage. Milk containers should be handled with care, milk is sensitive to stirring and shaking as this may damage the fat globules, leading to spoiled milk.

COOLING

The effect of cooling can not be over emphasized. It is the best means to preserve the quality of milk and to prevent bacteria from multiplying. Cooling of milk does not necessary require expensive cooling equipment. In order to obtain the best results with these methods, the container should be of metal for fast heat exchange.

Shade and draught provide some cooling to the fresh milk. Covering the container with a wet cloth is a successful way of obtaining additional cooling from water evaporation. This is particularly useful in dry climates. Air cooling is most effective at night. Evening milk may be stored without severe problems until next morning if the air temperature is 10°C, or below.

The milk container is put in the coldest water available. Preferably a metal basin or earthen pit with running water, so that the water never warms up. A stream functions equally well. For this type of cooling the milk container should not be heavier than that it is possible to lift for one man.

A slightly more sophisticated way of cooling with water is by having a metal basin with double walls. The milk is poured into the basin and heat is exchanged with the water running in the double wall. This requires some kind of stirring and a large lid. For water cooling to be efficient, the temperature of the water should not exceed 20°C. It also requires a rich supply of clean water. The water used for cooling may be given to the buffaloes after it has served its purpose. In this way, water is saved.

It is quite effective but expensive. It works by putting blocks of ice around the milk container. However, even though the ice is colder than water, it may not work as well due to bad contact between the surfaces. A metal box containing ice can be inserted into the milk. This requires strict hygiene and clean boxes. It is not advisable to put ice into the milk. Firstly the milk becomes diluted and, secondly, if the water is not perfectly clean, it will add bacteria to the milk.

If ice is readily available and not to expensive it can be combined with water cooling, thus chilling the water further.

Mechanical cooling can be more or less expensive. If the farmer has a household refrigerator, this can be used for cooling the milk. How large a quantity of milk depends on the size of the refrigerator. Sophisticated coolers for chilling larger quantities of milk quickly are available from many agricultural companies.

Air, water and ice cooling can be used in combination with mechanical cooling. By first cooling the milk in air, water or ice, some energy for further mechanical cooling is saved. Buffalo milk is mainly produced in the rural areas by a multitude of small farmers. In developing countries, high temperatures and long transportation times in unsanitary containers contribute to rapid increase of bacteria and thereby a large amount of the milk is spoiled before it reaches the dairy plant to be processed.

Poor infrastructure discourages farmers to deliver the milk themselves to the dairy plant. Instead they deliver it to collection centres which may be organized by the dairy plant or by the farmers themselves as a cooperative or by businessmen or organizations.

Most collection centres are merely a simple shed where milk is weighed and perhaps tested for fat, then transported to the dairy plant on a truck twice a day. More modern collection centres may have facilities to cool the milk or even a cooling tank and it is sufficient to transport the milk to the dairy once a day. Decentralized dairy plants which can be reached from many farms within two hours is another solution to minimize spoilage of milk. Transportation of the milk should preferably be done in large containers since a large quantity of milk heats up more slowly a small quantity. Increases in temperature during the transportation should be avoided as much as possible.

If cooling of the milk is impossible, preservatives can be used to retain milk quality until it reaches the dairy. It must be emphasized that a preservative does nothing but preserve the milk, it can not in any way improve the quality of the milk. An available preservative is lactoperoxidase/ hydrogen peroxide/ thiocyanate and the method is commonly called the LP-system or MIPS. It is a safe method of preserving milk if used correctly and it does not affect the quality of the milk negatively. For full description of the system contact Alfa Laval Agri.

QUALITY CONTROL

The aim of quality control is to assure that the milk purchased from the farmers has a good hygienic standard and a normal composition. A very easy and simple quality control can be done at farm level or at the collection centre by trained personnel. There are simple check points that should be looked at in order to determine quality.

- Overall hygiene in the milking area
- Cleanliness of the milk containers
- Milking routines
- Cooling facilities
- Cleaning procedure

These points should be checked regularly at the farm. The staff conducting this should do so without prior notice to the farmer. It is the farmers' responsibility to always keep clean and have good milking routines. Any one should be able to check on his routines at any time and find them satisfactory. If the farmer does not have satisfactory cleaning and cleanliness, he should receive advice from the staff as to how he can improve his conditions.

REPRODUCTION

The water buffalo has a reputation for being a sluggish breeder, but the average animal is so poorly fed that it's reproductive performance is unrepresentative of it's capabilities. Without reasonable nutrition the animals cannot reach puberty as early in life or reproduce as regularly as their physiology or genetic capabilities would normally allow.

With good management, adequately nourished buffaloes can reach puberty at about the same age as cattle, as early as 18 months of age in buffalo bulls. In northern Australia, Swamp females have conceived at 16 months of age. In the herd at Punjab Agricultural University in Ludiana, India, 11 River buffalo heifers showed estrus at ages less than 18.5 months and a few came into heat when less than 15 months old.

The water buffalo also can calve at an age comparable to that of cattle. At the Ain Shams University in Egypt a well fed Egyptian buffalo herd of several hundred animals has an average age at first calving of 27 months, 22 days. Because of uncertainties, El Ashry and his colleagues believe that the body weight is a better indicator of sexual preparedness than age. These researchers at Ain Shamus University recommended mating heifers when they weigh 365 kg no matter what their age. Research at Punjub Agricultural University shows that heifers can be bred when they weigh over 270 kg and manifest estrus. Most animals in the Punjab Agricultural University River buffalo herd calved before 35 months, one at 28.3 months.

In one Venezuelan herd almost all heifers 20-24 months old were pregnant; virtually all calved before age 38 months, most by 30 months, and one at age 23 months. In trials in Queensland, Australia and in Papua New Guinea it was noticed that female buffaloes (Swamp breed) came into estrus even while they were losing weight because of adequate nutrition, whereas cattle did not. Under these stressful conditions the buffalo calves also reached sexual maturity earlier and the buffaloes had a higher calving percentage and a shorter calving interval because they came back into estrus more quickly than cattle. The age at first calving of more than 60 nutritionally poor buffaloes was 38 months in one herd and 45 months for Brahman cross cattle.

Similar observations have been made in Florida. Trinidad, the Brazilian Amazon, Venezuela, and elsewhere. Although these are exceptions to the normal observations in Asia, where buffaloes seem to breed more slowly than cattle, they do demonstrate the buffalo's potential for improved breeding.

Unclean surroundings, poor nutrition, and poor management, causes a great number of early embryonic deaths and a high death rate among the calves; this also contributes to the buffalo's often low reproductive rate.

FEMALE REPRODUCTION

Estrus

Oestrus, estrus or heat is a specific period of reproductive function when the female becomes receptive. Estrus in buffaloes is manifested by changes in the reproductive system and in behaviour. It usually lasts about 24 hours, but duration varies and may range from 11 to 72 hours. It occurs on an average of 21 day cycles. Determination of when a buffalo cow is in estrus is difficult because often the animal shows few external signs of "heat". This increases the chances of missing a cycle, especially for artificial insemination.

The intensity of estrus behaviour in Egyptian and Indian buffaloes has been found to be much less than cows. The usual weak symptoms of estrus in the normal breeding season (October to February in Asia and India) become still weaker during the hot months of summer. Unlike most of the buffalo breeds of tropical and temperate regions, the symptoms of estrus in Philippine buffaloes have been reported to be even more pronounced than cattle. The problems of estrus detection in Swamp buffalo of Thailand has been described as one of the main constraints of the breeding programme.

Diurnal patterns of estrus behaviour have been observed in most buffaloes. The Swamp usually breed at night. In about 855 of Egyptian and Indian buffaloes signs of estrus have been recorded between 6 pm and 6 am. However during monsoon, estrus often commences in the afternoon hours. In the Phillipines the management concept of night corrals has been used to increase reproductive performance. Due to the high incidence of silent heat large numbers of buffaloes are left unbred. In Egyptian buffaloes 86 per cent silent heat has been reported. In Indian buffaloes, one study showed only 15 per cent silent heat. Work on estrus synchronisation using has been done in New Zealand.

Estrus Detection

Frequent urination is the most reliable symptom of estrus. The animals urinate small quantities every 4-6 minutes in some cases. Mucus vaginal discharge in quietly sitting animals can also be observed. Many buffaloes show clear or transparent cervical mucus at the onset of estrus which becomes cloudy and turbid to dirty translucent with the advancement of the estrus. For the detection of estrus in buffaloes the application of a combination of aids has been suggested.

- A vasectomized or teaser buffalo bull should be paraded in the morning and in the evening in the area where open buffaloes are kept. Interest by the bull or the female buffalo mounting upon the bull or showing affinity for the bull should be indicate heat. This procedure can be increased to three time a day during the peak breeding seasons. In many areas, vasectomized bulls are not available and an intact animal that has been suitably trained and accustomed to control can be used. This method is most suitable in operations where the cows are confined in station alleys. The ability, observation skills, and training of the bull handler are extremely important in this method.
- Breedable open buffaloes should be regularity checked at 3-4 hour intervals for vaginal discharge. Mucus discharge from the vagina flows as a string from the vulva of animals in heat. The thick stringy appearance is characteristic. The inner side of the tail should be examined for vaginal discharge.
- Cervical mucus should be collected and spread over a clean microscopic slide and left for drying at room temperature. Typical fern pattern crystallization indicates estrus.
- Suspect animals should be examined through rectal palpation for uterus tone and the presence of mature follicles on the ovary.
- Under freestall or pasture conditions a vasectomized bull with a marker apparatus may be left loose with the cows. Tailhead chalk, paint or other marking devices can also be useful to detect "riding"...even if a vasectomized bull is not available.
- In hot weather both female and males should be protected from direct solar radiation and heat stress. Some studies have shown the value of water

spray cooling and sprinkling in intensifying the signs and extending the duration of estrus.

Estrus Duration

In young Murrah buffaloes in India average estrus period has been observed to be 29 (24-72) hours. Other studies have shown variations according to location, breed and season...24 hrs in the Philippines...12-36 hrs in Egypt...24-36 hrs in Bulgaria and 19.5 (with a range of 3 to 69 hrs. in Pakistan. The duration of estrus is usually slightly longer...and more regular in aged than in young buffaloes. An estrus duration of about 24 hours is usually used for practical purposes.

Similar to other bovines, the estrus cycle in buffaloes can be approximately divided into phases...

Proestrus: The ovary is more active. FSH hormone stimulates the growth of follicles. This proestrus period of the cycle is also called the follicular phase or..due to the rising levels of estrogen it is called the estrogenic phase. The increased secretion of estrogen from growing follicles increases blood supply and growth of tubular genitalia. Various degrees of swelling of the vulva due to congestion may be seen and mucus secretion may start. The duration of proestrus may be 2-3 days.

Estrus: Characterized by the typical breeding behaviour of females. The animal becomes restless and urinates frequently. there is stringy clear mucus discharge from the vagina with marked edema of internal and external genitalia. During this period females are ready for mating and ovulation usually takes place about 5-24 hours after the cessation of estrus signs. In the latter part of estrus secretion of LH increases and that of FSH decreases. This changed pattern of hormone secretion causes ovulation and then formation of corpus luteum (CL) in the ovary.

Metaestrus: This phase is 3-4 days. During this period there is a sharp decline in the levels of estrogen and early development takes place. The vulva shrinks to the original form, tubular genitalia return to normal size and the flow of mucus becomes cloudy, thinner and gradually stops.

Dioestrus: During this period the CL remains functional with high levels of progesterone. In cases of conception the CL remains throughout the gestation period for the normal maintenance of pregnancy. When there is no successful fertilization of ovum the dioestrus phase lasts from 10 to 20 days or sometimes longer.

Gestational Estrus

The condition of gestational estrus or heat signs after a successful breeding has been observed in 6-18 per cent of buffaloes (R). Animals which return to heat after service should always be examined for ovarian structure before rebreeding and if follicular status is vague, AI service should be placed outside the cervix rather than thru it into the uterine horn.

One important limiting factor influencing the productivity of buffaloes is the seasonality of breeding. This may be due to anoestrus or silent estrus during the non breeding season. Temperature, humidity, light periods and nutrition have all been mentioned as causes of this seasonality.

Postpartum Estrus

The appearance of estrus signs following parturition is known as post partum estrus. The literature shows ranges of from 10 to 400 days. Again environment, nutrition and heat detection has significant influence on the length of this period. 30-60 days is considered an average return time. In Punjab, India, River buffaloes have been observed to come into estrus as early as 40 days after calving.

Male Reproduction

In general the buffalo bull is very similar to other bovines. The volume of buffalo semen ranges from 1.5 to 5.0 ml per ejaculate and semen quality is influenced by many factors. Most bulls are put into service between 18 and 24 months although environment, management and nutrition significantly influence their sexual activity. Young bulls less than 24 months, average volume (1.91 ml), initial mortality (22.8 per cent), count of live spermatozoa and density of spermatozoa indicate the poor quality of semen. This improved significantly in bulls of 2-8 years. Training of buffalo bulls for semen collection usually starts at 20-24 months.

Loss of potency has been observed by 6-7 years but many bulls remain fertile beyond 9 years however the largest period of usefulness is between 3 and 7 years.A good bull can serve about 100 buffalo cows per year in natural service. In many parts of the world artificial insemination is practiced, however much of the population depends upon natural service by free living buffalo bulls of improved breed, stray nondescript bulls or entire working buffalo males.

Distance of AI centres, frequent closure, and awkward times of estrus are the usual problems. Usually one buffalo bull operates in 2-4 villages having 200-300 breedable females in most parts of Nepal and India. These bulls serve a good number of animals during their active life. Some bulls are seen covering cows even after 10 years although with more enthuasism than effect.

In theory, the quantity and quality of semen collected successfully up to an average 8.75 ejaculates daily is almost identical. The calculated daily spermatozoa production capacity of bulls has been found to be 2.3-2.5 billion. However, in practice this is not possible due to decreased libido and natural endurance problems. Thus the use of buffalo bulls for natural breeding or semen collection should be organized in a systematic manner for optimum utilization.

Buffalo bulls should probably be used not more than 75 times a year.however in most areas about 75 per cent of the services are required during 4 months of the peak breeding season. Breeding bulls should be used 3 times per week during the peak breedng season. Each mating should comprise two services with about a 15 minute interval.

Artificial Insemination

This technique for breeding buffaloes can be used for progeny improvement programmes, optimum usage of good breeding bulls and ease of transportation to remote locations. AI was started in the early forties at Allahabad Agricultural Institute in India, and the first buffalo calf was born on 21 August, 1943.Since the semen of each ejaculate is multiplied through the use of suitable extenders for the breeding of larger numbers of females it is essential to use semen of high quality. This increases the probability of high conception and the introduction of desired traits in the progeny.

Semen Characteristics

In practice maximum rate of collection is on alternate days during the peak breeding season and twice weekly during the rest of the year.

For semen evaluation the determination of initial or mass motility of undiluted semen is an important quick test. The initial motility is either judged by the movements and waves (swirls) in a drop of semen under the microscope on a 0 to 5 scale (sometimes 0 to 10) or by counting the total and non-motile spermatozoa with the help of a hemocytometer. The former gives a rough estimate and the later provides actual percentages of motile sperm in the semen. The average mass motility of Murrah semen has been reported to be 3 to 4. Good cooling arrangements significantly improve the motility.

Morphology

A normal sperm of the buffalo is constituted of 3 distinct parts...head, mid piece and tail. It resembles a balloon with an attached string or a tadpole. The head of the buffalo spermatozoan is more rectangular than that of cattle. Head length, breadth, and shape can be affected by extenders season, number of ejaculates and handling of the ejaculate.

This is determined by counting the percentage of motile sperm in semen diluted to contain about 20 million sperm per ml. The percentage of motility in fresh diluted semen of nondescript buffalo bulls was 67, which gradually decreased after storage at 4-6C. The motility was 40 after 5 days and 30 after 8 days of storage in egg yolk glucose bicarbonate extender. A wide variation in motility, from 45 per cent to 85 per cent has been reported for the buffalo bull In the same sample...65 per cent in fresh whole semen, 75 per cent in fresh diluted semen and 62 per cent in diluted semen frozen in ministraws and then thawed was observed.

The percentage of live and dead sperm is determined by counting of slides prepared by a differential staining technique. The nigrosine eosin stain is widely used for differential staining of buffalo spermatozoa. A wide variation in the ratio of live and dead sperm of buffalo semen has been found. Again age, breed, frequency of collection, season, extender, temperature and handling all influence the percentage. Averages of 75 per cent to 85 per cent live in fresh collections are expected but 40 per cent is commonly seen.

Abnormal Sperm

A large variety of abnormalities in the structure of sperms have been reported. The ratio of normal and abnormal is used as a parameter for the determination of semen quality. 2 per cent to 20 per cent is seen with about 6 per cent being average. The development of efficient extenders for the preservation of live spermatozoa and their fertility for extended time requires knowledge of detailed chemical composition of spermatozoa and seminal plasma. A significantly lower initial content of fructose in the semen of the buffalo was observed. However, later work has indicated that this is probably a handling defect. Chloride content is higher and citric acid lower. Several specialized extenders for buffalo semen have been developed.

The life span of unprocessed spermatozoa in whole warm semen is limited to a few hours The high temperature has been found unsuitable and the rate of deterioration is rapid due to increased metabolic processes. Cooling can extend this life for several days... however if the temperature becomes too low crystallization of water occurs within the cells and they can be damaged. Therefore for freezing semen needs to be extended in a suitable medium which is little affected by the freezing process. Glycerol has been found to protect the sperm considerably from the freezing process.

Deep freezing of buffalo semen was started in India in 1955. Limited research has been done on freezing buffalo semen and even after 50 years of research it is not in wide use nor of equal quality as cattle semen. About 80 per cent recovery of motile spermatozoa on thawing of deep frozen buffalo semen in egg yolk glycine extender has been reported. Pregnancy percentages from the insemination of thawed semen preserved deep frozen for several months have been reported at 40 per cent to 70 per cent. Reasonable quality deep frozen semen is now commercially available in some areas and it's use is spreading. Overall conception rates of 70-80 percent are reported. It is estimated that some 100,000 buffaloes are now being artificially inseminated.

PREGNANCY

The pregnancy is an important reproductive function... and should be the objective of every reproductive programme. Unfortunately focus is sometimes lost and the breeding or insemination numbers are stressed and used to evaluate livestock development programmes. In buffaloes, develo-pment of the fetus occurs in the uterine cornua and involvement of the right cornua is much more common than the left. Corpora lutea are almost always present in the ovary of the same side. Recto-vaginal palpation of the gravid uterus is the most common method for diagnosis of pregnancy in both buffaloes and cows.

Diagnosis of pregnancy in the buffalo before 2-3 months of gestation is difficult, especially for those with little experience and practice. At many AI centres the non return of inseminated animals is considered as a measure of pregnancy.... which may be true due to large numbers of available entire males. Recently progesterone levels in blood, plasma or serum, and milk has been used for diagnosis at early stages of gestation. Hopefully, the use of these techniques will provide improved evaluation of buffalo reproductive programmes.

In many areas, calving is seasonal. This seems to be largely due to changes in nutrition. It may also be caused by heat stress, in either males or females, which results in a low breeding rate during the hot seasons. However, when buffalo cows are well fed and cooled, they come into estrus and will breed in any season.

A wide variation in the conception rate of buffaloes has been reported by different observers. Most values are based on non return rates of the inseminated buffaloes for reinsemination. Rates of 50-60 per cent are average for natural service and half that for most evaluated AI field services.

The colour and consistency of cervical mucus has a significant influence on the conception rates. When mucus changes from transparent to turbid and the crystallization pattern is normal fern like, the conception rate is highest. Many natural matings take place at night and are therefore unobserved. In one set of pregnancy diagnoses in northern Australia, the buffalo's conception rate (81 per cent) was higher than that of the Brahman crossbreeds (70 per cent) they were with.

The length of time required to carry the result of conception to it's full term under normal physiological environment is known as gestation period. The water buffalo's gestation period is about one month longer and is more variable than that of cattle. Whereas cattle give birth after about 280 days, buffaloes take 300-334 days (average 310) or roughly 10 months and 10 days.

In Egypt, the average period according to a study of 424 gestations, is 316+/- 8 days. The development of the fetus in buffaloes is affected by many factors such as breed, type, parity, season, nutritional status, sex of calf and geographical location). Wide variation in the gestation period of Riverand Swamp buffalo has been observed).

Dilation of the cervix, expulsion of the fetus, and detachment of the placenta are all similar to other bovines. Involution of the uterus averages about 30-50 days. The definition of pregnancy rate is: detection of estrus (per cent) times conception rate (per cent). The detection of estrus can be defined as the number of cows in estrus per 21 days divided by number of cows in the breeding group.

Pregnancy rate includes all cows in the breeding group whether or not insemination has occurred. It is the best reproductive managment tool available for buffalo but not widely used.

Calving Interval

The interval between the subsequent calvings is known as calving interval or intercalving period. It is a significant reproductive trait for the assessment of the life time production potential of buffaloes. Similar to other reproductive traits the calving interval is also widely variable. Range of 334-580 days with mean of about 465 days in River buffaloes and 350-800 days with a 553 mean in the Swamp.

Only under uncommon circumstances can a buffalo cow produce a calf each year. In one herd of 800 cows in Venezuela the average female buffalo over 4 produces 2 calves every 3 years. In response to a recent questionnaire, the majority of Indonesian farmers estimated that the calving rate was between 3 and 5 calves in 5 years.

A few claimed a calf a year, some only 1 or 2 calves in 5 years. In Florida it has been noted that some buffalo cows having just calved became pregnant more quickly than cattle, so that a calf may indeed be produced each year. Calving intervals of 14-15 months have been reported in Egypt and Venezuela. Regular yearly breeding has been noted also in northern Australia. Preliminary results in northern Australia indicate that weaning can be carried out as late as 12 months of age without any effect on conception times of the buffalo dam.

Service Period: The interval between calving and conception is known service period. The shorter the service period the longer would be productive life. 100 to 150 days is reported.

Dry Period: The interval between the end of lactation and subsequent calving is called dry period. A minimum dry period of 60 days has been suggested as resting period which helps in rebuilding of body reserves and mammary tissue. Dry periods of 0 to 250 days have been reported with about 150 days average.

Reproductive Failures: Anestrus...Anatomical, hereditary, functional and nutritional conditions either singly or in combination produce anestrus in buffaloes. It is highest during the hot months and has characterized the buffalo as a seasonal breeder. Small, hard inactive ovaries are the rule rather than the exception in most buffalo of the world. Perhaps as newer management methods are developed we will see more information and research on this important constraint to buffalo reproduction. The major cause of infertility in Asian buffaloes is subactive ovaries. Poor feeding, nutritional deficiencies and parasites are the main cause of ovarian inactivity and excessive follicular atresia with the failure of maturation and ovulation.

Ovary Pathology: Hypojunctions, cysts, persistent CL and encapsulation of ovaries are common observations in buffalo. One should consider that many of these reports are from the observation of collected genitalia in slaughter facilities.... from old animals at the end of their useful life.

Tubular Genitalia....Salpingitis has been reported as much higher in buffalo than cattle(R). Cervicitis, metritis, pyometra and vaginitis have all been observed but again many of these reports are from slaughter animals. A high number of iatrogenic tubular genital problems occur in AI programmes because of rough handling and poor technique.

Chapter 8

Apiculture

BEEKEEPING

Beekeeping (or apiculture) is the practice of intentional maintenance of honey bee colonies, commonly in hives, by humans. A beekeeper (or apiarist) may keep bees in order to collect honey and beeswax, or for the purpose of pollinating crops, or to produce bees for sale to other beekeepers. A location where bees are kept is called an apiary.

Globally, there are more than 20,000 species of wild bees, including many which are solitary or which rear their young in burrows and small colonies, like mason bees or bumblebees. Beekeeping, or apiculture, is concerned with the practical management of the social species of honey bees which live in large colonies of up to 100,000 individuals. In Europe and America the species universally managed by beekeepers is the Western honey bee (*Apis mellifera*), which has several sub-species or regional varieties, such as the Italian bee (*Apis mellifera ligustica*), European dark bee (*Apis mellifera mellifera*) or the Carniolan honey bee (*Apis mellifera carnica*). In the tropics other species of social bee are managed for honey production, including *Apis cerana*.

All of the *Apis mellifera* sub-species are capable of inter-breeding and hybridizing. Many bee breeding companies strive to selectively breed and hybridize varieties to produce desirable qualities: disease and parasite resistance, good honey production, swarm reduction, prolific breeders, mild disposition. Some of these hybrids are marketed under specific brand names, such as the 'Buckfast Bee' or 'Midnite Bee'.

The advantages of the initial F1 Hybrids produced by these crosses include: hybrid vigour, increased honey productivity and greater disease resistance. The disadvantage is that in subsequent generations these advantages may fade away and hybrids tend to be very defensive, if not downright aggressive.

For this reason other bee-breeders are trying to resurrect original native varieties such as the British Black, the French Black or the Danish Black bee - on the grounds of preserving biodiversity and producing more gentle bees. This 'native bee' movement is notable in the UK (British Isles Bee Breeding Association; BIBBA), in Ireland (Galtee Bee Breeding Group) and in Denmark.

Wild Honey Harvesting

Robbing honey from wild bee colonies is one of the most ancient human activities and is still practiced by aboriginal societies in parts of Africa, Asia, Australia and South America. Some of the earliest evidence of gathering honey from wild colonies is from rock painting, dating to around 13,000 BC. Robbing honey from wild bee colonies is usually done by subduing the bees with smoke and breaking open the tree or rocks where the colony is located, often resulting in the physical destruction of the colony.

Domestication of Wild Bees

At some point humans began to domesticate wild bees in artificial hives made from hollow logs, wooden boxes, pottery vessels and woven straw baskets or "skeps." The domestication of bees was well developed in Egypt and sealed pots of honey were found in the grave goods of Pharoahs such as Tutankhamun. Beekeeping was also documented by the Roman writers Virgil, Gaius Julius Hyginus, Varro, and Columella. Aspects of the lives of bees and beekeeping are discussed at length by Aristotle.

Archaeologist Amihai Mazar of Jerusalem's Hebrew University said that findings in the ruins of the city of Rehov (with 2,000 residents at that time, Israelites and Canaanites) include 30 intact hives, 900 B.C., and evidence that an advanced honey industry existed in the Holy Land at the time of the Bible or 3,000 years ago. The beehives, made of straw and unbaked clay were found in orderly rows, with 100 hives. Ezra Marcus, expert of Haifa University, said the finding was a glimpse of ancient beekeeping seen in texts and ancient art from the Near East. Religious practice was evidenced by an altar decorated with fertility figurines found alongside the hives.

The Scientific Study of Honey Bees

For several thousand years of human beekeeping, human understanding of the biology and ecology of bees was very limited and riddled with superstition and folk lore. Ancient observers thought that the queen bee was in fact a male, called 'the king bee', and they had no understanding of how bees actually reproduced. It was not until the 18th Century that European natural philosophers undertook the scientific study of bee colonies and began to understand the complex and hidden world of bee biology. Preeminent among these scientific pioneers were Swammerdam, René Antoine Ferchault de Réaumur, Charles Bonnet and especially the blind Swiss scientist Francois Huber.

Swammerdam and Reaumur were among the first to use the microscope and dissection to understand the internal biology of the honey bee. Reaumur was among the first to construct a glass walled observation hive to better observe activities within the hive. He observed the queen laying eggs in open cells, but still had no idea of how the queen was fertilized; nobody had ever witnessed the mating of queen and drone and many theories held that the queen was 'self fertile' while others believed that a vapour or 'miasma' emanating from the drones fertilized the queen without direct physical contact. Huber was the first to prove by observation and experiment that the queen is physically inseminated by the drone outside the confines of the hive, usually a great distance away.

Huber built improved glass walled observation hives and also sectional hives which could be opened,like the leaves of a book, to inspect individual wax combs; this greatly improved the direct observation of activity within the hive. Although he became blind before he was twenty, Huber employed a secretary, Francois Burnens, to make daily observations, conduct careful experiments, and to keep accurate notes over a period of more than twenty years.

Huber confirmed that a hive consists of one queen who is the mother of all the female workers and male drones in the colony. He was the first to confirm that mating with drones takes place outside the hive, and that the queen is inseminated by a number of successive matings with male drones, high in the air at a great distance from the hive. Together, he and Burnens dissected bees under the microscope and were among the first to describe the ovaries and spermatheca (sperm store) of the queen as well as the penis of male drones.

Invention of the Moveable Comb Hive

Early forms of honey collecting entailed the destruction of the entire colony when the honey was harvested. The wild hive was crudely broken into, using smoke to suppress the bees, the honeycombs were torn out and smashed up - along with the eggs, larvae and honey they contained. The liquid honey from the destroyed brood nest was crudely strained through a sieve or basket. This was destructive and unhygienic but for hunter-gatherer societies this did not matter, since the honey was generally consumed immediately and there were always more wild colonies to exploit.

However, in settled societies, the destruction of the bee colony meant the loss of a valuable resource; this drawback persisted until the 19th Century, which made beekeeping both inefficient and something of a 'stop and start' activity. There could be no continuity of production and no possibility of selective breeding, since each bee colony was destroyed at harvest time, along with its precious queen. During the medieval period abbeys and monasteries were centers of beekeeping since beeswax was highly prized for candles and fermented honey was used to make alcoholic mead in areas of Europe where vines would not grow.

The 19th Century saw a revolution in beekeeping practice through the invention and perfection of the 'moveable comb hive' by Lorenzo Lorraine Langstroth, an Italian immigrant to the United States. Langstroth was the first person to make practical use of Huber's earlier discovery that there was a specific spatial measurement between the wax combs, later called 'the bee space', which bees would not block with wax, but kept as a free passage.

Having determined this 'bee space' (between 5 -8 mm), Langstroth then designed a series of wooden frames within a rectangular hive box, carefully maintaining the correct bee space between successive frames, and found that the bees would build parallel honeycombs in the box without bonding them to each other or to the hive walls. This enables the beekeeper to slide any frame out of the hive for inspection, without harming the bees or the comb, protecting the eggs, larvae and pupae contained within the cells. It also meant that combs containing honey could be gently removed and the honey extracted without destroying the comb. The emptied honey combs could then be returned to the bees intact for refilling.

Evolution of Hive Designs

Langstroth's design for moveable comb hives was seized upon by apiarists and inventors on both sides of the Atlantic and a wide range of moveable comb hives were designed and perfected in England, France, Germany and the United States. Classic designs evolved in each country: Dadant and Langstroth hives are still dominant in the USA; in France the De-Layens 'trough-hive' became popular and in the UK a British National Hive became standard as late as the 1930s although in Scotland the smaller Smith hive is still popular.

In some Scandinavian countries and in Russia the traditional 'trough hive' persisted until late in the 20th Century and is still kept in some areas. However, the Langstroth and Dadant designs remain ubiquitous in the USA and also in many parts of Europe, though Sweden, Denmark, Germany, France and Italy all have their own national hive designs. Regional variations of hive evolved to reflect the climate, floral productivity and the reproductive characteristics of the various subspecies of native honey bee in each bio-region.

The differences in hive dimensions are insignificant in comparison to the common factors in all these hives: they are all square or rectangular; they all use moveable wooden frames; they all consist of a floor, brood-box, honey-super, crown-board and roof. Hives have traditionally been constructed of cedar, pine, or cypress wood, but in recent years hives made from injection molded dense polystyrene have become increasingly important Hives also use queen excluders between the brood-box and honey supers to keep the queen from laying eggs in cells next to those containing honey intended for consumption. Also, with the advent in the 20 century of mite pests, hive floors are often replaced for part of (or the whole) year with a wire mesh and removable tray.

TRADITIONAL BEEKEEPING

Fixed Frame Hives

There are considerable regional variations in the type of hive in which bees are kept. A hive is a set of rectangular wooden boxes filled with moveable wood or plastic frames, each of which holds a sheet of wax or plastic foundation. The bees build cells upon the sheets of foundation to create complete honeycombs. Foundation comes in two cell-sizes: worker foundation - which enables the bees to create small, hexagonal worker cells and 'drone foundation' which allows the bees to build much larger cells - drone cells, for the production of male bees.

The bottom box, or brood chamber, contains the queen and most of the bees; the upper boxes, or supers, contain just honey. Only the young nurse bees can produce wax flakes which they secrete from between their abdominal plates; they build honeycomb using the artificial wax foundation as a starting point, after which they may raise brood or deposit honey and pollen in the cells of the comb. These frames can be freely manipulated and honey supers with frames full of honey can be taken and extracted for their honey crop.

MODERN BEEKEEPING

Movable Frame Hives

In the USA, the Langstroth hive is commonly used. The Langstroth was the first successful top-opened hive with movable frames, and other designs of hive have been based on it. Langstroth hive was however a descendant of Jan Dzierzon's Polish hive designs. In the United Kingdom, the most common type of hive is the British National Hive, but it is not unusual to see some other sorts of hive.

Straw skeps, bee gums, and unframed box hives are now unlawful in most US states, as the comb and brood cannot be inspected for diseases. However, straw skeps are still used for collecting swarms by hobbyists in the UK, before moving them into standard hives.

Top Bar Hives

A few hobby beekeepers are adopting various top bar hives of the type commonly found in Africa. These have no frames and the honey filled comb is not returned to the hive after extraction, as it is in the Langstroth hive. Because of this, the production of honey in a top bar hive is only about 20 per cent that of a Langstroth hive, but the initial costs and equipment requirements are far lower.

Top-bar hives also offer some advantages in interacting with the bees and the amount of weight that must be lifted is greatly reduced. Top Bar Hives are being widely used in developing countries in Africa and Asia as a result of 'Bees For Development' programme.

Protective Clothing

Beekeepers often wear protective clothing to protect themselves from stings. While knowledge of the bees is the first line of defence, most beekeepers also wear some protective clothing. Novice beekeepers usually wear gloves and a hooded suit or hat and veil. Experienced beekeepers sometimes elect not to use gloves because they inhibit delicate manipulations. The face and neck are the most important areas to protect, so most beekeepers will at least wear a veil.

Defensive bees are attracted to the breath, and a sting on the face can lead to much more pain and swelling than a sting elsewhere, while a sting on a bare hand can usually be quickly removed by fingernail scrape to reduce the amount of venom injected.

The protective clothing is generally light coloured and of a smooth material. This provides the maximum differentiation from the colony's natural predators (bears, skunks, etc.) which tend to be dark-coloured and furry.

Smoker

Smoke is the beekeeper's third line of defence. Most beekeepers use a "smoker" — a device designed to generate smoke from the incomplete combustion of various fuels. Smoke calms bees; it initiates a feeding response in anticipation of possible hive abandonment due to fire. Smoke also masks alarm pheromones released by guard bees or when bees are squashed in an inspection. The ensuing confusion creates an opportunity for the beekeeper to open the hive and work without triggering a defensive reaction. In addition, when a bee consumes honey the bee's abdomen distends, supposedly making it difficult to make the necessary flexes to sting, though this has not been tested scientifically.

Smoke is of questionable use with a swarm, because swarms do not have honey stores to feed on in response. Usually smoke is not needed, since swarms tend to be less defensive, as they have no stores to defend, and a fresh swarm will have fed well from the hive.

Many types of fuel can be used in a smoker as long as it is natural and not contaminated with harmful substances. These fuels include hessian, pine needles, corrugated cardboard, and rotten or punky wood. Some beekeeping supply sources also sell commercial fuels like pulped paper and compressed cotton, or even aerosol cans of smoke.

Types of Beekeepers

A beekeeper collecting a bee swarm. If the queen can be swept to the frame and placed into the hive the remaining bees will follow her scent.

Beekeepers generally categorize themselves as:

- *Commercial beekeeper*: Beekeeping is the primary source of income.
- *Sideliner*: Beekeeping is a secondary source of income.
- *Hobbyist*: Beekeeping is not a significant source of income.

Some southern U.S. and southern hemisphere (New Zealand) beekeepers keep bees primarily to raise queens and package bees for sale. In the U.S., northern beekeepers can buy early spring queens and 3- or 4-pound packages of live worker bees from the South to replenish hives that die out during the winter, although this is becoming less practical due to the spread of the Africanized bee.

In cold climates commercial beekeepers have to migrate with the seasons, hauling their hives on trucks to gentler southern climates for better wintering and early spring build-up. Many make "nucs" (small starter or nucleus colonies) for sale or replenishment of their own losses during the early spring. In the U.S. some may pollinate squash or cucumbers in Florida or make early honey from citrus groves in Florida, Texas or California.

The largest demand for pollination comes from the almond groves in California. As spring moves northward so do the beekeepers, to supply bees for tree fruits, blueberries, strawberries, cranberries and later vegetables. Some commercial beekeepers alternate between queen pollination service and honey production but usually cannot do both at the same time.

In the Northern Hemisphere, beekeepers may harvest honey from July until October, according to the honey flows in their area. Good management requires keeping the hive free of pests and disease, and ensuring that the bee colony has room in the hive to expand. Chemical treatments, if used for parasite control, must be done in the off-season to avoid any honey contamination.

Success for the hobbyist also depends on locating the apiary so bees have a good nectar source and pollen source throughout the year. In the Southern Hemisphere, beekeeping is an all-the-year-round enterprise, although in cooler areas the activity may be minimal in the winter (May to August). Consequently, the movement of commercial hives is more localized in these areas.

The Colony of Bees

A colony of bees consists of three classes of bee:

- A queen, which is normally the only breeding female in the colony.
- A large number of female worker bees, typically 30,000–50,000 in number.
- A number of male drones - ranges from thousands in a strong hive in spring to very few during dearth or cold season.

The queen is the only sexually mature female in the hive and all of the female worker bees and male drones are her offspring. The queen may live for up to three years or more and may be capable of laying half a million eggs or more in her lifetime. At the peak of the breeding season - late spring to summer a good queen may be capable of laying 3,000 eggs in one day—more than her own body weight; this would be exceptional however; a prolific queen might peak at 2,000 eggs a day, but a more average queen might lay just 1500 eggs per day.

The queen is raised from a normal worker egg, but is fed a larger amount of 'royal jelly' than a normal worker bee - resulting in a radically different growth and metamorphosis. The queen influences the colony by the production and dissemination of a variety of pheromones or 'queen substances'. One of these chemicals suppresses the development of ovaries in all the female worker bees in the hive and prevents them laying eggs.

Mating of Queens

The queen emerges from her cell after 15 days of development and she remains in the hive for 3-7 days before venturing out on a mating flight. Her first orientation flight may only last a few seconds, just enough to mark the position of the hive.

Subsequent mating flights may last from 5 minutes to 30 minutes, and she may mate with a number of male drones on each flight. Over several matings - possibly a dozen or more, the queen will receive and store enough sperm from a succession of drones to fertilize hundreds of thousands of eggs. If she does not manage to leave the hive to mate - possibly due to bad weather or being trapped within part of the hive - she will remain infertile and become a 'drone layer' - incapable of producing female worker bees - and the hive is doomed.

Mating takes place at some distance from the hive and often several hundred feet up in the air; it is thought that this separates the strongest drones from the weaker ones - ensuring that only the fastest and strongest drones get to pass on their genes.

Fertilized Eggs and Non-Fertilized Eggs

Having achieved a successful mating, the queen will begin to lay eggs for the first time a few days later. The vast majority of eggs she lays will be fertilized eggs and will produce female worker bees. If she lays an unfertilized egg it will develop into a male drone. How the colony decides how many workers will be raised versus how many drones will be raised is not fully understood.

Female Worker Bees

Almost all the bees in a hive are female worker bees. At the height of summer when activity in the hive is frantic and work goes on non-stop, the life of a worker bee may be as short as 6 weeks; in late autumn, when no brood is being raised and no nectar is being harvested, a young bee may live for 16 weeks - right through the winter. During its life a worker bee performs different work functions in the hive which are largely dictated by the age of the bee.

Period	Work Activity
Days 1-3	Cleaning cells and incubation
Day 3-6	Feeding older larvae
Day 6-10	Feeding younger larvae
Day 8-16	Receiving honey and pollen from field bees
Day 12-18	Wax making and cell building
Day 14 onwards	Entrance guards; nectar and pollen foraging

Male Bees - Drones

Drones are the largest bees in the hive - almost three times the size of a worker bee. They do no work, do not forage for pollen or nectar and are only produced in order to mate with new queens and fertilize them on their mating flights. A bee colony will generally start to raise drones a few weeks before building queen cells in order to supersede a failing queen or in preparation for swarming. When queen raising for the season is over, the bees in colder climates will drive the drones out of the hive to die, biting and tearing at their legs and wings; the drones have become a useless burden on the colony which can no longer be tolerated.

Table: Differing Stages of Development

Stage of Development	Queen	Worker	Drone
Egg	3 days	3 days	3 days
Larva	8 days	10 days	13 days
Pupa	4 days	8 days	8 days
Total	15 days	21 days	24 days

Structure of a Bee Colony

A domesticated bee colony is normally housed in a rectangular hive body, within which ten or twelve parallel frames house the vertical plates of honeycomb which contain the eggs, larvae, pupae and food for the colony. If one were to cut a vertical cross-section through the hive from side to side, the brood nest would appear as a roughly ovoid ball spanning 5-8 frames of comb. The two outside combs at each side of the hive tend to be exclusively used for long-term storage of honey and pollen.

Within the central brood nest, a single frame of comb will typically have a central disk of eggs, larvae and sealed brood cells which may extend almost to the edges of the frame. Immediately above the brood patch an arch of pollen-filled cells extends from side to side, and above that again a broader arch of honey-filled cells extends to the frame tops. The pollen is protein-rich food for developing larvae, while honey is also food but largely energy rich rather than protein rich. The nurse bees which care for the developing brood secrete a special food called 'royal jelly' after feeding themselves on honey and pollen. The amount of royal jelly which is fed to a larva determines whether it will develop into a worker bee or a queen.

Apart from the honey stored within the central brood frames, the bees store surplus honey in combs above the brood nest. In modern hives the beekeeper places separate boxes, called 'supers', above the brood box, in which a series of shallower combs is provided for storage of honey. This enables the beekeeper to remove some of the supers in the late summer, and to extract the surplus honey harvest, without damaging the colony of bees and its brood nest below. If all the honey is 'stolen', including the amount of honey needed to survive winter, the beekeeper must replace these stores by feeding the bees sugar or corn syrup in autumn.

Annual Cycle of a Bee Colony

The development of a bee colony follows an annual cycle of growth which begins in spring with a rapid expansion of the brood nest, as soon as pollen is available for feeding larvae. Some production of brood may begin as early as January, even in a cold winter, but breeding accelerates towards a peak in May (in the northern hemisphere), producing an abundance of harvesting bees synchronised to the main 'nectar flow' in that region.

Each race of bees times this build-up slightly differently, depending on how the flora of its original region blooms. Some regions of Europe have two nectar flows - one in late spring and another in late August. Other regions have only a single nectar flow. The skill of the beekeeper lies in predicting when the nectar flow will occur in his area and in trying to ensure that his colonies achieve a maximum population of harvesters at exactly the right time.

The key factor in this is the prevention, or skillful management of the swarming impulse. If a colony swarms unexpectedly and the beekeeper does not manage to capture the resulting swarm, he is likely to harvest significantly less honey from that hive, since he will have lost half his worker bees at a single stroke. If, however, he can use the swarming impulse to breed a new queen but keep all the bees in the colony together, he will maximize his chances of a good harvest.

It takes many years of learning and experience to be able to manage all these aspects successfully - though owing to variable circumstances many beginners will often achieve a good honey harvest.

Formation of New Colonies

All colonies are totally dependent on their queen, who is the only egg-layer. However, even the best queens live only a few years and one or two years longevity is the norm. She can choose whether or not to fertilize an egg as she lays it; if she does so, it develops into a female worker bee; if she lays an unfertilized egg it becomes a male drone. She decides which type of egg to lay depending on the size of the open brood cell which she encounters on the comb; in a small worker cell she lays a fertilized egg; if she finds a much larger drone cell she lays an unfertilized drone egg.

All the time that the queen is fertile and laying eggs she produces a variety of pheromones which control the behaviour of the bees in the hive; these are commonly called 'queen substance' but in reality there are various different pheromones with different functions. As the queen ages she begins to run out of stored sperm and her pheromones begin to fail.

At some point, inevitably, the queen begins to falter and the bees will decide to replace her by creating a new queen from one of her worker eggs. They may do this because she has been damaged - lost a leg or an antenna, because she has run out of sperm and cannot lay fertilized eggs - (has become a 'drone laying queen') or because her pheromones have dwindled to a point where they cannot control all the bees in the hive anymore.

At this juncture the bees will produce one or more queen cells by modifying existing worker cells which contain a normal female egg. However, there are two distinct behaviours which the bees pursue:

1. Supersedure - or queen replacement within the one hive without swarming
2. Swarm cell production - the division of the hive into two colonies by swarming.

Different sub-species of Apis Mellifera exhibit differing swarming characteristics which reflect their evolution in different ecotopes of the European continent. In general the more northerly black races are said to swarm less and supersede more, whereas the more southerly yellow and grey varieties are said to swarm more frequently. The truth is complicated because of the prevalence of cross-breeding and hybridization of the sub species and opinions differ.

Supersedure is highly valued as a behavioural trait by beekeepers because a hive that supersedes its old queen does not swarm and so no stock is lost; it merely creates a new queen and allows the old one to fade away - or alternatively she is killed when the new queen emerges. When superseding a queen the bees will produce just one or two queen cells, characteristically in the center of the face of a broodcomb. In swarming, by contrast, a great many queen cells are created - typically a dozen or more, and these are located around the edges of a broodcomb, most often at the sides and the bottom.

Once either process has begun, the old queen will normally leave the hive with the hatching of the first queen cells. When she leaves the hive the old queen is accompanied by a large number of bees, predominantly young bees (wax-secreters), who will form the basis of the new hive. Scouts are sent out from the swarm to find suitable hollow trees or rock crevices and as soon as one is found the entire swarm moves in, building new wax brood combs within a matter of hours using the honey stores which the young bees have filled themselves with before leaving the old hive.

Only young bees can secrete wax from special abdominal segments and this is why there tends to be more young bees than old in swarms. Often a number of virgin queens accompany the first swarm (the 'prime swarm'), and the old queen is replaced as soon as a daughter queen is mated and laying. Otherwise, she will be quickly superseded in their new home.

Factors Which Trigger Swarming

It is generally accepted that a colony of bees will not swarm until it has completed all its brood combs i.e. filled all available space with eggs, larvae and brood. This generally occurs in late Spring at a time when the other areas of the hive are rapidly filling with honey stores. So one key trigger of the swarming instinct is when the queen has no more room to lay eggs and the hive population is becoming very congested.

Under these conditions a prime swarm may issue with the queen - resulting in a halving of the population within the hive and leaving the old colony with a large amount of hatching bees. The queen who leaves finds herself in a new hive with no eggs, no larvae but lots of energetic young bees who create a new set of brood combs from scratch in a very short time.

Another important factor in swarming is the age of the queen. Those under a year in age are unlikely to swarm unless they are extremely crowded, while older queens are much more predispositioned to swarm. Beekeepers monitor their colonies carefully in spring and watch for the appearance of queen cells, which are a dramatic signal that the colony is determined to swarm.

When a colony has decided to swarm, queen cells are produced in numbers varying to a dozen or more. When the first of these queen cells is sealed, after 8 days of larval feeding, a virgin queen will pupate and be due to emerge seven days after sealing. Before leaving, the worker bees fill their stomachs with honey in preparation for the creation of new honeycombs in a new home. This cargo of honey also makes swarming bees less inclined to sting and a newly issued swarm is noticeably gentle for up to 24 hours - often capable of being handled without gloves or veil by a beekeeper.

This swarm is looking for shelter; a beekeeper who captures it and introduces it into a new hive helps to meet this need. Otherwise, it will return to a feral state, in which case it will find shelter in a hollow tree, an excavation, an abandoned chimney or even behind shutters.

Back at the original hive, the first virgin queen to emerge from her cell will immediately seek out to kill all her rival queens who are still waiting to emerge from their cells. However, usually the bees deliberately prevent her from doing this, in which case, she too will lead a second swarm from the hive. Successive swarms are called 'after-swarms' or 'casts' and can be very small - often with just a thousand or so bees, as opposed to a prime swarm which may contain 10,000 or even 20,000 bees.

Small after-swarms have less chance of survival, but may badly deplete the original hive threatening its survival as well. When a hive has swarmed despite the beekeeper's preventative efforts, a good management practice is to give the depleted hive a couple frames of open brood with eggs. This helps replenish the hive more quickly, and gives a second opportunity to raise a queen, if there is a mating failure.

Each race or sub-species of honeybee has its own swarming characteristics. Italian bees are very prolific and inclined to swarm; Northern European 'black bees' have a strong tendency to supersede their old queen, without swarming. These differences are the result of differing evolutionary pressures in the regions where each sub-species evolved.

Artificial Swarming

When a colony accidentally loses its queen, it is said to be 'queenless'. The workers realise that the queen is absent after as little as an hour, as her pheromones fade in the hive. The colony cannot survive without a fertile queen laying eggs to renew the population. So the workers select cells containing eggs aged less than three days and enlarge these cells dramatically to form 'emergency queen cells'. These appear similar to large peanut-like structure about an inch long, which hangs from the center or side of the brood combs.

The developing larva in a queen cell is fed differently from an ordinary worker-bee, receiving - in addition to the normal honey and pollen a great deal of 'royal jelly', a special food secreted by young 'nurse bees' from a gland called the 'hypopharyngeal' gland. This special food dramatically alters the growth, development of the larva so that, after metamorphosis and pupation, it emerges from the cell as a queen bee. The queen is the only bee in a colony which has fully developed ovaries and she secretes a pheromone which suppresses the normal development of ovaries in all her worker-daughters.

Beekeepers use the ability of the bees to produce new queens in order to increase their colonies, a procedure called *splitting a colony*. In order to do this, they remove several brood combs from a healthy hive, taking care that the old queen is left behind. These combs must contain eggs or larvae less than three days old which will be covered by young 'nurse bees' which care for the brood and keep it warm.

These brood combs and attendant nurse bees are then placed into a small 'nucleus hive' along with other combs containing honey and pollen. As soon as the nurse bees find themselves in this new hive and realise that they have no queen they set about constructing 'emergency queen cells' utilizing the eggs or larvae which they have in the combs with them.

Chapter 9

Dairy Products

Dairy products are generally defined as foodstuffs produced from milk. They are usually high-energy-yielding food products. A production plant for such processing is called a dairy or a dairy factory. Raw milk for processing generally comes from cows, but occasionally from other mammals such as goats, sheep, water buffalo, yaks, or horses. Dairy products are commonly found in European, Middle Eastern and Indian cuisine, whereas they are almost unknown in East Asian cuisine.

A dairy is a facility for the extraction and processing of animal milk—mostly from goats or cows, but also from buffalo, sheep, camels —for human consumption. As an adjective, the word *dairy* describes milk-based products and processes, dairy cattle, dairy goat. A dairy farm produces milk and a dairy factory processes it into a variety of dairy products. In New Zealand English a *dairy* means a corner shop, milk bar or Superette and *dairy factory* is the term for what is elsewhere a *dairy*. In the UK a *dairy* is a processing facility that turns milk into a range of products. In the U.S. a *dairy* can be the storage and processing facility for milk, the facility that processes and distributes the milk or the store that sells milk, butter, cheese and suchlike.

Milk-producing animals have been domesticated for thousands of years. Initially they were part of the subsistence farming that nomads engaged in. As the community moved about the country so did their animals accompany them. Protecting and feeding the animals were a big part of the symbiotic relationship between the animal and the herder. In the more recent past, people in agricultural societies owned dairy animals that they milked for domestic or local (village) consumption, a typical example of a cottage industry. The animals might serve multiple purposes. In this case the animals were normally milked by hand and the herd size was quite small so that all of the animals could be milked in less than an hour—about 10 per milker.

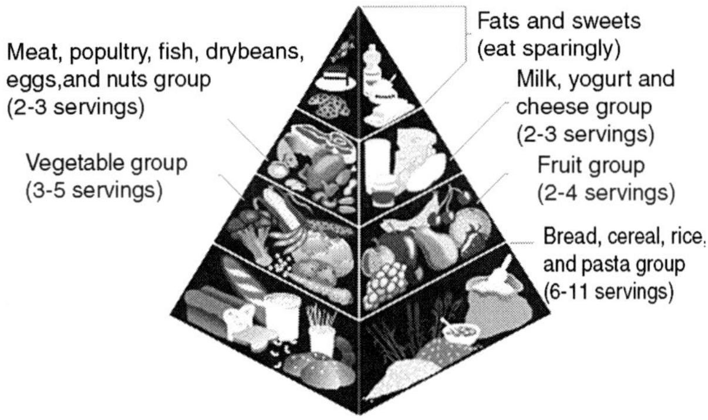

Fig. Dairy Products

With industrialisation and urbanisation the supply of milk became a commercial industry with specialised breeds of cow being developed for dairy, as distinct from beef or draught animals. Initially more people were employed as milkers but it soon turned to mechanisation with machines designed to do the milking. Historically, the milking and the processing took place close together in space and time: on a dairy farm. People milked the animals by hand; on farms where only small numbers are kept hand-milking may still be practiced.

Hand-milking is accomplished by grasping the teats (often pronounced *tit* or *tits*) in the hand and expressing milk either by squeezing the fingers progressively, from the udder end to the tip, or by squeezing the teat between thumb and index finger then moving the hand downward from udder towards the end of the teat. The action of the hand or fingers is designed to close off the milk duct at the udder (upper) end and, by the movement of the fingers, close the duct progressively to the tip to express the trapped milk. Each half or quarter of the udder is emptied one milk-duct capacity at a time.

The *stripping* action is repeated, using both hands for speed. Both methods result in the milk that was trapped in the milk duct being squirted out the end into a bucket that is supported between the knees (or rests on the ground) of the milker, who usually sits on a low stool. Traditionally the cow, or cows, would stand in the field or paddock while being milked. Young stock, heifers, would have to be trained to remain still to be milked. In many countries the cows were tethered to a post and milked. The problem with this method is that it relies on quiet, tractable beasts, because the hind end of the cow is not restrained.

Processing

When it became necessary to milk larger numbers of cows, the cows would be brought to a shed or barn that was set up with bails (stalls) where the cows could be confined while they were milked. One person could milk more cows this way, as many as 20 for a skilled worker. But having cows standing about in the yard and shed waiting to be milked is not good for the cow, as she needs as much time in the paddock grazing as is possible. It is usual to restrict the twice-daily milking to a maximum of an hour and a half each time. It makes no difference whether one milks 10 or 1000 cows, the milking time should not exceed a total of about three hours each day for any cow.

As herd sizes increased there was more need to have efficient milking machines, sheds, milk-storage facilities (vats), bulk-milk transport and shed cleaning capabilities and the means of getting cows from paddock to shed and back. Farmers found that cows would abandon their grazing area and walk towards the milking area when the time came for milking. This is not surprising as, in the flush of the milking season, cows presumably get very uncomfortable with udders engorged with milk, and the place of relief for them is the milking shed.

As herd numbers increased so did the problems of animal health. In New Zealand two approaches to this problem have been used. The first was improved veterinary medicines (and the government regulation of the medicines) that the farmer could use. The other was the creation of *veterinary clubs* where groups of farmers would employ a veterinarian (vet) full-time and share those services throughout the year. It was in the vet's interest to keep the animals healthy and reduce the number of calls from farmers, rather than to ensure that the farmer needed to call for service and pay regularly.

Most dairy farmers milk their cows with absolute regularity at a minimum of twice a day, with some high-producing herds milking up to four times a day to lessen the weight of large volumes of milk in the udder of the cow. This daily milking routine goes on for about 300 to 320 days per year that the cow stays in milk. Some small herds are milked once a day for about the last 20 days of the production cycle but this is not usual for large herds.

If a cow is left unmilked just once she is likely to reduce milk-production almost immediately and the rest of the season may see her *dried off* (giving no milk) and still consuming feed for no production. However, once-a-day milking is now being practised more widely in New Zealand for profit and lifestyle reasons. This is effective because the fall in milk yield is at least partially offset by labour and cost savings from milking once per day. This compares to some intensive farm systems in the United States that milk three or more times per day due to higher milk yields per cow and lower marginal labour costs.

Farmers who are contracted to supply liquid milk for human consumption often have to manage their herd so that the contracted number of cows is in milk the year round or the required minimum milk output is maintained. This is done by mating cows outside their natural mating time so that the period when each cow in the herd is giving maximum production is in rotation throughout the year.

Northern hemisphere farmers who keep cows in barns almost all the year usually manage their herds to give continuous production of milk so that they get paid all year round. In the southern hemisphere the cooperative dairying systems allow for two months on no productivity because their systems are designed to take advantage of maximum grass and milk production in the spring and because the milk processing plants pay bonuses in the dry (winter) season to carry the farmers through the mid-winter break from milking. It also means that cows have a rest from milk production when they are most heavily pregnant. Some year-round milk farms are penalised financially for over-production at any time in the year by being unable to sell their overproduction at current prices.

INDIA'S TRADITIONAL DAIRY PRODUCTS

From burfi to kulfi, from *kalakand* to *shrikhand*, from *gulabjamun* to *chumchum* extends the delectable world of Indian milk delicacies. This article brings together information culled from diverse sources on age-old, milk-based specialties from different regions. Also included is information culled from diverse sources on the Indian milk-based sweets and other specialties from different regions of the country.

Since time immemorial, a significant proportion of milk has been used in India for preparing a wide variety of dairy delicacies — an unending array of sweets and other specialties from different regions of the country. In the process, the basic limitation of milk — its perishable nature — has been tastefully overcome. Its processing aims to extend the shelf-life of milk, while converting it into mouth-watering tit-bits. Thus, diverse methods to prepare as well as preserve milk products have been developed. An estimated 50 to 55 per cent of the milk produced in India is converted into a variety of traditional milk products, using processes such as coagulation (heat and/or acid), desiccation and fermentation. Over the millennia, these processes have largely remained unchanged, being in the hands of halwais, the traditional sweetmeat makers, who form the core of this cottage industry.

Although 46 per cent of the milk produced in the country is consumed as liquid milk, increase in consumption can be stimulated. Milk plays an important role in the national diet. In Indian households, the life of milk is extended from 12 to 24 hours by repeated boiling. It is preserved by souring with the aid of lactic cultures, which imparts an acid taste, particularly refreshing in hot climate.

Curd

The first of these products developed was *dahi* (curds or yogurt), obtained by fermenting milk. In the process, the digestibility of milk constituents improves.The product is widely consumed along with meals. The surplus dahi is used as the intermediate product and churned into *makkhan* (butter), while the liquid whey — *chhach* or *mattha*— is consumed as a refreshing beverage or converted into *kadhi*, a spicy dish served hot with rice.

Nutritional benefits: When food is supplemented with 250 gms of dahi a day, the status of thiamine improves. *Dahi* also increases the pyruvic and lactic acids among children on a typical poor rice diet. Due to fermentation of milk, a greater amount of phosphorus and calcium is made available to the digestive system by their precipitation in the lower intestines due to the acid condition induced by Lactobacillus sp. The consumption of sour milk also results in increased efficiency of the human body to cope with a sudden influx of lactic acid in the system.

Dahi can also be consumed by people who suffer from lactose intolerance. Thus, dahi in its different forms as lassi, kadhi, shrikhand, etc. also contributes significantly to improve the nutritive contents of an average Indian diet.

Ghee and Makkhan

A week's collection of makkhan(butter) is converted into *ghee*. *Dahi* has a shelf-life of a day or two; *makkhan*, a week; and *ghee*, about a year. Ghee, thus, became the main dairy product for extended preservation. A system of collection of ghee from villages for trade gradually developed. Ghee mandis (trading centers) have been in existence for centuries. India produces some 900,000 tonnes of *ghee*, valued at Rs 85,000 million.The value of the resultant *lassi* is Rs 25,000 million.

For most uses, the wholesome flavour of *ghee* is its chief attraction. It is served in melted form and mixed with rice or lightly spread on *chappatis*. It is widely used for shallow frying and deep frying of food. Innumerable Indian sweetmeats based on cereals, milk solids, fruits and vegetables are cooked, by preference, in ghee.

Butter-milk is a by-product in the preparation of *makkhan*. It is estimated that about 55 kg of butter-milk is produced for every kg of ghee. While most of it is consumed by villagers and their families, some quantity is either given away or fed to cattle. The reason for this is lack of any market for it in rural areas. Butter-milk is rich in milk protein and calcium, and forms a nutritive and refreshing beverage.

Nutritional benefits: Makkhan and ghee contribute as much as one-third of the fat in the Indian diet. Ghee is produced mainly for consumption directly as food and as an ingredient of food preparations including sweets. Over the centuries, people have cultivated a liking for the aroma and flavour of ghee and prefer it over vegetable oils, the other traditional cooking medium. The vegetarian habits of many Indians preclude from their diet animal fats such as tallow or lard, used in the West.

Thus, ghee forms an important source of fat in the vegetarian diet. *Ghee* and *makkhan* are important sources of vitamins A, D, E and K. They also contain small amounts of essential fatty acids such as arachidonic and linoleic. Considerable losses of Vitamin A and carotene can occur during cooking, the latter being more rapid. Below 125°C, Vitamin A is fairly stable, but above this temperature it is rapidly destroyed. Some 10-20 per cent of carotene is lost during the normal cooking operations.

Khoa and Chhana

One major milk product in common use is *khoa,* obtained by rapidly evaporating milk in shallow pans to a total solids of about 70 per cent and capable of being preserved as such for several days. It is used as an ingredient in making different kinds of traditional mithais (sweets) such as *peda, burfi* and *gulabjamun*. Some 900,000 tonnes of khoa valued at Rs 45,000 million is produced in the country.

Yet another milk product of significance is *chhana,* a product of acid coagulation of hot milk and draining out of whey. It is used in preparing different kinds of sweets such as rasagollas. As they are especially popular in the Eastern region, they are called Bengali sweets. Approximately 1,200,000 tonnes of chhana, valued at Rs 6,000 million is produced in India.

The value of khoa and chhana produced is probably twice the value of all milk handled by the organized sector in the country. The traditional dairy products sector in India, like its agricultural counterpart, is grossly undermanaged. It, however, provides economic opportunities that even the Western dairy world would be envious of. The value of khoa and chhana-based sweets could possibly exceed Rs 130,000 million.

India's high-value, high-volume market for traditional dairy products and delicacies is all set to boom further under the technology of mass production. This market is the largest in value after liquid milk and is estimated at US $3 billion in India and US $1 billion overseas.

More and more dairy plants in the public, cooperative and private sectors in India are going in for the manufacture of traditional milk products. This trend will undoubtedly give a further stimulus to the milk consumption in the country and ensure a better price to primary milk producers. Simultaneously, it will also help to productively utilize India's growing milk surplus.

Eggs as Dairy

Eggs are sometimes categorized as dairy, defining dairy as "food that is produced by animals (other than meat)" rather than as milk specifically. The Open Directory Project at one point listed cooking eggs as a subcategory of cooking dairy products. Defining dairy as limited to milk products, however, is more common.

Industrial Product

Cream and Butter

Today, milk is separated by large machines in bulk into cream and skim milk. The cream is processed to produce various consumer products, depending on its thickness, its suitability for culinary uses and consumer demand, which differs from place to place and country to country. Some cream is dried and powdered, some is condensed (by evaporation) mixed with varying amounts of sugar and canned. Most cream from New Zealand and Australian factories is made into butter.

This is done by churning the cream until the fat globules coagulate and form a monolithic mass. This butter mass is washed and, sometimes, salted to improve keeping qualities. The residual buttermilk goes on to further processing. The butter is packaged (25 to 50 kg boxes) and chilled for storage and sale. At a later stage these packages are broken down into home-consumption sized packs. Butter sells for about US$3200 a tonne on the international market in 2007 (an unusual high).

Skim Milk

The product left after the cream is removed is called skim, or skimmed, milk. Reacting skim milk with rennet or with an acid makes casein curds from the milk solids in skim milk, with whey as a residual. To make a consumable liquid a portion of cream is returned to the skim milk to make *low fat milk* (semi-skimmed) for human consumption. By varying the amount of cream returned, producers can make a variety of low-fat milks to suit their local market. Other products, such as calcium, vitamin D, and flavouring, are also added to appeal to consumers.

Casein

Casein is the predominant phosphoprotein found in fresh milk. It has a very wide range of uses from being a filler for human foods, such as in ice cream, to the manufacture of products such as fabric, adhesives, and plastics.

Cheese

Cheese is another product made from milk. Whole milk is reacted to form curds that can be compressed, processed and stored to form cheese. In countries where milk is legally allowed to be processed without pasteurisation a wide range of cheeses can be made using the bacteria naturally in the milk. In most other countries, the range of cheeses is smaller and the use of artificial cheese curing is greater. Whey is also the byproduct of this process.

Cheese has historically been an important way of "storing" milk over the year, and carrying over its nutritional value between prosperous years and fallow ones. It is a food product that, with bread and beer, dates back to prehistory in Middle Eastern and European cultures, and like them is subject to innumerable variety and local specificity. Although nowhere near as big as the market for cow's milk cheese, a considerable amount of cheese is made commercially from other milks, especially goat and sheep.

Whey

In earlier times whey was considered to be a waste product and it was, mostly, fed to pigs as a convenient means of disposal. Beginning about 1950, and mostly since about 1980, lactose and many other products, mainly food additives, are made from both casein and cheese whey.

Yogurt

Yoghurt making is a process similar to cheese making; only the process is arrested before the curd becomes very hard.

Milk Powders

Milk is also processed by various drying processes into powders. Whole milk and skim-milk powders for human and animal consumption and buttermilk (the residue from butter-making) powder is used for animal food.

The main difference between production of powders for human or for animal consumption is in the protection of the process and the product from contamination. Some people drink milk reconstituted from powdered milk, because milk is about 88 per cent water and it is much cheaper to transport the dried product. Dried skim milk powder is worth about US$5300 a tonne (mid-2007 prices) on the international market.

Other Milk Products

Kumis is produced commercially in Central Asia. Although it is traditionally made from mare's milk, modern industrial variants may use cow's milk instead.

TRANSPORT OF MILK

Historically, the milking and the processing took place in the same place: on a dairy farm. Later, cream was separated from the milk by machine, on the farm, and the cream was transported to a factory for butter making. The skim milk was fed to pigs. This allowed for the high cost of transport (taking the smallest volume high-value product), primitive trucks and the poor quality of roads.

Only farms close to factories could afford to take whole milk, which was essential for cheese making in industrial quantities, to them. The development of refrigeration and better road transport, in the late 1950s, has meant that most farmers milk their cows and only temporarily store the milk in large refrigerated bulk tanks, whence it is later transported by truck to central processing facilities.

MILKING MACHINE

The milking machine is a nearly automatic machine installation for milking cows. It is not a single unit, but rather an assembly of components designed to handle as many as 200 cows an hour. The system consists of the cluster (the assembly that is manually attached to the cow), a milk tube, a pulse tube and pulsator, a vacuum pump or blower, and perhaps a recorder jar or milk meter that measures yield. Together, the system allows milk to flow into a pipeline in preparation for shipping to a processing plant.

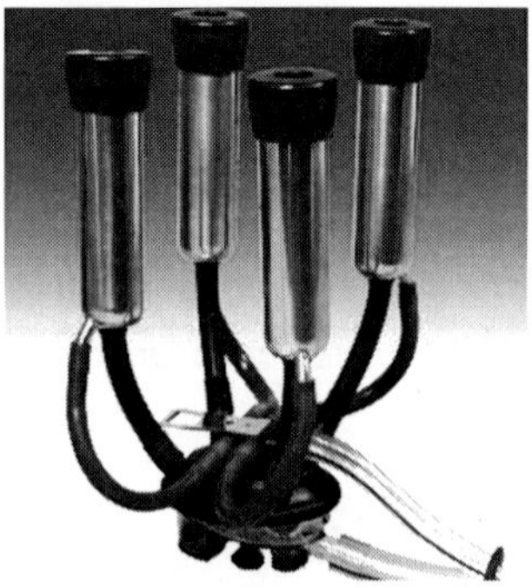

Fig. Milking Machine.

The cluster consists of teatcups, a shell and liner device that actually performs the milking action, and a claw or manifold that spaces the teatcups and connects them to the milk and pulse tubes. The milk tube carries the milk and air mixture away from the cow's udder to receiving tanks. The pulse tube, or airline, carries the varying air pressure from the pulsator device to the tanks, drawing the milk and fluids out of the cows as well.

In operation, milk is drawn from the cow's teats because a vacuum is created within the cup device, forcing the milk through the teat canal. The pulsator alternates the pressure, first creating a vacuum (milk phase), and then applying air, which causes the flexible liner in the cup to collapse and massage the teat (rest phase). The alternating process of milk-and-rest is continued in a rhythmic pattern for the cows' health and good milk productivity.

Early attempts at milking cows involved a variety of methods. Around 380 B.C., Egyptians, along with traditional milking-by-hand, inserted wheat straws into cows' teats. Suction was first used as a basis for the mechanized harvesting of milk in 1851, although the attempts were not altogether successful, drawing too much blood and body fluid congestion within the teat.

To encourage further innovations, the Royal Agricultural Society of England offered money for a safe, working milking machine. Around the 1890s Alexander Shiels of Glasgow, Scotland, developed a pulsator that alternated suction levels to successfully massage the blood and fluids out of the teat for proper blood circulation. That device, along with the development of a double-chambered teatcup in 1892, led to milking machines replacing hand milking. After the 1920s machine milking became firmly established in the dairy industry. Today, the majority of all milking is processed by machine.

THE MANUFACTURING PROCESS

The milking machine components are created and assembled in several major manufacturing plants throughout the world using traditional processes and procedures. Stainless steel and plastic are used for containers and liners and cast iron and steel for vacuum pumps, controls, and metering devices.

Receiving

Here stainless steel is received in large sheet or tube form. Stainless steel is used to fabricate components that will come in contact with milk. The sheets are protected from scratches by a vinyl lining, which will be removed later after forming and machining.

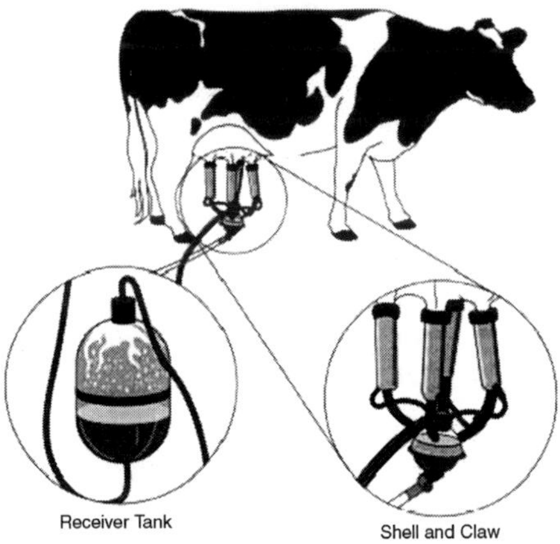

Fig. Milking Cow with Milking Machine.

Milking machine components are created using stainless steel and plastic for containers and liners, and cast iron and steel for vacuum pumps, controls, and metering devices.

At this point, the stainless steel from the foundry has a dull finish.

Cutting, Machining and Forming

The steel sheets may be sent directly to a polishing station where large machines create a smooth finish. Once the initial finish is achieved, the sheets may move on rollers to numerically controlled punch machines, where they are cut into shapes for various parts. From there, some parts are formed or bent into shape on large brakes. Mounting panels for controls, structural components, and small detail parts for the claws and pumps are made at this stage.

Creating the Shell and Claws

The shell that contains the liner is fabricated as an extrusion. This process involves forcing steel tubing over a die under heat and pressure to form the elongated rigid piece. The claw is made as a series of smaller extruded pieces of tubing that form the manifold, which spaces the teatcups in a cluster formation. The extrusions are then manually welded together in fixtures according to the desired size. Both the completed claws and shell have a dull finish that will require polishing.

Making the Receivers

Receiver tanks are stainless steel tanks that receive milk from the milk lines, generally holding from 15-26 gallons (60-100 1). Although some are customised plastic, most are steel with the heads or ends spun on specialty machines. This production technique shapes a thin steel disc as it is being turned in a lathe. The disc is shaped as it is forced over a steel shape or mandrel.

Once the operator forms the ends of the receiver as cups, another technician will weld the body to the head, leaving orifices or openings for milk input and output. Individually manufactured, the receivers will also be polished by hand. Some receivers will have translucent plastic panel inserts so that dairy farmers can visually gauge the cow's milk production.

Polishing

All major stainless steel components are polished to the familiar finish associated with food-handling equipment. The manufacturers use a variety of mechanized belts, cloths, and spinning wheels in what becomes a very labour intensive process to meet government and industry sanitary standards.

This polishing is in addition to the polishing the large stainless sheets undergo following receiving. Workers wield an assortment of hand polishers and attachments to shine all contact and protective surfaces, from the claws to receivers to pipelines.

Making the Vacuum Pumps or Blowers

These "drivers" of air and fluids through the system are manufactured by select vendors. The unit is basically a sealed iron case with a set of timing gears inside and an impeller, resembling two blades or paddles on a shaft, that spins at over 3,000 revolutions per minute to create a vacuum that will draw fluids in the line. The making of the pumps requires raw castings to be poured for the various parts. The rough parts are hand-machined on a bench by technicians and then placed on a CNC rotating cutter table where the cutting stone makes two precise passes along the pre-determined edges to cut away any rough surfaces.

The assembly of the major components—along with seals, bearings, and shafts—is critical because a variation of just 0.002 inch can change the balance and affect the pump. The components are placed on a coordinate measuring machine where the profile is checked so that all parts fit properly. The technicians, using feeler gauges, will set proper clearances before locking the critical gear parts in place and bolting the unit together. Then they will run the pumps in a test booth before releasing them for distribution.

Assembly

The manufactured and purchased parts are placed in several different areas where the milking machine subassemblies come together. Technicians will select the parts according to the system design specifications, often customised to meet certain operations. It is at this stage that pressures and loads will gauge equipment performance. Final assembly of all machine components will not occur until after shipment to the farm and installation in bams, where often elaborate stalls and stations will be used to maximize the milk harvest.

Workers at assembly will also make initial line connections from valves to pumps to meters, checking for tolerances and poor fits. Vacuum pumps or blowers, the heart of the milking system, are tested so that both milk and accompanying air can be efficiently removed. The pumps will be tested under simulated loads. Vacuum controllers, which admit the necessary air to maintain the proper vacuum level, are selected. The air lines and milk lines are selected to size and connection hardware grouped. Controls, also purchased, are prepared for installation.

STANDARDS

Milking machine manufacturers are subject to a variety of standards, some self-imposed. In addition to inspections throughout the manufacturing process, all installations are set up by trained dealers and electrical contractors. Equipment designers follow Association of Agricultural Engineer standards and sanitary guidelines established by a dairy industry council.

The Future

Advances in technology have introduced several new innovations to milking machines. Automatic detacher units that connect loosely to the milking claw allow cows to move and shift freely during milking. Based on the rate of milk flow, the detacher can also detect the end of milking, shutting the vacuum and actually removing the claw from the cow.

Automatic backflushing units are also gaining popularity. These units and systems send chemical and rinse solutions through pipelines and clusters to reduce the risk of infection and mastitis (udder inflammation).

The use of automatic identification systems, such as electronic transponder cow neck-tags, have enabled dairy farmers to keep track of milk production by individual cows.

Robotics are at the forefront of milking technology, especially in Europe. Automatic attachment devices have been created but not quite perfected. This new innovation will require little manual labour, and the machines will oversee much of the milking process from the time a cow enters a milking center until it leaves to graze.

Milking Shed Layouts

Bail-style sheds: This type of milking facility was the first development, after open-paddock milking, for many farmers. The building was a long, narrow, *lean-to* shed that was open along one long side. The cows were held in a yard at the open side and when they were about to be milked they were positioned in one of the bails (stalls). Usually the cows were restrained in the bail with a breech chain and a rope to restrain the outer back leg.

The cow could not move about excessively and the milker could expect not to be kicked or trampled while sitting on a stool and milking into a bucket. When each cow was finished she backed out into the yard again.

As herd sizes increased a door was set into the front of each bail so that when the milking was done for any cow the milker could, after undoing the leg-rope and with a remote link, open the door and allow her to exit to the pasture. The door was closed; the next cow walked into the bail and was secured. When milking machines were introduced bails were set in pairs so that a cow was being milked in one paired bail while the other could be prepared for milking.

When one was finished the machine's cups are swapped to the other cow. This is the same as for *Swingover Milking Parlours* as described below except that the cups are loaded on the udder from the side. As herd numbers increased it was easier to double-up the cup-sets and milk both cows simultaneously than to increase the number of bails. About 50 cows an hour can be milked in a shed with 8 bales by one person.

Herringbone Milking Parlours: In herringbone milking sheds, or parlours, cows enter, in single file, and line up almost perpendicular to the central aisle of the milking parlour on both sides of a central pit in which the milker works. After washing the udder and teats the cups of the milking machine are applied to the cows, from the rear of their hind legs, on both sides of the working area. Large herringbone sheds can milk up to 600 cows efficiently with two people.

Swingover Milking Parlours: Swingover parlours are the same as herringbone parlours except they have only one set of milking cups to be shared between the two rows of cows, as one side is being milked the cows on the other side are moved out and replaced with unmilked ones. The advantage of this system is that it is less costly to equip, however it operates at slightly better than half-speed and one would not normally try to milk more than about 100 cows with one person.

Rotary Milking Sheds: Rotary milking sheds consist of a turntable with about 12 to 100 individual stalls for cows around the outer edge. A "good" rotary will be operated with 24–32 stalls by one (two) milkers. The turntable is turned by an electric-motor drive at a rate that one turn is the time for a cow to be milked completely. As an empty stall passes the entrance a cow steps on, facing the centre, and rotates with the turntable. The next cow moves into the next vacant stall and so on.

The operator, or milker, cleans the teats, attaches the cups and does any other feeding or whatever husbanding operations that is necessary. Cows are milked as the platform rotates. The milker, or an automatic device, removes the milking machine cups and the cow backs out and leaves at an exit just before the entrance. The rotary system is capable of milking very large herds—over a thousand cows.

Automatic Milking sheds: Automatic milking or 'robotic milking' sheds can be seen in many European countries. Current automatic milking sheds use the voluntary milking (VM) method. These allow the cows to voluntarily present themselves for milking at any time of the day or night, although repeat visits may be limited by the farmer through computer software. A robot arm is used to clean teats and apply milking equipment, while automated gates direct cow traffic, eliminating the need for the farmer to be present during the process. The entire process is computer controlled. There is a description of an automatic system here—

Supplementary accessories in sheds: Farmers soon realised that a milking shed was a good place to feed cows supplementary foods that overcame local dietary deficiencies or added to the cows' wellbeing and production. Each bail might have a box into which such feed is delivered as the cow arrives so that she is eating while being milked. A computer can read the eartag of each beast to ration the correct individual supplement.

The holding yard at the entrance of the shed is important as a means of keeping cows moving into the shed. Most yards have a powered gate that ensures that the cows are kept close to the shed. Water is a vital commodity on a dairy farm: cows drink about 20 gallons (80 litres) a day, sheds need water to cool and clean them. Pumps and reservoirs are common at milking facilities.

Temporary Milk Storage

Milk coming from the cow is transported to a nearby storage vessel by the airflow leaking around the cups on the cow or by a special "air inlet" (5-10 l/min free air) in the claw. From there it is pumped by a mechanical pump and cooled by a heat exchanger. The milk is then stored in a large vat, or bulk tank, which is usually refrigerated until collection for processing.

ASSOCIATED DISEASES

- Leptospirosis is one of the most common debilitating diseases of milkers, made somewhat worse since the introduction of herringbone sheds because of unavoidable direct contact with bovine urine

- Cowpox is one of the helpful diseases; it is barely harmful to humans and tends to inoculate them against other poxes such as chickenpox
- Tuberculosis (TB) is able to be transmitted from cattle, mainly via milk products that are unpasteurised and many dairy-producing families consume milk that way. In the important dairy exporting countries TB has been eradicated from herds by testing for the disease and culling suspected animals
- Brucellosis is a bacterial disease transmitted to humans by dairy products and direct animal contact. In the important dairy exporting countries Brucellosis has been eradicated from herds by testing for the disease and culling suspected animals
- Listeria is a bacterial disease associated with unpasteurised milk and can affect some cheeses made in traditional ways. Careful observance of the traditional cheesemaking methods achieves reasonable protection for the consumer
- Johne's Disease (pronounced "yo-knees") is a contagious, chronic and usually fatal infection in ruminants caused by a bacterium named Mycobacterium avium subspecies paratuberculosis (M. paratuberculosis). The bacteria is present in retail milk and is believed by some researchers to be the primary cause of Crohn's disease in humans.

Chapter 10

Animal Diseases

WAYS PATHOGENS SPREAD

In order to prevent the introduction of pathogens, one must understand how pathogens find their way onto backyard, hobby, and large corporate poultry or livestock operations. The spread of pathogens is primarily caused by the movement of animals, people, and contaminated equipment. The spread of pathogens can be prevented by controlling the movement of people and animals and avoiding contact with any potentially-contaminated equipment or objects.

Controlling Animal Movement and Contact

The easiest and most frequent way to transmit a pathogen is for an infected animal to come into contact with a healthy animal. Most disease is transmitted nose-to-nose or by other direct contact with sick animals. New additions to flocks or herds are a very common way to introduce pathogens. Stray pets that wander onto farm or land can be another source of pathogen transmission. If a sick animal is allowed into a show or fair, it may infect other nearby animals. In addition to stray pets; wild animals, free-flying birds, and insects can be responsible for the introduction of a pathogen.

People Movement People, vehicles, equipment, and clothing that are in contact with an infected animal may be contaminated with pathogens. These contaminated articles include equipment, machinery, and other objects used for the transportation, care, and management of livestock and poultry. If pathogens can be spread from animal to animal at shows and fairs, does that mean that we cannot take an animal to the show? We can purchase animals and go to the fair. The wisest decision is to choose shows and make livestock and poultry purchases from places where disease prevention is always given high priority.

Practical Steps that Improve Isolation

Isolation (a form of quarantine) prevents contact between animals within a controlled environment. The idea behind isolation is to prevent contact between healthy animals and an animal that is or could be infected with a pathogen. Animals new to the herd or flock should be isolated away from the rest of the herd or flock for at least four weeks. Always isolate sick animals and only return them to their original group when they've fully recovered. Livestock returning from fairs or shows should also be isolated, since they could have picked up a new pathogen at the show.

At minimum it could be a separate pen in a different building or at least a separate corner of the barn. This may represent some extra work, but it can be very important. Isolate all purchased animals for four weeks. If they are incubating a serious disease, the signs (i.e., diarrhea, hard breathing, etc.) of that disease will likely be observed in that 4 week isolation period. This gives some time to do follow-up testing or give booster vaccinations if needed. Always purchase good, healthy animals. Do not buy sickly animals, even if they are being sold for a "cheap" price. Livestock or poultry at bargain prices can be expensive! Since people can carry pathogens on their body or clothing, it is necessary to control the visitors that may come in contact with livestock or poultry. Always make sure visitors wear clean boots and clothing. Locked gates and doors will keep people out. Signs and notices help to alert visitors of the potential risk that they may pose. Perimeter fences will keep people from accidentally wandering onto property. Question visitors about the farms or animals they have visited or have been near recently, and ask if they have visited a foreign country within the past 5 days.

There are ways to help keep out wild animals, free-flying birds, and insects. Although it is impossible to totally prevent all contact between wildlife and our livestock, we can make barnyards and surroundings unattractive to many of these species. Cutting the grass and weeds around the outside of buildings will help prevent rodents from entering. Keep grain spills or other potential sources of food cleaned up and unavailable to wildlife. Clean up old board piles or woodpiles and inspect buildings for possible hiding or denning areas. Inspect the haymow or other protected areas for evidence that cats, raccoons, or other animals that are likely using the hay or the straw for nesting areas.

Store feed where wild animals, including rodents and birds, cannot make contact with it. Dispose of all waste feed in a way that will not attract pests. Maintain barns and buildings in good repair making it more difficult for animals or birds to gain access. Keep doors and windows shut when not needed for ventilation. Place screens or netting on the windows.

Location and Construction of Buildings

When planning the location of a barn or building used to house livestock and/

or poultry, isolation is key. The buildings or pens should be constructed to promote isolation from outside sources of disease. The facility should be a substantial distance from road traffic. It is important to consider possible exposure and the distance from other flocks, herds, or populations of domestic or wild animals. It is especially crucial that there is no nose-to-nose or beak-to-beak contact with other animals. There should not be any contact with drainage water or waste runoff from other animals.

When planning the organization of either a large or small-scale animal operation, the risk of disease can be greatly reduced if different species and ages of the same species are kept well separate. This is because pathogens producing little or no disease in one species can produce significant disease in another species. Mild infections in older animals can produce severe disease in young animals.Disease susceptibility within the same species varies with age.

Because they have acquired resistance, older animals may shed pathogens without getting sick themselves. These same pathogens can be serious to younger animals. Salmonella and E. coli are good examples of pathogens that can spread and produce extra trouble in young or newborn animals when they are not well separated from older stock.

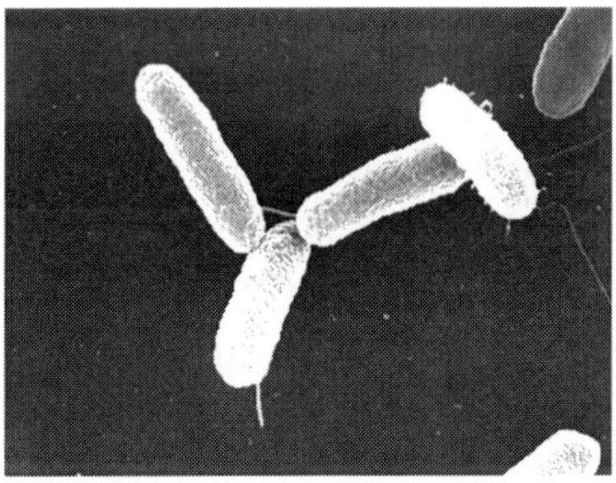

Fig. Salmonella

Various ways may be available to achieve species/age separation. They will be different depending on many factors such as the value of the animals, the economic and labour resources available to the herd/flock owner, and such other factors as farm size and marketing opportunities. They may include separate buildings, well-separated pens, different caretakers, or, ideally separate premises for different species and ages. Certain types of farm operations are able to ensure separation of ages by using the "all-in/all-out" management practice. All-in/all-out management allows only one age at a time on a premise.

No new or younger animals are brought in until all of the older animals are removed and the barn has been cleaned. This allows for cleaning and disinfecting before a new group of animals is brought onto the premises.

The farm environment can be a very comfortable place where pathogens can survive and multiply. Animal buildings, barns and pastures, as well as litter and manure surfaces, are often damp environments favourable for a dangerous increase in pathogen populations. Depending on the number of animals, very large accumulations of manure and litter may develop and become areas where pathogens can survive and multiply for many weeks or months.

SANITATION

How animals can be avoided to bring pathogens? The best way is to maintain a clean, dry, and sanitary environment. Cleaning is very important in reducing pathogen levels. Cleanliness means freedom from dirt, filth, and debris. Although buildings and equipment can appear clean when they are not visibly dirty, many microscopic contaminating pathogens can continue to be present. They remain and survive by clinging to surfaces, and by hiding in tiny cracks and crevices. The use of a disinfectant kills these remaining pathogens

Proper disinfection results in reduction of pathogens. Reducing the amount of pathogens around animals will decrease the risk of disease. Disinfectants are chemical agents that kill pathogens on contact. However, it is important to clean before disinfecting so that the pathogens become fully exposed to the disinfectant. Pre-cleaning is doubly important because a disinfectant can be used up or inactivated by dirt. Disinfection and thorough, prompt drying are the last steps in the sanitation process. Without quick, thorough drying, any pathogens surviving the effects of the disinfectant can re-multiply to high numbers.

Hygienic Manure

Animal body wastes (feces, urine, etc.) ordinarily accumulate right in the environment (surroundings) where the animals spend most of their lives. In humans, of course, this does not occur because of toilets, plumbing and sewage treatment/disposal systems. Since flush toilets are not practical for animals, this ordinarily unavoidable problem for animals is partially reduced when manure or litter is managed in a way that, at least lowers the level of exposure to potential pathogens.

Accumulated manure must be managed to reduce its volume, its odor, and to kill pathogens and weed seeds. The essential parts of manure management include collection, transfer, and storage. Spreading manure onto fields is the most common method of disposal. The sun will dry manure after it is spread onto fields which will kill many pathogens.

A proper level of airflow over manure surfaces promotes drying and the decrease of many pathogen populations. In contrast, stagnant air contributes to the build-up of moisture, and an increase in pathogen populations.

Chemical treatments can be beneficial in manure management. Raising the pH to at least 12 for 30 minutes will kill most of the microorganisms present. Lime is usually used to raise the pH. Treatments that produce anaerobic conditions (very low oxygen) are also used.

Anaerobic lagoons take advantage of a natural process where manure is digested by beneficial anaerobic bacteria. In contrast, aerobic lagoons add oxygen to the manure. The addition of oxygen allows more common bacteria to survive and multiply and for the bacteria to break down the waste material.

These bacteria convert the manure into carbon dioxide, water, and more beneficial lagoon bacteria. In animal pens or holding areas, we want the bedding and floor dry. Management of areas where water spillage or water accumulation is highest is very important. Good drainage and proper ventilation of buildings will help reduce the dangers of dampness. The frequent removal of wet litter and/or bedding and a continuous, modest flow of air over manure/litter surfaces will help to produce the drying needed to suppress bacteria.

THREATS TO ANIMAL HEALTH FROM THE VISIBLE TO THE INVISIBLE

Animals may be injured or die from the attacks by something as large and dangerous as a coyote or wolf to something just as dangerous, but only as small, as a molecule. This fascinating voyage ranges from dangers that are visible to the naked eye (predators), to some that are more easily seen with a hand lens (internal and external parasites), to some that can only be seen with a microscope (bacteria and viruses). The voyage continues all the way on down to the sub-microscopic world of disease-producing molecules! More about these visible and invisible hazards to animal health.

We know that disease-causing pathogens that we cannot see threaten our livestock. In addition, there are also other threats that can be easily seen. Predators may easily be detected; however, many often appear at night or when people are not around. There are ways to help keep out predators that could potentially physically attack and harm animals. First, remove all easily accessible food supplies. This may be very difficult depending on the size of the farm and the amount of livestock feed on-hand. Keeping feed bins in good repair and sealed off will help prevent predators from entering areas where feed is stored. Keeping feed bins and feeding areas clean is very important.

An accumulation of waste feed in and around feed bunks attracts animals. A second suggestion is to remove water supplies. This is even more difficult on most farms. Stock tanks often provide a constant water supply and are attractive to predators such as raccoons. Preventing any unnecessary pools of water will help. A third suggestion is to modify habitat and reduce access. Clearing brush and keeping weeds away from barns and buildings will help deter animals just like it will help deter rodents. Finally, predators can be traped or control. There are a variety of traps available to catch animals.

Barns and buildings should be kept in good repair. Predators often enter barns though open doors, or cracks and holes that may exist. Closing doors and patching cracks and holes helps to reduce the problem. Wire mesh or screening on windows can also help.

EXTERNAL PARASITES

Small yet visible threats to livestock include external parasites such as ticks, flies, fleas, lice, mosquitoes, mites, grubs, etc. Parasites are a threat to livestock health just as microbial (invisible) pathogens are a threat. Parasites can transmit and spread microbial pathogens in addition to the harm and damage that they naturally cause by irritating animals and sapping their energy. The most common way to control external parasites is through the use of pesticides or insecticides.

Pesticides kill and help control the parasite populations. Pesticides are applied as sprays, dips, pour-ons, dusts, injectables, pastes, boluses, etc. Ear tags impregnated with insecticide are commonly used in cattle.

Pesticides are very effective however, pesticides alone will not control a threat such as flies. Keeping the environment clean and sanitary helps eliminate fly breeding areas. Manure management will help reduce fly breeding areas. Fly eggs and larvae in thinly spread manure are killed by drying and heat.

Fig. Lice

INTERNAL PARASITES

Livestock and poultry can be attacked by a variety of large and small worm-like parasites such as roundworms and tapeworms. These internal parasites mainly invade the digestive passages while some also infest an animal's breathing passages. Other parasites can go even deeper into the "donut" or animal body reaching various vital organs and body tissues. Most parasites enter an animal's body when the animal eats the egg (ova) or an early life stage of the parasite.

These ova or intermediate life stages come from the adult parasite reproducing and living inside an animal. They are typically passed by way of animal droppings onto the ground, or into the bedding or litter. As a result, an effective preventive strategy for many internal parasites rests on keeping animals from eating feed or licking surfaces contaminated by animal waste. It is a wise practice to keep animal yards, pens and buildings or other concentration points as clean from urine and accumulated fecal material as is practicable.

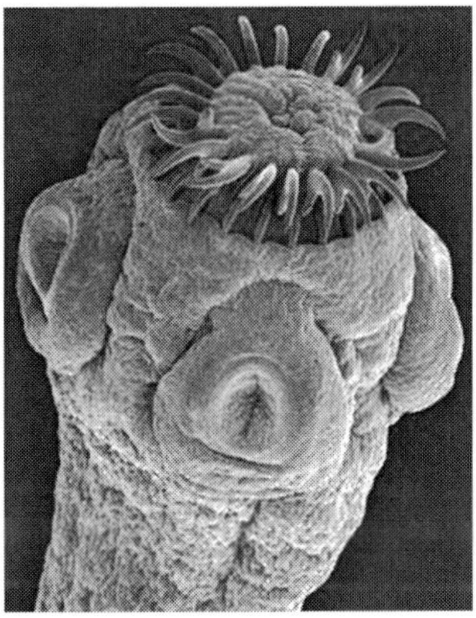

Fig. Tapeworm

Various powerful chemicals are sometimes used to treat different types of infestation. Their improper or inappropriate use may produce more damage to animals than would be done by the parasites alone. Consequently, it is best to seek guidance from local veterinarian before treated for worms. In the final analysis, prevention is often less expensive than treatment.

Bacteria and Viruses

Bacteria and viruses are visible only when they are magnified hundreds to many thousands of times. They are not only able to attack the skin and digestive tract or respiratory linings of an animal's body, but, are often able to devastate the entire body including such organs as the brain, heart, liver and spleen. Their extremely small size makes it possible for these pathogens to survive long periods of times outside an animal's body. They can survive in fur, hair and feathers, in nasal and other discharges from a sick animal, and in animal urine and fecal droppings.

Viruses survive, and bacteria can actually multiply, in animal bedding, litter, and manure. Many survive long periods of time in the tiny particles of dust or soil present in the farm environment. With many tiny, scattered hiding places they can easily be carried to a new farm or group of animals riding on a person's clothing, on the surfaces of boxes, crates or equipment, and on the wheels of cars and trucks.

Bacteria are single-celled microorganisms. They may live free in the environment or within a living cell. E. coli (Escherichia coli), Streptococcus, Staphylococcus, and Salmonella are a few examples of bacteria that can cause disease.

Fig. Bacteria come in a wide variety of shapes

Viruses are tiny organisms that only grow inside the cells composing the animal's body. All viruses rely on a live animal host to reproduce. Examples of viruses that affect humans include the common cold (rhinovirus) or the flu (influenza) virus. Viruses can infect animals and cause respiratory symptoms (influenza viruses), diarrhea (rotavirus and coronaviruses), and numerous other disorders.

Although common viral or bacterial pathogens are unwelcome visitors or residents, certain ones can be especially troublesome. These special pathogens produce unusually high losses and/or unusual behaviour such as extensive tenderfootedness, incoordination, or slobbering. Milk or egg production may cease or drop sharply. As previously emphasized, isolation, traffic control, hygiene, and sanitation are the main ways to keep these essentially invisible pathogens from spreading to, and from reaching levels that can infect animals. Medications, antibiotics, and vaccines are additional measures available to minimize the effects of bacterial or viral infections. Although powerful allies in an animal's battle with one or more pathogens, they are really the second line of defence.

The first line consists of all the steps take to keep these microbes out or their numbers down to begin with. Again, those primary steps are herd/flock isolation, traffic control, hygiene, and sanitation.

Dangerous Molecules

Prion

A prion is a very unusual infectious agent that is capable of causing an infection or disease. It is believed to be a self-reproducing protein structure that is similar to a virus. Prions cause prion diseases such as transmissible spongiform encephalopathies (TSE's). Unlike other infectious agents, prions produce no body-defending immune response.

Mold Toxins. Mold growth takes place in feeds when they are damp. Most molds are not toxic when fed to livestock; however, some are very toxic. The toxic by-products produced by molds (fungi) are known as mycotoxins (mold toxins). Mold toxins are very diverse because they are produced by many different molds.

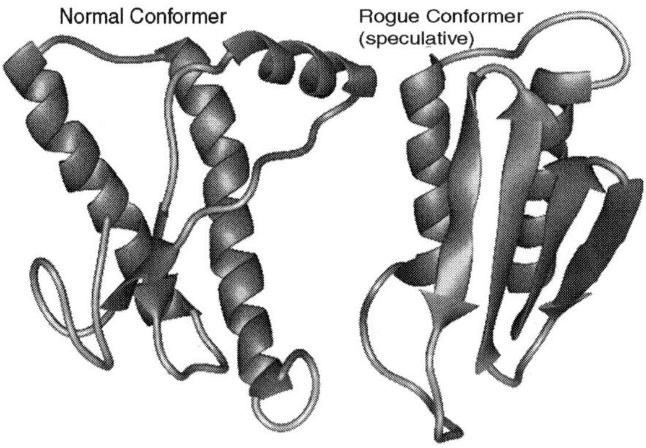

Fig. Prion

Fungi that have the ability to produce mycotoxins are very common in grain and other livestock feeds and in the facilities and equipment used for transportation and storage of feed. They can be very dangerous causing reduced growth rates, lowered immunities, and increased susceptibility to various infectious diseases. Many feed companies are working on ways to sample and test feeds and grains for mold toxins before their sale.

Animals feeds must be kept dry. We must realise that feeding any moldy feedstuffs is a risk to the health of our animal. There is less risk in feeding moldy feeds to fattening animals than for lactating or pregnant animals. The risk is also different among different species of animals.

Dryness is the simplest way to control the growth of mold. Take the following steps when evidence of mold growth (musty odor, visible mold) is suspected.

- Stop the moisture source (fix the leak) correct condensation problems in outside storage bins.
- Thoroughly dry or discard all porous items.
- Scrub mold off hard surfaces with detergent and water, and thoroughly dry. Chlorine-containing products are of help in killing mold spores.

Bacterial Toxins

Many bacterialpathogens have the ability to produce toxins which add to the disease they produce, thus making them a double threat to animals. Some toxin-producing bacteria form their poisons outside the body (botulism), while others do so inside the body (tetanus, black leg, and gangrene). These toxic bacteria can present a much greater risk than many ordinary bacteria. Vaccines are used to aid in their prevention, particularly where risks of exposure or infection are high.

Safeguarding Animal Health

The position of a flock or herd is not unlike that of a populous city of which the public health largely depends on the functions of an intelligent "health officer." The owner, above all, should function as a health officer to his/her flock or herd. This element of animal management completes the picture of what it takes to keep animals safe and healthy. The health officer idea is especially important to many young people. After all, in the next few years, they may become the owners or managers of even larger populations of animals.

They need to be alert to threats to the health of their own animals, and to those belonging to others. They should be quick to recognize and properly respond to unusual diseases and to oversee and manage their own operations to prevent or minimize the effects of common diseases. The search for and application of disease prevention knowledge can be an enjoyable, enriching lifelong experience.

ANIMAL DISEASE

The control of animal diseases and the promotion and protection of animal health are essential components of any effective animal breeding and production programme. Despite remarkable technical advances in the diagnosis, prevention and control of animal diseases, the condition of animal health throughout the developing world remains generally poor, causing substantial economic losses and hindering any improvement in livestock productivity.

In developing countries, animal health services were established with the main objective of controlling major contagious and infectious diseases, such as foot-and-mouth disease, rinderpest and contagious pleuropneumonia, as well as parasitic diseases, such as trypanosomiasis and tick-borne diseases. This was obviously the first priority, since the control of these diseases is a prerequisite to any successful livestock development programme.

With the present concern for sustainable economic development, more attention is now being given to other diseases that affect livestock productivity, such as helminthiasis, nutritional diseases, reproductive disorders, etc.

The successful control of disease depends initially on its timely and accurate recognition and on the presence of sound diagnostic capabilities based on effective working links between laboratories and field services. Emergencies created by outbreaks of major infectious diseases demonstrate the need for establishing, strengthening and improving such diagnostic services. As well, particular attention should be given to the development of an efficient animal disease information system.

Beyond the national level, a general increase in the movement of animals and animal products underlines the importance of international cooperation in the prevention and control of animal diseases.

Most animal health services in developing countries do not have at present adequate technical and administrative infrastructures to carry out the tasks and duties necessary for the efficient control of animal diseases and for consumer protection.

In many developing countries, there is either a shortage of skilled veterinary personnel or their services are not correctly utilized. The problem is exacerbated by deficient veterinary infrastructures and inadequate disease control programmes, veterinary legislation and information services, as well as a lack of transport, communications, veterinary products and equipment. The most common problem is the shortage of funds to sustain the activities of veterinary staff. In some developing countries, the animal health services are not given the appropriate legal power in the administrative system.

These shortages significantly reduce the effectiveness of animal health services control measures against major animal diseases. By exploiting existing conditions, local resources and international help, possibilities for improving of animal health service programmes are increased.

Veterinary education and training should receive the highest priority; however, more emphasis must be placed on the qualitative and practical aspects. Effective personnel development requires adequate planning of staff requirements, improved curriculums for undergraduate and postgraduate studies, training of auxiliary personnel and greater interregional cooperation to exploit existing training facilities fully, among other things.

Animal health services should be further developed by improving their efficiency. While the control and prevention of major infectious diseases clearly remains a government responsibility, some veterinary tasks such as the treatment of individual animals could be undertaken in other ways. Privatization is one way of improving some sectors of animal health and of responding suitably to the needs of animal owners.

Other ways include contracting out certain services, creating farmer cooperatives and producer associations, recovering government costs more efficiently and using the revenue thus generated for selective subsidies. Several countries have already taken steps to reorganize their veterinary services in this way.

Developing countries must address this problem. This publication aims to assist them in improving livestock production through better control of major animal diseases. It is not intended to be a comprehensive text describing in-depth all aspects of a complex subject with worldwide variations. Instead, it is meant to serve as a guideline, providing general background information on basic topics.

Its main objective is to assist animal health authorities in their organization, planning and management activities.

The contents cover major problems facing official animal health services in developing countries in contributing to the production of food of animal origin and livestock development as integral components of general social, economic and agricultural development. Other priorities of animal health services include the protection of humans against diseases that may be transmitted by animals and the production of safe food.

Biological and pharmaceutical production may be the responsibility of some services, however, only aspects of the control and management of veterinary biologicals and drugs are included in this publication.

The major issues dealt with in this publication are the objectives, functions, organization and management of animal health services. Without going into detail, relevant information, statements and recommendations make up the basic text. This general approach does not permit specific disease control or specific social, economic and ecological conditions to be dealt with. However, information is provided in the annexes on specific topics and in the selected bibliographies of general interest publications.

Chapter 11

Dairy Breeds

The science of Animal breeding is defined as the application of the principles of Genetics and biometry to improve the efficiency of production in farm animals. These principles were applied to change animal populations thousands of years before the sciences of genetics and biometry were formally established. The practice of animal breeding dates back to the Neolithic period, when people attempted to domesticate wild species such as reindeer, goats, hogs and dogs.

Fig. Breeding Animals

Domestication was performed through controlled mating and reproduction of captive animals which were selected and mated based on their behaviour and temperament. Judging from cave paintings that have survived, selection was also applied to some qualitative traits such as coat colour and the absence or presence of horns. Without written records, there is no certain knowledge of the evolution of animal breeding practices, but written documents dating back more than 4000 years indicate that humans appreciated the significance of family resemblance in mating systems, recognized the dangers of intense inbreeding, and used castration to prevent the reproduction of undesirable males. Progress in the performance of domesticated animals through these selection practices was very slow; improvements were mainly due to animals adapting better to their environments.

Robert Bakewell, an English animal breeder of the 18th century, is considered the founder of systematized animal breeding. He was the first to emphasize the importance of accurate breeding records, introduced the concept of progeny testing to evaluate the genetic potentials of young sires, and applied inbreeding to stabilize desired qualitative traits. He also promoted concepts such as "like begets like," "prepotency is associated with inbreeding" and "breed the best to the best." Bakewell and his contemporaries in Europe pioneered the development of diverse breeds of BEEF cattle, DAIRY cattle, SHEEP.

Colour, conformation, geographical origin and some production characteristics were the main factors that differentiated these breeds. Wide geographical redistribution of animal populations was also an important factor in the formation of new breeds, as invading armies, migrating people and traders transported livestock to new lands.

Animal breeding as a modern SCIENCE belongs to the 20th century. Although numerous geneticists and biometricians have made significant contributions to the development of this science, J.L. Lush of Iowa State University is considered the father of the modern science of animal breeding. Lush and his students developed major scientific procedures applicable to the genetic improvement of farm animals.

SELECTIVE BREEDING

Selective breeding in domesticated animals is the process of a breeder developing a cultivated breed over time, and selecting qualities within individuals of the breed that will be best to pass on to the next generation. Breeding techniques such as inbreeding, linebreeding and outcrossing are utilized by breeders in the maintenance and improvement of their chosen breeds.

Breeding Stock

"Breeding stock" is a term used to describe a group of animals used for purpose of planned breeding. When an individual is looking to breed animals, he or she is looking for certain valuable traits in purebred stock for a certain purpose, or may intend to use some type of crossbreeding to produce a new type of stock with different, and presumably superior abilities in a given area of endeavor.

To breed chickens, a typical breeder intends to receive eggs, meat, and new, young birds for further reproduction. Thus the breeder has to study different breeds and types of chickens and analyse what can be expected from a certain set of characteristics before he or she starts breeding them. Accordingly, when purchasing initial breeding stock, the breeder seeks a group of birds that will most closely fit the purpose intended.

Purebred Breeding

The idea of *breed purity* may strike an unpleasant chord with some individuals because it is reminiscent of nineteenth-century eugenics notions of a "superior strain" in humans, supposedly exemplified by members of an aristocratic social class or of certain races. The application of theories of eugenics had far-reaching consequences for human beings, particularly in cases such as The Holocaust.

However, the idea of a superior strain in animals, such as that incorporated in the breeding of Thoroughbred race horses, was less controversial. By "breeding the best to the best," employing a certain degree of careful inbreeding, considerable culling, and selection for "superior" qualities, one could develop a bloodline or "breed" superior in certain respects to the original base stock or landrace which had been produced primarily by natural selection.

This process forms the basis for a "true-breeding" line of animals, which today is generally called a "purebred" line. Once created, a purified line is "closed" and preserved from dilution and possible "debasement" by unrelated stock.

However, this theory is not without some negative consequences. When the ideal of purified lineage or purely aesthetic type is seen as an end in itself, without consideration of usefulness or vigour, a breed can suffer over time. Also, if a breed registry is closed with too small a gene pool, over time, degradation due to inbreeding depression may occur. For many purebred breeders, the need for a periodic outcross is recognized and incorporated into an overall plan.

The observable phenomenon of hybrid vigour stands in contrast to the notion of breed purity. However, on the other hand, indiscriminate breeding of crossbred or hybrid animals may also result in degradation of quality, particularly when animals are mass-produced without concern for overall health or longevity.

Backyard Breeding

The term backyard breeder is a general term, sometimes considered derisive, used to describe people who are "home breeders", and breed only a few animals for personal use or occasional sale. However, while some backyard breeders pay strict attention to quality, the term usually describes those who allow animals, particularly dogs or horses, to procreate regardless of physical, genetic, and/or emotional health. It is also used to describe unreputable commercial breeders. In the process of careless breeding, many backyard breeders produce genetically weak animals that can be predisposed to genetic disorders or debilitating physical deformities, particularly those that result from inbreeding.

In dog breeding, these individuals focus on only a limited aspect of the dog, while ignoring the original function and temperament of the breed. When such breeding is carried out on a large scale, the venue is called a *puppy mill* or *puppy farm*. Backyard breeding is popularly blamed for the proliferation of aggressive dogs for the sports of dog baiting and dog fighting. Dog fanciers generally believe that such ill-bred dogs are the reason for the bad public reputation of certain dog breeds, and the increasingly frequent enactment of breed-specific legislation.

Because of the time and expense of feeding and caring for horses, which produce one foal per year, there are fewer horse breeders who produce animals *en masse,* though some individuals do engage in animal hoarding and breed far more animals than they can support. In the horse world, over breeding of grade animals that cannot be sold except for very low prices raises concerns that such animals will be slaughtered for horsemeat.

Some, though not all, colour breeders make errors similar to puppy mill breeders by focusing on only one characteristic to the detriment of health, soundness, and quality conformation. In addition, industrial breeders, such as those who produce *pregnant mare urine* for the manufacture of premarin, allow many mares to be bred indiscriminately, simply so that they are able to produce the urine laced with reproductive hormones that forms the base for the drug. Their foals are generally considered an unwanted byproduct, particularly males (colts), and sold off, frequently to the slaughter market.

IN-BREEDING AND OTHER BREEDING METHODS

One of the most hotly talked about topics with regard to pure-bred dogs is the use of in-breeding. This is a term that is often misused and is extremely misunderstood.

Part of the misunderstandings comes from differences in the way the terms are used within the scientific/medical field, and how it is commonly used by breeders. These are the most commonly accepted definitions used by serious dog breeders and will be the definitions used within this article.

In-breeding: This is the breeding of closely related animals. Brother-Sister, Parent-Offspring, ½ brother - ½ Sister.

Line-breeding: This is the breeding of animals that share common ancestors but are not closely related. The dogs may share a common great-grandparent.

Out-cross: This is generally considered the breeding of animals with no common ancestors within the first 4 or 5 generations.

Common Misconceptions

In-breeding causes genetic diseases: Breeding closely related animals increases the possibility that any bad genes in a line will show up. It does not 'cause' genetic disease.

Out-crossed dogs are healthier: This is only partly true. There is a known phenomenon called Hybrid Vigour. Two animals of unrelated strains breed and the offspring is often bigger and grows faster than it's purebred cousins. This method is often used by farmers in order to get their animals to market sooner. But one of the biggest misconceptions of hybrid vigour is that it applies to all animals of mixed heritage.

Hybrid Vigour only applies to the animals that are the direct offspring of the crossing of the unrelated strains. In other words if you continue to breed animals of different strains there generally will not be any additional increase in hybrid vigour. If the unrelated strains share common genes for genetic disorders, hybrid vigour will not over ride the risk of the disorder showing up. Out-crossing can also cause problems if widely divergent physical types are mixed due to differences in growth rates and bone and muscle sizes.

BENEFITS OF EACH TYPE OF BREEDING

By definition, purebred dogs have a smaller gene pool to draw on than mixed breed dogs. That smaller gene pool gives the breed its individual characteristics, such as physical appearance and temperament. It is what makes a poodle a Poodle and a Golden Retriever a Golden Retriever. But there is considerable controversy with regard to whether the gene pools of the modern pure-bred have become too small.

Inbreeding

In-breeding is more likely to help "set" or "fix" a particular trait within a breed or a line by narrowing the gene pool to favour those traits. So if a breeder is looking to set a particular desirable feature of their line then in-breeding and choosing the offspring most strongly possessing that trait can be beneficial.

In the first pedigree Sydney is the maternal son of Annie, thus doubling on Annie's genes. Or another way to look at it is Annie is both Sydney's mother and Grand-mother. In the second example we have a full brother/sister in-breeding so we are doubling up on the genes from both Kiley and Annie.

In-breeding can also help identify those bad genes that exist within a line. Dogs possessing the bad genes can be eliminated from a breeding programme and carriers also identified.

Intermittent in-breeding within a line or breed is not damaging to the long term health of the animals. However, in-breeding over successive generations can lead to reduced fitness and fertility problems among the offspring, resulting in phenomena known as In-breeding Depression. It can take many generations to show up depending on the traits involved.

To use this method responsibly a breeder would not want to in-breed on animals with known genetic disorders, temperaments not in keeping with its given breed, or known serious structural faults, or to in-breed frequently even on healthy-superior specimens.

Line-Breeding

Line-breeding is another way to help "set" or "fix" desirable traits. With line-breeding we breed animals that are related, but we are also routinely introducing genes from other lines into the genetic mix. It takes longer to fix the desirable traits this way, but doing so lowers the risk of those problems associated with repeated in-breeding.

Loose line-breeding over successive generations will result in more variations of physical appearance than would in-breeding or tight line-breeding, but will keep the physical look and structure within the same general size and shape, it also carries fewer long term risks.

According to geneticists: Line-breeding can be carried on for many many generations without deleterious effects on the line or breed as long as the individuals involved have few hidden genetic disorders.

Out-Crossing

Out-crossing in terms of pure-bred dogs is the breeding of unrelated dogs. On a pedigree no names will be repeated within the first 5 generations.

This type of breeding has both advantages and disadvantages. Which as it turns out are flip sides of the same argument. The greatest genetic diversity are maintained by out -ccrossing, but this also leads to the least consistency in terms of physical appearance and other traits.

Out-crossing does not guarantee that the animals won't develop genetic disorders, but it does tend to reduce the numbers of affected offspring. Best chance of getting an animal that is less prone to developing a genetic disorder comes more from finding a conscientious breeder that screens their animals for hereditary disorders and breeds for the betterment of the breed.

All three methods of breeding have their place in a long term, well thought out breeding programme. Talk to the breeder, ask questions as to what their goal is in doing a particular breeding. Ask about the risks and what problems are known to that line. And all lines have some because the perfect dog and the perfect lines are still goals of the future for all breeders.

COW BREEDING

Different Breeds for Different Needs

Dairy cattle are breeds that have been developed to produce milk whereas beef cattle are bred and selected primarily for the production of meat. Dual-purpose breeds do exist and they have been selected for both meat and milk production. In the last 20 years the genetic make up of the UK dairy herd has changed and is still changing. Cows are larger, earlier maturing, are producing far more milk and are more efficient at converting feed into milk.

As it is the birth of the calf that causes milk production, it is critical for the farmer that the cow becomes pregnant again during lactation and produces the next calf one year after the previous one. The average length of productive life of a dairy cow is between four and five lactations, although this varies from one or two to over ten. Since the fifties artificial insemination (AI) has increasingly replaced natural service. Embryo transplants (ET) are also being developed. A surrogate mother may have difficulty delivering, since the foreign calf is often larger than nature intended. When this happens, a rope or chain is attached to the calf's forelegs, and, with a winch-like device the newborn calf is pulled from the womb. Unnecessary suffering for both cow and calf.

Regular Calving

A high annual milk production per cow is dependent on regular calving at about 12- month intervals. Poor reproductive efficiency leads to longer calving indices and a reduction in milk sales per cow per annum. It also leads to an increase in the number of cows culled for failing to conceive. On average, in the UK, only about 85 cows calve per annum for every 100 cows available for breeding. Over thirty-five per cent of all cows culled are disposed of because of reproductive disorders.

Obtaining Semen

Photographer Henry Heap visited the Milk Marketing Board stud bull operation in Mid Wales. He provided Turning Point magazine with a complete set of photographs and commentary of his visit. "A large, handsome, tan bull stood stock still, tethered by the ring tethered through his nose to what looked like a giant circular clothes line or some grotesque merry-go-round. He was kept so motionless by a rubber hood that covered his eyes, which had a similar effect to that of hooding a falcon.

A worker commented that the bull would stay still all day if they left the blindfold on. However, this bull was not the source of the semen, but instead what is known as a 'teaser'. The stud bulls are led out by the nose one at a time to mount the motionless hooded bull. After they have mounted the teaser their penis is diverted into a leather vagina which is used to collect the semen. As soon as the process is complete, another bull is led out. The hood keeps the teaser bull stationery for each successive beast to mount. These stud bulls never even see females.

During embryo transfer an embryo can be flushed from the uterus of a genetically superior cow and implanted in a receiver cow of so-called 'poorer quality' for foetal development. Embryos are also taken from dead cows at the slaughterhouse. Hormone treatment is used to induce multiple ovulations and the cow is then inseminated. A few days later several embryos can be flushed from her. For both embryo collection and implanting the cow receives a local anaesthetic injection in the tail. Embryos of the desired breed can then be used. ET maximises the number of offspring from selected breeding females and maximises profit.

Do-it-yourself embryo transfer is now taking place in the UK. Courses are run to train in direct embryo transfer techniques using the quick-thaw method for frozen embryos. Although vets are not required to be present at the time of transfer, they must check each animal is suitable for implantation. Farmers genetically improve the herd by using techniques such as MOET (multiple ovulation embryo transfer) which involves inducing a genetically 'superior' cow to produce up to 20 embryos rather than one.

For ease of management, farmers prefer cows to calf at the same time. They, therefore, need to detect when cows come into oestrous. The oestrous detection rate (ODR) is the number of cows observed in oestrus during a 3 week period, in relation to the number of cows expected to be observed. The average ODR on farms is about 60 per cent. One alternative is to synchronise the oestrous period of several animals by injections of prostaglandin or administration of progesterone as an impregnated intraveginal coil implanted for 9-12 days.

ARTIFICIAL INSEMINATION

Artificial insemination (AI) now accounts for around 75 per cent of British cattle births. The cow is tied up and one hand of the inseminator manipulates the cervix through the rectum wall whilst the other discharges semen into the vagina and cervix using an inseminating gun.

A regional manager with AI firm Genus the problems associated with the procedure. "Placing a quarter of a cc of diluted semen into an area as small as a penny coin, when the target area is inside 500kg of unco-operative cow, requires a high degree of expertise. The more the cow is able to move about, the harder it becomes to hit the target. Poor handling facilities cause stress, the cow, the inseminator and both our bank balances."

There are many invasive procedures carried out on farm animals that the general public rarely witness. One of many includes making sure the cow is in calf. This is carried out using an ultrasound device much like a small TV set with a long thick wire attachment. A vet will insert their hand and arms length into the vagina of the cow.

The animal is held in a holding device to keep her still. The screen shows the small calf in the middle of a dark shaped uterus. Herds usually calve at the same time (due to human intervention) so all the cows on the farm will usually be checked at the same time.

Jersey Cattle

A small, honey-brown breed of dairy cattle, the Jersey is renowned for the high butterfat content of its milk, as well as a genial disposition.

The Jersey cow is quite small, ranging from only 800 to 1200 pounds (360 to 540 kg). The main factor contributing to the popularity of the breed has been their greater economy of production, due to:

- The ability to carry a larger number of effective milking cows per unit area due to lower body weight, hence lower maintenance requirements
- High butterfat conditions, and to thrive on locally produced food.

Bulls are also small, ranging from 1200 to 1800 pounds (540 to 820 kg), and are notoriously very aggressive. Castrated males can be trained into fine oxen which, due to their small size and gentle nature make them popular with young teamsters. Jersey oxen are not as strong as larger breeds however and are generally out of favour among competitive teamsters. Due to the small size, curious docile character and attractive features of the Jersey cow, small herds were imported into England by aristocratic landowners as props for aesthetic landscapes.

As its name implies, the Jersey was bred on the British Channel Island of Jersey. It apparently descended from cattle stock brought over from the nearby Norman mainland, and was first recorded as a separate breed around 1700.

Frank Falle has speculated (on the basis of DNA evidence) that the oldest settlers in Jersey were Danish vikings who had been to Nantes with Hatain, where it is recorded that tribute was given by the King of France to Hatain of 500 cattle to leave that area, whereupon they settled in the Normandy area. The marked resemblance between Jersey cattle and the Nantaise cow would seem to bear this out. While the breed is isolated from outside influence today, this was not always the case. Before 1789 cows would be given as dowry for inter-island marriages between Jersey and Guernsey. This was, however, not widespread.

Since 1789, imports of foreign cattle into Jersey have been forbidden by law to maintain the purity of the breed, although exports of cattle and semen have been an important economic resource for the island. The restriction on the import of cattle was initially introduced in 1789 to prevent a collapse in the export price. The United Kingdom levied no import duty on cattle imported from Jersey.

Cattle were being shipped from France to Jersey and then being shipped onward to England to circumvent the tariff on French cattle. The increase in the supply of cattle, sometimes of inferior quality, was bringing the price down and damaging the reputation of Jersey cattle. The import ban stabilised the price and enabled a more scientifically controlled programme of breeding to be undertaken.

Sheep Breeds

The domestic sheep is a multi-purpose animal, and the more than 200 breeds now in existence were created to serve these diverse purposes. Some sources give a count of a thousand or more breeds, but concrete documentation has not been produced for such a number. Almost all sheep are classified as being best suited to furnishing a certain product: wool, meat, milk, hides or a combination thereof (i.e. dual-purpose breeds).

Other features that are important when classifying sheep include face colour (generally white or black), the length of the tail, the presence or lack of horns, and the topography for which the breed has been developed. This last point is especially stressed in the United Kingdom, where breeds are described as either upland (hill or mountain) or lowland breeds. A sheep may also be of a fat-tailed breed, which is a type of dual-purpose sheep common in Africa and Asia with larger deposits of fat within its tail, or the meat from such a breed.

Ovine breeds are also grouped based on how well they are suited to producing a certain type of breeding stock. Generally, sheep are thought to be either "ewe breeds" or "ram breeds". Ewe breeds are those that are hardy, and have good reproductive and mothering capabilities—they are for replacing breeding ewes in standing flocks. Ram breeds are selected for rate of weight gain and carcass quality, and are mated with ewe breeds to produce meat lambs. Many breeds, especially rare or primitive ones, fall into neither category strictly. Lowland and upland breeds are also crossed in this fashion, with the hardy hill ewes crossed with larger, fast-growing lowland rams to produce a type of ewe called a mule, which can then be crossed with meat-type rams to produce prime market lambs.

Sheep breeds are categorized by the type of wool they exhibit, irrespective of whether they are favoured for meat or wool production. Fine wool breeds are those that have wool of great crimp and density, and are consequently preferred by the textile industry. Most of these breeds were derived from Merino sheep, and Merinos continue to dominate the world sheep industry. The record for the most valuable sheep ever belongs to an Australian Merino ram which was sold for $16,000 AUD.

Medium wool breeds have wool between the extremes, and are typically fast-growing meat and ram breeds with dark faces. Some major medium wool breeds, such as the Corriedale, are dual-purpose crosses of long and fine-wooled breeds created for high-production commercial flocks. Long wool breeds are the largest of sheep, with lengthy wool and a slow rate of maturation. Long wool sheep are most valued by modern agriculture for crossbreeding to improve the attributes of other sheep types. The American Columbia breed was developed through crossing Lincoln rams—a long wool breed—with fine-wooled Rambouillet ewes.

Coarse or carpet wool sheep are those with a medium to long length wool of characteristic coarseness. Breeds traditionally used for carpet wool show more variability in general traits than other types, the chief requirement being a wool that will not break down under heavy use (as would that of the finer breeds). As the demand for carpet-quality wool declines, some breeders of this type of sheep are attempting to reposition a few of the traditional breeds to alternative purposes. Others have always been primarily meat-class sheep.

A last group of sheep breeds is that of fur or hair sheep, which do not grow wool at all. Hair sheep are similar to the very early type of domesticated sheep kept before wooly breeds were developed, and are primarily raised for meat and pelts. Some modern breeds of hair sheep, such as the Dorper, are the result of crosses between wooled and hair breeds. For producers uninterested in selling wool, hair sheep are highly advantageous, as those who keep hair sheep need not go to the expense of shearing. Hair sheep are also resistant to parasites and hot weather, and are consequently increasing in popularity among a subset of producers.

With the modern rise of corporate agrobusiness and the decline of localized family farms, many breeds of sheep are in danger of extinction. Preference for only those breeds with uniform characteristics and fast growth rates has pushed heritage (or heirloom) breeds to the margins of the sheep industry. Those that remain are maintained through the efforts of conservation organizations, breed registries, and individual farmers dedicated to their preservation.

GENETIC IMPROVEMENT OF DAIRY CATTLE

Dairymen are constantly concerned with improvement of their herds. Dairy cattle improvement is expressed most frequently as increased milk production and less often in terms of changes in body conformation or "type." Improvement in milk production can be considered as being environmental or genetic. Both environmental and genetic factors contribute to variation in milk production. There are environmental and genetic limitations of production. More importantly, management of environment and genetic factors can result in improved performance, i.e., greater milk production.

Genetic Principles of Repeatability

Understanding the concept and knowing the repeatability of economically important traits help considerably in deciding which cows to cull. Repeatability also is important in sire proofs. All repeatability estimates represent some type of correlation. The trait one is considering, and the times and places it was measured, influence the estimate.

The correlation between 305-day mature equivalent milk records of first-calf heifers, and their records as second-calf heifers, is about 0.5.

So milk records are said to have a repeatability of 0.5. Conception rate from year-to-year with the same cow has a repeatability of about zero, indicating that there is little or no relationship (correlation) between the number of services it takes for a cow to become pregnant each time.

These estimates are useful in making culling and management decisions, since they help us make the best possible guess at how well the cow will do next year if we know how well she did this year. For milk yield, 50 per cent of the apparent superiority (or inferiority) of the cow for this year will appear next year on the average. If a cow gave 1000 pounds more than her herdmates this year, the best prediction of her yield next year will be 500 pounds more. Naturally, what she actually does is another story; she could be much better or much worse than our guess. The same process is used for below average cows; only one-half of their apparent inferiority will appear the following year on the average. Repeatability is included in the calculation of estimated relative producing ability in DHI.

Only a fraction of the cow's performance is permanent (repeatable). Superior cows may do even better next year, but on the average they do worse; inferior cows on the average do better.

Genetic Principle of Heritability

Heritability is a measure of the degree to which a trait such as milk yield is genetically determined. Although not all of the genetic contribution is included, essentially all which is available to a breeder who is trying to select within a breed is included. Obviously heritability is an important factor among the several factors determining how much genetic improvement can be made in any characteristic.

One of the disadvantages with the dairy cow, in attempts to make genetic progress, is that most of the economically important traits can be measured only in the female. Another disadvantage is that heritabilities are low or close to zero in several cases. A zero heritability would mean that no genetic change could be expected from usual selection techniques.

A practical idea of the meaning of heritability can be obtained easily. A genetically average group of males is mated to a large group of high producing first calf heifers. These heifers average 1000 pounds of milk more than their contemporaries. Assume also that no extraordinary changes in environment have occurred by the time that daughters from these matings freshen and complete their first record. How much milk will the daughters produce compared to their herdmates? Answer: about 100 to 150 pounds more. Reason: milk yield has a heritability of about 20 to 30 per cent, and since the sires used were genetically average, and sires and dams contribute about equally to the genotype of their offspring, only 10 to 15 per cent of the superiority of the dams will be seen in the offspring.

A good practical definition of heritability is, therefore, the fraction of the merit (or lack of merit) observed in the parents which can be seen in the offspring, with merit being defined as a deviation from the population average.

Note that several reproductive traits have very low heritabilities. Milk yield would be said to be moderately heritable; fat and protein percentages are highly heritable.

One possibility exists for genetic improvement of important traits with zero or very low heritability. This revolves around what geneticists call nonadditive genetic variance. If there is appreciable nonadditive genetic variance, it can be taken advantage of by crossbreeding. Heterosis (hybrid vigour) is a reflection of this type of genetic variability. Unfortunately, although there is some heterosis in reproductive performance, longevity, livability and milk yield, it is not a large amount.

Crossbreeding has several disadvantages for dairy cattle, although this discussion cannot be covered here. Few people are ready to advise taking advantage of nonadditive genetic variance in dairy cattle at the present time, and few cattleman are attempting to do so. Reproductive efficiency can be improved considerably by improving management practices while selection is being practiced for more highly heritable traits.

SELECTION AND EXPECTED RESPONSE

Traits which are heritable presumably can be changed by selection, but the degree of heritability is only one of three factors which determine the progress which can be made. The other two are the culling level (intensity of selection) and the variability of the trait. These are logical since the more severely we can cull, the more progress we can make. Also, the more variable a trait is, the higher the population average will be for the selected individuals for any given culling percentage.

It turns out that the amount of progress which can be made in one generation is the product of intensity of selection, heritability for that trait, and the observed variability. Note that if any of the three components is zero, selection progress will be zero also.

Good estimates are available for how much progress can be made from selection for most of the economically important characteristics of dairy cattle. Of course, there are several traits which are important, so there is a need to look further than anticipated results from selection for a single trait.

Correlated Response

Knowing what the genetic relationships are among the important traits, plus a few other things, permits us to predict what will happen to a trait such as fat percentage if we ignore it completely and select for milk yield, or vice versa. Though these results pertain to Holsteins, they are similar to results for other breeds.

The changes expected in the trait being selected for; values off the diagonal are changes expected to happen in other traits. Heritabilities and variabilities used in these calculations agreed with those generally accepted by dairy cattle geneticists. Intensity of selection in the estimations was fairly conservative. If more severe culling were practiced, greater progress would be made.

If milk yield alone is selected for at a reasonable level of intensity, an increase is expected in genetic merit in the next generation of 607 pounds. Since milk yield, fat yield and protein yield are genetically fairly closely related (that is, their genetic correlations are high and positive), an increase is expected in fat and protein yields, even though these were ignored in the selection programme. Because of the negative genetic correlations between milk yield and fat percentage, and milk yield and protein percentage, these two percentages are expected to go down. Selecting for milk yield and ignoring the other four traits would be expected to result in an increase per generation of 607 pounds of milk, 23.2 pounds of fat and 13.7 pounds of protein, but decreases of 0.036 per cent fat and 0.018 per cent protein.

If one attempted to increase fat percentage genetically in his herd by selecting for it and ignoring other traits, he could increase fat percentage. A reasonable increase per generation to be expected is 0.190 per cent. Along with this, however, there would be an actual decrease in milk yield of 287 pounds, although fat yield would increase 24.1 pounds.

Present pricing systems for milk in the United States are based mostly on its weight and fat percentage, although additional factors such as protein percentage may be included also. So the dairyman needs to decide what combination of milk yield and fat percentage and other changes is most profitable for him. He also needs to produce milk that passes minimum legal standards; this is an important factor in herds which already are near the minimum. Beyond this, there are a number of other important traits which must be considered. Dairymen, of course, mentally put all of these factors together in their selection programmes and, depending on their present herd status and present milk pricing, give each trait a certain amount of emphasis.

In other words, they weight each characteristic they think is important. Geneticists do the same thing and attempt to establish numerical values for the weights; a numerical index, called a selection index, then can be formulated for each economic situation.

Milk Yield and Composition

Just about every index formulated for the United States gives yield more emphasis than any other trait, with enough emphasis placed on fat percentage to meet legal standards. Protein has become more important in pricing systems in recent years.

Reproductive Performance

Efficient reproduction is very important economically because a cow must first reproduce to produce. However, most measures of heritability are zero or close to zero, suggesting that little or no improvement can be made by selection. There already is considerable selection pressure being exerted on improving reproductive performance without any conscious effort being made by the breeder. This occurs because sterile males and females leave no offspring, and those with low efficiency leave a lot fewer than those of higher reproductive performance.

So within a given herd culling for reproductive failure would have little effect on the genetic merit for reproduction of the herd. Now that large numbers of records are being obtained on reproduction of daughters of AI sires, however, it may turn out that this information can be taken advantage of in selecting which proven AI sires to use in the herd. Even though heritability of most single measures of reproduction are close to zero, estimates of average genetic merit of a large group of daughters for reproductive efficiency are much more reliable.

Desirable Body Type

Desirable type has appealed to dairymen for centuries, and major changes in appearance in dairy cattle have occurred over the years, accompanied by increases in milk yield. This fact does not itself mean that the two traits have (or ever have had) an appreciable, positive genetic correlation. Regardless of what has gone before, the breeder must concern himself with the present facts of life in his selection programme.

The genetic relationship between type and production seems close to zero and may even be negative. There have been a number of changes in the breed association type classification programmes and policies in recent years, and evaluation of all such changes cannot yet be made. A number of scoring systems also have been developed by others such as universities and AI studs. Yet the final value of desirable type must be in its relationship with production and longevity of the cow.

Except for the breeder who derives an important fraction of his income from sale of breeding stock, dairymen should realise (according to research) that only 2 to 6 per cent of their income is related to variability in body confirmation. USDA researchers estimated several years ago that giving equal emphasis to type and production would reduce the possible increase in milk yield by 29 per cent. Though perhaps the final judgment on emphasis to be placed on desirable type cannot yet be made, it appears that if major attempts are made to improve type, they will be made at the sacrifice of possible genetic increases in milk yield.

Longevity

Longevity may be defined as the ability to avoid death or culling, the former being mostly for disease or accident and the latter for reproductive failure, low milk yield, mastitis, etc. Few cows die simply from old age. Of the various possible reasons for loss, some have a genetic basis but few are highly heritable. In any event, high producing cows remain in the herd longer than low producers. Natural selection pressures also work in favour of the ability to resist death or culling. Selection for high milk yield, plus natural selection, seem to be exerting sufficient selection pressure for increased longevity such that the breeder need not give it major emphasis in his programme.

Body Size and Weight

Within each dairy breed, large cows give more milk, on the average, than small cows, but they also require more feed. Research suggests that the additional costs involved with larger cows about equal the additional income derived from them. In the case of two cows of equal production but different size, one actually would expect the smaller cow to be more profitable. Most measures of size (weight, height, etc.) show appreciable heritability and variability, so larger cows could doubtless be developed if desired.

However, most research now suggests that milk yield in dairy cows can be increased considerably without there being any increase in size. Selection for increased body size could be successful, but the correlated response in milk yield though probably positive would be close to zero. Though North Carolina researchers indicated that it might still be wise to check cows considerably above or below the breed average in body weight for productivity and longevity, they concluded that "undue emphasis on larger cows in the short run could lead to the development of less profitable animals."

Other Traits

Many others are economically important and are heritable to some degree. Many qualitative (simply inherited) traits, ranging from lethals on one extreme to aesthetic traits on the other, can be important under some circumstances. Artificial insemination, particularly frozen semen, has caused concern because of possible widespread dissemination of undesirable genes. The genetics of the situation have been studied, however, and with present knowledge potential dangers apparently can be avoided.

Traits other than those mentioned also are important. Mastitis resistance, is of extreme economic value and has measurable heritability. A certain amount of direct pressure for resistance will be exerted from culling of mastitic animals, although clinical cases may remain in a dairy herd for years under proper treatment.

Present knowledge of genetics of dairy cattle suggests that major selection emphasis should be placed on milk yield, with enough selection pressure on fat percentage to maintain composition of milk at legal standards. Other components of milk may become important if pricing systems change to emphasize them. Care should be taken to include as few traits as practical in a selection programme, since progress in milk yield may be sacrificed to a degree such that total profit per cow may decrease. This is especially true with traits of low heritability and only slight genetic relationship to milk yield. Reproductive efficiency and resistance to mastitis may appear as economically important traits in future sire proving systems.

The Animal Model

The Animal Model does many things notably different from previous evaluation systems. These include simultaneous evaluation of all sires and cows. This means all information on all relatives is used to increase the accuracy of any one animal's evaluation. This also means that cow families are directly included in the evaluation of all sires and cows, effectively eliminating the basis for previous objections by some breeders. All female ancestors and descendants are used in the evaluation of both sires and cows, weighted by how closely they are related. Since all known relatives of both registered and grade cows are used, computing the evaluations for the Holstein breed requires simultaneous solution of about 50 million equations!

Other changes include correction for genetic merit of mates, use of a new genetic base, new ways of using records on cows missing first records and cows changing herds, and definition of different management groups for registered and grade cows.

There is some new terminology with the Animal Model emphasizing that new methods are truly different.

Predicted Difference (PD) changes to Predicted Transmitting Ability (PTA), or one-half the breeding value. This is the prediction of what the sire transmits to his offspring.

Cow Index changes to Predicted Transmitting Ability (PTA).

Repeatability (RPT) changes to reliability. Repeatability always has been a misnomer as used by the USDA in this context anyway. Since reliability includes contributions from additional relatives, reliability figures should be higher than the old repeatabilities. The biggest difference is for sires of cows with few daughters compared to those with many. A sire with no daughters would have a reliability of 37 per cent.

Percentile is sire's ranking based on the active AI bull population; for cows it will be based on cows with recent lactations. The rankings are based on an index including milk, fat, and protein evaluations. Previously they were based on an index including only milk and fat.

As good as the new Animal Model system is, it cannot correct for preferential treatment of daughters of certain sires. No genetic evaluation system can. Random AI sampling of young sires and wide daughter distribution will continue to be important in establishing accurate first evaluations. This also is true for sires with relatively few daughters.

Economic Evaluation of Sires and Their Semen

Predicted transmitting ability for dollar value (PTA PRO$) is based on milk, fat, and protein evaluations. Current national prices are used. For the July 1989 run these were $11.20 per hundredweight of milk containing 3.5 per cent milk fat and 3.2 per cent protein. Hence the equation for estimating PTA PRO$ is

–PTA PRO$ = $.0242 (PTA milk) + $ 1.54 (PTA fat) +
$ 1.09 (PTA protein)

Note that the dollar value is computed from pounds fat and protein produced, not percentages. Percentile rankings are based on this index. In Florida, the milk price is higher than almost everywhere else in the United States, and the dollar values of superior sires should be proportionally higher. The ranking of bulls by evaluations would not change much, but the net value over their semen price would.

Taking advantage of considerable previous research, Marsha Wilcox and coworkers developed techniques to aid dairymen in the selection of semen to purchase for herd use. The concept is that of net present value (discounted net income) of semen. Although the method is computationally elaborate, availability of microcomputers to dairymen will permit each to develop a system of evaluating semen based on a set of selection criteria tailored to individual needs. Information necessary for semen selection include sire proof for milk, fat, protein, type (PDT), interest rate, and such management parameters for the individual herd as conception rate, calving interval and female mortality rate.

Outcome of this linear net merit index for semen is Present Value Dollars (PV$). These researchers then evaluated a number of possible economic and management situations to determine the effects on sire selection; considerable shifting of rank occurred with changes in criteria.

For one sample selection programme (all selection pressure on milk, none on desirable type), rank correlations of PV$ and PDM, and PV$ and PD$ + semen price, were.56 and.52. Such procedures should prove useful and profitable to dairymen who are able to characterize their own management parameters and to define their selection goals. Thus, the concepts of proving sires are not difficult. Efforts to obtain better estimates, thus increasing rates of genetic improvement, continue to make the exact calculations and formulas very complex.

SELECTING SIRES FOR A SINGLE HERD

Most of the factors involved in sire selection have been covered in earlier sections, but one major question remains. Will the sire which has been proven to be superior in other herds also be superior in my herd? Older breeders will remember the term "nicking," which is not too often heard anymore. If a sire did well in one herd and poorly in a second, he was said to nick well in the first, poorly in the second.

Today, researchers look at the importance of nicking by studying the importance of sire by farm interactions. Such interactions arise if there are real changes in the relative performance of sires (usually measured by the milk yield of their daughters) as they are used on various farms. Should there be an appreciable number of sires which rank high in some herds or farms, and low in others, and vice versa for other sires, this would show up as a sire-by-herd interaction.

The importance of this question is apparent; if there were such interactions, a dairymen would be unable to rely on USDA sire proofs, since he could not depend on sires with superior proofs to be superior in his herd. This was an area that obviously needed research, and during the past several years considerable research has been published on the subject.

A classic study by North Carolina scientists involved sire-by-region interactions. The two regions involved were North Central and Southeastern United States and the question essentially was, "Do AI sires used in these two areas rank about the same, or are there some who are outstanding in one region but poor in the other, and vice versa?" Much of the semen used by Florida dairymen is from sires bred, house and proven in the Eastern and North Central United States, so this question was of immediate concern.

Results showed that this particular type of interaction was not an important factor, and indeed was almost nonexistent. The authors stated, "provided adequate unbiased progeny information is utilized, a bull may be safely selected and used for artificial insemination in one region, even though he was evaluated in the other region."

Studies on the importance of sire by herd interactions have been in very close agreement, with one being conducted by Florida researchers on records of Florida DHIA Guernsey, Holstein and Jersey first-calf heifers.

Everyone recognizes that even the best bull may have a certain number of poor daughters and that a dairyman who has only a few daughters of a particular sire may have been unlucky, by chance, and gotten one or more of them. The opposite can happen also with poor sires. The problem is to determine how important the interactions are overall, realizing that a certain amount of shifting in rankings of sires can occur by chance, particularly if a sire is represented in one or more herds by only a small number of daughters.

The research found that under Florida DHIA herd conditions; these interactions were of little or no practical or theoretical consequence for milk and fat yields. There was some evidence among Guernsey's and Jerseys of an interaction for fat percentage; this has been suggested in other research studies also, but many of the scientists who have studied interactions have not looked at fat percentage.

In summary, it appears that sires proven superior for milk and fat yields in other herds can be used with confidence in Florida dairy herds, without concern for possible sire by herd interactions. The possibility exists for the presence of interactions with fat percentage.

FINDING SUPERIOR FEMALES

Measurements for most of the economically important traits can be made directly on females. It frequently takes a long time to get the measurements of interest, however. Mature body size, would have to wait until the cow is 6 to 8 years old. An estimate of milk yield must wait until the first lactation is completed (at about 3 years of age), unless one accepts an estimate of the lactation based on the first several months.

These points are mentioned because genetic progress is influenced by the time at which measurements are made, and their reliability. Take milk yield as an example. An estimate of the milk producing ability of a cow comes with her first milk record. Certainly, however, one knows more about her when there are two records rather than one, and even more with three records. Generally, the more records available, the more reliable the estimate of her real ability; but it takes longer to get more records.

An estimate of the producing ability of a cow was called "Most Probable Producing Ability" years ago by Dr. J.L. Lush, well known animal geneticist. This measure takes into consideration the idea of repeatability, and shows how the number of records a cow has should influence the estimate of her producing ability. If a heifer produces more than her herdmates during her first lactation, we will certainly guess that she is a better than average animal. If the average of her first two records is above herdmates, one would be even more confident that she is truly above average, and her good performance did not just happen from some favourable accident which probably will not happen again.

The calculations are simple and can be applied to any trait of interest. Although the concept is rarely mentioned today, since availablity of computers makes more sophisticated procedures feasible, MPPA serves as the basis for modern methods. State the milk record, or any other measurement, as a deviation from herdmates. If the cow has two measurements, state each as a deviation, and take the average. MPPA then can be calculated as:

MPPA = (Average deviation) × [(nr)/(1 + nr – r)]

where n = the number of measurements and r = the repeatability. How much better two measurements or records are than one, as far as reliability, is determined by a similar equation.

Gain in accuracy = 1 – [(1 + nr – r) / n]

with n and r as in MPPA. The more records one has on a cow, the more one can accept her records at face value. If she has six records averaging 2000 pounds better than her herdmates, the best guess of her MPPA is 1714 pounds better.

Which cow should be selected as a dam for a future herd sire, a cow with two records averaging 3000 pounds above herdmates, or one with four records averaging 2400 pounds above? The two estimates of MPPA are close, being 2000 pounds for the cow with two records and 1920 pounds for the older cow. One probably would look at other characteristics of the two animals, particularly fat percent but possibly others, before making a decision. The more sophisticated and useful application of this concept, of course, is that it is incorporated into calculations of ERPA.

GENETIC CHANGE IN MILK YIELD

The theoretical upper limits of genetic change in milk yield have been known for quite some time. Knowing the various repeatabilities, heritabilities, generation intervals and selection pressures (intensities), one can calculate what would be expected to happen. This tells nothing about what is actually going on, of course, but it does tell what one can expect under the best conditions.

Potential

If milk yield is given maximum emphasis in the selection programme, with little or no pressure being exerted on other traits, and efficient use is made of an AI sire proving programme, the maximum attainable genetic change in milk yield is slightly over 2.0 per cent per year. Most of this, over 90 per cent, theoretically would come directly or indirectly from sire selection. In a Holstein population averaging 15,000 pounds per cow, this would amount to 300 pounds per year. Though this estimate has appeared disappointingly small to some breeders, it is more than the actual total change which has been attained in the United States.

Observed

It is only in recent years that it has been possible to obtain reliable estimates of the actual genetic change which has occurred in milk production. A major problem in the actual measurement of such progress is that environmental and genetic changes are confounded in such a manner over time as to make their separation extremely difficult. With the availability of high-speed large-capacity electronic computers, many of the problems can now be handled. Use of the animal model has improved the accuracy of the estimates.

As far as progress arising from selection of males and females, theoretical estimates has been right on target. About 90 to 92 per cent of all genetic change in milk yield has occurred from sire selection; this represents the selection of males and females to produce herd sires and the selection of males to produce herd dams. The remaining 8 to 10 per cent of genetic progress arises from selection of females to produce herd dams. The fact that we must raise nearly all female calves born alive in a population to maintain population size, and the difficulties of evaluating the true genetic merit of dams, precludes much selection pressure from selection of dams.

Average annual genetic change in milk yield of tested dairy cattle has been variable but seems to be about 0.7 per cent of their average levels. This would amount to about 105 pounds per cow in a 15,000 pound herd, or 140 pounds in a 20,000 pound herd. In individual herds, one would expect to find genetic changes which were considerably higher or lower. If 2.0 per cent annual genetic change is possible, as theory suggests, dairymen are progressing genetically only about one-third as fast as possible.

Chapter 12

Dairy Waste Management

Dairy cows produce more than milk. They make manure, too. Each of the 9.1 million dairy cows in the country excretes approximately 120 pounds, or 14.475 gallons, of manure per day. All this manure and other waste that comes from milk production spells environmental trouble for rural communities with heavy concentrations of dairy cows.

Traditional small dairy farms effectively manage manure by applying it to their fields as a crop fertilizer. Unfortunately, Indian farm policy and economics are causing the demise of those small, diversified farms and the rise of industrial factory dairies that cram together thousands of cows who make millions of gallons of manure. One 2,500-cow dairy produces as much waste as a city with 400,000 residents.

Factory dairy operators often attempt to deal with the high volume of manure, as well as waste from the milking operation, by using water to flush it out of buildings and into multimillion-gallon lagoons. Then, the mixture is sprayed or spread onto fields to fertilize them. But unlike the relatively small amount of cow manure coming from traditional farms, these loads of industrial dairy waste are too much for the land to absorb and filter. Instead, the manure pollutes the air, water, and soil. It also causes human health problems.

Storing millions of gallons of manure and other waste in one place emits dust particles and hundreds of different volatile gases, including ammonia, carbon dioxide and methane. In fact, two California industrial dairy workers died in 2001 from methane overexposure while they were working in a 30-foot deep manure pit. The dairy foreman and the manager were indicted for involuntary manslaughter over the deaths in February 2003. In addition to methane, the lagoons give off hydrogen sulfide, which can cause brain damage. It threatens the safety of workers and people living nearby.

Manure from factory dairies also poisons waterways and wells when, a lagoon wall collapses, an operator fails to handle pumps properly, or the waste spills out of lagoons during heavy rains.

Manure contains nitrates and phosphorus. When too many of these nutrients enter waterways, they prompt the rapid growth of algae and other aquatic plants that consume much of the oxygen in the water. This smothers fish and other animals and causes serious taste and odor problems in drinking water.

Each state issues permits that allow factory dairies and other confined animal feeding operations to operate. Regulators issue relatively few fines and rarely shut down the dairies because of spills or other pollution problems.

In countries where cows are grazed outside year-round there is little waste disposal to deal with. The most concentrated waste is at the milking shed where the animal waste is liquefied (during the water-washing process) and allowed to flow by gravity, or pumped, into composting ponds with anaerobic bacteria to consume the solids. The processed water and nutrients are then pumped back onto the pasture as irrigation and fertilizer. Surplus animals are slaughtered for processed meat and other rendered products.

In the associated milk processing factories most of the waste is washing water that is treated, usually by composting, and returned to waterways. This is much different from half a century ago when the main products were butter, cheese and casein, and the rest of the milk had to be disposed of as waste (sometimes as animal feed).

In areas where cows are housed all year round the waste problem is difficult because of the amount of feed that is bought in and the amount of bedding material that also has to be removed and composted. The size of the problem can be understood by standing downwind of the barns where such dairying goes on.

In many cases modern farms have very large quantities of milk to be transported to a factory for processing. If anything goes wrong with the milking, transport or processing facilities it can be a major disaster trying to dispose of enormous quantities of milk. If a road tanker overturns on a road the rescue crew is looking at accommodating the spill of 10 to 20 thousand gallons of milk without allowing any into the waterways. A derailed rail tanker-train may involve 10 times that amount. Without refrigeration, milk is a fragile commodity and it is very damaging to the environment in its raw state. A widespread electrical power blackout is another disaster for the dairy industry because both milking and processing facilities are affected.

In dairy-intensive areas the simplest way of disposing of large quantities of milk has been to dig a large hole in the ground and allow the clay to filter the milk solids as it soaks away. This is not very satisfactory.

DAIRY MANURE MANAGEMENT

Dairy manure management can be classified into three systems — solid, slurry or lagoon — depending on the collection, transportation and distribution of manure on the fields. These systems are dependent on the amount of bedding and water dilution used by a specific operation. Many dairies use more than one system. Manure from dry cows and replacement heifers may be handled as a solid, whereas manure from free-stall barns, holding pens and milking parlors may be handled as a liquid, or solids may be separated from the liquid wastes so it can be used for other purposes.

Solid systems are commonly used in smaller operations (less than 100 cows) with bedded loafing barns or stanchion stalls. These systems minimize the volume of manure that is handled; however, a separate facility is required for liquid milking center manure.

Fig. Dairy waste management.

Slurry systems maximize recovery of plant nutrients from manure and are often used where geologic conditions are unsuitable for a lagoon system. These systems increase the volume of manure to be handled because of the higher water content, but allow the manure to be handled as a fluid.

Many dairies favour lagoon systems because costs are lower than for other systems. Lagoons are applicable where flushing is desired and where a significant amount of lot runoff must be contained.

To minimize pollution potential and maximize nutrient recovery, incorporate livestock manure into the soil as soon as possible after application. To prevent applying an excess of plant nutrients (N, P and K), keep long-term records on the amount applied to each field. Make an analysis to determine the nutrient content of the manure and keep an estimate of the amount of manure applied. The amount of land required for manure disposal is usually based on 100 pounds of nitrogen used annually for plant production per acre.

Consult local health and regulatory authorities and have all plans approved before constructing any manure handling system. A dairy operation with 700 or more cows is required by state law to obtain a permit. Any livestock manure management system, regardless of size, must be designed and operated in a manner that will not pollute surface or groundwater.

Local Extension center or Natural Resources Conservation Service (NRCS) office may be contacted for information about permits and assistance in developing manure management systems.

SOLID WASTE SYSTEMS

Manure with a 75 to 80 percent moisture content can usually be handled as a solid. Manure at this moisture content has a consistency of peanut butter. Dairy manure, as excreted, contains about 88 percent water. So, to be handled as a solid, dairy manure must have the liquids drained off or bedding added. Twelve pounds of bedding per 100 pounds of fresh manure (about 4 pounds of dry straw per cow per day) is needed to permit handling dairy manure as a solid.

Scraping Systems

Manure from bedded housing usually has to be handled as a solid. As a semisolid, manure can be scraped into a holding area where liquids are allowed to drain off. Scraping can be done mechanically by alley or by gutter scrapers pulled by cables or chains. Small tractors with front- or rear-mounted blades are commonly used to scrape manure, and tractor scrapers function better in cold weather and tend to be more dependable than gutter scrapers.

Loaders

Front-end tractor loaders can remove manure from large areas with high clearances. Traction and stability can be a problem, however; wide front axles can improve stability and weights on the rear wheels or front-wheel-assist can improve traction. Skid steer loaders can work in cramped quarters and, in general, lessen time and hand labour expended.

Manure Storage

Storage is required with most solid handling systems because of weather or limited available fields. A 60-day minimum storage capacity is recommended. The storage area should have all-weather access with surface runoff water diverted from the storage area. Any draining liquid should be directed to a soil-plant filter, lagoon or holding pond. A roof can eliminate the need for collecting and storing runoff from the storage area.

Manure Spreaders

Most solid manure manure spreaders have moving aprons to move the load rearward to beaters. Flail-type spreaders have chains attached to a shaft that revolves at high speed to flail the manure out of the tank. These spreaders are also suited for semisolid manure.

SLURRY WASTE SYSTEMS

Manure with 90 to 96 percent moisture content can usually be handled as a fluid but may require special pumps. Manure at this moisture content has the consistency of malt. Manure with 96 to 98 percent water content can be handled with ordinary pumps and flushing equipment if excessive straw or fibrous material is not present. For conventional pumping, two gallons of water must be added to dilute a gallon of fresh manure to 96 percent. Of course, this greatly increases the volume of manure to be stored and transported.

Flushing is not well suited to a slurry manure management system. The slurry system is designed to minimize dilution because it uses tank wagons for transportation and application. Therefore, hauling extra water with the manure is not profitable. Assume a 1400-pound cow produces 14 gallons of undiluted manure per day. Hauling her yearly manure output will require 1.7 trips to the field with a 3,000-gallon tank wagon. If manure is diluted to 4 percent solids, 5.1 trips per cow per year will be required.

Slurry Manure Storage

Slurry can be stored in earthen basins, below-ground and above-ground concrete tanks and in lined and unlined metal tanks. Slurry storage areas are usually designed for a 120-day minimum storage capacity. In some locations, soil type can prohibit the use of earthen basins or require the use of a membrane-type liner. In these locations, concrete or steel manure storage tanks may be used.

Depending on the location of buildings and lots, it may be possible to gravity drain or scrape manure into the storage structure. In-ground tanks must be designed to resist lateral forces from the soil when the tank is empty. Outside drainage may be necessary to prevent the tank from floating when it is empty and the soil is saturated. Most above-ground tanks have the added expense of a pump to transfer manure in and out of the facility.

Earth Basins

Earth basins are usually partially below the original grade and partially above. The above-ground berms divert surface runoff water from the basin. Check with the Division of Geology and Land Survey for suitable sites, soil suitability and construction details to avoid seepage polluting surface water or groundwater. Earthen basins must be constructed with a clay seal (bottom and sides) to prevent leakage. In some cases, an artificial liner may be required. If soils have a high potential for collapsing, MDNR will not approve an earthen manure storage structure. In these cases, an alternate site must be selected, or a concrete or steel tank used for storage.

Scrape to Storage

Scraping into below-ground storage areas can reduce equipment investment and maintenance costs. Any system that involves uncovered concrete lots, alleys or exercise areas increases the amount of runoff water that is hauled. Above-ground tanks require scraping into a collection pit and then pumping.

Pumps

Pumps are frequently used to move manure into tanks and to move manure from tanks into tank wagons. High capacity (1,000 to 3,000 gpm) chopper pumps are used to move dairy manure from storage, with extra capacity to mix solids and liquids.

Tank Wagons

Tractor-drawn tank wagons have capacities from 1,000 to 3,000 gallons. For long hauls and/or large operations, a tank truck may be more economical. Tank wagons can either spread the liquid on the soil or be equipped with knives to inject the manure into the soil. Injection reduces odors and nitrogen loss but requires considerable power to pull the tank wagon and injectors at a reasonable speed.

Injection can not be done when the soil is frozen or if it is too rocky. Likewise, spreading manure on frozen soil could pollute surface water if it rains or snows while the ground is still frozen.

Slurry manure systems require more land for application than lagoon systems because more nitrogen is retained.

LAGOON WASTE SYSTEMS

Lagoon systems handle highly diluted manure (96 percent or more water) that can be pumped through irrigation systems. Most lagoon effluent is more than 99 percent water, so it has the consistency of water.

Flushing is the preferred method of manure collection and transportation for many dairies because it eliminates the labour required for scraping and moving manure to storage. Lagoons complement flushing systems because they provide storage at relatively low cost and usually do not cause unacceptable odor problems if judiciously located. Lagoons can also provide a source of flush water.

The anaerobic breakdown of manure usually results in acceptable odor levels when applied by an irrigation system. Approximately 90 percent of the input nitrogen is lost or unavailable in an unagitated lagoon, but this can be an advantage if limited land is available for manure disposal. For large operations, lagoons provide the least-cost alternative on a per-cow basis. Consideration should be given to separating fibrous material (free-stall bedding, wasted hay, silage, etc.) from the manure flow going to the lagoon. Experience has shown that excessive amounts of this material can build up as surface crust and increase the rate of sludge accumulation in the lagoon, thus decreasing its long-term effectiveness as a manure storage and treatment facility.

Lagoons are usually designed for a 365-day storage capacity with all manure going into the lagoon. This includes dry cow manure, but not calf and replacement heifer manure. Also note that lagoons are not allowed by MDNR in areas where soil collapse potential is high.

Lagoons are usually formed by excavation and above-ground berms. The berms divert surface runoff water from the lagoon, but a diversion channel may be required. For a "DNR approved system," a clay seal (compacted by a sheepsfoot roller) must be on the bottom and sides to meet NRCS specifications. Also, lagoons must be filled with fresh water to the minimum operating level and the berms seeded and mulched prior to operation.

Pumps

Conventional irrigation pumps are adequate for pumping lagoons if the intake is floated about 1 to 2 feet below the surface. The floating intake prevents surface debris interference and reduces the handling of sludge.

Centrifugal power-take-off irrigation pumps are a practical alternative for irrigating from lagoons. Small engine-mounted low-lift pumps can also provide adequate capacity and pressure to pump a small lagoon.

A complete manure management system includes a way of spreading manure in a pollution-free manner. It is important that all irrigation systems be monitored while effluent is being applied so no runoff occurs at the application site. The following are ways to spread manure:

Surface Irrigation Systems

Gated pipe can provide a low-cost distribution system for pumping small lagoons, especially where uniform application is not critical. Small systems can use a "homemade" gated pipe made from polyethylene pipe (e.g., using 2-inch diameter pipe for 50 gpm systems) with holes in the pipe at 30- to 40-inch intervals.

The holes must be small enough that flow is distributed out of all of the holes, but large enough that they don't become clogged by small solids. These systems are feasible for small lagoons handling only milkhouse manure but have been used for larger lagoons. For larger systems, commercial gated pipe with adjustable gates is an alternative.

Sprinkler Irrigation Systems

For irregular rolling land, use a sprinkler irrigation system instead of gated pipe. Various sprinkler systems are suitable; the choice depends on the desire to save labour or money.

Stationary Hand-carried Systems

For small operations, one or more small sprinklers fed by 3- to 6-inch portable pipe is adequate if time and labour are available. For even smaller operations, a 1 DA 2- to 1-inch nozzle sprinkler(s), covering 1 DA 2 to 2 acres per set, can be used. For larger operations, a high volume gun sprinkler with a 1- to 2-inch nozzle, covering 2 1 DA 2 to 6 acres per set, can be used to reduce labour requirement.

Moving Sprinkler Systems

To reduce labour and to accommodate larger operations, a traveling gun or a center-pivot irrigator may be more cost-effective than hand-moved sprinklers. Different models of the small traveling guns are now available. Larger traveling guns, used for crop irrigation, can be used if crops are irrigated conventionally or if rental units are available.

DAIRY MANURE MANAGEMENT

Concerns regarding nutrient losses from the manure of large dairy herds to groundwater or surface runoff have been extremely acute in Florida. The most widely publicized concerns have been with phosphorus (P) contamination of Lake Okeechobee, probably washing off the farms in surface runoff during the summer rainy season. Also of concern are nitrogen (N) losses in the form of nitrate into the groundwater through the deep sandy soils of the Suwannee River basin.

Florida is not unique. All states are starting to monitor farms where large numbers of food-producing animals are maintained on small acreage. But regardless of farm size, maintenance of the environment and efficient utilization of nutrients should be a priority.

Nitrogen (N) and phosphorus (P) are the primary nutrients of concern. Manure N can be converted to nitrates in the soil and potentially leach to groundwater. Manure P can potentially move with surface runoff, thus stimulating algae and aquatic plant growth leading to eutrophication of surface waters. Potassium (K) has not been of as much concern environmentally as N and P, but it is of equal concern in fertilizer management strategies. Also, K is important in assessing equivalent commercial fertilizer value of manure.

Manure nutrients and decaying organic matter are natural components of the environment that ultimately contribute to the production of more plant and animal tissue. Thus, concern about manure leakage is no different than concern about commercial fertilizer use. Manure is in fact a resource, based largely on its equivalence with commercial fertilizer, and should not be called a waste when it is recycled through new plant growth.

To use the resource value of manure effectively and to avoid excessive concentration of these nutrients at inappropriate points, it is helpful to budget nutrient flow through the total dairy farm system. If there is a problem concentration at some point, then corrective measures can be taken which are environmentally accountable.

This publication is designed to give background information and serve as a guide to dairy farmers and planners to help develop answers to these questions for an individual dairy farm.

Abbreviations: N = nitrogen, P = phosphorus, K = potassium, CP = crude protein, DM = dry matter, DMI = DM intake, Mcal = megacalorie of energy, NE_L = net energy for lactation, OM = organic matter, TDN = total digestible nutrients.

INDIVIDUAL NUTRIENTSIS EXCRETED BY DAIRY COW

Historically, the nutrient excretion standards most often used in the design of manure management systems were those of the American Society of Agricultural Engineers. These standards are based on body weight of cows, however, they do not account for the large variation among dairies in nutrient excretion levels. The variation is caused by differing voluntary feed intake, differing supplemental levels, and differing amounts of nutrients harvested in the milk.

Recent University of Florida experiments showed that N and P excretions by dairy cows varied dramatically with level of N and P intakes. These data confirmed that excretion estimates for individual farms are best based on dietary intake of a nutrient minus the amount secreted into milk. Most dairy farms have accurate estimates of feed and milk and, thus, this method of predicting total excretion of minerals by dairy cows is used in this publication. The following milk composition, typical of Holsteins, was used along with pounds of milk to determine recovery of fed nutrients in milk:

- Protein3.30 per cent (N content.512 per cent)
- Phosphorus (P)0.10 per cent
- Calcium (Ca)0.12 per cent
- Potassium (K)0.15 per cent
- Magnesium (Mg)0.01 per cent

- Sodium (Na)0.05 per cent
- Chlorine (Cl)0.11 per cent

Dairy farmers have considerable control of mineral excretion because they control the mineral contents in the diets they feed. Feeding adequate P is important for animal health and performance. However,.40 per cent of total diet dry matter is near the year-round estimated requirements for lactating cows, more is recommended in early lactation. Although these data do not lead us to recommend lowering feeding levels for P below standard feeding recommendations (NRC), the data point out that future committees that develop NRC feeding standards need to review recommended feeding levels for P, N, and environmentally sensitive minerals. The objective is to minimize excretion of these nutrients and still maintain optimum animal performance.

One is for cows consuming diets formulated to supply NRC crude protein standards which require more crude protein to assure that true protein needs are met (NRC, high). The other (NRC, low) minimizes dietary N by providing minimal nonprotein N and ruminally degradable protein for optimum rumen microbial fermentation and provides for remaining animal requirements with ruminally undegraded protein. Numeric estimates of yearly N excreted by high-producing 1400 lb cows were 273 lbs N per cow per year when fed according to the NRC crude protein standards and 234 lbs N per cow per year when diet protein was formulated for minimum needs for undegraded and degraded protein.

Diets designed to support higher milk production than many dairy farmers are currently achieving, most dairies with lower milk production choose to feed as much protein as was used in this example (e.g., up to 17.5 per cent crude protein of total diet dry matter for their high-producing group). Nutrient management plans usually should be based on current cow excretion estimates but, if expansion is planned, it may be helpful to estimate future needs as well.

To start, use current average production. If the herd averages 50 lbs of milk per day for all milking cows year-round (with dry cows managed on a separate farm), or if the herd averages 50 lbs year-round for all cows milking and dry (with dry cows managed in the same manure management system), then use excretion estimates for cows producing 50 lbs milk. Then multiply the excretion estimates by the average excretion per day for cows currently producing 50 lbs of milk per day by 365.

Significant volatilization of the N will occur because it is easily converted to ammonia and lost to the air as gaseous ammonia. Thus, fertilizer values will be somewhat less than amounts originally excreted. Although the value of N, P, and K fertilizer nutrients in manure usually will not be as great as the total costs of the waste management system, recovered value reduces the net cost of waste handling. However, value will be realised only if the nutrients in dairy manure are used to displace the purchase of inorganic fertilizer nutrients.

P — 1.9 lbs actual P/ton wet manure (equivalent to 4.4 lbs P_2O_5)

K— 6.0 lbs actual K/ton wet manure (equivalent to 7.2 lbs K_2O)

Total solids 11.6 per cent

Manure composition changes as time passes after excretion. In addition to expected volatilization of N, liquids will drain from the solids, drying may occur, or the manure may be diluted with flushwater. Thus, the moisture content usually is quite different. It is important to take samples of manure or wastewater applied to cropland and have these samples analysed at a commercial laboratory. The analysis should include total Kjeldahl N and not just nitrate N, since almost no nitrate form of N occurs in manures. Nitrification does not occur until after manure is incorporated into the soil.

The major forms of N in dairy manure are either organic N or urea N which is easily converted to ammonia and can be lost to the air as gaseous ammonia.

Manure Management System

After excretion by the cow, manure may be stored wet, stored after being allowed to dry, flushed with water to a lagoon or holding pond, spread fresh on land, or spread in some form at some later time. The longer the time in storage, the greater the potential for N losses to the air as ammonia. The greater the dilution with water, the greater the potential for nutrient losses to surface and groundwaters unless included as part of an irrigation programme to distribute water and nutrients to growing crops. Few manure systems on farms actually collect all of the feces and urine at one location for application to one particular unit of land.

Separations or losses occur in many ways.

- Flushed manure from the milking parlor and feed barn may go through a sand trap and be pumped over a separator screen before irrigation of land with the effluent.
- Manure is dropped in different areas such as pasture, milking parlor, cooling barns, and the primary feeding area and some of these "separations" may not be collectible for land-spreading.
- Some gaseous loss of ammonia occurs (volatilization) which returns a variable, but often controllable, portion of the N to the air.

Other possibilities include some surface runoff and loss to the groundwater. Management practices must control all of these components so that surface runoff and losses of nutrients to the groundwater are minimized and do not cause violations of state water quality standards.

The choice of a manure management system will depend on existing facilities. If the existing buildings were designed for flushing, then a dry handling system would not be possible without major structural modifications. If a new dairy is being planned, then other factors can be considered. In both cases, changes in the system must be compatible with other management practices on the dairy. The manure nutrients must be spread in a way that recovers nutrients in harvested crops or be stockpiled in a way that will not pose environmental risks before being spread.

Regulatory requirements may influence the choice of a waste management system. If surface runoff must be collected, stored, and dispersed on cropland, then a liquid handling system would be necessary. However, other components could still be handled as a solid or as slurry.

Types of Manure Handling Systems

Manure management systems can be categorized in many ways, with options within each type of system. The types of systems can be outlined as follows:

- Solid or conventional manure handling
- Slurry manure handling
- Liquid manure handling
- Anaerobic lagoon
- Removal of suspended solids
- Composting
- Combinations of the above

Each system can be broken down into five major components:

- Collection
- Storage
- Processing or treatment
- Transport
- Utilization

SOLID MANURE

Conventional or solid manure handling systems are not common in Florida. Normally high rainfall and humidity make it difficult to keep manure dry enough to be handled with a front-end loader. Also, the warmer climate permits the use of water for flushing on a year-round basis, as well as the utilization of wastewater on cropland in multiple cropping systems. Use of water for flushing of manure also has low labour requirements and is a clean way to handle manure.

Solid manure handling must employ some type of dry scraping for collection, and every effort must be made to keep out excess water. The manure can be hauled and spread on cropland on a daily basis or the manure can be placed in storage. The storage facility will require a roof or a provision must be made for capturing any liquid leachate or runoff in a pit or lagoon. Normally there would not be any processing or treatment of the manure. Transportation would probably be in a conventional box manure spreader, and utilization would be on cropland.

In Florida, a dairy farm would rarely attempt to employ a solid manure handling system for all of the manure. However, much of the manure can be handled as a solid. In the design of new or modified facilities, it is recommended that provisions be made for both scraping and/or flushing, if possible.

SLURRY MANURE

This is basically the mixture of excreted feces and urine with only enough water added to facilitate handling. This results in a solids content of greater than 5 per cent which is too wet to handle with a front-end loader but not dilute enough to handle in a conventional irrigation system. Storage could be in pits or in tanks either above or below ground. Transport would probably be in a tank truck or wagon or in a flail spreader. Utilization would be on cropland. If knifing or soil injection of manure nutrients is desired, this is the system of choice.

Use of slurry requires purchase of a tank truck or wagon, special pumps that will handle the high solids content, and construction of storage tanks that may be quite expensive. Loading, transporting, and spreading the slurry also has a high labour requirement but the system can result in low nutrient losses.

LIQUID MANURE HANDLING

This usually involves flush tanks to move manure and thus dilutes manure to a solids content of less than 5 per cent. In most Florida dairy systems, the solids content is less than 2 per cent and can be handled in specially designed irrigation equipment.

Required storage capacity depends on type of soils in the irrigation field, the storage time between irrigation applications, and the amount of stormwater runoff which the system must be capable of retaining. Some distinct advantages of this type of system are that it has low labour requirements and can result in relatively few nutrient losses when irrigation is frequent and growing crops are available to utilize the nutrients.

ANAEROBIC LAGOON SYSTEM

This system was the most popular type of manure handling system installed on Florida dairy farms during the 1970s and '80s. It actually is a specific type of liquid handling in which the flushed manure is directed into an anaerobic lagoon. The first stage of the lagoon system is designed with a constant liquid level to overflow into a second lagoon or pond designed for liquid storage capacity. Effluent from the storage pond must be dispersed on cropland through some type of irrigation system. Although seepage irrigation and sheet flows have been used for effluent dispersal, pivot irrigation systems are becoming much more popular because of their even distribution of the manure nutrients.

In addition to the effluent, sludge accumulates in the anaerobic lagoon which contains a significant amount of P and a small amount of the N. The amount of time before the lagoon fills with sludge to a point where it needs to be cleaned out varies depending on loading rates and design volume. Cleanout of smaller, more heavily loaded lagoons every 2 to 5 years is common while larger lagoons may function much longer before cleanout is necessary. Separation of larger manure solids is often done prior to the wastewater entering the lagoon in order to permit accommodation of manure from more cows or to extend the time until cleanout is necessary.

REMOVAL OF SUSPENDED SOLIDS FROM FLUSHED MANURE

Moving manure from animal pens with flushed water is an easy and clean way to handle manure Variations of this method have been adopted across much of the United States in dairy, poultry, and swine operations. Separation of solids from flushed manure by some manner is potentially important in most of these systems for several reasons:

- To remove large particles and sand that would plug or damage distribution nozzles in irrigation systems used to evenly spread the liquid over the cropping area.
- (null)

To reduce the biological loading on aerobic and anaerobic lagoons.

- To capture a fibrous product and some of the N and mineral nutrients which might be utilized in other products such as bedding for free stalls, part of the feed for cattle on maintenance diets, compost for potting material for plants, etc.

Many systems exist which will remove a portion of the solids from manure slurries. The stationary screen is most common with many new dairies experimenting with settling basins of various shapes, depths, and capacities.

Stationary screen separators take out 20 per cent to 30 per cent of the organic matter from flushed dairy manure. With very dilute flushed dairy manure, an estimate of 20 per cent removal of organic solids is probably most appropriate. Dilution also assures that almost all of the soluble nutrients will stay with the water portion. Most of the minerals and N are in soluble form.

The feeding value of this product will not support acceptable daily gains in growing ruminants. However, the manure solids could be fed as an appreciable percentage of diets for cattle which need only to maintain themselves and sustain a slow rate of gain; well-conditioned dry cows.

Screened manure solids have been used extensively for bedding in free stalls. However, management to prepare the product properly is critical. An accepted practice seems to be to compost the solids so that internal temperatures within the pile become high enough to kill coliform bacteria. Research has shown that even though bacteria decline to low or undetectable numbers during the composting period, bacteria often return in the bedding material in the free stalls unless there is opportunity to dry the solids in sunlight.

Even when researchers found higher bacterial counts in composted dairy waste solids bedding than on rubber mats, there was no difference in bacterial counts on teats or in the milk of cows using the two types of bedding. They concluded that with "adequate" composting, dairy waste solids were a suitable bedding in free stalls. Many dairy farmers with excellent mastitis control programmes are using dry, screened manure solids for bedding in free stalls.

An alternative to removing solids from flushed manure with screening equipment is to design holding basins for gravity separation (settling basins). More solids can be removed with well-designed sedimentation basins than with stationary screens. The key is the detention time of the water carrying the solids. However, the sedimented solids have much higher moisture content and are not as useful as screened solids if bedding for free stalls or composting is desired. Thus, land-spreading of these solids is the most likely method of disposal.

COMPOSTING

Composting systems have recently received much attention to facilitate exporting nutrients from dairy farms. A composting system is a modification of a conventional or solid manure handling system with the composting (treatment) process applied to the manure. Types of composting systems include windrow, bin, static pile, and aerated static pile. Major factors to be considered are the desired quality of the final product, space requirements, labour requirements, and availability of a diluent to mix with the raw waste.

Before a composting system is initiated, careful attention must be given to a market or outlet for the composted manure. Do not assume that there will be a line of people waiting to buy the product. Composting is primarily an oxidative process which removes many odorous compounds. Also, some organic solids are converted to carbon dioxide thus reducing volume, and easily volatilized nitrogen is lost. However, the final product is stable and much less odorous than the initial manure.

ESTIMATED NUTRIENT LOSSES

Even with a "tightly" managed system, there is considerable N loss through ammonia volatilization. The amount volatilized is influenced by level of N in the manure (particularly the part originating in the urine) and by the method of application. Nitrogen in urine is originally excreted in the form of urea. Urease enzyme of bacterial origin is present almost everywhere manure is voided or stored so that N in urea is readily converted to ammonia which will be lost to the air as free ammonia unless the conditions of storage are acidic. It was estimated that 41 to 50 per cent of the manure N from lactating dairy cows is in urea or ammonia form (mostly from the urine).

This portion is potentially volatilized very rapidly. Most of the fecal N from cattle is in a more stable form; however, even organic N is freed and volatilized during anaerobic digestion. For irrigated, highly diluted manure the loss of ammonia during irrigation is often proportional to the evaporation loss of water.

Leaching losses also may occur. Application of manures outside the growing season or in amounts which exceed crop needs may result in nitrate leaching losses of 25 per cent or more of the applied N. A high utilization of N by crops can be achieved with lowered environmental risks when manures are applied at a time when crops can absorb the mineral-N and at rates that do not exceed crop needs.

Denitrification is a bacterial process which converts nitrate in solution to nitrogen gas. It is dependent upon a bacterial energy source, usually in the form of soluble organic matter, and progresses most rapidly under high moisture and/or low oxygen soil conditions. While collection and storage losses will be accounted for by sampling prior to land application, volatilization and denitrification losses after the manure leaves collection/storage are more difficult to quantify. Denitrification losses are harder to estimate on the farm but can be extensive.

POTENTIAL NUTRIENT REMOVAL BY PLANTS

One generally accepted philosophy of land application of manures is that nutrients can be applied to land in amounts slightly above the level of the nutrients removed by the crops harvested. When animal numbers are high in relation to the amount of land readily available, we need to know the maximum application rates for given soil types and crops that can be efficiently utilized by different cropping systems. We also need to use cropping systems that will take up the maximum amount of environmentally sensitive nutrients such as N and P.

A long-term research project at Tifton, Georgia was designed to identify a maximum, environmentally safe application rate of manure nutrients when a triple-cropping system was used. Flushed dairy manure nutrients were applied through center-pivot irrigation. The cropping system included Tifton 44 bermudagrass in which corn was sod-planted for silage in spring and abruzzi rye was sod-seeded in fall.

In the Georgia experiment, large-particle manure solids were separated from the liquid with an inclined stainless steel separating screen to facilitate irrigation of the effluent. The liquid portion was applied to the cropping area at four different rates. Harvests of all crops yielded 6.2 tons or more of dry matter per acre (12,400 lbs) with N-deficient application of 214 lb N/acre with yields plateauing at 12.5 to 13.0 tons of DM/acre with manure wastewater applications of 440 lb N/acre or more. Crop removals of N, however, continued to increase after DM yields plateaued because of luxury consumption of N, which increased CP and N concentrations of crops harvested.

Other forage crops, even legumes, like alfalfa and perennial peanut, have been proposed as being good crops for consuming large quantities of manure nutrients. When free N is available in the soil to "scavenge," legumes take up soil N in preference to fixing N from the air. Giant elephantgrass, which has been used in field studies in Okeechobee County, Florida, gives the highest estimated P uptake. Although there may be potential for greater recovery of P in the enormous quantity of biomass harvested in giant elephantgrass than from other crops, the estimated digestible energy value of the harvested forage would be low.

The Georgia cropping system has great potential for Southern United States because: a large part of the harvest is corn silage, a high-energy forage that fits the feed needs of high producing cows; the bermudagrass forms a sod base and forage for harvest in the warm season; and rye utilizes a large amount of N during the winter season. A cropping system tested at the University of Florida that shows promise is based on perennial peanut, a higher quality base forage than bermudagrass. Perennial peanut, although not as high yielding as bermudagrass, will utilize applied N and, additionally, may offer potential as a legume to fix some N if temporary soil deficiencies occur.

The Florida research evaluated a sod-based triple-cropping system and perennial peanut overseeded with rye in winter. These were compared with a triple-crop system of corn, forage sorghum, and rye. Note that total dry matter harvests from the corn-perennial peanut-rye system were similar to those obtained with corn-bermudagrass-rye in the Georgia experiments but somewhat less N was removed, primarily due to lesser N in the winter rye crop. This was because of less dry matter yield and much less N content in the dry matter. Phosphorus removals on this system were 56 lb P/acre on all three N applications. The perennial peanut-rye system removed less dry matter but was an efficient scavenger of N, suggesting that some N-fixation from the legume may have taken place.

One of the major strengths of using flushed manure systems, along with irrigation, is that additional water can be applied along with fertilizer nutrients so that full response to added nutrients is possible.

Bibliography

Ajit Varma and Gopi K Podila: *Biotechnological Applications of Microbes,* I K International, Delhi, 2017.

Ajit Varma: *Microbes : For Health, Wealth and Sustainable Environment,* Malhotra Publication, Delhi, 2017.

Alan H. Varnam and Jane P. Sutherland: *Milk and Milk Products : Technology, Chemistry and Microbiology,* Springer Publication, London, 2017.

Andrew L. Winton and Kate Barber Winton: *Milk and Milk Products,* Agrobios Publication, Jaipur, 2018.

D.K. Maheshwari, R.C. Dubey, G. Prasad and Navneet: *Microbes : Agriculture, Industry and Environment,* BSMPS, 2018.

Deepa Joshi: *Microbes and Malignancy,* Oxford Book Company, Delhi, 2018.

Dinesh Arora: *Biotech's Dictionary of Dairy Science,* Biotech Books, New Delhi, 2017.

G. Sutherland Thomson: *Grading Dairy Produce,* Medi World Press, Kerala, 2016.

Gaurav Bhardwaj: *Applied Dairy Microbiology,* Sonali Publications, Delhi, 2018.

H.A. Modi: *Fermented Milk Products,* Aavishkar Publication, Delhi, 2018.

Harmeet Singh: *Dairy Farming,* APH Publication, Delhi, 2018.

J David: *Contemporary Trends in Dairy Plant Management,* Kitab Mahal Agencies, Delhi, 2017.

K. Singh: *Dairy Microbiology,* Oxford Book Company, Delhi, 2018.

M K Rao: *Food and Dairy Microbiology,* Manglam Publication, Delhi, 2017.

Mangala Kango: *Milk and Milk Products,* RBSA Publication, Jaipur, 2016.

Mohammad Raziuddin and Ashok Hembade: *Milk and Milk Products Technology,* Jaya Publishing House, Delhi, 2018.

Mohd. Kalimuddin: *Milk Analysis and Dairy Farming,* Enkay Publication, Delhi, 2018.

P R Gupta: *Dairy India 2017: Serving the Dairy Industry Since 1983,* Dairy India Yearbook, 2017.

P. Venkateshwara Rao: *Principles of Dairy Management,* Biotech Books, New Delhi, 2017.

P.C. Trivedi: *Microbes : Applications and Effects,* Aavishkar Publication, Delhi, 2017.

Pradeep Parihar and Leena Parihar: *Dairy Microbiology*, Agrobios Publication, Jaipur, 2018.

Purshotam Kaushik: *Indigenous Medicinal Plants Including Microbes and Fungi*, Today and Tomorrows Publication, Delhi, 2017.

R.C. Rajak: *Biotechnology of Microbes and Sustainable Utilization*, Scientific Publication, Jaipur, 2017.

Rajiv K Sinha and Rohit Sinha: *Environmental Biotechnology : Role of Plants, Microbes and Earthworms in Environmental Management and Sustainable Development*, Aavishkar Publication, Delhi, 2018.

Rameshwar Singh, S.K. Tomar and Gunjan Goel: *Applied Dairy and Food Microbiology : Contemporary Reviews*, Agrotech Publication, Delhi, 2015.

Robert Jennings: *Organic Dairying and Integrated Agriculture*, Dominant Publishers, Delhi, 2018.

S N Jha: *Dairy and Food Processing Plant Maintenance : Theory and Practice*, International Book Distributing, Delhi, 2016.

S. Sundara Rajan: *Genetics and Physiology of Microbes*, Anmol Publication, 2018.

S.K. Soni: *Microbes : A Source of Energy for 21 Century*, New India Publication, Delhi, 2017.

S.N. Mahindru: *Milk and Milk Products*, APH Publication, Delhi, 2018.

Shyam Kishore Singh: *Dairy Farming*, Alfa Publications, Delhi, 2018.

Sudhir Chandra, K.K. Khanna and H.K. Kehri: *Microbes and Man*, Bishen Singh Mahendra Pal Singh Publishers, Dehra Dun, 2016.

Uma Shankar Singh: *Dairy Farming*, Anmol Publication, Delhi, 2018.

Varnam: *Milk and Milk Products: Technology, Chemistry, and Microbiology*, Springer Publication, London, 2018.

W.L. Slatter, T. Krishtofferson and D.A. Seiberling: *Manual of Dairy Industry : Training and Development of Personnel for the Dairy Industry*, Asiatic Publication, Delhi, 2018.